ഗ്രീൻ ബുക്സ്

ദേശത്തിന്റെ ഭാവനാഭൂപടങ്ങൾ

ഡോ. ഉമർ തറമേൽ

മലപ്പുറം ജില്ലയിൽ തിരൂരങ്ങാടി പുതുപ്പറമ്പിൽ ജനനം.
അലിഗഢ് മുസ്ലിം സർവ്വകലാശാലയിലെ
ആധുനിക ഭാഷാ വിഭാഗം, തളിപ്പറമ്പ് സർസയ്യദ് കോളേജ്,
ശ്രീശങ്കരാചാര്യസംസ്കൃത സർവ്വകലാശാല,
മഹാത്മാഗാന്ധി സർവ്വകലാശാലയിലെ സ്കൂൾ ഓഫ് ലറ്റേഴ്സ്
എന്നീ കലാലയങ്ങളിൽ അദ്ധ്യാപകനായിരുന്നു.
ഇപ്പോൾ കോഴിക്കോട് സർവ്വകലാശാലയിലെ മലയാള-
കേരളപഠനവകുപ്പിൽ പ്രൊഫസറാണ്.
സാഹിത്യവിമർശനം, സംസ്കാരപഠനം, പരിഭാഷ
എന്നീ മേഖലകളിൽ പതിനഞ്ചോളം കൃതികൾ രചിച്ചിട്ടുണ്ട്.

പഠനം

ദേശത്തിന്റെ ഭാവനാഭൂപടങ്ങൾ

ഡോ. ഉമർ തറമേൽ

ഗ്രീൻ ബുക്സ്

green books private limited
gb building, civil lane road, ayyanthole,
thrissur- 680 003, kerala
ph: +91 487-2381066, 2381039
website: www.greenbooksindia.com
e-mail: info@greenbooksindia.com

(malayalam)
desathinte bhavanabhoopatangal
(study)
by
dr. umar tharamel

first published april 2017

cover design : rajesh chalode

branches:
thrissur 0487-2422515
palakkad 0491-2546162
kannur 0497-2763038
thiruvananthapuram 9846670899

isbn : 978-93-86440-18-1

GBPL/890/2017

സമർപ്പണം

പ്രിയപ്പെട്ട മാതാപിതാക്കളുടെയും
എന്റെ നാടിനെ നവോത്ഥാനപ്രകാശങ്ങളിലേക്ക്
നയിച്ച മൗലാന അബ്ദുൾബാരി സാഹിബിന്റെയും
ദീപ്തസ്മരണകൾക്കുമുമ്പിൽ
ഈ പുസ്തകം സമർപ്പിക്കുന്നു.

ദേശഭൂപടങ്ങളുടെ കല

ദേശവും രാഷ്ട്രവും രണ്ടാണ്. രാഷ്ട്രം, ഭൗതികമായ ഒരു ശരീരം പോലെ അത് സ്ഥിതി ചെയ്യുന്ന സ്ഥലകാലങ്ങളുടെ രാഷ്ട്രീയ സമൂഹത്തിലെ സംസ്കാരത്തെ വരച്ചിടുന്നു. ദേശം എന്ന സംവർഗ്ഗമാകട്ടെ, പ്രവചനാതീതമായി അമൂർത്തമാണ്. ബെനഡിക്റ്റ് ആന്റേഴ്സന്റെ ആലോചനകളാണിത്. ദേശം, വിഭാവിതമായ ഒരു രാഷ്ട്രീയസമുദായമാണ്. ചെറുതായാലും വലുതായാലും അവയ്ക്കുള്ളിലെ അംഗങ്ങൾ എല്ലാവരും പരസ്പരം അറിയുകയോ കാണുകയോ കേൾക്കുകയോ ചെയ്യുന്നില്ല. എന്നാൽ, അവർക്ക് പൊതുവായ ഒരു വിശ്വാസാചാര പ്രകാരമുള്ള സാമുദായിക കൂട്ടായ്മ (കമ്മ്യൂണിയൻ) ഉണ്ടെന്ന് ധാരണയിലാണവർ.

ദേശീയതയെക്കുറിച്ചുള്ള സങ്കല്പങ്ങൾ പ്രായോഗിക വ്യവഹാര മാർഗങ്ങളായി മാറിയത് അച്ചടി മുതലാളിത്തത്തോടെയാണ്. യൂറോപ്യൻ നവോത്ഥാനത്തിന്റെ പരിസരമെടുത്താൽ ദേശരാഷ്ട്രങ്ങളുടെ വരവും അവ വെവ്വേറെ പുലർത്തിയ ഭാഷകളുടെ വാഴ്വും ക്ലാസികമെന്ന് പേരിട്ട് വിളിച്ചിരുന്ന ഒരു അഖണ്ഡസാമൂഹികസങ്കല്പത്തെ പൊട്ടിപ്പിളരലിലേക്ക് നയിച്ചു. ഒരു ദേശരാഷ്ട്രത്തിൽത്തന്നെ മുഖ്യമെന്നും പ്രാദേശികമെന്നുമുള്ള മട്ടിൽ നിരവധി സാംസ്കാരിക സ്വത്വഭേദങ്ങൾക്ക് കളമൊരുങ്ങി. സാംസ്കാരികമായ ഇത്തരമൊരു പ്രതിസന്ധിഘട്ടത്തിലാണ് യൂറോപ്പിൽ നോവലുകളുടെ ജനനം. നവോത്ഥാനം സൃഷ്ടിച്ച ആധുനീകീകരണ പ്രതിഭാസങ്ങൾക്കകത്ത് ദേശീയതയെകുറിച്ച താത്ത്വികവും പ്രായോഗികവുമായ വ്യവഹാരമണ്ഡലങ്ങൾ രൂപപ്പെട്ടു. ഇതിന് രാഷ്ട്രീയവും സാമ്പത്തികവുമായ ലക്ഷ്യങ്ങളുണ്ടായിരുന്നു. ആധുനികീകരണ പ്രക്രിയകളുടെ പരിണിതഫലമാണ് ദേശീയതകളുടെ ഉരുവപ്പെടൽ എന്ന് വിശ്വസിക്കുമ്പോൾ തന്നെ പുതിയ ആഗോള ലോകക്രമത്തിൽ ദേശീയത എന്ന ആശയം പ്രചാരലുപ്തമായിക്കൊണ്ടിരിക്കുന്ന ഒന്നാണെന്നും ആന്റേഴ്സൻ അടിവരയിടുന്നു.

നോവൽ എന്ന സാഹിത്യഗണത്തിന് അതിന്റെ കെട്ടിലും മട്ടിലും ദേശഭൂപടങ്ങളോട് സാമ്യമുണ്ട്. ദേശത്തിനകത്തെ വിഭാവിത സമുദായത്തെ ആഖ്യാനം ചെയ്യാൻ ഫിക്ഷനെപ്പോലെ പറ്റിയ കലാരൂപങ്ങൾ കുറവാണ്. അല്ലെങ്കിൽ ദേശത്തിനകത്തെ വിഭാവിതമായ ഉട്ടോപ്യൻ പ്രപഞ്ചത്തെ അതിസമർത്ഥമായി അവ ആവിഷ്ക്കരിച്ചു. ആയതുകൊണ്ട് തന്നെ ഏത് ദേശത്തിലായാലും ആധുനികസാമുദായികതയും നോവലും തമ്മിൽ പഠനങ്ങളിൽ, എഡ്വാർഡ് സെയ്ദ് വിഭാവിതമായ ഭൂമിശാസ്ത്രത്തെക്കുറിച്ച് (imagined geographies) പറയുന്നു. കോളനീകാലഘട്ടത്തിലെ വർത്തമാനപത്രങ്ങളും നോവലുകളും കഥകളുമെടുത്താൽ, കോളനിയാക്കപ്പെട്ട ദേശങ്ങളിലെ ജനജീവിതത്തെയും ഭൂമിശാസ്ത്രത്തെയും യൂറോകേന്ദ്രിതമായ താത്ത്വികതയിൽ വിഭാവനം ചെയ്യപ്പെടുന്നതാണ്. മലയാളമടക്കമുള്ള പ്രാദേശിക ഭാഷാസമൂഹങ്ങളിലെ സാഹിത്യരൂപങ്ങളിൽനിന്ന് വിഭാവിതസമുദായത്തെക്കുറിച്ച് രൂപപ്പെടുത്തിയ യൂറോ-കേന്ദ്രിത ചിട്ടകൾ പൂർണ്ണമായും മാഞ്ഞുപോയിട്ടില്ല. ആഗോളമുതലാളിത്തത്തിന്റെ പുതിയ ലോകക്രമത്തിൽ, ആധുനീകരണത്തിന്റെ ഘടനാപരവും മൗലികവുമായ മാറ്റങ്ങൾ പഴയ ദേശരാഷ്ട്രങ്ങളുടെ അതിർത്തി സങ്കല്പങ്ങളെക്കുറിച്ച് നിശിതമായ വിമർശനങ്ങൾ ഉണ്ടാക്കിയിട്ടുണ്ട്.

ആധുനികത സമ്മാനിച്ച മലയാള നോവലിലെ നാഴികക്കല്ലുകൾ എന്ന് വിശേഷിപ്പിക്കപ്പെട്ട ഏതാനും നോവലുകളെ കുറിച്ചുള്ള പഠനമാണ് ഇത്. ഈ ആധുനികത രൂപപ്പെടുത്തിയ വ്യവഹാരം പരിസരങ്ങൾക്കുള്ളിലെ നിഴൽ യുദ്ധങ്ങൾ മലയാളത്തിലെ ആധുനിക നോവലുകളെ ഗ്രസിച്ചിട്ടുണ്ട്. അവ രേഖപ്പെടുത്തുന്ന ദേശഭൂപടങ്ങളിൽ ശില്പപരമായ ലാവണ്യബോധമുണ്ട്. നവോത്ഥാന ആധുനികത നമ്മുടെ നോവലുകളിലൂടെ രേഖപ്പെടുത്തിയ ദേശചിത്രം ഉത്തരദശയിൽ എത്തുമ്പോഴേക്ക് കുറെക്കൂടി ശിഥിലമായി തീരുന്നു. എം. മുകുന്ദന്റെ മാത്രം നോവൽ ശില്പങ്ങൾ എടുത്ത് പരിശോധിച്ചാൽ ഇക്കാര്യം ബോധ്യമാകും. മയ്യഴിപ്പുഴയുടെ തീരങ്ങളിലേക്ക് അവിടെനിന്ന് ദൽഹി ഗാഥയിലേക്ക് എത്തുമ്പോൾ പരീക്ഷണാത്മകമായ ശിഥില ശില്പങ്ങളിൽ എത്തിപ്പെടുന്ന അനുഭവം വായനക്കാരന് ഉണ്ടാവുന്നു. പ്രതീതിയാഥാർത്ഥ്യത്തിന്റെ സാങ്കേതിക മാനവബോധത്തെയാണ് 'നൃത്തം' 'ഒരു ദളിത് യുവതിയുടെ കദനകഥ' എന്നീ നോവലുകളിലൂടെ പ്രതിനിധീകരിക്കുന്നതെങ്കിൽ പ്രത്യയശാസ്ത്രപരമായ ഭാവനാ ഭൂപടത്തെ പാരഡിരൂപത്തിൽ ശില്പപ്പെടുത്തുന്നതാണ് കേശവന്റെ വിലാപങ്ങൾ.

ഈ വിമർശനഗ്രന്ഥത്തിലെ സവിശേഷമായ മറ്റൊരു പ്രത്യേകത വിഭാവിതദേശത്തെയും സമുദായത്തെയും ആഖ്യാനം ചെയ്യുന്നതിൽ പുരാവൃത്തങ്ങളെ നോവലുകൾ എങ്ങനെ പ്രയോജനപ്പെടുത്തുന്നു എന്ന തിരിച്ചറിവാണ്. കാൽപനികവാദികൾ കരുതിയതുപോലെ മിത്തുകൾ കേവലം പ്രകൃതി പ്രതിഭാസങ്ങളല്ല. ഓരോ സംസ്കാരത്തിന്റെയും ആന്തരിക ശ്രേണിയെ നിർണ്ണയിക്കുന്ന സൂചക സൂചിത വാഹകങ്ങളാണ്. സാമ്പ്രദായികമായ ആഖ്യാനക്രമത്തെ അവ അലങ്കോലപ്പെടുത്തുന്നു. സാർവ്വലൗകികവും വിഭാവിത സമുദായ നിർമ്മിതവും കാലികമായ രാഷ്ട്രീയ സമസ്യകളെ അനാവരണം ചെയ്യുന്നതുമായ നിരവധിഭാഷണങ്ങളായി അവ മാറുന്നു. ചുരുക്കിപ്പറഞ്ഞാൽ, ചരിത്രവും മിത്തും കൂടി കുഴഞ്ഞുകിടക്കുന്ന ദേശത്തിന്റെ ഭാവനാഭൂപടങ്ങളെ, മലയാളത്തിലെ എണ്ണപ്പെട്ട കൃതികളെ മുൻനിർത്തി നിർദ്ധാരണം ചെയ്യുന്ന വിമർശക പ്രവൃത്തിയാണ് ഈ പുസ്തകത്തിലെ പാഠസ്വരൂപം. സംസ്കാരത്തിലെ പ്രഭാകലനം (photosynthesis) അനുഭവിപ്പിക്കുന്നതിൽ നോവലിനെപ്പോലെ മിടുക്കുള്ള വേറൊരു സാഹിത്യരൂപം ഇല്ല എന്ന തിരിച്ചറിവാണ് ഈ പഠനങ്ങളുടെ കാതൽ. വൈക്കം മുഹമ്മദ് ബഷീർ, ഒ.വി. വിജയൻ, ആനന്ദ്, തുളസി, പുനത്തിൽ കുഞ്ഞബ്ദുള്ള, മാടമ്പ്കുഞ്ഞിക്കുട്ടൻ, എം.ടി. വാസുദേവൻനായർ, സേതു, എം.മുകുന്ദൻ, മേതിൽ രാധാകൃഷ്ണൻ, സി.വി.ബാലകൃഷ്ണൻ, കെ.പി.രാമനുണ്ണി, തുടങ്ങിയവരുടെ വിഖ്യാത രചനകളെ കുറിച്ചുള്ള ഈ പഠനം കലയ്ക്കുള്ളിലെ സംസ്കാര പാഠങ്ങളെ അവധാനപൂർവ്വം സമീപിക്കുന്ന സഹൃദയ സമക്ഷം പ്രത്യാശയോടെ സമർപ്പിച്ചു കൊള്ളുന്നു. ഈ ഉദ്യമത്തിൽ എന്നോടൊപ്പം നിന്നവർക്കും നല്ല കെട്ടിലും മട്ടിലും ഈ കൃതി പ്രദർശിപ്പിച്ച ഗ്രീൻബുക്സിനും പ്രവർത്തകർക്കും കൃതജ്ഞത രേഖപ്പെടുത്തുന്നു.

ഡോ. ഉമർ തറമേൽ
മലയാള-കേരളപഠനവിഭാഗം
കോഴിക്കോട് സർവ്വകലാശാല

ഉള്ളടക്കം

ഒന്ന്
കലയും കളിരൂപങ്ങളും 13

രണ്ട്
അധിനിവേശത്തിന്റെ പുരാവൃത്തങ്ങൾ 32

മൂന്ന്
പിതൃഭൂമിയിലെ അധികാരശിലകൾ 49

നാല്
അശ്വത്ഥാമാവിന്റെ വേഷങ്ങൾ 62

അഞ്ച്
കാടിനുള്ളിലെ മനുഷ്യഭാരതം 68

ആറ്
മരുഭൂമിയും സീതഭൂമിയും 86

ഏഴ്
കടലിന്റെ കണ്ണും കരളും 125

എട്ട്
ജാരന്റെ തെരുവീഥികൾ 130

ഒമ്പത്
ദേശീയതയെ ആന വരയ്ക്കുന്നു 148

പത്ത്
പെൺവാണിഭത്തിന്റെ കാലതന്ത്രം 152

പതിനൊന്ന്
ഹിച്ച്കോക്കിന്റെ താക്കോൽ 157

പന്ത്രണ്ട്
സംസ്കാരത്തിന്റെ ഫോട്ടോയും നെഗറ്റീവും 160

പതിമ്മൂന്ന്
ആദിപാപത്തിന്റെ നവീനാർത്ഥങ്ങൾ 166

പതിന്നാല്
സ്മൃതിനാശത്തിന്റെ കഥാഭൂപടം 182

പതിനഞ്ച്
നോവലിന്റെ മരണം 186

Bibliography 189

ഒന്ന്

കലയും കളിരൂപങ്ങളും

വ്യക്തിയും കലാകാരനും എന്ന നിലയിൽ വൈക്കം മുഹമ്മദ് ബഷീർ പിന്നിട്ട അനുഭവങ്ങളുടെ ഒരു മഹാമേഖലയുണ്ട്. കത്തിജ്ജ്വലിക്കുകയും കുത്തിമുറിവേൽപ്പിക്കുകയും ചെയ്ത പരശ്ശതമനുഭവങ്ങളിൽ പാതി വരമൊഴിയിലൂടെയും മറുപാതി വാമൊഴിയിലൂടെയും ബഷീർ പ്രകടിപ്പിച്ചു. ഒരു സമ്പൂർണ ജീവിതത്തിന്റെ സ്ഫടികസമാനമായ രേഖാഖണ്ഡങ്ങളാണ് ഈ കലാകാരന്റെ സ്വത്വം. അതുകൊണ്ട് തന്നെ ബഷീർ ഒരു മിത്ത് ആണ് എന്നൊക്കെയുള്ള ഉക്തികൾ ബഷീർ കലയെ പഠിക്കാൻ സഹായിക്കുകയില്ല.

മലയാളത്തിലേക്ക്, 'അനുഭവത്തിന്റെ ഒരു വൻകര'യുമായി മാത്രമല്ല ബഷീർ എത്തിയത്. അത് പ്രകടിപ്പിക്കാനുള്ള ഒരു അത്യപൂർവ്വ ഭാഷാശില്പവും അദ്ദേഹത്തിന് വശമായിരുന്നു. ഏതനുഭവത്തെയും ഘടനാപരമായി സമ്പൂർണമാക്കാൻ ആ ഭാഷാശില്പത്തിനു കഴിഞ്ഞു. പീഡാകാരങ്ങളായ അനുഭവങ്ങളിൽനിന്ന് അദ്ദേഹം തെളിമയുറ്റ നർമം സൃഷ്ടിച്ചു.

പ്രകടമായ മതാത്മകവീക്ഷണവും ധർമശാസ്ത്രബോധവുമാണ് ബഷീറിന്റെ രചനകളുടെ മറ്റൊരു സവിശേഷത. പ്രത്യയശാസ്ത്രഭേദങ്ങളിൽ ചുരുങ്ങിപ്പോവുന്ന മാനുഷികവിപര്യയങ്ങളിലേക്ക് ഗിരിപ്രഭാഷണവുമായി എടുത്തുചാടാതെ, സ്വതഃസിദ്ധമായ അനുഭവങ്ങളിലൂടെയും മൂല്യവിചാരങ്ങളിലൂടെയും കലാസ്വാതന്ത്ര്യത്തെക്കുറിച്ചുള്ള പ്രപഞ്ചവീക്ഷണം അദ്ദേഹം വികസിപ്പിച്ചെടുത്തു. അങ്ങനെയാണ് രൂപപ്പെടുത്തിയെടുക്കുന്നതിന് പാരമ്പര്യത്തിന്റെ, ഉറഞ്ഞുകൂടിയ അവസ്ഥയിൽ കലാപം സൃഷ്ടിക്കുകയും കാലത്തിനനുസൃതമായി അതിനെ മാറ്റിപ്പണിയാൻ വാശിപ്പിടിക്കുകയും ചെയ്തു. ഉപ്പൂപ്പായുടെ കൊമ്പനാന 'കുയ്യാന'യായി മാറി.

അതോടൊപ്പം, ആസ്തിക്യബോധത്തിന്റെ ജാലകപ്പൊരുളുകളും ബഷീറിലുണ്ട്. നന്മയെച്ചൊല്ലിയുള്ള വിചാരപ്പെടലിന്റെ മൂലസ്രോതസ്സ് അവിടെ നിന്നുദ്ഭവിക്കുന്നു. ദിവ്യമായ കാരുണ്യബോധത്തിന്റെ

പൊരുളും യുദ്ധം, ഗുഹ്യരോഗഭീതി, പ്രപഞ്ചനാശം എന്നിവയെക്കുറിച്ചൊക്കെ ബഷീർ വെച്ചു പുലർത്തുന്ന ഉത്ക്കണ്ഠ ദിവ്യകാരുണ്യബോധത്തിന്റെ മാനുഷിക പ്രതിഫലനങ്ങളാണ്.

വരയും മൊഴിയും

ബഷീറിന്റെ കലയ്ക്ക് രണ്ടു പ്രത്യേകതകളുണ്ട്. അനുഭവസത്തയേയും കഥാപാത്രസത്തയേയും സമഞ്ജസമായി വിന്യസിച്ച ഭാഷാരീതിയാണ് ഒന്നാമത്തേത്. 'ഞാൻ' എന്ന കേന്ദ്രസത്തയിൽനിന്നാണ് ഈ ഭാഷയുടെ സ്വനിമങ്ങളും രൂപിമങ്ങളും ഉയിർത്തുവരുന്നത്. വാമൊഴി -വരമൊഴികൾക്കിടയ്ക്കുള്ള അതിർത്തിരേഖ മാഞ്ഞുമറയുന്നു. വാമൊഴി-വരമൊഴി മിശ്രണത്തിലൂടെ ഭാഷയെ പ്രത്യുല്പ്പാദനക്ഷമമാക്കുന്ന രചനാരീതിയാണ്, അതിന്റെ രണ്ടാമത്തെ പ്രത്യേകത. മാനകഭാഷ (standard language) യുടെ വരമൊഴിരീതി മാത്രം കലയ്ക്ക് ഉപയുക്തമാക്കുന്നവർക്ക് അനുഭവത്തെ അതിന്റെ ആഴത്തിൽ സൃഷ്ടിക്കാനാവുകയില്ല. ഏത് സംസ്കാരത്തിന്റേയും തേച്ചുമിനുക്കിയ ഭാഷാരൂപമാണിത്. വ്യക്തിഗതഭാഷ (idiolect) ദേശ്യാഭേദങ്ങൾ (dialect) വ്യാക്ഷേപകങ്ങൾ (interjection), അവ്യയങ്ങൾ ശബ്ദങ്ങളിൽനിന്ന് സാന്ദർഭികമായ അർത്ഥ പ്രജനനരീതി - എന്നിവ കൊണ്ടെല്ലാം മാനകഭാഷയുടെ പരിമിതികളെ ബഷീർ മറികടക്കുകയും കലാകാരന്റെ മാത്രമായ ഒരു വ്യക്തിഗതഭാഷ സൃഷ്ടിക്കുകയും ചെയ്യുന്നു. അനുഭവവും ഭാഷയും തമ്മിലുള്ള സവിശേഷമായ ഐക്യപ്പെടൽ, ബഷീറിന്റെ രചനയെ മിത്തിന്റെ കലയാക്കി മാറ്റുന്നു. തന്റേതുമാത്രമായ ഒരു മിനിയേച്ചർ പ്രപഞ്ചം സൃഷ്ടിച്ചെടുത്തുകൊണ്ടാണിതു സാധിക്കുന്നത്.

പൂർവ്വികരിൽ പലരും സാഹിത്യരചനയ്ക്ക് ഉപയോഗിച്ചിരുന്ന സംസ്കൃതജടിലമായ ഭാഷാനുഭവത്തെ ബഷീർ നിരാകരിച്ചു. പ്രകാശനോപാധിയായ ഭാഷാമാധ്യമം അതിന്റെ പ്രയോജനത്തെതന്നെ വിപരീതമായി ബാധിക്കുമെന്ന കണ്ടെത്തലാണ് ഈ നിരാസത്തിനു കാരണം. *ബാല്യകാലസഖി*യിൽ നിന്ന് *പാത്തുമ്മായുടെ ആടിലേക്കും* സ്ഥലപുരാണങ്ങളിലേക്കും എത്തുമ്പോൾ ഈ രചനാരീതിക്ക് കരുത്തുകൂടുന്നു. കലാകാരന്റെ വ്യക്തിഗതഭാഷയിൽ നിന്നുടലെടുക്കുന്ന, ഒരു ഏകലോകഭാഷാരീതി ഇവിടെ സമർത്ഥമായി പ്രയോഗിക്കപ്പെട്ടു കാണുന്നുണ്ട്. പ്രതിഭാശാലികളുടെ രചനയിൽ സംഭവിക്കാവുന്ന ഭാഷയുടെ രാസപരിണാമം കൂടിയത്രെ ഇത്.

ശില്പസ്വത്വ(Genetic identity)ത്തിൽ കൃതിയുടെ മൂല്യമന്വേഷിക്കുന്ന ആധുനിക ഭാഷാശാസ്ത്രം 'ഭാഷയും ഭാഷാഭേദവും തമ്മിലുള്ള നിരന്തര പോരാട്ടവും അതിനാലുണ്ടാകുന്ന വർണസാങ്കര്യവും നവീനതയും ശില്പത്തിന്റെ ഏകാഗ്രതയേയും സംവാദാത്മകതയേയും നിർണയിക്കുന്നു എന്നു മിഹായിൽ ബക്തിൻ നിരീക്ഷിച്ചിട്ടുണ്ട്. ബഷീറിന്റെ രചനകളിൽ, ഈ പ്രത്യേകത ഏറ്റവുമധികം നിറഞ്ഞുനില്ക്കുന്ന കൃതിയാണ്, സ്ഥലത്തെ പ്രധാന ദിവ്യൻ.

മിത്ത് സൃഷ്ടിക്കപ്പെടുന്നു

മിത്തുകൾ രണ്ടു തരമുണ്ട്. നിലനിന്നതും സൃഷ്ടിക്കപ്പെടുന്നതും. പഴങ്കഥകൾ, വീരേതിഹാസങ്ങൾ, യക്ഷ-കിന്നര കഥകൾ തുടങ്ങിയവ പല കാലങ്ങളിലായി ഉദ്ഭവിച്ച് എന്നെന്നും നിലനില്ക്കുന്ന പുരാവൃത്തങ്ങളായിത്തീരുന്നു. ഓരോ പ്രദേശവുമായും അതിന്റെ മിനിയേച്ചർ പ്രപഞ്ചഘടനയുമായും ധർമപരവും സാമൂഹ്യശാസ്ത്രപരവുമായി ഗാഢബന്ധം ഈ നാടോടിപുരാവൃത്തങ്ങൾക്കുണ്ട്. ഗോത്രപരവും വർഗപരവുമായ നിലനില്പിന്റെ പ്രശ്നങ്ങളാണ് പല നാടോടിപുരാവൃത്തങ്ങളുടെയും ഉദ്ഭവകാരണം. സാമുദായിക ഭേദങ്ങൾക്കനുസരിച്ച് മിത്തിന്റെ ചിഹ്നവ്യവസ്ഥയിലും ആർഥികഘടനയിലും മാറ്റങ്ങൾ സംഭവിക്കാറുണ്ട്. ഉദാ: യക്ഷി, ജിന്ന് പുരാവൃത്തങ്ങളിൽ സാമുദായികമായ രീതിഭേദങ്ങൾ പ്രകടമാണ്. എങ്കിലും ചിഹ്നപരവും ആർത്ഥികവുമായ തലങ്ങളിൽ ഇവ ഏറെക്കുറെ ഒന്നുതന്നെയാണ്. വയനാട്ടുകുലവനിൽ ഗോത്രപ്രത്യേകതയും 'ഒടിയൻ' പുരാവൃത്തത്തിൽ വർഗത്തിന്റെ പ്രത്യേകതയും മിത്തിന്റെ സ്വരൂപഘടനയെ നിർവചിക്കുന്നു.

ഏത് കാലത്തും കലയിലൂടെയും സാഹിത്യരചനകളിലൂടെയും രൂപപ്പെട്ട് വരുന്ന നിരവധി പുരാവൃത്തങ്ങൾ ഉണ്ടാകാറുണ്ട്. ചരിത്രകഥകളുടെയും ഐതിഹ്യങ്ങളുടെയും പരാഗഗന്ധം ഇത്തരം പുരാവൃത്തങ്ങളുടെ പ്രത്യേകതയായിരിക്കും. കാഫ്കയുടെ 'കീടമായി മാറുന്ന' മനുഷ്യന്റെ രൂപാന്തരപ്രാപ്തി ആധുനിക സാഹിത്യം സൃഷ്ടിച്ച സജീവമായ ഒരു പുരാവൃത്തമാണ്. ഇത്തരം രൂപാന്തരപ്രാപ്തിക്ക് ഇതിഹാസങ്ങളിലും വീരപുരാവൃത്തങ്ങളിലുമൊക്കെ സമാനമായ ഉദാഹരണങ്ങൾ കാണാവുന്നതാണ്. എന്നാൽ ദർശനത്തിൽ ഇവ വ്യത്യസ്തമായിരിക്കും. തോമസ് മന്നിന്റെ *മാജിക് മൗണ്ടൻ* ലോകസാഹിത്യത്തിൽ പ്രഥമ ശ്രേഷ്ഠമായ പുരാവൃത്തമാണ്. ബൊക്കാച്ചിയോവിന്റെ ഡക്കാമറൺ കഥകളും അറബിക്കഥകളും മധ്യകാലനൂറ്റാണ്ടിന്റെ നിരവധി പുരാവൃത്തങ്ങൾക്ക് രൂപം നല്കുകയുണ്ടായി. ഏകാന്തതയുടെ നൂറുവർഷങ്ങളിലെ പുരാവൃത്തങ്ങൾ പലതും ഐതിഹ്യങ്ങൾക്കു സമസ്ഥാനീയങ്ങളാണ്. 'മക്കാൻദോനഗര'ത്തെക്കുറിച്ചുള്ള പുരാവൃത്തം തന്നെ ഒരു ഉദാഹരണമത്രെ. മക്കൻദോ നഗരത്തിന്റെ നിജസ്ഥിതിയന്വേഷിക്കുന്ന, ഡൻവൽഡൻ സംവിധാനം ചെയ്ത, 'മൈ മക്കൻദോ' എന്ന ഡോക്യുമെന്ററി, മാർകേസ് കോറിയിട്ട് പോകുന്ന മക്കൻദോ സങ്കല്പലോകത്തിന്റെ വ്യവസ്ഥാവൈരുദ്ധ്യങ്ങൾ തുറന്നുകാട്ടാൻ പോന്നവയാണ്. മാർകേസ് ജനിച്ചുവളർന്ന അരക്കാറ്റയാണത്രെ ഇപ്പോൾ മക്കൻദോ ആയി കരുതപ്പെട്ടു പോരുന്നത്. എന്നാൽ, അദ്ദേഹത്തിന്റെ വിചിത്രമായ ഭാവനയാണ് മക്കൻദോ എന്നതിനും പിൻബലം കിട്ടിയത് മക്കൻദോ കൂട്ടക്കൊലയുടെ പിന്നാലെ സംഭവിക്കുന്ന മഴ ശ്രദ്ധേയമാണ്. അഞ്ചുമാസവും അഞ്ചു ദിവസവും അതു നീണ്ടുനില്ക്കുന്നു. മഴയോടൊപ്പം കൂട്ടക്കൊലയെക്കുറിച്ച് ചിലർ മറന്നുപോവുകയും മറ്റു ചിലർ ആശയക്കുഴപ്പമുള്ളവരായിത്തീരുകയും ചെയ്യുന്നു.

കലാകാരനിലെ മിത്തോപോയിക് മനസ്സ് ആണ് മിത്തുകളെ തോറ്റിയെടുക്കുകയും വ്യാഖ്യാനിക്കുകയും ചെയ്യുന്നത്. ഓരോ കാലത്തിന്റെ വർത്തമാനാവസ്ഥയുടെ സംത്രാസങ്ങൾ പൂർവകാലസ്വപ്നവുമായി സമരസപ്പെടുത്തി സാമൂഹ്യസമസ്ഥിതീകരണം (social equillibrium) സാധിച്ചെടുക്കുക എന്നതാണ് ഇതിന്റെ ധർമം. ഏത് കാലത്തിന്റേയും മനുഷ്യാഭിലാഷങ്ങളിൽ നിഴലിക്കുന്ന ചില അടിസ്ഥാനഘടകങ്ങൾ ഇവയിൽ നമുക്ക് കണ്ടെത്തുകയുമാവാം.

ബഷീർ ഒരു മിത്ത് സ്രഷ്ടാവാണ്. 'ഷജറത്തുൽമുന്തഹാ'യും എട്ടുകാലി മമ്മൂഞ്ഞും ഉപ്പൂപ്പായുടെ കുയ്യാനയും ആനവാരിയും പൊൻകുരിശും ചൊറിയൻപുഴുപുരാണവും - ഒക്കെ ബഷീർ മലയാളത്തിന് നല്കിയ മിത്തുകളാണ്. ഇ. ഡബ്ലിയു ഹെർഡ്, മിത്ത് നിർമാണത്തെക്കുറിച്ച് പറയുന്ന രണ്ടു സിദ്ധാന്തരീതികൾ ബഷീറിന്റെ രചനകളിൽ കാണാം. ഒന്ന്, കൃതിയുടെ ഘടനാപരമായ അംഗമായി (structural element) മിത്തിനെ ബോധപൂർവം പ്രയോഗിക്കുന്ന രീതിയാണ്. ഖുറാനിലെ 'സിദ്റത്തുൽ മുന്തഹാ' എന്ന സങ്കല്പത്തെ ഷജറത്തുൽ മുന്തഹായായി പുനഃസൃഷ്ടിക്കുന്നിടത്ത് ഈ സവിശേഷരീതിയുണ്ട് (ന്റുപ്പൂപ്പാക്കൊരാനേണ്ടാർന്ന്).

ഒരു ഉച്ചപുരാവൃത്തമാണ് 'സിദ്റത്തുൽ മുൻതഹാ' ദൈവസിംഹാസനത്തിനരികെ സ്ഥിതി ചെയ്യുന്ന ഐശ്വര്യങ്ങളുടെ മഹാവൃക്ഷമായിട്ടാണ് ഖുർ-ആൻ ഇതിനെ വിശേഷിപ്പിക്കുന്നത്. പ്രവാചകന്റെ 'ആകാശയാത്ര'യിൽ (മി അ്റാജ്) ഈ വൃക്ഷത്തെ കാണുന്നതായിട്ടാണ് വിവരണം. പ്രതിസന്ധിഘട്ടത്തിൽ, മോസസ് പ്രവാചകന് തുവാതാഴ്‌വരയിൽ വെളിച്ചമായി നിലകൊണ്ടത് ഈ മരമാണ് എന്ന് സൂഫികൾ വ്യാഖ്യാനിച്ചിട്ടുണ്ട്.

ഷജറത്തുൽ മുൻതഹായിൽ ഭൂമിയിലെ ഓരോ ജീവിയുടെയും പേരെഴുതിയ ഇല ഉണ്ട് എന്നതും ഭൂമിയിൽ ഓരോ ജീവൻ അറ്റുപോകുമ്പോഴും മരത്തിൽ, അതിന്റെ പേരെഴുതിയ ഇല വീഴുന്നുവെന്നതും കുഞ്ഞുപാത്തുമ്മായ്ക്ക് ഹൃദിസ്ഥമാണ്. ഈ കഥാപാത്രത്തിന്റെ സഹജമായ സ്നേഹ-കാരുണ്യങ്ങളെ അനാവരണം ചെയ്യുന്നതിൽ പ്രസ്തുത സങ്കല്പത്തിനുള്ള കഴിവ് അപാരമാണ്. *ന്റുപ്പാപ്പാക്കൊരാനേണ്ടാർന്നു* എന്ന കൃതിയുടെ കലാന്തരീക്ഷത്തെ നിർണയിക്കുന്നതിൽ ഈ സ്വർഗവൃക്ഷത്തിനുള്ള സ്ഥാനം വലുതാണ്. പാരമ്പര്യപ്പൊങ്ങച്ചത്തിന്റെ പ്രധാന ബിംബമായ ഉപ്പൂപ്പാന്റെ ആനയും ഷജറത്തിൽ മുന്തഹായും ഒരു സംസ്കാരത്തിനുള്ളിലെ വിരുദ്ധഘടനയെ പ്രതിനിധീകരിക്കുന്ന ബിംബങ്ങളായിത്തീരുന്നത് കാണാം.

ബഷീറിന്റെ സ്ഥലപുരാണങ്ങൾ

ഉത്തമപുരുഷൻ ഏകവചനത്തിൽ നിന്നാണ് ബഷീറിന്റെ കല ഉടലെടുക്കുന്നത്. അനുഭവങ്ങളുടെ ഒരു മഹാശൃംഖലയിൽ കണ്ണിയായതുകൊണ്ടാവാം സർവജ്ഞമായ ആഖ്യാനമാതൃകയാണ് ബഷീർ നിർമിക്കുന്നത്. പ്രതിപാദ്യവും പ്രതിപാദനവും ഒന്നായിത്തീരുന്ന ദർശന

സമസ്യകളെ ഇത് കൈകാര്യം ചെയ്യുന്നു. വ്യക്തിപരമായ കാര്യങ്ങൾ പോലും സ്വതഃസിദ്ധമായ പ്രതിപാദനരീതി കൊണ്ട് ദേശീയവും സാർവ ലൗകികവുമായ മാനങ്ങൾ കൈവരിക്കുന്നു. *പാത്തുമ്മായുടെ ആടിനെ* ക്കുറിച്ചുണ്ടായ രണ്ടു നിരീക്ഷണങ്ങൾ ഈ പ്രസ്താവം സാധൂകരിക്കു ന്നുണ്ട്. പാത്തുമ്മായുടെ ആടിലെ, കുടുംബംതന്നെ രണ്ട് നിരീക്ഷണ ങ്ങൾക്കും ആധാരം. 'ഒരു ചെറ്റക്കുടിലിൽ മൂന്നര കുടുംബവും കലാകാ രനും അംഗമാണ്' (പി.കെ. ബാലകൃഷ്ണൻ, കണ്ണീരിനെ പൊട്ടിച്ചിരി യാക്കുന്ന കല) എന്ന ഘടനാസൂത്രം ദരിദ്രമായ ഭാരതീയാവസ്ഥയുടെ പരിച്ഛേദമായി കാണുന്നതാണ് ആദ്യനിരീക്ഷണം. 'ഒരു കുടുംബരംഗ ത്തിൽവെച്ച്, വ്യവസ്ഥയുടെ വൈരുദ്ധ്യങ്ങൾ അതിനെത്തന്നെ എങ്ങനെ തകർക്കുന്നുവെന്ന' നിരീക്ഷണമാണ് മറ്റൊന്ന് (എം.എൻ.വിജയൻ, മരു ഭൂമികൾ പൂക്കുമ്പോൾ).

മുച്ചീട്ടുകളിക്കാരന്റെ മകൾ (1951), ആനവാരിയും പൊൻകുരിശും (1953) എട്ടുകാലി മമ്മൂഞ്ഞ് എന്നീ ചരിത്രങ്ങളുടെ പുരോയാനമാണ് സ്ഥലത്തെ പ്രധാന ദിവ്യൻ എന്ന നോവലിന് ആധാരം. സർ സി.പി.യുടെ നിഷ്ഠുര ഭരണത്തിനെതിരെ വിപ്ലവപ്രവർത്തനങ്ങൾ നടത്തിയ ഒരു വിപ്ര വാസഘട്ടമാണ് ഈ കൃതിയുടെ രചനാകാലം. 'ഞാൻ' എന്ന കഥാപാ ത്രത്തിന് 'വിനീതചരിത്രകാര'ന്റെ വേഷപ്പകർച്ച ബോധപൂർവ്വമാണ് എന്ന് ഊഹിക്കാവുന്നതാണ്. ഹാസ്യമാണ് മുഖ്യരസം.

ഏത് ഭാഷയിലേക്കും വിവർത്തനം ചെയ്യാവുന്ന കഥയാണ് എന്ന തത്രെ സ്ഥലത്തെ പ്രധാന ദിവ്യൻ എന്ന കൃതിയുടെ ആഖ്യാനമാഹാ ത്മ്യം. ഒരു സാമൂഹികവ്യവസ്ഥയുടെ സ്വച്ഛതയേയും വൈരുദ്ധ്യത്തേയും ചിത്രീകരിക്കാനുള്ള ശ്രമം അതിലുണ്ട്. ആദ്യവായനയിൽ ഒരു 'കുട്ടിക്കളി' (child play)യുടെ രൂപത്തിൽ ആഖ്യാനം അനുഭവപ്പെടാം. രണ്ടാംവായ നയ്ക്കും മൂന്നാം വായനയ്ക്കും വിധേയമാകുമ്പോഴാണ് ഒരു രാഷ്ട്രീയ വ്യവസ്ഥയുടെ പ്രാദേശിക രൂപമെന്ന നിലയിൽ അതിലെ ചിഹ്നവ്യവസ്ഥ തെളിഞ്ഞുകിട്ടുക. ജോർജ്ജ് ഓർവെല്ലിന്റെ രചനകളിലെന്ന പോലെ (Animal farm) ആക്ഷേപഹാസ്യത്തിന്റെ ഒരു തലം ഈ കൃതിയിലുണ്ട്. എന്നാൽ സറ്റയറിന്റെ ഏകതാനതയല്ല അത്. മിഥ്യാഭ്രമത്തിന്റേയും ധർമ മുറയുടേയും രസജന്യമായ ചേരുവയാണ് സുപ്രധാനം. ആയർത്ഥത്തിൽ, വർഗപരമായ വൈജാത്യമല്ല അതിനെ സ്ഥാപിക്കേണ്ടത്. മറിച്ച്, വ്യവ സ്ഥയ്ക്കകത്തെ മനുഷ്യാവസ്ഥയുടെ വൈരുദ്ധ്യങ്ങളാണ്. സ്ഥലത്തെ പ്രധാനദിവ്യനിൽ അതുണ്ട്. പൗരസ്ത്യ സാമൂഹികകുടുംബവ്യവസ്ഥ യിലെ വികേന്ദ്രീകൃത ചിന്താകർമ്മതലം ഈ കൃതിയുടെ ഉപപാഠമാണ്. അതേ സമയം ഇതിഹാസ കഥാപാത്രങ്ങളിലെന്നപോലെ ആധുനിക മട്ടിലുള്ള 'സ്വയംഭൂസ്വത്വം' കൃതിയിലെ മിക്ക കഥാപാത്രങ്ങൾക്കുമുണ്ട് സ്ഥലനിവാസികളുടെ ദർശന പരിവേഷത്തിന് നിദാനം മറ്റൊന്നല്ല.

കുട്ടിക്കളിയുടേയും രാഷ്ട്രീയ വ്യവസ്ഥയുടേയും മാനങ്ങൾ ഈ കൃതിയുടെ പ്രത്യേകതയായി പറഞ്ഞുവല്ലോ. അവയെ ഇങ്ങനെ വ്യവ ച്ഛേദിക്കാം.

കുട്ടിക്കളി (Child Play)	**രാഷ്ട്രീയ വ്യവസ്ഥ**
ലോകത്തിന്റെ നടുമധ്യമാണ് കടുവാക്കുഴിക്കുന്ന്	രാഷ്ട്രതലസ്ഥാനം
കൊച്ചു നീലാണ്ടനും പാറുക്കുട്ടിയുമടക്കം ജനസംഖ്യ 2112	സെൻസസ് അനുസരിച്ച് പൗരന്മാരുടെ സ്ഥിതി
സൂര്യനെ സ്ഥലവാസികൾ കണ്ടുപിടിച്ചു.	വൻശക്തികളുടെ ഇരുണ്ട ഭൂഖണ്ഡപ്രവേശം, അധിനിവേശം
ക്ഷൗരക്കത്തി, ഗൗളിശാസ്ത്രം പാചകവിദ്യ, കോഴിപ്പോര്, വെള്ളം, കാളവണ്ടി, ഗുസ്തി, മന്ത്രവാദം, കഠാരി - എന്നിവയുടെ കണ്ടുപിടിത്തം	വികസിത രാജ്യങ്ങളിലെ ശാസ്ത്ര-പ്രതിരോധ-സാങ്കേതികവിദ്യയുടെ പുരോഗതി
സ്ഥലത്തെ പൊലീസ് മൂരാച്ചികൾ	ചാരന്മാർ
'മൂക്കുചെത്തി ഉപ്പിലിടും'	അധീശരാജ്യങ്ങളുടെ ഭീഷണി
സ്ഥലവാസികൾ സമാധാനപ്രിയരാണ്.	വികസിത രാജ്യത്തിന്റെ കാഴ്ചപ്പാടിനനുസൃതമായി ലോക സമാധാനത്തിന് നിർവ്വചനങ്ങൾ (അണുവായുധം സമാധാനത്തിന് എന്ന യു.എൻ. പ്രമേയം ഓർമ്മിക്കാവുന്നതാണ്.)
ചൊറിയൻ പുഴുയുദ്ധം കണ്ടമ്പറയന്റെ വെളിപാടുകൾ വ്യാഖ്യാനങ്ങൾ, 7 ശക്തികൾ	അണുവായുധ-നക്ഷത്രയുദ്ധം സ്റ്റേറ്റിൽ പൗരോഹിത്യത്തിന്റെ ഇടപെടൽ ജി.7 രാഷ്ട്രങ്ങൾ
ചേന്നൻ കറുമ്പന്റെ തലയോട്ടി, കഠാരി	യുദ്ധസന്ദർഭത്തിൽ ദേശീയ വികാരത്തെ ജ്വലിപ്പിക്കുന്നതിന് രക്തസാക്ഷികളുടെ വീരസ്മരണകൾ പ്രചരിപ്പിക്കുന്ന ആധുനിക രാഷ്ട്രീയ രീതി
ബ്യൂക്ക് കാറിലെ യാത്ര, ഇനം തിരിച്ചുള്ള സ്ഥലവാസികളുടെ കാർയാത്ര	പൗരസ്വാതന്ത്ര്യത്തിന്റെ ആഘോഷം പൗരത്വത്തിന്റെ ചാതുർഘടന
'ഇനിയങ്ങോട്ട് യുദ്ധമാ', 'പോളിസി മാറ്റിയിരിക്കുന്നു'- എന്നീ ചാത്തങ്കേരി മനയ്ക്കൽ നമ്പൂതിരിപ്പാടിന്റെ നയം മാറ്റങ്ങൾ	സ്ഥാപിത താത്പര്യ സംരക്ഷണത്തിനുള്ള സ്റ്റേറ്റിന്റെ നയം മാറ്റങ്ങൾ

ഇങ്ങനെ എത്രവേണമെങ്കിലും ഈ കൃതിയിൽനിന്ന് വ്യാവർത്തിപ്പിച്ചെടുക്കാം. ഒരു രാഷ്ട്രീയ വ്യവസ്ഥയെ വികസിപ്പിച്ചെടുക്കാൻ നാടോടിമിത്തുകളെ സൃഷ്ടിക്കുകയും 'കുട്ടിക്കളി'യെ പ്രയോജനപ്പെടുത്തുകയും ചെയ്യുകയാണിവിടെ. നാടോടിമിത്തിലെ നിർവ്വഹണപരമായ അംശങ്ങളെ സൂക്ഷ്മ നിരീക്ഷണത്തിനു വിധേയമാക്കുമ്പോൾ അതത് കാലത്തെ രാഷ്ട്രീയ വ്യവസ്ഥയുടെ മുന്നേറ്റവും വൈരുദ്ധ്യവും കണ്ടെത്താം.

ഉദാഹരണത്തിന് വടക്കൻ മലബാറിൽ സജീവമായി കൊണ്ടാടപ്പെടുന്ന പുരാവൃത്തമാണ് വയനാട്ടുകുലവൻ. 'ആദിതിയ്യൻ' എന്ന ശൈവമിത്തിന്റെ, ഗോത്രപരവും വീരേതിഹാസപരവുമായ മാനങ്ങൾ ഇതിലുണ്ട്. മതപരവും അനുഷ്ഠാനപരവുമായ അംശങ്ങളിൽ സ്രഷ്ടാവിന് തുല്യനാണ് ഈ നായകൻ. മറുവശത്ത് സർവ്വതന്ത്രസ്വതന്ത്രനായി അലഞ്ഞു നടന്ന്, ശിവയോഗ്യമാത്രമായ കദളീവനപ്രവേശത്തിലൂടെ സ്വർഗത്തിൽനിന്ന് ഭ്രഷ്ട് ഏറ്റുവാങ്ങേണ്ടിയും വന്നു. സംസ്കാരത്തിന്റെ അന്തരാളഘട്ടങ്ങളിൽ മനുഷ്യനനുഭവിക്കുന്ന അന്യാഥത്വം തന്നെയാണ് പതനപുരാവൃത്തത്തിന്റെയൊക്കെ സാരാംശം.

വേട്ടയാടി ജീവിച്ചുപോന്ന ഗോത്രസമുദായത്തിലെ മനുഷ്യന് അസ്തിത്വപ്രാധാന്യം നേടിക്കൊടുക്കുന്നു എന്നതാണ് വയനാട്ടുകുലവനിലെ വീരരസപ്രാധാന്യം. ഗോത്രവർഗത്തിന്റെ ആരാധന ഏല്ക്കുന്നതും മറ്റൊരിടത്തല്ല. ഗോത്രസമുദായ വ്യവസ്ഥയിൽനിന്ന് കാർഷികപ്രധാന സാമൂഹികവ്യവസ്ഥയിലേക്കുള്ള മാറ്റം സൂചിപ്പിച്ചിരിക്കുന്ന ഉപകഥയും ഇതിന്റെ പ്രത്യേകതയാണ്. കണ്ടനാർ കേളൻ എന്ന കാർഷികനായകനും വയനാട്ടുകുലവൻ എന്ന വേടനായകനും സംസ്കാരത്തിന്റെ അന്തരാളഘട്ടത്തിൽ ഒരു വ്യവസ്ഥയുടെ പതനവും മറ്റൊന്നിന്റെ ഉത്ഥാനവും കാണിച്ചുതരുന്നു.

ബഷീർ സൃഷ്ടിച്ച 'സ്ഥല'ത്തെ മൂന്ന് വീരനായകന്മാരാണ് ആനവാരി രാമൻനായർ, പൊൻകുരിശ് തോമ, എട്ടുകാലി മമ്മൂഞ്ഞ് എന്നിവർ. സ്ഥലപുരാണങ്ങളിൽ നടക്കുന്ന സംഭവങ്ങൾക്കു ചുക്കാൻ പിടിക്കുന്ന കഥാപാത്രങ്ങളും വേറെയില്ല. രണ്ടു സമാധാനഭംഗങ്ങളാണ് ഈ കൃതിയിലെ പുരാവൃത്തപ്രമേയത്തിനാധാരം. ഒന്ന് : ചൊറിയമ്പുഴു പുരാണമാണ്. രണ്ട് : വിദേശി സർക്കാരിന്റെ ഇടപെടലും.

എട്ടുകാലി മമ്മൂഞ്ഞ്

സ്ഥലത്തെ പ്രധാന ദിവ്യനിൽ ഒരു തരം പ്രവചനപരത പ്രകടിപ്പിക്കുന്ന കഥാപാത്രമാണ് എട്ടുകാലി. ഈ കഥാപാത്രത്തെക്കുറിച്ച് ബഷീർ നിർമിക്കുന്ന പുരാവൃത്തം 'എട്ടുകാലി മമ്മൂഞ്ഞ്' എന്ന ചരിത്രത്തിലുണ്ട്. എട്ടുകാലി ഒരു നപുംസകമാണെന്ന് സ്ഥലവാസികൾ വിശ്വസിക്കുന്നു. ആർക്കും എന്ത് തൊഴിലും ചെയ്തുകൊടുക്കുമെങ്കിലും അയാൾ ആരുടെയും ഇഷ്ടക്കാരനല്ല, നാട്ടിൽ എവിടെ ഗർഭമുണ്ടെന്നറിഞ്ഞാൽ 'അത്

ഞമ്മളാണ്' എന്ന ഭാഷ്യത്തിലൂടെ സാമൂഹിക അസ്തിത്വത്തിന് ശ്രമിക്കുന്നു. ഈ കഥാപാത്രം സ്ഥലത്തെ പ്രധാന പിശുക്കനായ ഉണ്ടക്കണ്ണെനന്ത്രുവിന്റെ വേലക്കാരിക്ക് ഗർഭമുണ്ടായതായി വാർത്ത പ്രചരിക്കുകയും അതിന്റെ ഉടമസ്ഥാവകാശം ഏറ്റെടുക്കുകയും ചെയ്യുന്നതോടെയാണ് സ്ഥലത്തെ പൗരപ്രധാനികൾ 'വിനീതപൗരത്വം' നല്കി എട്ടുകാലിയെ ആദരിക്കുന്നത്. ഏത് ഗർഭമേറ്റെടുക്കുമ്പോഴും അതിന് സ്ഥിരീകരണമായി 'ഇതും ഇതിലപ്പുറവും ചെയ്യുന്ന ഹറാംപെറന്നോനാണ് ഞമ്മള്' എന്ന വിശദീകരണവും എട്ടുകാലിയുടേതായുണ്ട്.

പതിനൊന്ന് മാസമായിട്ടും പ്രസവിക്കാത്ത താച്ചി എന്ന വേലക്കാരിക്ക് ഗർഭമില്ല എന്ന് ഡോക്ടർ പ്രസ്താവന നടത്തിയതോടെ എട്ടുകാലി ഭാഷ്യം മാറ്റുന്നു. 'തന്റെ കുഞ്ഞിനെ ഉണ്ടക്കണ്ണനന്ത്രു കൊല്ലുകയും അവളെ കെട്ടിയോളാക്കുകയും ചെയ്തു' എന്നതാണത്. സാധാരണ ടൈപ്പു കഥാപാത്രങ്ങളിൽനിന്ന് ദുരന്തമാനം കൊണ്ടു വ്യത്യസ്തനാണ് എട്ടുകാലി മമ്മൂഞ്ഞ്. നപുംസകപ്രകൃതിയിൽനിന്ന് രക്ഷപ്പെടാനും സമൂഹത്തിൽ സ്ഥാനം നേടാനുമുള്ള നിരന്തരമായ അന്തശ്ചോദനയാണ് ഇങ്ങനെയൊരു കഥാപാത്രത്തിന് ജന്മം നൽകുന്നത്. "സങ്കതിയറിഞ്ഞോ?" എന്ന് തുടങ്ങുന്ന ഈ കഥാപാത്രത്തിന്റെ വ്യക്തിഭാഷ മറ്റുള്ളവരുടെ ശ്രദ്ധ തന്നിലേക്ക് തിരിക്കാനുള്ള ശ്രമത്തിന്റെ മുന്നോടിയാണ്. സ്ഥലവാസികളുടെ ആകാംക്ഷയെ തട്ടിയുണർത്തുന്ന നിരവധി പ്രശ്നങ്ങൾ വെളിപാടുകളായി എട്ടുകാലി കൊണ്ടുവരുന്നു.

ചരിത്രത്തിലെ, നിസ്സഹായമായ രണ്ടവസ്ഥകളാണ് നപുംസകത്വവും (ഷണ്ഡത്വം) വേരില്ലായ്മയും. ബഷീർ കൃതികളിൽ പലയിടത്തും ഇവയുണ്ട്. ഉണ്മയും ഇല്ലായ്മയും തമ്മിലുള്ള പ്രശ്നത്തിൽനിന്നാണ് ഈ സംഗതിയുടെ ഉദ്ഭവം. ചരിത്രത്തിലെ സ്ഥായിയായ പല പ്രശ്നങ്ങളുടെയും തായ്‌വേര് തിരയാവുന്നത് ഇവിടെയാണ്. ഇതിഹാസങ്ങളിൽ ഇതിന് നിരവധി ഉദാഹരണങ്ങൾ കാണാം. 'സ്ഥലപുരാണ'ത്തിൽ ഹാസ്യാത്മകമായി അവതരിപ്പിക്കപ്പെടുന്ന ഈ പ്രശ്നത്തിന്റെ ഗൗരവപൂർണമായ വിപുലീകരണം ശബ്ദങ്ങളിലുണ്ട്. ആൺവേശ്യകളെക്കുറിച്ചുള്ള കഥകൾ ആദ്യത്തേതിന് - ഷണ്ഡത്വത്തിന് - ഉദാഹരണമാണ്.

ശബ്ദങ്ങളിലെ നായകനോടുള്ള ചോദ്യവും അയാളുടെ ഉത്തരവും ലക്ഷ്യമാക്കുന്നത് രണ്ടാമത്തെ പ്രശ്നത്തെയാണ്.

"നിങ്ങളുടെ തുടക്കമെവിടെയാണ്?"

"നാലും കൂടിയ വഴിയിൽ", (ശബ്ദങ്ങൾ)

ഭൂമിയിലെ ഏത് മനുഷ്യനു നേരെയും പ്രയോഗിക്കാവുന്ന രീതിയിൽ പ്രസ്തുത ചോദ്യത്തെ സാമാന്യവത്കരിക്കാൻ ബഷീറിന് കഴിയുന്നു എന്നതാണ് അദ്ദേഹത്തിന്റെ പ്രപഞ്ചവീക്ഷണത്തിന്റെ പ്രത്യേകത.

സ്ഥലത്തെ പ്രധാന കഥാപാത്രങ്ങളെല്ലാം യഥാർത്ഥത്തിൽ രണ്ടാമത്തെ പ്രശ്നത്തെ അഭിമുഖീകരിക്കുന്നവരാണ്. 'സ്ഥലം'

അതിനവർക്കൊരു പരിഹാരവുമാണ്. എട്ടുകാലിയാവട്ടെ, രണ്ടുപ്രശ്നങ്ങളെയും ഒന്നിച്ച് അഭിമുഖീകരിക്കാൻ വിധിക്കപ്പെടുന്നു. ഏത് ക്രിയ ചെയ്തും (മാന്യവും അമാന്യവും) 'സ്ഥല'ത്ത് മേൽവിലാസമുണ്ടാക്കുമ്പോഴാണ് ഈ കഥാപാത്രങ്ങൾ രൂപപ്പെടുന്നത് തന്നെ. ഇവിടെ ക്രിയയാണ് ചിന്തയെ ഉണ്ടാക്കുന്നത്. ആനവാരിയും പൊൻകുരിശും ഡ്രൈവറും തൊരപ്പനുമൊക്കെ അവരുടെ പൂർവ്വപ്രകൃതിയിൽ ഭേദപ്പെട്ട കള്ളന്മാരായിരുന്നുവല്ലോ. സൈനബപോലും കഥാപാത്രപ്രാധാന്യം നേടുന്നത് ഒരു കളവിന്റെ മുഹൂർത്തത്തിലാണ്. കളവും അനുരാഗവും പരസ്പര പൂരകത്വം വഹിക്കുന്ന കാഴ്ചയും ബഷീറിന്റെ കഥാലോകത്ത് സാധാരണമാണ്. പൊൻകുരിശിന്റെയും സൈനബയുടെയും കഥകൾ തന്നെ ഉദാഹരണം. ബഷീർ തന്റെ പൂർവ്വനിശ്ചയം കൊണ്ട് സ്ഥലത്തെ ചുരുക്കിക്കാട്ടുന്നില്ല.

സ്ഥലത്തെ പ്രധാന ദിവ്യനിൽ മേൽക്കഥാപാത്രങ്ങളെല്ലാം കുറേക്കൂടി മാന്യത നേടിയെടുത്തിട്ടുണ്ട്. എട്ടുകാലിയും മോശക്കാരനല്ല. എങ്കിലും അടിമനസ്സിൽ, താനാരാണ് എന്ന ബോധം ഈ കഥാപാത്രത്തെ മഥിക്കുന്നതിനാലാകണം ക്ലീബസ്വത്വത്തെ മറച്ചുപിടിക്കാൻ വെളിപാടുകളുമായി ഇദ്ദേഹം പ്രത്യക്ഷപ്പെടുന്നത്. സ്ഥലത്തെ രണ്ട് പ്രശ്നങ്ങളും പുറപ്പെട്ടുവരുന്നത് ഈ തലച്ചോറിൽ നിന്നാണ്.

ഒന്നാം സമാധാനഭംഗം

പളുങ്കൻകുഞ്ഞിന്റെ ഇളയമകൾ കൊച്ചുത്രേസ്യ പ്രേമോപഹാരമായി പൊൻകുരിശ് തോമായ്ക്ക് സമ്മാനിക്കുന്ന അണ്ടി ചുട്ട് തല്ലിയത്, കഥയറിയാതെ സ്ത്രീവിദ്വേഷിയായ ആനവാരി രാമൻനായർ തിന്നുന്നു. സമ്മാനം സ്ത്രീയിൽനിന്നുദ്ഭവിച്ചതാണ് എന്ന ജ്ഞാനം ആനവാരി - പൊൻകുരിശുമാരുടെ ഏറ്റുമുട്ടലിൽ കലാശിക്കുന്നു. മല്ലനായ ആനവാരിയോടു തോറ്റു പിന്മാറുന്ന പൊൻകുരിശ് പ്രതികാരം ചോദിക്കാനായി ചൊറിയുന്ന വിഷാണുക്കളെ കുടുക്കയിൽ കൊണ്ടുനടക്കുകയാണ് എന്ന എട്ടുകാലി മമ്മൂഞ്ഞിന്റെ പ്രസ്താവന സ്ഥലത്തെ ഒന്നാം സമാധാന ഭംഗത്തിന് കാരണമാകുന്നു.

സങ്കതിയറിഞ്ഞോ?" മൂപ്പർ പ്രഖ്യാപിച്ചു.

"പുസു, ചൊറിയാമ്പുസു!"

"പുയു" എന്നാ പറയേണ്ടത്. - മണ്ടൻ മുത്തപ്പാ പറഞ്ഞു.

"കൈതേ ഒറ്റക്കണ്ണൻ പോക്കർ തിരുത്തി. "പുഷു എന്ന് പറ! ചൊറിയാമ്പുഷു!"

പുസു, പുയു, പുഷു - ഇതു മൂന്നുമല്ല ശരി, മുഴയൻ നാണു വിധി കല്പിച്ചു. "പുഴു" - "ചൊറിയമ്പുഴു".

അണുക്കളിൽ കേമൻ! ചാത്തങ്കേരി മനയ്ക്കൽ ശങ്കരൻ നമ്പൂതിരിപ്പാട് പറഞ്ഞു. "ഭയങ്കര രോഗാണു" (സ്ഥലത്തെ പ്രധാന ദിവ്യൻ, പു. 18,19)

ഗ്രാമീണ പശ്ചാത്തലത്തിൽ, ഒരസംബന്ധ പ്രസ്താവനയ്ക്ക് കിട്ടുന്ന പ്രചാരഫലമിങ്ങനെയാണ്. "ഉണ്ടക്കണ്ണനന്ത്രുവിന്റെ മൂന്ന് പിടക്കോഴികൾ ചത്തു. വീര പാണ്ഡ്യപണ്ടാരത്തിന്റെ ഏക മൂർഖൻ പാമ്പ് കാലധർമം പ്രാപിച്ചു. കരിയിൽ പത്രോസ് മാപ്പിളയുടെ മൂന്ന് പന്നിക്കുട്ടികൾ ചത്തു. ഒറ്റക്കണ്ണൻ പോക്കരുടെ മകൾ സൈനബായുടെ പൂച്ച അന്ത്യശ്വാസം വലിക്കുന്നു. കള്ളുകുടിയൻ പാച്ചു കിടന്ന് പിച്ചും പേയും പറയുന്നു.

മുൻപറഞ്ഞപോലെ ഗ്രാമീണമായ ഒരു 'കളിവ്യവസ്ഥ' ചൊറിയൻ പുഴു പുരാണത്തിലുണ്ട്. കളിവ്യവസ്ഥയ്ക്കിടയിൽ ശ്രദ്ധേയമായ കാര്യം വ്യക്തിഭാഷയിലൂടെ നിർവ്വഹിക്കപ്പെടുന്ന കഥാപാത്രവ്യവസ്ഥയാണ്. സ്ഥായി, ആധ്മാനരീതി, ശബ്ദഗുണം – എന്നിവയിലെല്ലാം വൈയക്തിക സവിശേഷതകൾ മാറിമാറിവരുന്നു. നിരവധി വ്യക്തിഭാഷകൾ ചേർന്നാണ് പ്രാദേശിക ഭാഷ രൂപപ്പെടുന്നത്. ഒറ്റക്കൊറ്റയ്ക്കുള്ള ഈ പ്രകടനരീതിയാകട്ടെ ഓരോ കഥാപാത്രത്തിന്റേയും സ്വതന്ത്രമായ ആകാശമേഖല വെളിപ്പെടുത്തുന്നു. ഭാഷ, അത് മാത്രമായി നില്ക്കാതെ സംസ്കാരങ്ങളായി പരിണമിക്കുന്നു. ചൊറിയൻ പുഴു വിവാദത്തിൽ ഇടപെടുന്ന അഞ്ച് കഥാപാത്രങ്ങളും അഞ്ച് സംസ്കാരങ്ങളെ വഹിക്കുന്നു. വികേന്ദ്രീകൃതസ്വഭാവമുള്ള ഒരു മിനിയേച്ചർ പ്രപഞ്ചമായി 'സ്ഥലം' പരിണമിക്കുന്നു.

ആനവാരിയും പൊൻകുരിശും തമ്മിലുള്ള പ്രശ്നത്തിന്റെ കാതലായ സ്വരം ഈ ഭാഷായുദ്ധത്തിലൂടെ മറ്റൊന്നായി പരിണമിക്കുന്നു. കുട്ടിക്കളികളിൽ പലപ്പോഴും സംഭവിക്കുന്ന പരിണാമത്തിനു തുല്യമാണിത്. മറ്റൊരു വസ്തുത സമുദായങ്ങളുടെ കൂട്ടയടിയിലാണ് പ്രശ്നമവസാനിക്കുന്നത് എന്നതത്രെ. ജനകീയ നീതിന്യായവ്യവസ്ഥപോലും അംഗീകരിക്കപ്പെടുന്നില്ല.

ചൊറിയമ്പുഴുവിന്റെ രാഷ്ട്രീയമാനം

ഏത് ജോലി സ്വീകരിച്ചും (അമാന്യവും മാന്യവും) സ്വാശ്രിതത്വം നേടിയവരാണ് സ്ഥലവാസികൾ. ലോകം 'അവലോസുണ്ടപോലെ'യാണ് എന്ന വിദേശ ശാസ്ത്ര കാഴ്ചപ്പാടിനെതിരെ കടുവാക്കുഴിക്കുന്നിൽനിന്ന് കണ്ടു ബോധ്യപ്പെട്ടതാണ് അവരുടെ ഭൂമിശാസ്ത്രജ്ഞാനം. സ്ഥലത്തിന്റെ ആഭ്യന്തര സുരക്ഷിതത്വത്തിൽ സ്ഥലവാസികൾ സദാ ജാഗരൂകരാണ്. ആയുധം ലോകസമാധാനത്തിനുവേണ്ടി മാത്രം പ്രയോഗിക്കുന്നു. വിദേശ സർക്കാരിന്റെ ചാരന്മാരായ മൂരാച്ചിപൊലീസുകാർക്കെതിരെ 'മൂക്കുചെത്തി ഉപ്പിലിടും' എന്ന ഭീഷണി സ്ഥലവാസികൾ ആവർത്തിക്കാറുണ്ട്. കഥാകാരന്റെ സ്ഥലപുരാണം ഇങ്ങനെ പറഞ്ഞുപോരുമ്പോൾ സ്വാശ്രിതമായ ഒരു രാഷ്ട്രവ്യവസ്ഥയെക്കുറിച്ചുള്ള ജ്ഞാനം വായനക്കാരനിലുദിക്കുന്നു. നവീനമായ രാഷ്ട്രീയബോധത്തോടുകൂടിയുള്ള വായന ആധുനിക രാഷ്ട്രനീതിന്യായവ്യവസ്ഥയെക്കുറിച്ച് ചിലതെല്ലാം

നമ്മെ ഓർമ്മിപ്പിക്കുന്നു. (തുടർന്ന് വരുന്ന കാര്യങ്ങൾ നേരത്തെ കോള മിട്ട് രേഖപ്പെടുത്തിയിട്ടുണ്ട്) കളിരീതിയിലും രാഷ്ട്രീയരീതിയിലും കഥാകാരൻ കൈക്കൊള്ളുന്ന ഉട്ടോപ്യൻ ഭാവനയാണ് ഈ കൃതിയുടെ കലാപരിവേഷമായി മാറുന്നത് എന്നതത്രെ യാഥാർഥ്യം.

ലോകചരിത്രത്തിന്റെ ഒരു സുപ്രധാനഘട്ടത്തിൽ, ഉയർന്നുവരുന്ന പ്രതിരോധപ്രശ്നത്തിലൊന്നിനെ മുൻനിർത്തി 'ചൊറിയൻ പുഴു പുരാണ'ത്തിന് വ്യാഖ്യാനങ്ങളുണ്ടായിട്ടുണ്ട്. രണ്ടാം ലോകമഹായുദ്ധ ത്തിലെ വിജയം അമേരിക്കയടയ്ക്കമുള്ള വൻശക്തികളെ അവരുടെ കഴിവുകളെക്കുറിച്ച് ദുരഹങ്കാരമുള്ളവരാക്കി ജപ്പാനിൽ വർഷിച്ച അണു ബോംബുകൾ യുദ്ധത്തിന് എത്ര മനുഷ്യരഹിതമാകാൻ കഴിയും എന്ന തിന് ശക്തമായ ഉദാഹരണമാണ്.

1951-ലെ ചൈനീസ് യുദ്ധത്തിൽ, കൊറിയയിലും ചൈനയിലും അമേ രിക്ക രോഗാണുബോംബുകൾ വർഷിച്ചു എന്ന പരാതി ചൈനീസ് പ്രധാന മന്ത്രിയായ ചൗ-എൻ-ലായ് ഉന്നയിച്ചു. സോഷ്യലിസ്റ്റ് ചേരിയിൽപ്പെട്ട രാഷ്ട്രങ്ങളും അവരുടെ മാധ്യമങ്ങളും അമേരിക്കയുടെ രാക്ഷസീയത ക്കെതിരെ മാധ്യമയുദ്ധമാരംഭിച്ചു. സ്ഥലവാസികൾ സമാധാനപ്രിയ രാണെന്ന് വിനീത ചരിത്രകാരൻ ആവർത്തിച്ചു പറയുന്നു. അണു ബോംബ് കണ്ടെത്തുന്നതിന് മുമ്പ് ഉള്ള കാലഘട്ടത്തിലാണ് അവർ നില കൊള്ളുന്നത്. സമാധാനത്തിനായുള്ള ശണ്ഠയിൽ അവരും ഏർപ്പെടാ റുണ്ട്. ധർമ്മയുദ്ധത്തിൽ വിശ്വസിക്കുന്നവരാണവർ. അടിക്ക് അടി, വെട്ടി നുവെട്ട്, കുത്തിനുകുത്ത്, അതാണ് ന്യായം. 'രോഗാണുബോംബിന്റെ പ്രതീകമായ ചൊറിയമ്പുഴു വരുന്നതോടെ ഈ ധാരണകൾക്ക് ഇളക്കം തട്ടുന്നു.' (ഡോ. എം. ജമാലുദ്ദീൻ കുഞ്ഞ്, പി.എച്ച്.ഡി. പ്രബന്ധം) എന്ന നിരീക്ഷണം സ്ഥലപുരാണത്തിന്റെ രാഷ്ട്രീയസ്വഭാവം വ്യക്തമാക്കുന്നു. മനുഷ്യർ, ഒറ്റക്കൊറ്റയ്ക്ക് സ്വാശ്രീതരായ ഒരു ജനസമൂഹത്തിൽ ശാസ്ത്ര -സാങ്കേതിക പുരോഗതി നേടിയ വൻജനായത്ത രാഷ്ട്രക്രമത്തിലെന്ന പോലെ ജനകീയ കോലാഹലങ്ങളില്ല' എന്ന് ഇ.എഫ്. ഷൂമാക്കർ നിരീക്ഷിക്കുകയുണ്ടായി. ചൊറിയമ്പുഴുയുദ്ധം സമുദായങ്ങൾ ചേരി തിരിഞ്ഞ് കലാപമായി മാറുന്ന ഒരവസ്ഥ കൃതിയിലുണ്ട്. രാമൻ നായരും പൊൻകുരിശ് തോമായും തമ്മിലുള്ള ദ്വന്ദയുദ്ധത്തിലോ, ചാത്തങ്കേരി മനയ്ക്കൽ ശങ്കരൻ നമ്പൂതിരിപ്പാടിന്റെ സമാധാനശ്രമങ്ങളിലോ കെട്ടട ങ്ങേണ്ടിയിരുന്ന ഈ പ്രശ്നം 'രോഗാണുയുദ്ധ'ത്തെകുറിച്ചുള്ള ഭീതിയി ലേക്ക് വളരുന്നുണ്ടല്ലോ.

രണ്ടാം സമാധാനഭംഗം

ചൊറിയൻ പുഴുയുദ്ധം അതിന്റെ അനിശ്ചിതാവസ്ഥയിൽ നില്ക്കു മ്പോഴാണ്, എട്ടുകാലിമമ്മൂഞ്ഞ് സാധാരണ കിടന്നുറങ്ങാറുള്ള ലോക്കപ്പ് മുറിയിൽനിന്ന് മറ്റൊരു വെളിപാടുമായിട്ട് ഉണരുന്നത്. ഡ്രൈവറേയും തൊരപ്പനേയും സ്ഥലത്തെ വിദേശ സർക്കാരിന്റെ പ്രതിനിധികളായ

മൂരാച്ചി പൊലീസുകാർ അറസ്റ്റ് ചെയ്തു എന്നതത്രെ അത്. അതോടു കൂടി ചൊറിയമ്പുഴുവുമായി ബന്ധപ്പെട്ട പ്രശ്നം ജനങ്ങൾ മറക്കുന്നു. ചന്തയിൽ വരികയും പോകുകയും കച്ചവടം ചെയ്യുകയും ചെയ്യുക എന്നതിൽ കവിഞ്ഞ സ്വാതന്ത്ര്യം സ്ഥലവാസികൾ വിദേശികൾക്ക് അനുവദിച്ചിരുന്നില്ല. പ്രസിഡണ്ടും പ്രധാനമന്ത്രിയും കൊട്ടത്തേങ്ങയും ശർക്കരയും ദുശിയോടെ തിന്നുമെന്നൊക്കെ അവർ മൂരാച്ചി പൊലീസുകാരിൽനിന്ന് കേട്ടറിഞ്ഞിട്ടുണ്ട്. ഇതൊന്നും ഒമ്പത് മൈൽ ചുറ്റളവിനപ്പുറത്ത് സ്ഥിതി ചെയ്യുന്ന വിദേശി സർക്കാരിനോട് തരിമ്പും ബഹുമാനമുള്ളവരായിരിക്കാൻ സ്ഥലവാസികളെ പ്രേരിപ്പിച്ചിട്ടില്ല. ഇങ്ങനെയിരിക്കെയാണ് എട്ടുകാലി മമ്മൂഞ്ഞിന്റെ കിനാവ്. കഥാകാരന്റെ രാഷ്ട്രീയ ഒളിപ്പോരിനിടയിൽ സർ സി.പി.യുടെ സ്വേച്ഛാധിപത്യരീതിയോട് തികച്ചും ഗ്രാമ്യമായ ഒരു പ്രതികരണം ഈ കഥയിലുണ്ട് എന്ന് വ്യക്തമാണ്.

'സ്ഥലവാസികളോരോരുത്തരും ഓരോ സർക്കാരാണ്' എന്ന് വരെ വിദേശിയരോടുള്ള അസംതൃപ്തി ജനങ്ങളെ കൊണ്ടെത്തിക്കുന്നു. അതിനിടയിലാണ്, കിനാവിന്റെ നിജസ്ഥിതിയറിയാൻ സ്ഥലത്തെ പ്രധാന ദിവ്യനായ കണ്ടമ്പറയന്റെ സന്നിധിയിലേക്ക് എട്ടുകാലി, ആനവാരി, പൊൻകുരിശ്, മണ്ടൻ മുത്തപാ – തുടങ്ങിയ പൗരന്മാർ ഗമിക്കുന്നത്.

സ്ഥലത്തെ പ്രധാന ദിവ്യനായ കണ്ടമ്പറയനെ കഥാകാരൻ ചിത്രീകരിക്കുന്നത് നാടോടി ദിവ്യനിൽ ജനങ്ങൾക്കുണ്ടാകാവുന്ന കൃത്യമായ വിശ്വാസമോടികളോടെയാണ്. കരിമ്പൂച്ച, കഞ്ചാവ്, മൂങ്ങ എന്നിവയത്രെ ദിവ്യന് പ്രധാന കാണിക്കകൾ. ദിവ്യന്റെ ഭക്ഷണച്ചിലവിനുവേണ്ട പന്ത്രണ്ടിടങ്ങഴി അരി, അറുപത്തിയാറ് ഉപ്പുമാങ്ങ, അത്രയും തന്നെ പൂവമ്പഴം, മൂന്ന് റാത്തൽ കഞ്ചാവ് എന്നിവ ഓരോ മാസവും സ്ഥലവാസികളുടെ പൊതുഫണ്ടിൽനിന്നാണ് കണ്ടമ്പറയൻ ശേഖരിക്കുന്നത്. കടുവാക്കുഴിക്കുന്നിന്റെ പള്ളയിലാണ് ലോകം പപ്പടം പോലെയാണ് എന്ന ഭൂമിശാസ്ത്രദർശനം സ്ഥലവാസികൾക്ക് കിട്ടുന്നത്. പ്രസ്തുത സ്ഥലത്തുനിന്ന് തങ്ങളുടെ രാഷ്ട്രത്തെ നോക്കിക്കാണുമ്പോഴാണ് ചുട്ട കോഴിയെ പറപ്പിക്കുക, കടിച്ച പാമ്പിനെ വരുത്തി വിഷമിറക്കുക, നിധി, കളവുമുതൽ എന്നിവ കണ്ടെടുക്കുക, എന്നിവയൊക്കെ ദിവ്യന്റെ സിദ്ധികളിൽ പെടുന്നു. കുട്ടിച്ചാത്തൻ, ഒറ്റമുലച്ചി, ആനമറുത, ചാമുണ്ഡി, വടുവൻ, അറുകൊല, ഗുളികൻ എന്നീ ഏഴ് വൻശക്തികൾ കണ്ടമ്പറയന് സ്വാധീനമാണ്. സ്ഥലത്തെ വീരരക്തസാക്ഷിയായ ചേന്നൻ കറുമ്പന്റെ തലയോട് കണ്ടമ്പറയന്റെ സന്നിധിയിലാണ് സൂക്ഷിച്ചിരിക്കുന്നത്, പ്രശ്നപരിഹാരവുമായി സ്ഥലവാസികൾ അദ്ദേഹത്തെ സമീപിക്കുമ്പോൾ ചിലമ്പ് കുലുക്കി ഉറഞ്ഞുതുള്ളി അദ്ദേഹം എപ്പോഴെങ്കിലും പ്രത്യക്ഷപ്പെടുന്നു. ഹലിഹലിഹലിയോ ഹുലാലി, ഹന്തൊാന്ത് എന്നീ ശബ്ദമാത്രകളിലാണ് അദ്ദേഹത്തിന്റെ വെളിപാടുകൾ പ്രത്യക്ഷപ്പെടുക. സ്ഥലവാസികൾ അതിനെ വ്യാഖ്യാനിച്ചെടുക്കുകയാണ് പതിവ്.

കണ്ടമ്പറയന്റെ അപാരമായ കാരുണ്യത്തിലാണ് സ്ഥലം നിലനിൽക്കുന്നത് എന്ന കാഴ്ചപ്പാടാണ് സ്ഥലവാസികൾക്കുള്ളത്.

എട്ടുകാലിയുടേയും കൂട്ടരുടേയും യാത്രയ്ക്കിടയിലാണ് പൊൻകുരിശ് തോമായുടെ കുടുക്കയിൽ ചൊറിയമ്പുഴുക്കളല്ല, അണ്ടി ചുട്ടുതല്ലിയതാണ് എന്ന സത്യവും വെളിപ്പെടുന്നത്. 'ദുർഗന്ധത്തിന്റെ പൊതുഫണ്ടായ' ചന്തയെക്കുറിച്ചും സമുദായം ഇനംതിരിച്ച് അവരുടെ ഭക്ഷണസമ്പ്രദായത്തെയും വൃത്തിഹീനതയേയും കുറിച്ചുമെല്ലാം ഇതിനിടയ്ക്ക് കഥാകാരൻ വിമർശിക്കുന്നുണ്ട്.

ഹലിഹലിഹലിയോ ഹുലാലി, ഹന്തൊന്ത് എന്നീ സിദ്ധവാക്യങ്ങളെ എട്ടുകാലിതന്നെയാണ് വ്യാഖ്യാനിക്കുന്നത്. ഡ്രൈവറെയും തൊരപ്പനെയും വിദേശ സർക്കാർ വിട്ടയച്ചിരിക്കുന്നുവെന്നതായിരുന്നു അത്. വ്യാഖ്യാനത്തിന് ഉപോൽബലകമായി പള്ളി ചിലച്ചതും പ്രസ്താവിച്ചിട്ടുണ്ട്. ഡ്രെയിവറും തൊരപ്പനും കട്ടെടുത്ത ബ്യൂക്ക് കാറുമായി ചന്തയിൽ പ്രത്യക്ഷപ്പെടുന്നതും സ്ഥലത്തെ ഉത്സവം, സ്കൂൾ നിർമ്മാണചിന്ത തുടങ്ങിയവ വിവരിക്കുന്നതും പൗരന്മാരെ ഇനം തിരിച്ച് കാറിൽ സ്ഥലം കാണിക്കുന്നതും ചേന്നമ്പറയന്റെ കഠാരി കാണിച്ച് സ്ഥലവാസികളുടെ സമരവീര്യം പ്രോജ്വലിപ്പിക്കുന്നതും വിദേശി സർക്കാരിന്റെ പൊലീസുകാർ ഉത്സവസ്ഥലത്ത് സമരനായകന്മാരെ അറസ്റ്റ് ചെയ്യുന്നതും ഭരണം തകിടം മറിയുന്നതും ഇനിയങ്ങോട്ട് യുദ്ധമാ എന്ന പ്രസ്താവനയിറക്കി ജനങ്ങൾ സജ്ജരാകുന്നതും, ഭരണം സ്ഥലവാസികൾ പിടിച്ചെടുക്കുന്നതും കൊച്ചുത്രേസ്യ സ്ഥലത്തെ വിദേശി സർക്കാരിന്റെ മൂരാച്ചി പൊലീസിനെ അറസ്റ്റുചെയ്യുന്നതും ആഞ്ഞിലിത്തടിയും ചേന്നമ്പറയന്റെ കഠാരിയും സ്ഥലവാസികൾ മണ്ണിനടിയിൽനിന്നു കണ്ടെടുക്കുന്നതും പ്രശ്നപരിഹാരമാകുന്നതും സ്ഥലവാസികൾ ഭരണം ഒഴിഞ്ഞു കൊടുക്കുന്നതുമെല്ലാമായി കഥ നീണ്ടുപോകുകയാണ്.

രണ്ടാമത്തെ സമാധാനഭംഗത്തിനു കാരണമായ അറസ്റ്റിനെക്കുറിച്ചുള്ള വാർത്തയും പിൽക്കാലസംഭവങ്ങളും ചൊറിയൻ പുഴു പുരാണത്തിന്റെ വിപരീത ദശയിലാണ്. ഗൗരവാവഹമായ ഒരു രാഷ്ട്രീയ സംഭവത്തിൽ തുടങ്ങി ശിശുസഹജമായ ഒരധികാരക്കൈമാറ്റത്തിൽ അവസാനിക്കുന്നു. കണ്ടമ്പറയനെക്കുറിച്ചുള്ള ഗ്രാമീണ വിശ്വാസങ്ങളാവട്ടെ തികഞ്ഞ ഒരു നാടോടിപുരാവൃത്തത്തിന്റെ ഗരിമയുള്ളതാണ്. ഒരു രാഷ്ട്രത്തെക്കുറിച്ച്, ബഷീർ പുലർത്തുന്ന വിശ്വാസത്തിന്റെ 'മൊസയിക്ക്' കടുവാക്കുഴിക്കുന്നിലെ ഈ സംഭവഘടനയിലുണ്ട്. ഗ്രാമതലത്തിൽ പരിനിഷ്ഠിതമായ ഒരു വിശ്വാസത്തിന്റെ നെരിപ്പോടിൽ പോലും രാഷ്ട്രീയമായ കാഴ്ചപ്പാട് കാണാം. വെറും ഒരു ആക്ഷേപഹാസ്യത്തിന്റെ മൂശയിൽ ബഷീറിന്റെ ഒരു രാഷ്ട്രീയകൃതിയും ജനിച്ചിട്ടില്ല. മറിച്ച്, കലാപരതകൊണ്ട് പരിമിതികളെ മറികടക്കുന്നു. ഒരു രാഷ്ട്രത്തെക്കുറിച്ചുള്ള കാഴ്ചപ്പാടിന്, അധുനാധുനമായ അർത്ഥങ്ങൾ കല്പിച്ചുകൊടുക്കാൻ പാകത്തിൽ പുരോഗാമിയാണ് ഈ ആശയം.

രാഷ്ട്രത്തിന്റെ ഉട്ടോപ്യൻ സ്ട്രക്ചർ

ചൊറിയമ്പുഴു പുരാണം സമുദായങ്ങളുടെ കൂട്ടത്തല്ലിൽ അവസാനിക്കുമ്പോഴേക്ക് ഒരു രാഷ്ട്രാന്തരപ്രശ്നം ഉരുത്തിരിയുന്നു. ഒരു രാഷ്ട്രകൂടവും പ്രശ്നങ്ങളെ പരിഹരിക്കാറില്ല. പകരം, പുതിയൊരു പ്രശ്നം കൊണ്ട് ആദ്യത്തേതിനെ തമസ്കരിക്കുകയാണ് പതിവ്. ആധുനിക ജനായത്തത്തിൽ 'പ്രശ്നപരിഹാരം' എന്ന് ഓമനപ്പേരിട്ടുവിളിക്കുന്നത് മറ്റൊന്നിനെയല്ല. ഈ പ്രപഞ്ചത്തിലെ ഏതേതിനും ഓരോ ഘടന കേന്ദ്രം ഉണ്ട് എന്നും അതില്ലെങ്കിൽ കുഴപ്പമായിരിക്കും ഫലം എന്നുമുള്ള രാഷ്ട്രീയസൂത്രം 'സ്ഥല'ത്തിനും ബാധകമാണ്.

'സ്ഥല'ത്തിനുപുറത്തുള്ളത് വിദേശമാണ്. കൃത്യമായ അതിർത്തി ആദ്യമേ പറഞ്ഞുവച്ചിട്ടുണ്ട്. യുദ്ധവും സമാധാനവുമാണ് ഈ രാഷ്ട്രത്തിന്റേയും ജീവിതപ്രശ്നം (ചൊറിയമ്പുഴു പ്രശ്നം). പരിഹരിക്കപ്പെടാത്ത അവസ്ഥയിൽ ആ പ്രശ്നം നിലനിൽക്കുന്ന ഘടനയ്ക്ക് പരിക്കേൽക്കുന്നു. അപ്പോഴാണ് തികച്ചും വിദേശീയമായ മറ്റൊരു പ്രശ്നത്തിന്റെ കാതലുപയോഗിച്ച് ആദ്യത്തേതിനെ മറികടക്കുന്നത്. സ്ഥലത്തെ അതിർത്തി അതിനുവേണ്ട ഒരു രാഷ്ട്രീയായുധമാക്കി പ്രയോജനപ്പെടുത്തുന്നു. അതിർത്തികൾ രാഷ്ട്രീയ ശക്തിയെ ത്വരിപ്പിക്കുന്ന സുപ്രധാന ഘടകമാണ്. അതുപയോഗിച്ച് എത്രപേരെവേണമെങ്കിലും യുദ്ധത്തിനു സജ്ജമാക്കാവുന്നതാണ്. ചേന്നൻ കറുമ്പന്റെ തലയോടും കഠാരിയും യുദ്ധവീര്യത്തെ ഉണർത്താൻ തക്കവിധം പ്രയോജനപ്പെടുത്തുന്നുമുണ്ട്.

യുദ്ധത്തിന്റെ ഘോരമായ അമാനവികരണത്വരയെച്ചൊല്ലി ഏറെ വേവലാതി കൊള്ളുന്ന കലാകാരനാണ് ബഷീർ. പിടിച്ചുപറ്റലിന്റെ ഭാഗമാണ് ലോകചരിത്രത്തിന്റെ അധികഭാഗവും (മരണത്തിന്റെ നിഴലിൽ) എന്ന് അദ്ദേഹം പരിഹാസത്തോടെ കുറിച്ചിട്ടുണ്ട്. ലോകസമാധാനമുണ്ടാകണമെങ്കിൽ ഭൂമിയിലെ ഓരോ ആണിനും പെണ്ണിനും വരട്ടു ചൊറിവരണമെന്ന പ്രമാണം യുദ്ധത്തിനു നേർക്കുള്ള ബഷീറിന്റെ ഒരു പ്രതികരണമാണ്. 'യുദ്ധത്തിനെന്തിനാ പുല്ല്?' (മരണത്തിന്റെ നിഴലിൽ) എന്ന കുഞ്ഞമ്മയുടെ നിഷ്കളങ്കമായ ചോദ്യത്തിനടിയിൽ, യുദ്ധത്തിൽ ചോർന്നുപോവുന്ന മാനുഷികതയേയും കാരുണ്യത്തേയും കുറിച്ച് ഓർമ്മപ്പെടുത്തലുകളുണ്ട്.

യുദ്ധവും സമാധാനവും ബഷീർ രചനകളിൽ പ്രത്യയശാസ്ത്രത്തിന്റെ അർത്ഥം തന്നെയാണ്. ഈ പ്രത്യയശാസ്ത്രപരിധിയിൽനിന്നുകൊണ്ട് കഥാകാരൻ നിർമ്മിക്കുന്ന കുട്ടിക്കളിയുടേയും നിഷ്കാമഭാവുകത്തിന്റേയും പ്രപഞ്ചമാണ് പ്രധാനം. രാഗദ്വേഷങ്ങൾ യുദ്ധത്തിലും സമാധാനത്തിലും ഒരുപോലെ നിലനില്ക്കുന്ന, സമ്പൂർണ ഭാവുകത്വത്തിലാണ് ബഷീർ ഊന്നുന്നത്. സ്വയം പൂർണമാകുന്ന അപൂർണതകളാണ് ഈ കഥാപാത്രപ്രപഞ്ചത്തിന്റെ സവിശേഷത. ജീവിതത്തിന്റെ ആഖ്യയും ആഖ്യാതവും പാർശ്വികമായ ഒരു കാഴ്ചപ്പാടിനോടല്ല സംവദിക്കുന്നത്.

കഥാകാരന്റെ ബാല്യവും ജീവിതാനുഭവങ്ങളും രാഗദ്വേഷങ്ങളും അപാരമായ കാരുണ്യബോധത്തിൽ കാണാൻ പ്രേരിപ്പിച്ചതിന്റെ നിഴൽപ്പാടുകൾ ബഷീർ കഥകളിലാകമാനമുണ്ട്. മരണമടുത്തു എന്നു തോന്നിയ നിമിഷങ്ങളിൽ ശത്രുപക്ഷത്തുള്ള നത്ത്ദാമുവിനോട് 'നീ പച്ചമാങ്ങ ഉപ്പും കൂട്ടി തിന്നോ, നല്ല ദൂശി കാണും' എന്നുപറയുന്ന കഥാനായകന്റെ മനസ്സിലൊരംശം തന്നെയാണ് പൊൻകുരിശ് മോഷ്ടിച്ച് പളുങ്കനെ ഏല്പിക്കുകയും 'കൊണ്ടുപോയി വിറ്റ് മക്കളെ കെട്ടിക്ക്!' എന്നു കല്പിക്കുകയും ചെയ്യുന്ന തോമായുടെ കാരുണ്യത്തിലും ഉള്ളത് എന്ന് നിരീക്ഷിക്കപ്പെട്ടിട്ടുണ്ട്. (വിജയകൃഷ്ണൻ, ഇരുട്ടിൽ ഉറങ്ങാതിരിക്കുന്ന ഒരാൾ) കർത്താവായ യേശുമിശിഹാ തമ്പുരാനെ ക്രൂശിച്ചത് മരക്കുരിശിലാ. പള്ളിക്കെന്തിനാ പൊൻകുരിശ് എന്ന പ്രസ്താവനയാവട്ടെ കാലത്തിന്റെ വികൃതമായ ധർമ്മബോധത്തിനുനേർക്കുള്ള പരിഹാസമാണ്. ധർമ്മപ്രശ്നങ്ങൾ കൈകാര്യം ചെയ്യുന്ന ഓരോ കലാകാരനും അതിനായി വലിയ ചോദ്യങ്ങൾ ചോദിച്ചുകൊണ്ടിരിക്കുന്നവരാണ്. കഥാപാത്രങ്ങളെ 'ടൈപ്പുകളി'ൽനിന്നു രക്ഷിച്ചെടുക്കുകയും പ്രാപഞ്ചികമായ പരിവേഷത്തിലേക്കുയർത്തുകയും ചെയ്യുമ്പോൾ അവയൊക്കെ മിത്തുകളുടെ സ്വഭാവമാർജ്ജിക്കുന്നു.

സ്ഥലത്തെ കഥാപാത്രങ്ങളുടെ കാര്യത്തിൽ, യുദ്ധത്തിലായാലും സമാധാനത്തിലായാലും അവരുടെ ക്രിയാഗതിയിൽ പ്രകടമാകുന്ന ശിശുസഹജമായ ഇച്ഛ മൂല്യമർഹിക്കുന്നു. പൂട്ടിനുള്ളിൽ പുഴുങ്ങിയ മുട്ടയൊളിപ്പിച്ച് കാമുകനായ മണ്ടൻ മുത്തപ്പായ്ക്ക് നൽകുന്ന സൈനബായുടെ അനുരാഗപ്രകടനം ഇത്തരത്തിലുള്ളതാണ്. പൊൻകുരിശിനോടുള്ള വൈരാഗ്യം തീർക്കാൻ ആനവാരി രാമൻ നായർ ചെറിയ രണ്ടു കല്ലെടുത്ത് പെണ്ണാനയായ പാറുക്കുട്ടിയെ എറിയുന്നു. ഏതേത് കഥാപാത്രങ്ങളുടെ കാര്യത്തിലും ഈ ശിശുസഹജാവബോധം അവരുടെ ക്രിയാഗതിയെ നിയന്ത്രിക്കുകയോ വിപുലീകരിക്കുകയോ ചെയ്യുന്നുണ്ട്.

വംശാധിപതിയുടെ ബോധം

അനുഭവങ്ങളെ കലയിലേക്ക് സംവഹിക്കുമ്പോൾ ഒരു വംശാധിപതിയുടെ ഉൾബോധം ബഷീർ പ്രകടിപ്പിക്കുന്നുണ്ട്. 'ഞാൻ' എന്ന കഥാപാത്രത്തിലെ നിസ്സംഗമായ ഈഗോ അംശം ഈ വംശമനോഭാവത്തിൽ നിന്നു ജനിക്കുന്നതാണ്. 'ഭൂമിയുടെ അവകാശികളെ' കുറിച്ചാണ് ബഷീറിന്റെ എല്ലാ രചനകളും. സ്വന്തം ജനനകഥ 'തീപ്പാതി'യായി ബഷീർ പറഞ്ഞുവെച്ചിട്ടുണ്ട്.

മഹാന്മാരായ കലാകാരന്മാരെല്ലാം ചരിത്രചാരത്താൽ ശീതീകരിക്കപ്പെട്ട വംശാഹന്തയെ ഉള്ളിൽ പേറുന്നവരാണ്. ലാറ്റിനമേരിക്കൻ രചനകളിൽ പലതിലും ഈ ഗോത്രസത്തയുടെ നിഴൽപ്പാടുകളുണ്ട്. മാർകിസിന്റെ ഏകാന്തതയുടെ നൂറുവർഷങ്ങൾ, വംശാധിപതിയുടെ ശരത്കാലം, ഹുവാൻ റൂൾഫോയുടെ പെഡ്രോ പരാമോ എന്നിവയിലെല്ലാമതുണ്ട്.

മക്കൻദോ നഗരത്തിന്റെ ഭൂതകാലപ്രമാണങ്ങളിൽ മെൽക്വദിസ്, ബുവൻദിയാ കുടുംബത്തിലെ അവസാനത്തെ സന്തതിയായ ഒറേലിയാനോവിനെ സന്ദർശിക്കുമ്പോൾ തീരുന്ന നൂറുവർഷക്കാലവും ഒരു വംശസ്മൃതി ഓർമ്മിപ്പിക്കുന്നു. സങ്കല്പിക്കാൻ വയ്യാത്തവിധത്തിൽ വൃദ്ധനായ ഒരു സ്വേച്ഛാധിപതി പശുക്കൾ നിറഞ്ഞ കൊട്ടാരത്തിൽ കിടക്കുന്നതായുള്ള ഒരു കല്പനയാണ് വംശാധിപതിയുടെ ശരത്കാലത്തിന്റെ രചനയ്ക്ക് തന്നെ പ്രേരിപ്പിച്ചതെന്ന് മാർക്വിസ് രേഖപ്പെടുത്തിയിട്ടുണ്ട്.

വിചിത്രമായ ഭാവനാരീതിയും മരണബോധവുമാണ് ബഷീർകൃതികളിൽ ഈ വംശാഹന്തയ്ക്കടിസ്ഥാനം. ചരിത്രത്തെ ഇടുങ്ങിയ വഴിയായി ബഷീർ കാണുന്നില്ല. മറിച്ച്, പ്രപഞ്ച വിസ്താരത്തിന്റെ വിചിത്രമായ രീതികളിലാണ് അത് കുടികൊള്ളുന്നത്. അനർഘനിമിഷത്തിലും ഓർമ്മയുടെ അറകളിലും ഇക്കാര്യം വ്യക്തമായി സന്നിവേശിപ്പിച്ചിട്ടുണ്ട്. ഇത്തരമൊരു വംശീയസ്വപ്നത്തിന്റെ ദർശനപരിവൃത്തത്തിൽ നിന്നാണ് മജീദിനെപ്പോലെ ഒരു നായകൻ ജനിക്കുക. മജീദിന്റെ സ്വാതന്ത്ര്യബോധവും ചിന്തയിൽ പേറുന്ന രാജചിഹ്നങ്ങളും അതിന് തെളിവാണ്. എട്ടുകാലിയുടെ പ്രവചനപരത ഈ ഗുണത്തിന്റെതന്നെ മറ്റൊരു പ്രതലമാണ്.

തന്റെ ഉപ്പാപ്പയെക്കുറിച്ചുള്ള ഓർമയാണ് ബഷീറിലെ വംശാധിപതിയെ ഉയർത്തിക്കൊണ്ടുവരുന്നത്. 'തീപ്പാതി' എന്ന ജനനാനുഭവത്തോടൊപ്പം ബഷീർ ഇക്കാര്യം കുറിച്ചിട്ടിട്ടുണ്ട്. അറബിപാണ്ഡിത്യമുള്ള ഖുർ-ആൻ കാണാപാഠമുള്ള കായ് അബ്ദുൾ ഖാദിർ ഷയ്ഖ് - എന്നയാളെ കുറിച്ചുള്ളതാണത്. പൊടിമണ്ണിൽ കിടക്കയായിരുന്ന കുഞ്ഞിനെ ഉപ്പൂപ്പ നദിയിൽ മുക്കിക്കഴുകി വെടിപ്പാക്കി. എന്നിട്ട് രണ്ട് കൈകളിലുമായി ആകാശത്തേക്കുയർത്തി, അതിനുശേഷം രണ്ടു ചെവികളിലും മന്ത്രിച്ചു. 'അല്ലാഹു നൂറുസ്സമാവാത്തി വൽ അർള്...' - അനന്തകോടി ആകാശങ്ങളുടേയും ഈ ഭൂമിയുടേയും ചൈതന്യമാകുന്നു ദൈവം - എന്ന്. അതിനുശേഷമാണ്, അല്ലാഹു അക്ബർ എന്ന് പതിവുദൈവസ്തുതിയായ ബാങ്ക് തന്റെ രണ്ടു ചെവികളിലുമായി മുഴക്കിയത് (ചെവിയോർക്കുക അന്തിമ കാഹളം).

ബഷീർ പുലർത്തുന്ന സൂഫി സങ്കല്പത്തിലും കാരുണ്യബോധത്തിലുമൊക്കെ ഉപ്പൂപ്പായുടെ വംശീയതാചിഹ്നങ്ങൾ കാണാം. ബാപ്പയോടുള്ള കഥാകാരന്റെ ബന്ധത്തിൽ, കാഫ്കയിലെന്നപോലെ ഈഡിപ്പൽ കോംപ്ലക്സിന്റെ കടുത്ത ശത്രുതാബോധം മാഞ്ഞില്ലാതാവുന്നത് ഈ കാരുണ്യബോധം അതിനെ മറികടക്കുമ്പോഴാണ്. 'ഷജറത്തുൽ മുന്തഹാ'യെന്ന കല്പനയിലും ഒരു വംശാധിപതിയുടെ കാരുണ്യമായി ദൈവബോധം നിറഞ്ഞുനില്ക്കുന്നു.

ഉപ്പാപ്പ കാതിൽ ഓതികേൾപ്പിച്ച ഖുർ-ആൻ സൂക്തത്തെപ്പോലെ ബഷീറിനെ ആകർഷിച്ച മറ്റൊന്നുമില്ല. അദ്ദേഹത്തെ പരിചയപ്പെടുന്ന

ആരോടും ഈ സൂക്തം ബഷീർ പറയുമായിരുന്നു. സൂഫികൾ അവരുടെ മിസ്റ്റിക് അനുഭൂതികളെ പ്രത്യുല്പാദിപ്പിക്കാൻ സദാ ഉരുവിടുന്ന ഒന്നാണിത്. ദൈവത്തിന്റെ പ്രകാശത്തെ കുറിച്ച് അനന്യമായ അന്യാപദേശങ്ങൾ ഇതിലുണ്ട്.

രോഗബാധിതയായി കിടക്കുന്ന കുഞ്ഞുപാത്തുമ്മയെ കാണാൻ നിസ്സാറഹമ്മദിന്റെ ബാപ്പ വരുന്ന സന്ദർഭം.

"ഇതിൽ കാറ്റും വെളിച്ചവും കടക്കണം. ആ ജനൽ അടച്ചിട്ടിരിക്കുന്നതെന്തിന്? അദ്ദേഹം ജനൽ തുറന്നു. കാറ്റും വെളിച്ചവും അകത്തുകടക്കുകയാണ്. വെളിച്ചത്തിനെന്തൊരു വെളിച്ചം!" (ന്റുപ്പാപ്പാക്കൊരാനണ്ടാർന്നു).

അടിവരയിട്ട ഈ വാങ്മയം, പ്രസ്തുത സൂക്തത്തിലെ ഒരു ആശയഖണ്ഡമാണ്. വെളിച്ചത്തിന് വെളിച്ചം മാത്രം ബദലാകുന്ന ബഷീറിന്റെ ചിന്തയിൽ യോഗാത്മകദർശനത്തിന്റെ ആയമുണ്ട്. ഒന്നും ഒന്നും ഉമ്മിണി വല്യ ഒന്ന് എന്ന സൂത്രത്തിന്റെ പ്രകരണാർത്ഥവും വിരാട് രൂപിയായ ഒരു വംശബിംബത്തിന്റേതായി വായിച്ചെടുക്കാവുന്നതാണ്.

വംശീയതയുടെ ഹരിതം

വംശീയത വൃക്ഷത്തോട് അഭേദത്വം പ്രാപിക്കുന്നത് മിക്ക സംസ്കാരങ്ങളിലും ആവർത്തിക്കുന്നു. വംശവൃക്ഷം എന്ന സങ്കല്പം തന്നെയാണത്. ബുദ്ധമതം സംസ്കാരത്തെ ബോധിയായി കാണുന്നു. ഖുർ-ആൻ-നിലും ഉപനിഷത്തിലും വാക്ക് സംസ്കാരവും സംസ്കാരം വൃക്ഷവുമാണ്. ബഷീറിന്റെ കലയിൽ വൃക്ഷലതാദികളോടും തിര്യക്കുകളോടുമുള്ള കാഴ്ചപ്പാട് അചേതനമല്ല, മാനുഷികമാണ്. കഥാകാരന്റെ പ്രധാനപ്പെട്ട മൂന്ന് രചനകൾ തന്നെ തിര്യക്കുകളുടെ നാമത്തിലാണ്. (ആന, ആട്, പൂച്ച). സ്ഥലത്തെ രണ്ടാനകൾ സ്ഥലത്തെ ആകെ ജനസംഖ്യയിലുൾപ്പെടുന്ന വ്യക്തിസത്വങ്ങളാണ്. കടുവാക്കുഴിക്കുന്നിലെ ദിവ്യന്റെ ആസ്ഥാനം വൃക്ഷനിബിഢമാണ്. 'തേന്മാവ്' എന്ന കഥയിലെ വൃക്ഷബോധം മാനുഷികബോധത്തിൽനിന്നു ഭിന്നമല്ല. 'ഞാൻ പൂങ്കാവനമാകുന്നു; പൂവും' എന്നതാണ് മതിലുകളിലെ അനുരാഗത്തിന്റെ പൊരുൾ.

'ഷജറത്തുൽ മുന്തഹാ'യിലെ കുരുവിയുടെ പേരെഴുതിയ കുരുന്നു ഇല വീഴരുതേ എന്ന പ്രാർത്ഥന ഉമ്മായുടെ കാര്യത്തിലെന്നപോലെ ഗൗരവം നിറഞ്ഞതാണ്. ഉറക്കത്തിലേക്ക് വഴുതുന്ന കുഞ്ഞിപ്പാത്തുമ്മയെ വൃക്ഷമായിട്ടാണ് കഥാകാരൻ രൂപണം ചെയ്യുന്നത്. ജീവിതത്തിലെ യുദ്ധപർവ്വത്തിനിടയിലും ഹരിതബോധം കഥാകാരന്റെ ക്രിയയെ രൂപപ്പെടുത്തുന്നു. കാറ്റും മഴയുമുള്ള ഘോര രാത്രികൾ പ്രതീക്ഷിച്ചിരിക്കുന്ന മതിലുകളിലെ നായകൻ സ്ത്രീയുടെ ഗന്ധത്തിലൂടെ പനിനീർ തോട്ടത്തിലേക്കാണ് എത്തിപ്പെടുന്നത്. കസബ പൊലീസ് സ്റ്റേഷനിൽ തടവിൽ കഴിയുമ്പോൾ, ബഷീർ തനിക്കയച്ച കത്തുകളിലൊന്നിൽ 'പയർ മണി

അയക്കുന്നു. കിളുർപ്പിക്കാൻ, പയർവിത്തിന്റെ ഗുണവും തരവും എഴുതിയിട്ടുണ്ട്' – എന്ന് പോഞ്ഞിക്കര റാഫി രേഖപ്പെടുത്തുന്നു. ബഷീർ ജയിലിൽ നിന്നയച്ച കത്തുകളിലൊന്നിലെ റോസാപ്പൂവിതളുകൾ ഇപ്പോഴും സൂക്ഷിച്ചുവെക്കുന്നതായി എൻ. മോഹനൻ രേഖപ്പെടുത്തുന്നു.

ഈ വൃക്ഷബോധത്തിന്റെ വിപരീതമാണ് ബഷീറിന് യുദ്ധവും മാനുഷിക നിസ്സഹായതയും ഊഷരതയും. ശബ്ദങ്ങളിൽ ഈ ഹരിതബോധത്തിന്റെ വിപരീതമെന്തെന്ന് കാണിച്ചുതരുന്നു. 'ചെടി നടുന്നതിന്റെ ഭൗതികമായ അർത്ഥവും, പ്രതീകാത്മകമായ അർത്ഥവും, ബഷീറിന്റെ മുഴുവൻ കൃതികളിലുമുണ്ട്' (മരുഭൂമികൾ പൂക്കുമ്പോൾ) എന്ന നിരീക്ഷണം ഇവിടെ ഓർമ്മിക്കാവുന്നതാണ്.

പുരാവൃത്തത്തിന്റെ ധ്യാനതലം

ധ്യാനതലമാണ് ബഷീർ സൃഷ്ടിക്കുന്ന മിത്തുകളെ വ്യതിരിക്തമാക്കുന്നത്. കഥാകാരന്റെ ഓരോ അനുഭവത്തോടൊപ്പവും ധ്യാനതലം പ്രത്യക്ഷമാണ്. വംശീയതയുടെ ഹരിതം അതിന്മേൽ നമുക്ക് തിരിച്ചറിയാൻ കഴിയുന്നു. കലാകാരനും അവന്റെ സൃഷ്ടിയും തമ്മിൽ അന്തരമില്ല. സംഭവ്യതയുടെ പ്രകൃതിദത്തമായ ഘടകവും നിയന്ത്രണത്തിന്റെ മാനുഷികഘടകവും തമ്മിൽ പൊരുത്തക്കേടില്ല എന്ന് ധ്യാനബുദ്ധ കലാസൂക്തം ബഷീറിലുണ്ട്. തികച്ചും സത്യസന്ധമായ അനുഭവങ്ങളിന്മേലാണ് അദ്ദേഹം കലാഗോപുരം നിർമ്മിക്കുന്നത്.

കെട്ടിപ്പൊക്കിയ ഭാവനയാൽ ബഷീർ അനുഭവത്തെ നിറം പിടിപ്പിക്കുന്നില്ല. ഭ്രാന്തിന് നല്കുന്ന ചികിത്സപോലും ഈ അനുഭവസാക്ഷ്യത്തിനുള്ളിലൂടെ കലയായി രൂപം മാറുന്നു. സർ സി.പി.യുടെ വിശ്വസ്തനായ പൊലീസ് മേധാവി ക്രോസ് വിസ്താരം ചെയ്യുമ്പോഴുള്ള ബഷീറിന്റെ പ്രതികരണത്തിൽപോലും തന്റെ അനുഭവങ്ങളോട് സത്യസന്ധത പുലർത്തുന്ന കലാകാരനെയാണ് കാണാനാവുന്നത്.

'ശശിനാസി'ന് സംഭവിച്ച ദുരന്തം ജൊക്കാസ്താരാജ്ഞിയുടെ താങ്ങാനാവാത്ത കുറ്റവ്യഥയെ ഓർമ്മിപ്പിക്കുന്നു. ഭൂമിയുടെ ചോരയാണ് വെള്ളം എന്ന ശബ്ദങ്ങളിലെ നായകന്റെ വിചാരത്തിന് പിന്നിലെ അനുഭവയാഥാർഥ്യം വായനക്കാരനെ നടുക്കുന്നു. ജന്മദിനം, ടൈഗർ, കഥാബീജം എന്നിവയിലൊക്കെ കഥാകാരന്റെ പാരതന്ത്ര്യാനുഭവവും സ്വാതന്ത്ര്യവും ഘടനാവൈപരീത്യത്തോടെത്തന്നെ പാരസ്പര്യത്തിലെത്തി.

കലയിൽനിന്ന് കലാകാരനേയും അവന്റെ മാധ്യമത്തേയും മാറ്റി നിർത്താനാവാത്ത അവസ്ഥ ഹൈക്കു കവിതകളിലും സെൻപെയിന്റിംഗുകളിലും ദൃശ്യമാണ്. സാങ്കേതികമായ കലാത്മകതയും സുശിക്ഷിതമായ അനൈച്ഛികതയും ഇതിന്റെ മുഖമുദ്രകളാണ്. ഇത്തരം ചിത്രങ്ങൾ വരയ്ക്കാൻ ഉപയോഗിക്കുന്ന ബ്രഷിനുപോലും അതിന്റേതായ ചില

പ്രത്യേകതകളുണ്ട്. ഇടയ്ക്ക് വളവും തുളയുമുള്ള ഈ ബ്രഷ് വരകൾക്കിടയിലൂടെ ഉലയുകയും ഊളിയിടുകയും ചെയ്യുന്നതിലൂടെ കലാകാരന്റെ സോദ്ദേശ്യതകളെ മറികടക്കുന്നു. ബഷീർ ജീവിതാനുഭവങ്ങളെ തന്റെ കലയിലേക്കും അതിന്റെ മാധ്യമത്തിലേക്കും കൊണ്ടുവന്ന രീതി ഏറെക്കുറെ ഇതിനു സമാനമാണ്. ചില ഉദാഹരണങ്ങൾ : പത്രക്കാരൻ കഥാകാരനോടു ചോദിക്കുന്നു.

"നിങ്ങൾ ഒരു മിസ്റ്റിക്കാണോ?"

ഞാൻ പറഞ്ഞു: "ഞാൻ ഒരു പച്ചക്കറിയല്ല!" (ശബ്ദങ്ങൾ)

ധനാഢ്യനായ ഒരു സുഹൃത്ത്, വിശന്നുവലഞ്ഞ കഥാകാരന്, നല്ല ഒരു ഹോട്ടലിൽവെച്ച് സുഭിക്ഷമായ ആഹാരവും കള്ളും വാങ്ങിക്കൊടുക്കുന്നു. വീര്യം കുറഞ്ഞ മദ്യം അകത്താക്കുമ്പോൾ-

"…. എന്നോട് ഇഷ്ടമുള്ള ദുർബ്ബലനായ ഒരു ഷയ്ത്താൻ എന്റെ അകത്തുകടന്നു.'

കള്ളിന് വീര്യം കൂടിയപ്പോൾ-

'ഈ വിധത്തിൽ തറവാടിയായ ഒരു ഷെയ്ത്താനും എന്റെ അകത്തു കടന്നു' (മരണത്തിന്റെ നിഴലിൽ)

ചിന്തയുടേയും ഭാഷയുടേയും സമമിതിയെ (symmetry) അനുഭവങ്ങളുടെ കരുത്തുകൊണ്ട് ബഷീർ തകർക്കുമ്പോഴാണ് ഈ കലാരൂപങ്ങളുണ്ടാകുന്നത്. സെൻ പെയിന്റിംഗു (സെംഗെ)കൾക്ക് നേരെയുള്ള പാശ്ചാത്യരുടെ പ്രധാന വിമർശനം അവ ചിത്രത്തിലെ ജ്യാമിതീയ രീതികളെ തെറ്റിച്ചു സമമിതിയെ അഭാവപ്പെടുത്തുന്നു എന്നതാണ്. ബഷീറും തന്റെ രചനയിൽ പാരമ്പര്യശീലങ്ങളെ (ജ്യാമിതീയ ശീലങ്ങൾ) തെറ്റിക്കുന്നു. 'ലൊട്ടു ലൊടുക്കൂസ് ആഖ്യാദ'ങ്ങളെ തിരസ്കരിക്കുമ്പോഴാണ് ഈ രചനകൾ രൂപപ്പെടുന്നത്. പ്രസിദ്ധ ചിത്രകാരന്മാർ വരച്ച ബഷീർ കഥാപാത്രങ്ങളുടെ രേഖാരൂപങ്ങൾ ശ്രദ്ധിച്ചാലറിയാം. ജ്യാമിതികൾ തെറ്റിക്കുന്നതാണ് അവരുടെ ആകാരക്രമം എന്നത്.

ഈയർത്ഥത്തിൽ 'അ-കല'യാണ് ബഷീറിന്റേത്. അകലാത്മകമാണ് അതിന്റെ രീതിശാസ്ത്രം. അനുഭവത്തിന്മേൽ ബഷീർ പുലർത്തിയ സത്യസന്ധത ഏതൊന്നിനും ധ്വന്യാത്മകത ലഭ്യമാക്കുന്നു. മിത്ത് നിർമ്മാണത്തിലും ഈ സത്യസന്ധതയും ധ്വന്യാത്മകതയും ബഷീറിനെ മറ്റുള്ളവരിൽനിന്ന് വേർതിരിക്കുന്നു.

രണ്ട്

അധിനിവേശത്തിന്റെ പുരാവൃത്തങ്ങൾ

വൈദേശികാധിനിവേശവും അതിന്റെ അധികാരവ്യവസ്ഥയും ഒരു പ്രാദേശിക സമൂഹത്തിലുണ്ടാക്കുന്ന വൈകാരികമായ മാറ്റം പ്രകടിപ്പിക്കുന്ന, മലയാളത്തിലെ ശ്രദ്ധേയമായ നോവലാണ് എം. മുകുന്ദന്റെ *മയ്യഴിപ്പുഴയുടെ തീരങ്ങളിൽ.* ആ പേര് വ്യക്തമാക്കുന്നതുപോലെ, ചരിത്രപരവും യഥാതഥവുമായ ഒരു സ്ഥലം ഈ കൃതിയിലുണ്ട്. എന്നാൽ ഇതൊരു ചരിത്രനോവലല്ല, കഥാസംഭവത്തെയും കഥാപാത്രങ്ങളെയും ഒരു പ്രത്യേക സ്ഥല-കാലപരിധിയിൽ ഒതുങ്ങുന്ന സമൂഹത്തോട് ബന്ധിപ്പിക്കാൻ കലാകാരന് കഴിയേണ്ടതുണ്ട് എന്ന സങ്കല്പം നമ്മുടെ നവോത്ഥാന സാമൂഹികനോവലുകളുടെ സവിശേഷത തന്നെയായിരുന്നു. തകഴിയുടെ കൃതികളിലെ കുട്ടനാടും പൊറ്റക്കാടിന്റെ അതിരാണിപ്പാടവും, എൻ.പി. മുഹമ്മദിന്റെ എണ്ണപ്പാടവും ഖാദറിന്റെ തൃക്കോട്ടൂരുമൊക്കെ ഈയർത്ഥത്തിൽ ഉപസമൂഹങ്ങളുടെ ഉദ്ഗ്രഥിതജീവിതഘടനയെ സ്പർശിക്കുന്നു.

മുകുന്ദന്റെ 'മയ്യഴി'യാകട്ടെ, ഒരു കലാസൃഷ്ടിക്കകത്തെ സ്ഥലം എന്ന നിലയ്ക്ക് കുറേക്കൂടി വ്യത്യസ്തമാണ്. വൈദേശികാധിനിവേശവുമായി ബന്ധപ്പെട്ട ഒരു സ്ഥലം എന്ന നിലയ്ക്ക് അത് ചരിത്രത്തിന്റെ നേരിനെ അറിഞ്ഞിട്ടുള്ള ഒന്നാണ്. കൂടാതെ, വർത്തമാനകാലത്തു നിലനില്ക്കുന്ന സ്ഥലവുമാണത്. ചരിത്രവും ദർശനവുമൊന്നും മാറ്റിനിർത്തി പ്രതിഷ്ഠിക്കേണ്ട ഒരു കലോല്പന്നമല്ല ആധുനിക നോവൽ. ഒരു സങ്കര സംസ്കാരത്തിൽ സംജനിക്കപ്പെടുന്ന വിശ്വാസങ്ങൾ, കഥകൾ, ജീവിതപ്പൊലിമകൾ, മാനുഷിക ബന്ധങ്ങൾ എന്നിവയെല്ലാം മനുഷ്യഭാഗധേയവുമായി ബന്ധിപ്പിച്ച് പുനഃസൃഷ്ടിക്കപ്പെടുന്നു എന്നതാണ് *മയ്യഴിപ്പുഴയുടെ തീരങ്ങളിൽ* എന്ന കൃതിയെ ഒരു മിത്താക്കി മാറ്റുന്നത്.

ആധുനികതയുടെ പ്രശ്നങ്ങൾ

'ആധുനികത' ഒരു ദർശനമെന്ന നിലയ്ക്ക് അവതരിപ്പിച്ചത് മലയാളത്തിൽ, മുകുന്ദന്റേയും കാക്കനാടന്റേയും കൃതികളിലൂടെയാണ്.

സ്വാതന്ത്ര്യാനന്തരകാലഘട്ടം ഒരു തരം നിരാശയുടേതായിരുന്നു. രണ്ടു ലോകയുദ്ധങ്ങൾ യൂറോപ്പിന്റെ രാഷ്ട്രീയ-സാമ്പത്തിക-മാനുഷിക ബന്ധങ്ങളിൽ ഗതിമാറ്റത്തിന് കാരണമായി. സ്റ്റാലിൻ റഷ്യയിലെ പാഠങ്ങൾ, കമ്യൂണിസം ദർശനപരമായ ഒരു പിൻമാറ്റത്തിനോ, കൂടുതൽ സ്വതന്ത്രമായൊരു രാഷ്ട്രീയ ചട്ടക്കൂടിനോ വേണ്ടി ആഗ്രഹിച്ചതായി ലോകത്തെ പഠിപ്പിച്ചു. ശിഥിലീകൃതമായ മാനുഷിക ബന്ധങ്ങളെ പുതുക്കിപ്പണിയുക എന്ന ആഗ്രഹത്തോടെയാണ് ഫ്രഞ്ച് അസ്തിത്വ ദർശനം അക്കാലത്തെ യുവതയെ സ്പർശിക്കുന്നത്. ജർമ്മൻ അസ്തിത്വവാദത്തിന്റെ നാസ്തികഘട്ടം കൂടിയായിരുന്നു ഫ്രഞ്ച് അസ്തിത്വവാദം. ഫ്രഞ്ച് ദാർശനികരായ കമ്യൂ, സാർത്രെ, കാൾയാസ്പേഴ്സ് എന്നിവരായിരുന്നു ഈ ചിന്തയുടെ ആധുനിക ആസൂത്രികർ. മലയാളത്തിൽ ഈ ദർശനത്തിന്റെ അംഗങ്ങളെ കലാപരമായി കൈകാര്യം ചെയ്തത് മുകുന്ദന്റെ തലമുറയാണ്. വ്യക്തിയിൽവന്നുഭവിച്ച സവിശേഷമായ ഒരന്യതാബോധം തന്നെയായിരുന്നു മലായളീകരിക്കപ്പെട്ടപ്പോൾ ഈ ദർശനത്തിന്റെ കാതൽ.

വ്യക്തിയുടെ ഒറ്റപ്പെടൽ ബഷീറും എം.ടി.യും മലയാളനോവലിൽ അതിനുമുമ്പേ കൈകാര്യം ചെയ്തു തുടങ്ങിയിരുന്നു. കുടുംബം, സമുദായം എന്നീ സ്ഥാപനങ്ങൾക്ക് നേരിട്ട ശൈഥില്യം സാംസ്കാരിക കാലാവസ്ഥയിൽ വരുത്തിയ രാസപരിണാമങ്ങളാണ് ഇതിൽ പ്രധാനം. സമൂഹവുമായി നേരിട്ടുള്ള ഒരന്യഥാബോധവും, അത് പ്രദാനം ചെയ്യുന്ന ഒരു രാഷ്ട്രീയ മനോഭാവവും അക്കാലത്ത് രൂപപ്പെട്ടുവരുന്നില്ല.

രാഷ്ട്രീയവത്കരിക്കപ്പെട്ട വ്യക്തിയിലെ സവിശേഷമായ ഒരന്യതാബോധത്തെയാണ് മുകുന്ദന്റെ തലമുറ 'ആധുനികത' എന്ന് പേരിട്ടുവിളിച്ചത്. ആധുനിക യൂറോപ്പിന്റെ തത്ത്വശാസ്ത്രം തുടങ്ങുന്നത് ദെക്കാർത്തെ (Des-cartes) യിലാണ്. സത്തയും (spirit) വസ്തുവും (material) വെവ്വേറെയാണ് എന്ന ദ്വൈതത്തിലധിഷ്ഠിതമാണ് അത്. സമൂഹത്തിൽനിന്ന് കിഴിച്ചുകിട്ടുന്നത് വ്യക്തിക്കും വ്യക്തിയിൽനിന്ന് കിഴിച്ചുള്ളത് സമൂഹത്തിനും കല്പിച്ചുകൊടുക്കുന്ന ആ ഒരു ആശയം തന്നെയാണ് ഇന്നും യൂറോപ്യൻ ദർശനത്തെ ഭരിക്കുന്നത്. ലോകയുദ്ധങ്ങൾക്കു ശേഷം വിപണിവ്യവസ്ഥ പുനർമൂല്യനം ചെയ്യപ്പെട്ടതോടെ ഈ ദർശനം നാഗരിക മനസ്സിന്റെ പ്രത്യേകതകളിലേക്ക് ചുരുങ്ങി. പടിഞ്ഞാറൻ അസ്തിത്വവാദത്തിനും ആ ദുർഗതിയിൽനിന്ന് രക്ഷപ്പെടാനായില്ല.

ഗോത്രസമുദായഘടനയിലും കാർഷികഘടനയിലും ഊന്നുന്ന ഏഷ്യൻ-ലാറ്റിനമേരിക്കൻ രാജ്യങ്ങളിൽ അസ്തിത്വവാദത്തിന്, സ്വാഭാവികമായ വേരുകളുണ്ടായില്ല. അതിനുകാരണം, അടിസ്ഥാനപരമായ ജീവിത-സാംസ്കാരിക മുദ്രകളെ പൊടുന്നനെയൊരു രാസമാറ്റത്തിന് വിധേയമാക്കാൻ കഴിയില്ല എന്നതുതന്നെ. ഗ്രാമീണമായ കേരളീയ സമുദായഘടനയിലും അക്കാലത്ത് അതുതന്നെയായിരുന്നു ഫലം. മുന്നിലോ പിന്നിലോ ഒരു മൂല്യപ്രപഞ്ചവുമില്ലെന്നും തന്മൂലം യാതൊന്നിനും തന്നെ

ന്യായീകരണവും ഒഴിവുകഴിവുകളുമില്ലെന്നും കല്പിക്കുന്ന ഈ ദർശനത്തെ അതിന്റെ കേവല സ്വരൂപത്തിൽ നമ്മുടെ ബുദ്ധിജീവികൾക്ക് അംഗീകരിക്കാൻ കഴിഞ്ഞില്ലെങ്കിലും മനുഷ്യന്റെ ഇച്ഛാസ്വാതന്ത്ര്യത്തെക്കുറിച്ചുള്ള അതിന്റെ കാഴ്ചപ്പാട് അവരൊക്കെ ആർത്തിയോടെ പിടിച്ചെടുക്കുകയുണ്ടായി. 'വ്യക്തി പ്രത്യേക കഴിവുകളുടെ ഒരു സംഘാതമല്ല. സദാ പരിവർത്തനത്തിന് വിധേയമായിക്കൊണ്ടിരിക്കുന്ന ഒരു സ്വത്വം ആകുന്നു' എന്ന അതിന്റെ വ്യക്തി സങ്കല്പം നമ്മുടെ സാഹിത്യത്തിന് കലാപരമായ ഉയിരേകി. ജർമ്മനിയിലെ നാസികളുടെ യുദ്ധകാല ഭീകരതയും അമാനവീകരണ ത്വരയുമാണ് സാർത്രിന്റെ ചിന്തകളെ രൂപപ്പെടുത്തിയത് എന്നത് ആ ചിന്തകൾക്കുള്ള രാഷ്ട്രീയമൂല്യത്തെയാണ് സൂചിപ്പിക്കുന്നത്. പിക്കാസോവിന്റെ ഗർണിക്കയും അയനോസ്കോവിന്റെ കണ്ടാമൃഗവും ഈയർത്ഥത്തിൽ യൂറോപ്പിലെ മനുഷ്യബന്ധങ്ങളുടെ പരിച്ഛേദം തന്നെ.

മയ്യഴി - അധിനിവേശചരിത്രം

അധിനിവേശ സംസ്കൃതിയുടെ ഗന്ധമുള്ള ജീവിതത്തിന്റെ മിത്ത് എന്ന നിലയ്ക്ക് മയ്യഴിപ്പുഴയുടെ തീരങ്ങളിൽ എന്ന കൃതിയെ നോക്കിക്കാണുമ്പോൾ ചരിത്രത്തെ അതിൽനിന്ന് മാറ്റിനിർത്താനാവുകയില്ല. 1721-ൽ ഫ്രഞ്ച് ഈസ്റ്റിന്ത്യാ കമ്പനിയുടെ പ്രതിനിധിയായി മലബാറിലെത്തിയ മൊല്ലന്തേൻ (Mollandin) വടകര വാഴുന്നവരുമായി ഒരു കരാർ ഒപ്പുവെക്കുന്നതോടെ മയ്യഴിയിൽ ഫ്രഞ്ചുചരിത്രം ആരംഭിച്ചു. കടത്തനാട്ടിലെ കുരുമുളകും ഏലവും ചന്ദനവും തന്നെയായിരുന്നു വാണിജ്യപരമായി ഫ്രഞ്ചുകാരേയും ആകർഷിച്ച ഘടകം. കോളണിവല്ക്കരണത്തിൽ, ഇംഗ്ലീഷുകാരുമായി അവർക്ക് നിരന്തരം ഏറ്റുമുട്ടേണ്ടിവന്നു. ഇത്തരം പോരുകളെ അതിജീവിക്കാൻ നാടുവാഴികളുടെ ചേരിപ്പോരുകളെ പ്രോത്സാഹിപ്പിച്ച് മുതലെടുക്കുന്നതിൽ, ഇംഗ്ലീഷുകാരെപ്പോലെ സമർത്ഥരായിരുന്നു ഫ്രഞ്ചുകാരും.1954 ജൂലൈ 16-ന് ഫ്രഞ്ചുഭരണകൂടത്തിന്റെ മയ്യഴി ഭരണാധികാരി (ദെഷാം) ജോർജ്ജ്-ലെ-കാരൻസ് തദ്ദേശീയമായ വിപ്ലവകൗൺസിലിന് അധികാരമേല്പിച്ചു കൊടുക്കുന്നതുവരെ ഏതാണ്ട് രണ്ടര നൂറ്റാണ്ടുകാലം ഫ്രഞ്ചുകാർ മയ്യഴി ഭരിച്ചു.' ഇത്രയും കാലത്തെ ഒരു സങ്കരജീവിതം മയ്യഴിയിൽ ഒരു സാംസ്കാരികപ്പകർച്ചയ്ക്ക് കാരണമായി.

ഈ അധിനിവേശ സംസ്കാരത്തിന്റെ സങ്കരസ്മൃതികളെ രണ്ടുഘട്ടങ്ങളായി ചിത്രീകരിക്കുകയാണ് മയ്യഴിപ്പുഴയുടെ തീരങ്ങളിൽ, ദൈവത്തിന്റെ വികൃതികൾ എന്നീ കൃതികളിൽ മുകുന്ദൻ ചെയ്യുന്നത്.

കുറമ്പിയുടെ പൊടിഡപ്പി

ചരിത്രം തന്റെ കലാനിർമിതിയിൽ മുകുന്ദന് കേവലം അസംസ്കൃത വസ്തുവാണ്. കൃതി ആവാഹനം ചെയ്യുന്ന സാംസ്കാരികവും

കലാപരവുമായ പാഠങ്ങളാണ് പ്രധാനം. കുഴഞ്ഞുമറിഞ്ഞുകിടക്കുന്ന കാലബദ്ധമായ മൂല്യങ്ങൾക്ക് ഒരു മിത്തിന്റെ പാറ്റേൺ സൃഷ്ടിക്കുക യാണ് കലാകാരൻ ചെയ്യുന്നത്.

വൈകാരികവും പരിവേഷപരവുമായ അർത്ഥങ്ങൾകൊണ്ട് മൂടി ക്കിടക്കുന്ന അധിനിവേശ പ്രത്യയശാസ്ത്രപുരാവൃത്തങ്ങളുടെ ഉള്ളു കള്ളികളെ റോളാങ്ങ്ബാർത്ത് തുറന്നുകാട്ടിയിട്ടുണ്ട്. സാമൂഹികാചാര ങ്ങളാണ് ഒരു വ്യക്തിയുടെ സവിശേഷ പ്രവൃത്തി - സ്വഭാവത്തിന് പുരാ വൃത്തമാനം നല്കുന്നത്. ഈ പുരാവൃത്തസ്വഭാവത്തെ രാഷ്ട്രീയമായും പ്രത്യയശാസ്ത്രപരമായും ചൂഷണം ചെയ്യുകയാണ് അധിനിവിഷ്ഠ സംസ്കാരങ്ങൾ ചെയ്യുന്നത്. 'പാരീസ് മാച്ചിൽ' പ്രത്യക്ഷപ്പെട്ട ഒരു ഫോട്ടോയെ അപഗ്രഥിച്ചുകൊണ്ടാണ് ബാർത്ത് ഉദാഹരിക്കുന്നത്. ഫ്രഞ്ച് വേഷത്തിൽ ഒരു നീഗ്രോ പട്ടാളക്കാരൻ ഫ്രഞ്ച് പതാകയ്ക്ക് സല്യൂട്ട് ചെയ്യുന്നത് പ്രഥമദർശനത്തിൽ ഒരു നിഷ്കളങ്കചിത്രം മാത്രമാണ്. അതിന്റെ ദ്വിതീയാർഥതലം (second order of thing) അർത്ഥത്തിന്റെ അടരു കളിൽ മറ്റൊന്നാണ്. ഫ്രാൻസ് മഹത്തായൊരു രാഷ്ട്രമാണെന്നും വർഗ്ഗ വർണ്ണഭാഷാപരമായ ഉച്ചനീചത്വങ്ങളൊന്നുമില്ലെന്നുമുള്ള കേവലവിചാര മാണ് സാമാന്യജനതയിലുണ്ടാക്കുക. ഫ്രാൻസിന്റെ കോളനിയായിരുന്ന അൾജീരിയായുടെ രാഷ്ട്രീയപശ്ചാത്തലത്തിൽ ഈ ചിത്രം മൂടിവെക്കുന്ന അർത്ഥത്തിന്റെ ദ്വിതീയ തലമാണ് പ്രധാനം.

ഫ്രഞ്ചധിനിവിഷ്ട മയ്യഴിയുടെ യഥാർത്ഥചിത്രത്തെ കണ്ടുപിടിച്ചു നോവൽ രചിക്കുക എന്ന രാഷ്ട്രീയലക്ഷ്യമൊന്നും ഇത് രചിക്കുന്ന കാലത്ത് മുകുന്ദനുണ്ടായിരുന്നില്ല. എങ്കിൽ ഇതിന്റെ സ്വഭാവം മറ്റൊന്നാ യിത്തീരുമായിരുന്നു. എന്നിരുന്നാലും ചില ഐതിഹ്യങ്ങളിലൂടെയും മേൽക്കോയ്മാസൂചകങ്ങളിലൂടെയും ആ ചരിത്രഘട്ടത്തിലെ ചില സാമൂ ഹികരാഷ്ട്രീയ യാഥാർത്ഥ്യങ്ങളിലേക്ക് കൃതി വെളിച്ചം നല്കുന്നുണ്ട്. കുറമ്പിയുടെ പൊടിഡപ്പി ഇതിനൊരൊന്നാന്തരമുദാഹരണം.

കുറമ്പിയുടെ സ്മരണയിലൂടെയാണ് മയ്യഴിയിലെ പ്രിയപ്പെട്ടവരായ ഫ്രഞ്ച്സായ്പന്മാരുടെ ജീവിതം ചുരുളഴിയുന്നത്. മൂന്ന് തലമുറ കുറമ്പിക്ക് സമ്മാനിച്ച അനുഭവങ്ങളാണ് ഗൃഹാതുരത്വത്തോടെ ഈ മുത്തശ്ശി ഹൃദയത്തിന്റെ ചെപ്പിൽ സൂക്ഷിച്ചുവെച്ചിരിക്കുന്നത്. പേര മകനായ ദാസന് കുട്ടിക്കാലത്ത് പറഞ്ഞുകൊടുക്കുന്ന കഥകളിലൂടെ യാണ് കാല്പനികതയുടെ സമൃദ്ധിയുള്ള കഥകൾ കുറമ്പിയിലൂടെ അനാ വരണം ചെയ്യുന്നത്. കൃതിയിലെ, ഭൂതകാലത്തിന്റെ പ്രാതിനിധ്യം കൈയാ ളുന്ന ആഖ്യാതാവ് കൂടിയാണ് ഈ നോവലിലെ കുറമ്പി.

കുറമ്പിയുടെ പൊടിഡപ്പി ഈയർത്ഥത്തിൽ ഭൂതകാലത്തിലേക്കു സഞ്ചരിക്കാനുള്ള ഒരു ഗന്ധപ്രതീകമാണ്. ലാലിപ്രഭ്വിയുടെ ബന്ധുവെന്ന് അവകാശപ്പെട്ടിരുന്ന ക്ലെമാം സായ്പ്, സായ്പിന്റെ മകനും മയ്യഴിയിലെ ഏറ്റവും സുന്ദരനുമായിരുന്ന ലെസ്ലിയും ഭാര്യ മിസ്സിയും അവരുടെ

മക്കളായ അൽബേറും ഗസ്തോനും എന്നിവരടങ്ങുന്ന മൂന്ന് തലമുറയുടെ ഭാഗധേയത്തിന്റെ കഥ തന്റെ ഗന്ധങ്ങളിലൂടെ കുറമ്പി പിടിച്ചെടുക്കുന്നു. അധിനിവേശ സംസ്കാരത്തോട്, ഗുഹാതുരതയൂറുന്ന കൂറ് പ്രകടിപ്പിക്കുന്ന നിരവധി മുത്തശ്ശിമാരുടെ പ്രതിനിധിയാണ് ഈ കഥാപാത്രം. ലെസ്ലി സായ്പിന്റെ കുതിരക്കുളമ്പടിയൊച്ചയിലൂടെ ആ കാലത്തിന്റെ ചലനാത്മകതയേയും അധികാരത്തിന്റെ പ്രൗഢിയേയും ആവാഹിച്ചെടുക്കാൻ അവർക്ക് കഴിയുന്നു. വർത്തമാനം ഒരർത്ഥത്തിൽ കുറമ്പിക്ക് തന്റെ ഭൂതകാലമാണ്. ദാസൻ ഫ്രാൻസിൽ പോയി പഠിച്ച് വലിയ ദരസരായി ലെസ്ലിയെപ്പോലെ കുതിരപ്പുറത്ത് സഞ്ചരിക്കണമെന്നതാണ് കുറമ്പിയുടെ ചിരകാലാഭിലാഷം.

അധീശത്വത്തിന്റെ അർഥവ്യാപ്തി

മുകുന്ദന്റെ നോവലിലെ ജനത നാലു തരക്കാരാണ്. ഫ്രഞ്ചുകാർ, സങ്കരവർഗ്ഗക്കാരായ ചട്ടക്കാർ, അധികാരിവർഗ്ഗത്തോട് കടപ്പാടുള്ള ഇന്ത്യക്കാർ, ഫ്രഞ്ച് അധിനിവേശത്തിനെതിരെ നിലകൊള്ളുന്ന കമ്യൂണിസ്റ്റുകളും മറ്റുള്ളവരും. ഏതൊരു അധീശത്വവും പുതിയൊരു ദൃശ്യ-ശ്രവ്യ സംസ്കാരവ്യവസ്ഥയുടെ നിർമിതിയിലൂടെയാണ് മേൽക്കോയ്മ സ്ഥാപിക്കുന്നത്. അവർ കൈയാളുന്ന സമൂഹത്തിൽ, മുമ്പേ നിലവിലിരുന്ന ബിംബങ്ങൾ, പ്രതീകങ്ങൾ, വിശ്വാസങ്ങൾ, ആചാരക്രമങ്ങൾ എന്നിവയ്ക്ക് ചില അർത്ഥലോകങ്ങളെ നേരിടേണ്ടതായി വരും.

പലേ ദ്ഴ്യൂസ്തിസ്, റ്യൂദ് റസിദാംസ്, റ്യൂദ് ലഗ്ലീസ്, റ്യൂദ് ലാഗാർ, എക്കോൽ ദഫിയ്യ, എക്കോൽ ഗേർസോം, ദെഷാം എന്നീ സ്ഥല-സ്ഥാപന-സ്ഥാന വ്യവസ്ഥയെക്കുറിക്കുന്ന ശബ്ദ-നാമക്രമങ്ങൾ സക്രത്തേര് കരുണൻ, സർ ഴാം റാംത്രെ കുഞ്ഞീക്കണ്ണേൻ, മൂസ്യേ സർ ചെക്കുമൂപ്പൻ, മദാം കണാരി - എന്നിങ്ങനെ വ്യക്തിനാമങ്ങളിലെ സ്ഥാന സാങ്കര്യം - ഇവയൊക്കെ ഒരധികാരവ്യവസ്ഥയോട് ഗ്രാമീണചിത്തത്തിനു വിധേയത്വമുണ്ടാക്കാൻ പര്യാപ്തമാണ്. അധികാരിവർഗ്ഗമുപയോഗിക്കുന്ന മുദ്രകൾ, പ്രതീകങ്ങൾ, വസ്തുക്കൾ എന്നുവേണ്ട എല്ലാറ്റിനും പരിവേഷം കല്പിക്കപ്പെടുന്നു. പഠനം പൂർത്തിയാക്കി വിജയിച്ചുവന്ന ലെസ്ലിയെ സ്വീകരിക്കാൻ ക്ലെമാം സായ്പ് ഒഴുക്കിയ മദ്യംപോലും പുതിയ അർത്ഥകല്പനകൾ നിർമിക്കുന്നു. കുഞ്ചക്കൻ തെരുവുവിളക്കുകൾ കത്തിക്കാനുപയോഗിക്കുന്ന ഏണിയും എണ്ണടിന്നും കുറമ്പിക്ക് ആരാധ്യമായിത്തീരുന്നതോർമിക്കുക. സായ്പിന് കള്ളൊഴുക്കുന്ന ഉണ്ണിനായർ സമൂഹത്തിന് ബഹുമാന്യനാണ്. ഇത്തരമൊരു സങ്കരസംസ്കൃതിയിൽ മൂല്യങ്ങൾക്കും സങ്കല്പങ്ങൾക്കും, ദൈവം നീതി പ്രണയം അധികാരം.... എന്നുവേണ്ട എല്ലാറ്റിനും ഒരു പുനർനിർവ്വചനം ആവശ്യമായിത്തീരുന്നു.

ഴാന്ന് ദാർക്കും കുഞ്ഞിമാണിക്കവും

കുറമ്പി ദാസന് പറഞ്ഞുകേൾപ്പിക്കുന്ന കഥകളിൽ സ്വദേശിയും വിദേശിയും സമ്മിശ്രവുമുണ്ട്. ഭൂതകാലത്തിന്റെ കലിഡോസ്കോപ്പ്

ആണ് വായനക്കാരന് ഈ കഥകൾ. വാമൊഴി സംസ്കാരഘടനയിൽ, ഭൂതകാലമൂല്യങ്ങൾ നിർദ്ധാരണം ചെയ്യപ്പെടുന്ന കരുത്തുറ്റ ശ്രാവ്യ മാധ്യമം കൂടിയാണ് കുറമ്പി. ശ്രദ്ധേയമായ രണ്ടുകഥകൾ പരിശോധിക്കാം.

ബ്രിട്ടീഷുകാർക്കെതിരെയുള്ള പടയോട്ടത്തിൽ ഫ്രഞ്ച് സൈന്യത്തിന് രക്ഷകയായിത്തീർന്ന ഇടയപ്പെൺകുട്ടിയുടെ (ഴാന്ന് ദാർക്ക്) കഥയാണ് ഒന്നാമത്തേത്. മൈക്കേൽ പുണ്യവാളന്റെ സാന്നിധ്യമാണ് അവളെ യുദ്ധ ഭൂമിയിലേക്ക് പോകാൻ പ്രേരിപ്പിക്കുന്ന ഒരു ഘടകം. ബ്രിട്ടീഷുകാരുടെ വാളിനിരയായി 'തുലീപ്പുഷ്പം' പോലെ കിടക്കുന്ന അവളെ ശത്രു വീണ്ടും ചിതയിലെറിയുന്നു. ആ രാജ്യസ്നേഹിയാവട്ടെ, ചിതയുടെ ചൂടിനെ മറികടക്കുന്നു.

ഏതൊരു മിത്തിലെ കഥനാംശങ്ങളിലും ഓരോ ധർമങ്ങളുടെ നിർവഹണമുണ്ടെന്ന് ട്രോബിയൻ ദ്വീപിലെ മിത്തുകളിൽ പഠനം നടത്തി. ബ്രോണിഷ്ലോ മെലിനോവ്സ്കി സ്ഥാപിച്ചിട്ടുണ്ട്. ആത്മാവിനെ സ്പർശിക്കുന്ന ജഗദ്വിഷയകമായ സംഭവങ്ങളോ നിഗൂഢാർഥകമായ ആവേഗങ്ങളോ മാത്രമല്ല, സാമൂഹികസ്ഥാപനങ്ങളുടെ ധർമ്മപരമായ വളർച്ചയെ, പാരമ്പര്യ വിചാരങ്ങളെ, മനോഭാവങ്ങളെ, എന്നുവേണ്ട സകലതിനെയും ഉദ്ദീപിപ്പിക്കുന്ന സാമൂഹ്യപ്രമാണങ്ങളത്രെ അവ. മേൽപ്പറഞ്ഞ കഥയിലെ സൂചകങ്ങൾ പരിശോധിക്കുമ്പോൾ നമുക്കിത് ബോധ്യമാകും. ശത്രുവിന്റെ വാളേറ്റ് തുലീപ് പുഷ്പം' പോലെ ചോരയിൽ കുളിച്ചുകിടന്നതും പോരാതെ വീണ്ടും ചിതയിലെറിയപ്പെടുന്നതും ആ സന്ദിഗ്ധതയെ ധൈര്യപൂർവ്വം നേരിടുന്നതുമെല്ലാം ആ കാലത്തെ ഫ്രഞ്ചുകാരുടെ പ്രധാന രാഷ്ട്രീയ ശത്രുവിന് നേരെ നിന്ദയും പകയും ജനിപ്പിക്കാൻ പോന്നവയാണ്. മൈക്കേൽ പുണ്യവാളന്റെ സാന്നിദ്ധ്യമാകട്ടെ, ആ കഥയോട് വിശ്വസ്തതയും ഭക്തിയും ഉദ്ദീപിപ്പിക്കുന്നു. മയ്യഴിയിലെ ഏതൊരു മുത്തശ്ശിക്കും കണ്ണീർപൊഴിക്കാതെ ഴാന്ന് ദാർക്കിന്റെ കഥ പറയാൻ കഴിയില്ല എന്ന പ്രസ്താവനയും കഥാകാരന്റേതായുണ്ട്. അധിനിവേശത്തിന്റെ ആദ്യഘട്ടത്തിലാവണം ഇത്തരം വീരകഥകളുടെ വരവ്.

കുഞ്ഞിമാണിക്കത്തിന്റേയും വൈശ്രവണൻ ചെട്ടിയുടെയും കഥ അധികാരത്തിന്റെ ദ്വിതീയഘട്ടത്തെ ഓർമ്മിപ്പിക്കുന്നു. വിലപിടിപ്പുള്ള ആകർഷക വസ്തുക്കൾ നൽകി മയ്യഴിയിലെ മതിമോഹിനിയെ പ്രാപിക്കുക എന്ന ചെട്ടിയുടെ ഒടുങ്ങാത്ത ദാഹത്തിന്റെ കഥയാണിത്. ഓരോ ദിവസവും, വിലപ്പെട്ടതെല്ലാം വാങ്ങിവെച്ച്, സായ്പന്മാർ അകത്തുണ്ട് എന്നുപറഞ്ഞ് ചെട്ടിയെ മടക്കി അയയ്ക്കുന്നു. കുഞ്ഞിമാണിക്കത്തിൽ ആശ മൂത്ത് ആഗ്രഹനിവൃത്തിയാകാതെ ചെട്ടിമരിക്കുന്നു. ചെട്ടിയുടെ ആത്മാവ്, പൊന്മാണിക്യമേന്തിയ പാമ്പിന്റെ രൂപത്തിൽ കുഞ്ഞിമാണിക്കത്തെ പിന്തുടരുന്നു. സർപ്പബാധ ഒഴിപ്പിക്കാൻ മലയൻ കുറമ്പന്റെ മന്ത്രവാദങ്ങളുമുണ്ട് കഥയിൽ. എന്നിട്ടും ഒഴിഞ്ഞുപോകാതെ, ഒരു ദിവസം സർവ്വാംഗവിഭൂഷിതയായ വേശ്യയെ സർപ്പം പ്രാപിക്കുന്നു. കുഞ്ഞിമാണിക്യത്തിന്റെ അന്ത്യവും സംഭവിക്കുന്നു.

അധിനിവേശത്തിന്റെ പുരുഷപ്രധാനമായ ആന്തരപാഠം ഈ കഥയിലുണ്ട്. ദേശിയായ ഒരു പുരുഷവികാരത്തെ വിദേശിയായ പുരുഷവികാരത്തിന് കീഴൊതുക്കാൻ ദേശിയായ ഒരു ബിംബത്തെ പ്രയോജനപ്പെടുത്തുന്നു എന്നതാണത്. പ്രതീകാത്മകമായ ഒരു കീഴടക്കൽ രീതിയിവിടെയുണ്ട്. ഏത് ആധിപത്യത്തിലും ദേശിയായ ലൈംഗികത സുപ്രധാനമായ ഒരു ഘടകമാണെന്നും ഇതിൽ പാഠമുണ്ട്. മന്ത്രവും സർപ്പവുമെല്ലാം ചേർന്ന് ഒരു യക്ഷിക്കഥയുടെ പരിവേഷവും കഥയ്ക്കുണ്ട്. അധിനിവേശത്തിന്റെ ഒരു പ്രത്യേകഘട്ടം പിന്നിടുമ്പോൾ, പരിണാമവിധേയമായ പ്രാദേശികമനസ്സിന്റെ, അബോധത്തിൽ കിടക്കുന്ന ദേശവികാരം തന്നെയാണ് കുഞ്ഞിമാണിക്കത്തിന്റെ തോൽവിയും പാമ്പായിത്തീർന്ന ചെട്ടിയുടെ ജയവും. ഏതൊരു സംസ്കാരത്തിന്റേയും വംശീയഗുണത്തെ പൊടുന്നനെ നശിപ്പിക്കാനാവില്ലെന്ന് ഇത് കാണിക്കുന്നു. ഈ കഥയുടെ മറ്റൊരു പ്രത്യേകത, അധിനിവേശവും അതിന്റെ അധികാരവ്യവസ്ഥയും പ്രാദേശികമനസ്സിൽ സൃഷ്ടിക്കുന്ന ഉപഭോഗ മനഃസ്ഥിതിയാണ്. ആകർഷകവസ്തുക്കൾ പാട്ടിലാക്കുന്നതിൽ കുഞ്ഞിമാണിക്കത്തിനുള്ള ആസക്തി മറ്റൊന്നല്ല കാണിക്കുന്നത്. നോവലിലെ കുഞ്ഞിച്ചിരുതയും ദാവീദ് സായ്പും തമ്മിലുള്ള വിചിത്രബന്ധം കുഞ്ഞിമാണിക്കത്തിന്റെ കഥയുടെ വർത്തമാനകാല വികാസമാണ് എന്ന് കരുതുന്നതിൽ തെറ്റില്ല.

അതതുകാലത്തെ വിചാരഘടനയാണ് അതതുകാലത്തെ സംസ്കാരം എന്ന് റെയ്മണ്ട് വില്യംസ് അഭിപ്രായപ്പെട്ടിട്ടുണ്ട്. സങ്കരസമൂഹത്തിലാവട്ടെ, വിദേശിയായ ഒരു വിചാരഘടനയ്ക്കു ദേശിയായ ഒരു വിചാരഘടനയെ നേരിടേണ്ടതുണ്ട്. മേൽക്കോയ്മ സംസ്കാരത്തിന്റെ ദൃശ്യപ്പൊലിമ ഇതിനുവേണ്ടി സമർത്ഥമായി പ്രദർശിപ്പിക്കപ്പെടുക സ്വാഭാവികമാണ്. നോവലിലെ പശ്ചാത്തലവസ്തുക്കളും ഭംഗികളും നമ്മെയോർമ്മിപ്പിക്കുന്നത് മറ്റൊന്നല്ല. ലെസ്ലി സായ്പിന്റെ കുതിര, മൂപ്പൻ സായ്പിന്റെ നിഗൂഢത നിറഞ്ഞ ബംഗ്ലാവ്, അലങ്കരിക്കപ്പെട്ട ഫ്രഞ്ച് നാമാധിഷ്ഠിതമായ തെരുവീഥികൾ, അർദ്ധരാത്രിയോളം നീണ്ടുനില്ക്കുന്ന വീഞ്ഞുപാർട്ടികൾ, വർണപ്രഭ ചൊരിയുന്ന തെരുവുവിളക്കുകൾ, കുതിര വണ്ടികൾ, സിനിമ.... എന്നിവ ഈ വിചാരഘടനയിലെ മേൽക്കോയ്മ ബിംബങ്ങളായി മാറുന്നു. കുഞ്ഞനന്തൻ മാസ്റ്ററുടെ പൂമുഖത്ത് ചില്ലിട്ട് വച്ചിരിക്കുന്ന കമ്മ്യൂണിസ്റ്റ് ആചാര്യന്മാരുടെ ചിത്രങ്ങളിൽ, വലിയ മീശയുള്ള സ്റ്റാലിനെയാണ് കുഞ്ഞിച്ചിരുത ഏറെ ഇഷ്ടപ്പെടുന്നത്. സ്റ്റാലിനെ കണ്ടിട്ട് 'കോമ്മിസ്സാറെക്കാൾ വലിയ ആളാണോ?' എന്നാണവൾക്കറിയേണ്ടത്. കുറമ്പിയിൽ, ലെസ്ലിയുടെ കുതിരക്കുളമ്പടിയൊച്ച തികട്ടിവരിക പതിവാണ്. നോവലിൽ ഭൂതകാലത്തെ ഒരു പ്രത്യേക താളഘടനയിലേക്ക് കൊണ്ടുവരാൻ ഇവ സഹായകമാണ്. വിധേയത്വത്തിന്റെ മനഃശാസ്ത്രവും അതിന്റെ സന്നിഗ്ദ്ധ ഭാവവും മയ്യഴിയിലെ മാനുഷ്യകത്തിന്റെ പരിണാമം കുറിക്കുന്നു.

അസ്തിത്വത്തിന്റെ ജ്വലനവും പിന്മാറ്റവും

മയ്യഴിപ്പുഴയുടെ തീരങ്ങളിൽ നമ്മെ ഹഠദാകർഷിക്കുന്ന, ജീവിക്കുന്ന മിത്താണ് ഗസ്തോൻ എന്ന ഷണ്ഡൻസായ്പ്. നോവലിലെ ഭൂതകാലത്തെയല്ല വർത്തമാനത്തെയാണ്, ലെസ്ലിയുടേയും മിസ്സിയുടേയും ഈ പുത്രൻ ദുരന്തവർണ്ണമുള്ളതാക്കുന്നത്. നീലക്കണ്ണുള്ള, മയ്യഴിയിലെ ഈ സുന്ദരൻ കൗമാരത്തിലെ ഒരു പിൻവാങ്ങൽ മനോഭാവം കാണിക്കുന്നുണ്ട്. ലെസ്ലിയുടെ സുഹൃത്തായ ദാമുറൈട്ടറുടെ നിർബന്ധത്തിനു വഴങ്ങി അയാൾ വിവാഹത്തിന് സമ്മതിക്കുന്നു. കൊയ്യോത്തിപ്പൂക്കളുടെ നിറമുള്ള ചുണ്ടുകളും വീഞ്ഞിന്റെ നിറമുള്ള കണ്ണുകളുമുള്ള ഒരു ശുദ്ധ ഫ്രഞ്ചുകാരിയെ ലെസ്ലി മകന് വേണ്ടി കണ്ടെത്തുകയുണ്ടായി. എന്നാൽ, ഫ്രാൻസിൽ മധുവിധു കഴിഞ്ഞു തിരിച്ചുവന്ന ഗസ്തോനോടൊപ്പം അവളുണ്ടായിരുന്നില്ല.

ഗസ്തോന്റെ കാലത്തിൽ വിരുദ്ധപ്രകൃതി ശ്രദ്ധേയമാണ്. അസ്തിത്വത്തിന്റെ ജ്വലനവും (positive) പിൻവാങ്ങലും (negative). ഇതിൽ രണ്ടാമത്തേത് ദീർഘമായ കാലമാണ്. തന്റെ സ്വകാര്യമുറിയിലേക്ക് കാലത്തെ ചുരുക്കുന്നു. ഗസ്തോന് 'ഗിറ്റാർ' മാത്രമാണാശ്രയം. തന്റെ ജ്വലനകാലത്തെയും പിൻവാങ്ങലിന്റെ വ്യഥയേയും ശ്രുതിമീട്ടാനുള്ള ഏക സുഹൃത്ത്. ഗസ്തോൻ ഷണ്ഡനാണ് എന്ന കാര്യം മയ്യഴി മുഴുവൻ അറിയുന്നു. ഷണ്ഡത്വം അസ്തിത്വമില്ലായ്മയുടെ പ്രാകൃതികമായ അവസ്ഥ കൂടിയാണ്. ഷണ്ഡത്വം ഒരവസ്ഥയാണെങ്കിൽ, ഷണ്ഡത്വഭീതി സമൂഹത്തിന്റെ കണ്ണിൽ രോഗമാണ്.

ഏത് കീഴടക്കലിന്റെ ചരിത്രവും പ്രതീകാത്മകമായി പ്രജനനശേഷിയുടേതാണ്. ഋതുഭേദങ്ങളുടെ അടിസ്ഥാനത്തിൽ യുങ് മിത്തുകൾക്ക് അർത്ഥം കല്പിക്കുന്നതിന്റെ അടിസ്ഥാനമിതാണ്. വസന്തവും (spring) ശിശിരവും (autumn) ക്രമത്തിൽ ഏത് മിത്തിലും ആവർത്തിക്കുന്നതായി അനുഭവപ്പെടുന്നു. സംസ്കാരത്തിന്റെ പ്രജനനശേഷി കീഴടക്കലിൽ ഒരായുധമായി ഉപയോഗിക്കുന്നു. ഫ്രഞ്ച് അധിനിവേശത്തെ ഒരു മിത്തായി സങ്കല്പിക്കുമ്പോൾ, അതിന്റെ വിരുദ്ധമായ അവസ്ഥകളെ ഒരു കഥാപാത്രത്തിലൂടെ ചിത്രീകരിക്കുന്ന രീതി ഗസ്തോന്റെ ഷണ്ഡത്വത്തിൽ വായിച്ചെടുക്കാൻ പറ്റും. ആയുധത്തിന്റെ തുരുമ്പിക്കൽ (ഷണ്ഡത്വം) തന്നെയാണ് ഗസ്തോന്റെ കഥയിലൂടെ സൂചിതമാകുന്നത്.

മമ്മിയുടെ മരണം പോലും അയാളെ ചലിപ്പിച്ചില്ല. ഗിറ്റാറിൽ കാലത്തിന്റെ ശ്രുതി ഒന്നുകൂടി മുറുകി. ഒരു ഘട്ടമവസാനിച്ചതോടെ ഗസ്തോൻ തന്റെ സ്വകാര്യമുറിയും ഗിറ്റാറുമുപേക്ഷിച്ച് മയ്യഴിയിലേക്കിറങ്ങി. ഭൂതകാലത്തിൽനിന്ന് ഓർമ്മിച്ചെടുക്കാവുന്ന സർവ്വസൗഹൃദങ്ങളും പുതുക്കി. ഒരനുഷ്ഠാനം എന്നപോലെ മയ്യഴിക്കാർ സായ്പിന്റെ ചെയ്തികളെ നോക്കി വിസ്മയം കൊണ്ടു. അവസാനമയാൾ ഷണ്ഡത്വം ബാധിച്ച തന്റെ സ്വത്വത്തെ, കടലിന് സമർപ്പിച്ചു. വംശത്തിലെ അവസാനത്തെ

കണ്ണിയാണ് ഗസ്തോൻ. മയ്യഴിക്കാരുടെ വിശ്വാസമനുസരിച്ച്, വെളിയാങ്കല്ലിലേക്ക് അയാളുടെ ആത്മാവും പ്രവേശിക്കുന്നു എന്നിടത്ത് ഉയർച്ചയുടെയും അതിനേക്കാൾ വലിയ തകർച്ചയുടേയും നൈരന്തര്യം ഒരു കടങ്കഥയല്ലാതാവുന്നു,

ദൈവത്തിന്റെ വികൃതികളിലെ കുഞ്ഞാമൻ വക്കീലിൽ ഷണ്ഡൻ സായ്പിന്റെ ദേശിയായ ഒരു തുടർച്ച കാണാം. അറിവും വിദ്യാഭ്യാസവുമുള്ള വക്കീൽ, ഫ്രഞ്ചുകാർ മയ്യഴി ഉപേക്ഷിച്ചുപോയപ്പോൾ തദനുസൃതമായ തീരുമാനമെടുത്തില്ല എന്നതാണയാളുടെ ദുരന്തഹേതു. ജീവശാസ്ത്രപരമായി കുഞ്ഞാമൻ വക്കീൽ ഷണ്ഡനല്ലെങ്കിലും മയ്യഴിയിൽ അയാളുടെ ഒറ്റപ്പെടൽ ഗസ്തോന്റെ പ്രവാസത്തെ ഓർമ്മിപ്പിക്കുന്നുണ്ട്. തന്റെ മക്കളെ ഫ്രാൻസിലയച്ച് പഠിപ്പിക്കണമെന്ന ആഗ്രഹം പോലും സാക്ഷാത്കരിക്കപ്പെടുന്നില്ല.

ഒരു സാമൂഹികഘടനയിൽ കാലത്തിന്റെ മാറ്റം ഉപസമൂഹങ്ങളെ സൃഷ്ടിക്കുന്നു. ഗസ്തോനിൽ തുടങ്ങിയ ഈ പിൻവാങ്ങൽ ദൈവത്തിന്റെ വികൃതികളിൽ പഴയ അധികാരഘടനയുമായി ബാന്ധവം പുലർത്തിയ ചട്ടക്കാരുടെ ദുരന്തത്തിലവസാനിക്കുന്നതു കാണാം. പുത്തൻപണത്തിന്റെ നവീന ഉപസാമൂഹികവ്യവസ്ഥ പുതിയ സാമ്പത്തികക്രമങ്ങളും ബന്ധങ്ങളും സൃഷ്ടിക്കുന്നു. മഗ്ഗി മദാമ്മയുടേയും അൽഫോൻസിന്റേയും ദുരന്തത്തിന്റെ മാനം മറ്റൊന്നല്ല. എന്നെങ്കിലുമൊരിക്കൽ മേഘങ്ങളും മഴവില്ലുകളും കടന്ന് ആ വലിയ മായാജാലക്കാരന്റെ അരികിൽ ചെല്ലണം. ആ വലിയ മായാജാലങ്ങൾ പഠിക്കണം എന്ന് അൽഫോൻസ് അഭിലഷിച്ചെങ്കിലും മയ്യഴിയുടെ ജാതകം മാറിയതോടെ എല്ലാമവസാനിച്ചു.

ആടിനെ പോറ്റുന്ന ചാത്തു, ആടിനെ പോറ്റാത്ത ചാത്തുവായി മാറുന്ന ഉപസാമൂഹ്യതയെ വരച്ചിടുന്നു മുകുന്ദൻ. ചാത്തുവിന്റെ ധനികനായ മകൻ മാഗിയുമായി നടത്തുന്ന അവിഹിതവേഴ്ച മറ്റൊരു സാമൂഹിക-സാംസ്കാരിക ക്രമത്തെ സൂചിപ്പിക്കുന്നു. മാഗിയുടേയും അൽഫോൻസിന്റേയും മകൾ എൽസി തന്റെ ദുരന്തഭൂമികയിലൂടെ സഞ്ചരിച്ച് അവസാനം മയ്യഴിയിലെ പ്രസിദ്ധ വേശ്യയായിത്തീരുന്നതിന്റെ സൂചന നോവലിലുണ്ട്. പുതിയ മയ്യഴിയുടെ അധികാരത്തിന്റെ പ്രതിനിധിയാണ് ധർമ്മപാലൻ. ഒരു കീഴടങ്ങലുമില്ലാതെ ചരിത്രത്തിന് അനുസ്യൂതിയില്ല. വസന്തത്തിന്റേയും ശിശിരത്തിന്റേയും ക്രമമായ പിന്തുടർച്ചയുടെ ഋതുമിത്തുകൾ.

അധികാരത്തിന്റെ സ്നിഗ്ദ്ധപ്രമേയം

ചരിത്രത്തേക്കാൾ സത്യസന്ധമായ വൈകാരിക ചരിത്രസത്യമന്വേഷിക്കുന്നവനാണ് കലാകാരൻ. അവസാനിക്കാൻ പോകുന്ന ഫ്രഞ്ച് അധിനിവേശത്തോടും അതിന്റെ കാല്പനികമായ ഭൂതകാലത്തോടും നിലനില്ക്കുന്ന ഗൃഹാതുരത ഒരു വശത്ത്, മറുവശത്ത് വിമോചനത്തിനു വേണ്ടിയുള്ള പടയൊരുക്കം - വിരുദ്ധരൂപമായ രണ്ടു ഉപപ്രമേയങ്ങളാണ്

മയ്യഴിപ്പുഴയുടെ തീരങ്ങളിൽ എന്ന കൃതിയുടെ പ്രധാന പ്രമേയത്തെ സൃഷ്ടിക്കുന്നത്.

അതത് കാലഘട്ടത്തിലെ രാഷ്ട്രീയമായ അടിയൊഴുക്കുകൾ ഒരു സംസ്കാരത്തെ നിർണ്ണയിക്കുന്നതിൽ മുഖ്യപങ്കുവഹിക്കുന്നുണ്ട്. ബാഹ്യ ചക്ഷുസ്സുകൾക്കു തിരിച്ചറിയാൻ കഴിയാത്ത ഒരു സ്ഥിരമായ പ്രശ്നം (permanent problem) അതിലുണ്ടാകും. ഒരു സംസ്കാരത്തിനകത്തെ ഉപ സാമൂഹികതകളിൽ നിലനില്ക്കുന്ന സൂചകങ്ങൾ തമ്മിലുള്ള പാര സ്പര്യത്തിലൂടെ നിർദ്ധാരണം ചെയ്തു കിട്ടുന്ന വസ്തുതകളുടെ അടി സ്ഥാനത്തിലാണ് അവ കണ്ടെത്തേണ്ടത്. ഒരധിനിവേശപ്രദേശത്ത്, ഈ സൂചകങ്ങളുടെ ബാന്ധവം സങ്കരസമൂഹത്തിന്റെ പ്രത്യേകതകളെ സൃഷ്ടിക്കുന്നു. സവിശേഷമായ ഒരു ആദാന-പ്രദാന വ്യവസ്ഥ നില വിൽ വരികയും ചെയ്യുന്നു.

ഇന്ത്യ ആക്രമിച്ച വിദേശീയരിൽ ഏറെക്കുറെ സംസ്കൃതചിത്തരാ യിരുന്നു ഫ്രഞ്ചുകാർ. ഫ്രഞ്ചുവിപ്ലവം സമ്മാനിച്ച ബോധന-ക്രിയാശക്തി തന്നെയായിരിക്കണം ഇതിനൊരു കാരണം. രാഷ്ട്രീയ സ്വാതന്ത്ര്യത്തിന്റെ വ്യാഖ്യാനങ്ങൾ ശ്രദ്ധേയമായൊരു വിപ്ലവത്തിന് കളമൊരുക്കിയ ഫ്രാൻസിൽ തന്നെയാണ് പിൽക്കാലത്ത്, അസ്തിത്വവാദത്തിന് നവീന മായ കൈവഴിയുണ്ടായതും എന്നത് സ്മരണീയമത്രെ. 19-ാം ശതക ത്തിന്റെ ഉത്തരാർദ്ധത്തിൽ ജീവിച്ച ബ്രിട്ടീഷ് രാഷ്ട്രീയ ചിന്തകൻ ചാംബർലയ്ൻ സിദ്ധാന്തിച്ചത്. കച്ചവടം തന്നെ സാമ്രാജ്യം (Empire is Commerce) എന്നായിരുന്നു. പോർച്ചുഗീസുകാരാകട്ടെ, അങ്ങേയറ്റം ക്രൂര ന്മാരായിരുന്നു. എന്നാൽ ഫ്രഞ്ചുകാർക്കുകിട്ടിയ മയ്യഴി പോലുള്ള പ്രദേശ ങ്ങളിലെല്ലാം പ്രാദേശിക ജീവിതത്തിന്റെ നൈസർഗ്ഗികബന്ധങ്ങളോട് അവർ ഗാഢമായ കൂറു പുലർത്തി. അവരിൽ പലരും ഗ്രാമീണരെ സംബ ന്ധിച്ചിടത്തോളം കാല്പനികമായ കഴിവുകൾ നിറഞ്ഞ നായകന്മാരായി രുന്നു. കഥാപാത്രത്തിന്റെ പേരിൽ സങ്കല്പിക്കപ്പെടുന്ന ഈ കാല്പനിക പക്ഷപാതിത്വമാണ് കുറമ്പിയുടെ ഭൂതകാലങ്ങളെ തീർക്കുന്നതെന്ന് മനസ്സിലാക്കാം.

തദ്ദേശീയർക്ക് ഭരണമേല്പിച്ചുപോകുന്നതിന് തലേ ദിവസം അന്നത്തെ മയ്യഴിയിലെ ഫ്രഞ്ചുഭരണകൂടം പ്രതിനിധി - ദെഷാം, മയ്യഴി ക്കാരുടെ മൂപ്പൻ സായ്പ് - തന്റെ സാമ്രാജ്യമൊന്നാകെ ചുറ്റിക്കാണണ മെന്ന് മഹാജനസഭക്കാരോട് ആഗ്രഹം പ്രകടിപ്പിക്കുന്നുണ്ട്. നോവലി ലേക്ക്, ഈ രംഗം കാല്പനിക ഭംഗിയോടെ സ്വാംശീകരിച്ച കഥാകൃത്ത് ചരിത്രത്തിൽനിന്ന് തിരഞ്ഞുപിടിച്ചതാണ് ഈ രംഗം. മയ്യഴി പ്രദക്ഷിണ ത്തിന് മഹാജനസഭക്കാരുമൊത്ത് ഇറങ്ങിത്തിരിക്കുമ്പോൾ ഫ്രഞ്ചു ഭരണത്തോട് അഗാധമായ അനുകമ്പയുള്ള ഒരു പോണ്ടിച്ചേരിക്കാരൻ ശിപായി ദെഷാമിന്റെ കാറിന് മുമ്പിൽ ആത്മഹത്യാശ്രമം നടത്തുക വഴി പ്രസ്തുത രംഗത്തിന് തിരശ്ശീല വീണു. അന്ന് രാത്രി ദെഷാം

പൂർവ്വാധികം അസ്വസ്ഥനാവുകയുണ്ടായി എന്ന് ചരിത്രം (മയ്യഴി സി.എച്ച്. ഗംഗാധരൻ) നോവലിൽ അതിങ്ങനെ നിറം പിടിപ്പിച്ചെടുത്തിട്ടുണ്ട്.

'മൂപ്പൻ സായ്പ് തന്റെ ബംഗ്ലാവിന്റെ ബാൽക്കണിയിൽ അവസാനമായി നിന്നു. ദേവാലയ ഗോപുരത്തിന്റെ കുരിശിൽ അദ്ദേഹത്തിന്റെ കണ്ണുകൾ പതിഞ്ഞു. പിന്നീട് കൊയ്യ്യോത്തി മരങ്ങൾ രക്തപുഷ്പങ്ങൾ വാരിവിതച്ച ദ്യുഗ്റസിദാംസിൽ മയ്യഴിക്കുമുകളിലെ പാലത്തിന്മേൽ അകലെ കാണാവുന്ന പച്ചക്കുന്നുകളിൽ... മൂപ്പൻ സായ്പിന്റെ കണ്ണുകൾ മയ്യഴിയെ അവസാനമായി ആശ്ലേഷിച്ചു.' (പു. 261–62).

വാസുട്ടി എന്ന കഥാപാത്രത്തിന്റെ വിചിത്രമായ തിരഞ്ഞെടുപ്പ് അധികാരത്തിന്റെ സ്നിഗ്ദ്ധപ്രമേയവുമായി മാറ്റുരച്ചുനോക്കാവുന്നതാണ്. കമ്മ്യൂണിസ്റ്റുകാരോടൊപ്പം വിപ്ലവത്തിൽ ആത്മാർത്ഥമായി പങ്കെടുക്കുകയും രാജ്യത്തിനുവേണ്ടി വേണ്ടുവോളം സഹിക്കുകയും ചെയ്ത വാസുട്ടി, താനൊരിക്കൽ പ്രവചിച്ചപോലെ കൂട്ടുകാരെയും വായനക്കാരെയും ഒപ്പം അദ്ഭുതപ്പെടുത്തുന്നു. ഫ്രഞ്ച് പൗരത്വം (ഓപ്സ്യോം) സ്വീകരിച്ച് വാസുട്ടി ഫ്രാൻസിലേക്ക് പോകുന്നു. ദാരിദ്ര്യം പെങ്ങളെ വേശ്യയാക്കുക കൂടി ചെയ്തപ്പോഴും രാജ്യത്തിനുവേണ്ടി തന്റെ മാർഗത്തിൽ ഉറച്ച് നിന്നവനാണ് വാസൂട്ടി. ചരിത്രത്തിന്റെ സ്നിഗ്ദ്ധമായ നോവുകളെ അയാൾ തിരിച്ചറിയുന്നു. ആർക്കും അയാളെ മനസ്സിലാകുന്നില്ല.

'വെള്ളക്കാരോട് എനിക്കൊരിക്കലും വെറുപ്പുണ്ടായിരുന്നില്ല. മയ്യഴിയിൽനിന്ന് ഒഴിഞ്ഞുപോകാൻ ഞാനവരോട് ആവശ്യപ്പെട്ടത് സ്നേഹപൂർവമായിരുന്നു. കാലത്തിന്റെ നിയമമായിരുന്നു അത്. അവർക്കത് മനസ്സിലാകാത്തതുകൊണ്ട് ഞാൻ പറഞ്ഞുകൊടുത്തു.' (പു 181–82).

ചരിത്രത്തിൽനിന്നുള്ള തെളിവിന്റെ വെളിച്ചത്തിൽ നിന്നുതന്നെയാണ് ഇങ്ങനെയൊരു കഥാപാത്രത്തെ കഥാകൃത്ത് തെരഞ്ഞുപിടിച്ചിട്ടുണ്ടാവുക എന്നൂഹിക്കാൻ പ്രയാസമില്ല.

സക്രത്തേർ കരുണന്റെ അന്ത്യവും മറ്റൊന്നല്ല സൂചിപ്പിക്കുന്നത്. അധികാരം കൈയാളുകയും ആ ഘടനയിൽ ഉറച്ചുപോകുകയും ചെയ്ത കരുണൻ വളരെ വിദഗ്ധമായിട്ടാണ് തന്റെ ആത്മഹത്യ ആസൂത്രണം ചെയ്യുന്നത്. ഫ്രഞ്ച് മയ്യഴിയുടെ മണ്ണ് അവസാനിക്കുന്നിടത്ത് അയാൾ തണുത്ത് മരിച്ചുവീഴുന്നു. നിസ്സഹായമായ തന്റെ ഒറ്റപ്പെടലിനിടയിൽ, വിപ്ലവകാരികളോട് ഒരു ചാർച്ചയുണ്ടാക്കാതെ പിടിച്ചുനില്ക്കുകയോ, നേരത്തെ ആത്മഹത്യയിലൂടെ രക്ഷപ്പെടുകയോ ചെയ്യാമായിരുന്നു അയാൾക്ക്. അല്ലെങ്കിൽ കൂറുമാറാമായിരുന്നു. ഫ്രഞ്ച് മയ്യഴിയുടെ മണ്ണിന്റെ അവസാനത്തെ തരിയിലെങ്കിലും മരിച്ചുവീഴുക എന്നത് താൻ കൈകാര്യം ചെയ്ത കാലത്തോട് കാണിക്കേണ്ട കാരുണ്യമാണെന്ന് കരുണൻ ഉറപ്പിച്ചു.

പാടിപ്പതിഞ്ഞ വീരേതിഹാസങ്ങളുടെ വിജിഗീഷുത്വം ചരിത്രം സദാ വിളമ്പിക്കൊണ്ടിരിക്കുന്നു. ഈ വിജിഗീഷുത്വത്തിനിടയിൽ

വിസ്മൃതമാകാറുള്ള ചരിത്രത്തിന്റെ നോവ് നിലനിൽക്കുന്നത് അധികാരവും അതിനോടുള്ള വിധേയത്വവും കൂടിച്ചേർന്ന്, ഒരു പ്രത്യേക ഉരുക്കു ബിന്ദുവിൽ ഉദ്ഭൂതമാകുന്ന സ്നിഗ്ദ്ധതയിലാണ്. മനുഷ്യജാതിയുടെ അടിസ്ഥാന പ്രത്യേകതകളിലൊന്നാണിത്.

വിപ്ലവത്തിന്റെ പരാങ്മുഖത

മയ്യഴി വിമോചനം, മയ്യഴിപ്പുഴയുടെ തീരങ്ങളിൽ എന്ന കൃതിയിലെ ഒരു ഉപപ്രമേയമാണ്. വിമോചനസമരത്തിൽ കമ്മ്യൂണിസ്റ്റുകൾക്കുള്ള പങ്കിനെ ഊന്നൽ കൊടുത്തുകൊണ്ട് അവതരിപ്പിക്കുന്നുണ്ട്. കുഞ്ഞനന്തൻ മാസ്റ്ററിലൂടെയാണ് മയ്യഴിയിൽ കമ്മ്യൂണിസം മുളച്ചുവരുന്നത്. ഫ്രഞ്ചുകാരെ നേരിടാൻ യൂത്ത് ലീഗ് പിരിച്ചുവിട്ട് മഹാജനസഭ രൂപീകരിച്ചു. പില്ക്കാലത്ത് സോഷ്യലിസ്റ്റുകളും കമ്മ്യൂണിസ്റ്റുകളും മഹാജനസഭ വിട്ടുപോയതോടെ ഇന്ത്യൻ നാഷണൽ കോൺഗ്രസ്സുകാരുടേത് മാത്രമായി ആ സംഘടന.

സി.എച്ച്. കണാരനായിരുന്നു കമ്യൂണിസ്റ്റുകളുടെ കരുത്തനായ നേതാവ്. നോവലിൽ ഏറെക്കുറെ പ്രധാന്യത്തോടെ ഇടയ്ക്കിടയ്ക്ക് പ്രത്യക്ഷപ്പെടുന്ന സമരനേതാവ് കണാരൻ മാത്രമാണ്. ചെറുകല്ലായിയുടെ മോചനത്തിന് കമ്യൂണിസ്റ്റുകാർ പ്രധാന പങ്കുവഹിക്കുകയുണ്ടായി. പത്മനാഭൻ, എം. അച്യുതൻ എന്നീ ധീരസഖാക്കൾ അതിനുവേണ്ടി രക്തസാക്ഷികളായി. നോവലിൽ ചെറുകല്ലായിയുടെ മോചനം ഏറെ പ്രാധാന്യത്തോടെ മുകുന്ദൻ ചിത്രീകരിച്ചിട്ടുണ്ട്. കോൺഗ്രസ്സുകാരും കോൺഗ്രസ്സിതരരും തമ്മിൽ പല കാര്യത്തിലും അഭിപ്രായവ്യത്യാസമുണ്ടായിരുന്നു. മയ്യഴിയുടെ വിമോചനത്തിൽ താന്താങ്ങളുടെ പങ്കിനെ ഉറപ്പിക്കുന്നതിൽ വാശി നിലനിന്നിരുന്നു.

1956 ജൂലായ് 16ന് മയ്യഴി സ്വതന്ത്രയായപ്പോൾ, 'ദെഷാം കേവലം ഒരു ചടങ്ങെന്ന നിലയ്ക്ക് കനോത്ത് ഗോപാലന് അധികാരം ഏല്പിച്ചു കൊടുക്കുമ്പോഴും ഐ.കെ. കുമാരൻ ഭരണം ഏറ്റുവാങ്ങിയെന്ന് തോന്നിപ്പിക്കുന്ന തരത്തിലാണ് മഹാജനസഭയ്ക്കാർ ചടങ്ങുകൾ ആസൂത്രണം ചെയ്തത്. (മയ്യഴി).

സ്വതന്ത്രമയ്യഴിയുടെ ഭരണ കൗൺസിൽ പ്രഖ്യാപിച്ചപ്പോൾ വിമോചനസമരത്തിന്റെ ഒടുക്കംവരെയും ഫ്രഞ്ചനുകൂല നിലപാട് സ്വീകരിച്ചവർക്കും അംഗത്വം നൽകിയെന്ന് ആരോപണമുണ്ടായി. കമ്മ്യൂണിസ്റ്റുകളെ ഭരണ കൗൺസിലിൽ ഉൾപ്പെടുത്തിയിരുന്നുമില്ല. ഏത് വിമോചന സമരത്തിന്റേയും പരിണാമം ഇങ്ങനെയൊക്കെത്തന്നെയാണ്. അതത് കാലത്തെ രാഷ്ട്രീയമായ നിരാശയിൽ ഇത്തരം പ്രതിലോമതകൾക്ക് പ്രധാന പങ്കുണ്ടാകും.

നോവലിൽ മുകുന്ദൻ സൃഷ്ടിക്കുന്ന കമ്യൂണിസ്റ്റ് സാന്നിധ്യത്തിന് അന്ന് ഇന്ത്യൻ കമ്യൂണിസ്റ്റുകൾ നേരിട്ടുകൊണ്ടിരുന്ന ആശയപാപ്പരത്ത ങ്ങളിൽനിന്ന് മോചനം നേടാൻ കഴിഞ്ഞിട്ടില്ല. വിമോചനസംബന്ധിയായ

പ്രശ്നവുമായി നേരിട്ടു പ്രവർത്തിക്കുന്ന ഒരു സന്ദർഭമായതുകൊണ്ട് അത് വേണ്ടത്ര തെളിയുന്നില്ല എന്നേയുള്ളൂ. കമ്യൂണിസ്റ്റ് തത്ത്വശാസ്ത്രത്തിൽ ആകൃഷ്ടരായ മുകുന്ദന്റെ തലമുറയിലെ ബുദ്ധിജീവികൾ പില്ക്കാലത്ത് സംതൃപ്തരായില്ല. അതുകൊണ്ടുതന്നെ അനിർവ്വചനീയമായ ഒരു ഒറ്റപ്പെടൽ അനുഭവിക്കാൻ വിധിക്കപ്പെട്ടവരായിരുന്നു അവർ. വർഗസ്വഭാവവും വ്യക്തിസ്വഭാവവും തമ്മിൽ നിലനിന്ന ഒരുതരം സംഘർഷം തന്നെയായിരുന്നു അതിനു കാരണം. ഇവയ്ക്കിടയിലെ ആന്തരവൈരുദ്ധ്യത്തെ കൃത്യമായി നിർവചിച്ചറിയാൻ കഴിയാത്തതുകൊണ്ട് തന്നെയാണ് അടിസ്ഥാനവർഗത്തിൽനിന്നും കമ്യൂണിസ്റ്റുകൾ പില്ക്കാലത്ത് ഒറ്റപ്പെട്ടത്.

മാറിയ കാലാവസ്ഥയിലും, കമ്യൂണിസമുണ്ടാക്കിയ പ്രതീക്ഷ മുകുന്ദൻ കൈവെടിയുന്നില്ല. ഏതു ഐഡിയോളജിയിലും ഒരു പ്രതീക്ഷയാണ്. കമ്യൂണിസവും ഒരു 'ഫാൾസ് ഹോപ്' (False Hope) ആയി ഭവിച്ചു. ഏതൊരു വിപ്ലവത്തിനും പരാങ്മുഖദർശനമുണ്ട്. കാക്കനാടൻ തന്റെ ഉഷ്ണമേഖലയിലൂടെ പറയാൻ ശ്രമിക്കുന്നതും അതാണ്. എം. സുകുമാരന്റെ ശേഷക്രിയ അതിന്റെ വർഗ്ഗാംശനിജസ്ഥിതി കുറേക്കൂടി ആത്മാർത്ഥമായി ധ്വനിപ്പിക്കുന്നു.

മുകുന്ദന്റെ നായക കഥാപാത്രങ്ങൾ പലരും ഈ പരാങ്മുഖതയിൽ നിന്നും രക്ഷപ്പെടാനാവാത്തവരാണ്. മയ്യഴിപ്പുഴയുടെ തീരങ്ങളിൽ കാണുന്ന തീവ്രവാദി കഥാപാത്രങ്ങളുടെ പരിണതി ശ്രദ്ധിച്ചാൽ ഇക്കാര്യം ബോധ്യപ്പെടും. നായകനായ ദാസൻ വെള്ളിയാങ്കല്ലിൽ അഭയം തേടുന്ന വാസുട്ടിയെക്കുറിച്ച് മുമ്പേ പരാമർശിക്കുകയുണ്ടായി. ആന്ദേഴീറിന്റെ 'അപകട'കരമായി ജീവിക്കുക എന്ന തത്ത്വശാസ്ത്രത്തിൽ ഊന്നി ജീവിച്ച പപ്പന്റെ കഥ തന്നെ ശ്രദ്ധേയം. ലോക തൊഴിലാളികളെ സംഘടിക്കുവിൻ' എന്ന കമ്മ്യൂണിസ്റ്റ് മാനിഫെസ്റ്റോയിലെ അവസാന വാചകങ്ങൾ സ്ഖലനത്തിന്റെ സുഖമാണ് പപ്പന് നൽകിയിട്ടുള്ളത്. വിപ്ലവാനന്തരം, ലക്ഷ്യമില്ലാത്ത ഒരു യാത്രയിൽ അയാൾ ലക്ഷ്യം കണ്ടെത്തുന്നു. 'സ്റ്റേഷനിൽ ആദ്യം വരുന്ന വണ്ടിയിൽ ഞാൻ കയറും' എന്നു പ്രഖ്യാപിച്ച് അത് നടപ്പിൽ വരുത്തുന്ന പപ്പന് ദിക്ക് ഒരു പ്രശ്നമേയാകുന്നില്ല.

ഏതായാലും മുകുന്ദനെ ആവേശിച്ച കമ്യൂണിസത്തിന്റെ വീര്യം, മയ്യഴി മീത്തലമ്പലത്തിൽ ഉത്തമന്റെ തിറകെട്ടലിലൂടെ പുരാവൃത്ത രചനാമാർഗ്ഗമാക്കാൻ അദ്ദേഹം ശ്രമിച്ചിട്ടുണ്ട്. മലയൻ കുറമ്പന്റെ മരണശേഷം 'തിറകെട്ട്' കമ്യൂണിസ്റ്റായ മകനിൽ വന്നുചേരുന്നു. അയാൾ അതിന് വിസമ്മതിച്ചുവെങ്കിലും കുടുംബത്തിന്റെ ദാരിദ്ര്യത്തെ ചെറുക്കാൻ അയാൾക്കതല്ലാതെ വഴിയില്ലാതായി. തിറയുടെ വ്രതവ്യവസ്ഥ അയാൾ ലംഘിച്ചു. മത്സ്യം ഭക്ഷിക്കുകയും വ്യഭിചരിക്കുകയും ചെയ്തു. മയ്യഴിക്കാർ ശങ്കിച്ചപോലെത്തന്നെ കുറമ്പൻ തിറകെട്ടിയാട്ടത്തിനിടയിൽ നിലംപതിച്ചു.

കുറമ്പിയിലൂടെ അവതരിപ്പിച്ചുകൊണ്ടിരുന്ന ഭൂതകാലസ്മരണകളിൽനിന്നും വ്യത്യസ്തമായി വർത്തമാനകാലത്തെ തിറമിത്തിനെ കഥാകാരൻ അപപുരാവൃത്താന്തരീക്ഷത്തിലേക്കു കൊണ്ടുവരാൻ ശ്രമിച്ചു എന്നത് ശ്രദ്ധേയമാണ്. എന്നാൽ, അതിനെ അതിജീവിക്കാൻ ഉത്തമന് കഴിയാഞ്ഞതെന്തേ എന്ന ചോദ്യത്തിന് ഇവിടെ പ്രസക്തിയുണ്ട്. ഗുളികന്റെ ശാപത്താൽ തന്നെയാണ് ഉത്തമൻ നിലംപതിച്ചതെന്ന് മയ്യഴിക്കാർ വിശ്വസിക്കുന്നു. അതിനെ മറികടക്കാനുള്ള ബൗദ്ധികമായ ഒരു സൈഥര്യം കഥാകാരൻ ശീലിച്ചിട്ടില്ല എന്നുതന്നെയിതിന്റെ ഉത്തരം. മുകുന്ദന്റെ നായകന്മാരിലൊക്കെ കാണാറുള്ള ഒരു തരം പിൻവാങ്ങൽ ത്വരയുടെ അടിസ്ഥാനവും മറ്റൊന്നല്ല. കഥാസാഹിത്യത്തിൽ ബൂർഷ്വാമനഃശാസ്ത്രത്തെ ഒരബോധപ്രേരണപോലെ പിന്തുടർന്നിരുന്നു, മുകുന്ദന്റെയും കാക്കനാടന്റേയും തലമുറ.

ദാസനും വെള്ളിയാങ്കല്ലും

'വെള്ളിയാങ്കല്ല്' ഓരോ മയ്യഴിക്കാരന്റേയും ജീവിതവൃത്തത്തെ പൂരിപ്പിക്കുന്ന മിത്താണ്. ജന-മൃതികളുടെ നൈരന്തര്യത്തിനിടയിൽ ശീതീകരിക്കപ്പെട്ട ഒരു കാലമുണ്ട്. മയ്യഴി വിട്ടുപോകുന്ന ഓരോ ആത്മാവും വെള്ളിയാങ്കല്ലിൽ തുമ്പികളായി പാറുമെന്നു ശീതീകരണത്തിന്റെ ഒരു ഘട്ടമവസാനിക്കുമ്പോൾ പുതിയ തലമുറകളിലൂടെ ആത്മാവ് പുനർജനിക്കുന്നു എന്നുമുള്ള ഈ വിശ്വാസപ്രമാണത്തിന് പ്രാമുഖ്യമുണ്ട്. ശീതീകരിക്കപ്പെട്ട ഒരു വിസ്മൃതിക്ക് പഴുതേയില്ലാത്തവണ്ണം സ്മൃതി നിലനില്ക്കുന്നു. കുറമ്പി ദാസന് പറഞ്ഞുകൊടുക്കുന്ന കഥകളിൽ ഏറ്റവും ശ്രദ്ധേയവും മറ്റൊന്നല്ല. ഈ വിശ്വാസത്തിന്റെ മായിക പരിവേഷത്തിൽനിന്ന് നായക കഥാപാത്രത്തിന് മോചനമില്ല എന്നത് നോവലിലെ രചനാ സാങ്കേതിക മാർഗമെന്ന നിലയ്ക്ക് വെള്ളിയാങ്കല്ല് എന്ന മിത്തിന് പ്രാമുഖ്യം നല്കുന്നു.

20-ാം ശതകത്തിന്റെ മധ്യദശകങ്ങളാണ് ഈ നോവലിലെ ചരിത്രപരവും പ്രത്യക്ഷവുമായ കാലം. രണ്ടാം ലോകമഹായുദ്ധമവസാനിച്ചു. വിദേശ കോളണിവല്ക്കരണത്തിനെതിരെ ഏഷ്യൻ-ആഫ്രിക്കൻ-ലാറ്റിനമേരിക്കൻ രാജ്യങ്ങളിൽ ശക്തമായ തിരിച്ചടിയുണ്ടായ ഒരു കാലഘട്ടം കൂടിയാണിത്. ലോകയുദ്ധങ്ങൾ മനുഷ്യനെ സംബന്ധിച്ച പല സങ്കല്പങ്ങളും മാറ്റിയെഴുതുകയുണ്ടായി. പൊതുവെ കാലുഷ്യം നിറഞ്ഞ യൂറോപ്പായിരുന്നു അക്കാലത്തെ ലോകഭൂപടത്തെ നിയന്ത്രിച്ചത്. ആന്ദ്രേഴീദ്, കമ്യൂ, സാർത്രെ, ജീൻകോക്ത്യൂ, സയിൻസ്ബറി തുടങ്ങിയ ഫ്രഞ്ച് കലാകാരന്മാരുടെ രചനകളിൽ ഈ കാലുഷ്യത്തിനെതിരെ മനുഷ്യ വ്യക്തിയുടെ സ്വാതന്ത്ര്യത്തിലൂന്നിയൊരു ചിന്താഗതി രൂപപ്പെട്ടുവന്നു. സാർത്രെ ഈ തത്ത്വസംഹിതയ്ക്ക് നവീനമായ ചിന്താരൂപവും ചട്ടക്കൂടുമുണ്ടാക്കി. അസ്തിത്വവാദത്തിന്റെ പാഠങ്ങൾ അക്കാലത്ത് കോളനിപാരമ്പര്യം നിലനിന്ന രാജ്യങ്ങളിലെ ഭാഷയിൽ ചലനങ്ങളുണ്ടാക്കി. സാർത്രും കമ്യൂവും

കാഫ്കയുമൊക്കെ പല ഭാഷകളിലേക്കും പകർന്നെത്തി. കമ്യൂവിന്റെ അപരിചിതൻ (stranger) എന്ന കൃതിയിലെ നായകൻ പൊതു തിന്മക്കെതിരെയുള്ള പോരാട്ടം നിഷ്ഫലതയാണെങ്കിൽ കൂടി, മാനുഷിക ബന്ധങ്ങളെ നിർവഹിക്കുന്ന ഒരു മൂല്യമതിനുണ്ടെന്ന് വിശ്വസിക്കുന്നു. തോമസ് മന്നിന്റെ മാജിക് മൗണ്ടനിലെ നായകന്റെ രോഗാതുരമായ പിന്മാറ്റം നാസിസത്തിന്റെ മറ്റൊരു തിരഞ്ഞെടുപ്പുരീതിയെ ഓർമ്മിപ്പിക്കുന്നു.

നഗരജീവിതത്തിന്റെ ഇരുണ്ട പൊരുളിനെ ഏറെക്കുറെ അറിഞ്ഞ മലയാളത്തിലെ സാഹിത്യകാരന്മാരുടെ സൃഷ്ടികളിൽ മാർക്സിസത്തിന്റെ ബാഹ്യമായ വിപ്ലവോർജ്ജവും പടിഞ്ഞാറൻ അസ്തിത്വവാദത്തിന്റെ സ്വാധീനവും കലർന്ന ഒരു ദർശനഘടന രൂപപ്പെട്ടു വന്നു. മുകുന്ദന്റേയും കാക്കനാടന്റേയും ശൈലി തന്നെ രൂപപ്പെടുത്തിയത് ഒരു സവിശേഷദർശനമായിരുന്നു. മുന്നിൽനിന്നുതന്നെ ഒറ്റപ്പെടുന്ന വ്യക്തിത്വത്തിന്റെ നിരാസവും അതിന്റെ വ്യഥയും ഈ കാഴ്ചപ്പാടിലുണ്ട്. പ്രഭാതം മുതൽ പ്രഭാതം വരെ, ഞാൻ, അഞ്ചരവയസ്സുള്ള കുട്ടി, രാധ - രാധ മാത്രം തുടങ്ങിയ കഥകളിലാണ് ഈ വികാരം ശക്തമായി രൂപം കൊണ്ടത്. ഭംഗ്, ചരസ്സ് തുടങ്ങിയ മയക്കുമരുന്നുകളുടെ സ്വാധീനവും ഏകാന്തതയുടെ ഈ അനിർവ്വചനീയ ഘടനയിൽ ഉണ്ട്. സത്താപരമായ ഒറ്റപ്പെടലിന്റെ ഭേദപ്രഭേദങ്ങൾ.

സത്താപരമായ ഈ ഒറ്റപ്പെടൽ മുകുന്ദന്റെ നായകന്മാരായ ദാസനിലും അരവിന്ദനിലും (ദൽഹി) രമേശി (ഹരിദ്വാരിൽ മണികൾ മുഴങ്ങുന്നു)ലുമൊക്കെ ഏറ്റക്കുറച്ചിലോടെ നിലനില്ക്കുന്നുണ്ട്.

ദാസനിൽ കൗമാരത്തിന്റെ ബുദ്ധിപരമായ ചന്തവും അരവിന്ദനിൽ ആത്മീയവ്യഥ(Anguish)യുടെ തീവ്രതയുമുണ്ടെന്ന് മുകുന്ദൻ സമ്മതിച്ചിട്ടുണ്ട്. കഥാകാരന്റെ ചിന്തയുടെ പ്രോട്ടോടൈപ്പ് കഥനരീതിയെ സ്വാധീനിക്കുകയെന്നത് ഇക്കാലത്തെ കഥനരീതിയുടെ പ്രത്യേകതയായിരുന്നു. ആവർത്തനവിരസമായ അന്യത്വപ്രകാശനവും ഏകതാനമായ താളഘടനയും പില്ക്കാലത്ത് ഈ രീതിയോട് ഒരു തരം മടുപ്പ് തന്നെ വായനക്കാരനിലുളവാക്കുകയുണ്ടായി.

മുകുന്ദന്റെ കഥാപാത്രങ്ങൾ കർമ്മനിരതരാണ്. ഒരു ലക്ഷ്യസാക്ഷാത്കാരത്തിനുവേണ്ടി പുതിയ സ്വത്വത്തെ അവർ അന്വേഷിച്ചുകൊണ്ടേയിരിക്കുന്നു. എങ്കിലും താന്താങ്ങളുടെ പ്രവൃത്തിയിൽ അവർ പരാജയപ്പെടുന്നു. ദൽഹിയിലെ അരവിന്ദന്റേയും 'ഞാൻ' എന്ന കഥയിലെ ചിത്രകാരനായ രമേശൻനായരുടേയും സൃഷ്ടിയിലൂടെ നഗരത്തിലെ ഒറ്റപ്പെട്ട മനുഷ്യരുടെ മാനസികസംത്രാസം ചിത്രീകരിക്കുക എന്നതു മാത്രമല്ല ലക്ഷ്യം. പരാജയപ്പെട്ട തന്നിലെ ചിത്രകാരനെ പ്രതീകാത്മകമായി വെളിപ്പെടുത്തുക എന്ന ഉദ്ദേശ്യവും കൂടിയുണ്ട്.

ഹരിദ്വാരിൽ മണികൾ മുഴങ്ങുന്നു എന്ന നോവലിലെ നായകൻ മാത്രമാണ്, തന്റേതായ നിലയിൽ ഒരു സ്വത്വപ്രകൃതിയെ അതിജീവിക്കുന്ന

കഥാപാത്രം. പ്രപഞ്ചത്തിന്റെ അർത്ഥങ്ങൾ മുഴുവനുമുണ്ടാകുന്നത് തന്നിൽനിന്നാണ് എന്ന ബോധത്തെ സാക്ഷാത്കരിക്കാൻ അയാൾക്കാകുന്നു. പുതിയ രചനകളിലാകട്ടെ, രചനയുടെ പാഠപരമായ പ്രശ്നങ്ങളിലേക്ക് കൂടുതൽ ശ്രദ്ധ കേന്ദ്രീകരിക്കുന്നു. മുകുന്ദന്റെ ആദിത്യനും രാധയും മറ്റു ചിലരും, ഒരു ദലിത് യുവതിയുടെ കദനകഥ എന്നീ കൃതികൾ ഇതിനുദാഹരണമാണ്.

ഉപകരണങ്ങൾ ഉണ്ടാക്കുവാൻ തുടങ്ങിയതിൽനിന്നും മനുഷ്യചരിത്രമാരംഭിക്കുന്നു എന്ന വീക്ഷണത്തോട് അസ്തിത്വവാദം പ്രതികരിക്കുന്നത് ഒരു ചോദ്യത്തോടു കൂടിയാണ്. ഏത് പ്രേരണയാലാണ് മനുഷ്യൻ ഉപകരണം ഉണ്ടാക്കിയത്? എന്നതത്രെ അത്. ദാസന്റെ യുവത്വം സംവദിക്കുന്നത് വിപ്ലവം എന്ന ഉപകരണത്തോടാണ്. ഈ ഉപകരണത്തിന്റെ മൂർച്ചയും മൂർച്ചയ്ക്കുള്ളപ്രേരണയും അയാളന്വേഷിക്കുന്നത് വൈരുദ്ധ്യാധിഷ്ഠിത ഭൗതികവാദത്തിൽനിന്നു മാത്രമല്ല, വെള്ളിയാങ്കല്ലിന്റെ പുരാവൃത്തത്തിൽനിന്നുകൂടിയാണ്. കൗമാരപ്രായത്തിൽ, ദാസൻ പ്രദർശിപ്പിക്കുന്ന ചങ്കൂറ്റം പില്ക്കാലത്ത് ദുർബലപ്പെട്ടു. അയാളെത്തന്നെ തകർക്കാൻ ശ്രമിക്കുന്നു. അസ്തിത്വവാദം സ്വാധീനിച്ചു എന്നു പറയുന്നതിനേക്കാൾ ആ കാലഘട്ടത്തിലെ യുവത്വത്തിന്റെ 'ചോയ്സി'നെ ആഴപ്പെടുത്താൻ അതിന്റെ ചില അംശങ്ങളെ പ്രയോജനപ്പെടുത്തി എന്നു വിചാരിക്കുന്നതാവും ശരി. വിപ്ലവപ്രവർത്തനത്തിന്റെ നിരർത്ഥകത ബോധ്യപ്പെടുമ്പോഴൊക്കെ ദാസൻ വിശ്രമം തേടിപ്പോകുന്നത് വെള്ളിയാങ്കല്ലിലേക്കാണ്. സൂക്ഷ്മവായനയിൽ പിടികിട്ടുന്ന ഒരു കാര്യമുണ്ട്. കുറമ്പിയിൽനിന്ന് ദാസൻ കേൾക്കുന്ന ഈ കഥ ഒരു ജനതയുടെ ഭാഗധേയത്തിന്റെ മിത്ത് എന്നതിനേക്കാൾ നായകന്റെ അസ്തിത്വമാനത്തെ വിശദീകരിക്കാനുള്ള ഉപകരണമാണ്.

അരവിന്ദൻ, തന്റെ സ്വത്വത്തെ ചരിത്രത്തിലെ മാതൃകാപുരുഷന്മാരിലേക്ക് വിവർത്തനം ചെയ്ത് സായൂജ്യമടയുന്നുണ്ട്. 'എനിക്ക് ഗാന്ധിയും മാർക്സും ആവേണ്ട. മനുഷ്യനായാൽ മതി' (പു. 160) എന്നാണ് ദാസൻ ചിന്തിക്കുന്നത്. പപ്പന്റെ തീവ്രവാദത്തെ ആത്മവ്യഥയുടെ ദൗർബല്യം പുരണ്ട ഹ്യൂമനിസംകൊണ്ട് അയാൾ ഉല്ലംഘിക്കുന്നു. 'ഫ്യൂഡലിസത്തിന്റെ കാലത്ത് നീയൊരു ബൂർഷ്വയാകൂ. ബൂർഷ്വായുടെ കാലത്ത് നീയൊരു പ്രോലിറ്റേറിയനാകൂ. പക്ഷെ, ആദ്യന്തം നീയൊരു മനുഷ്യനാകൂ' എന്നിങ്ങനെ.

ഒറ്റപ്പെടുന്ന വ്യക്തിയുടേയും കൂട്ടം തെറ്റുന്ന സമൂഹത്തിന്റേയും വേദനയ്ക്കുപുറമെ ഒരു തലമുറയുടെ തകർച്ചയേയും (Degeneration) അയാൾക്ക് ഉള്ളാലെ അനുഭവിക്കേണ്ടിവരുന്നു. അത്തരമൊരു നിർണ്ണായക മുഹൂർത്തത്തിലാണ്, തലയോട്ടിൽ, 'കൊടുമുടിയുടെ മുകളിൽ നില്ക്കുന്ന പർവതാരോഹകന്റെ മനസ്സിലെ ശൂന്യതയുടെ മുഴക്കം അയാളനുഭവിക്കുന്നത്. ഈയനുഭവത്തിന്റെ ഋണഭാരത്തിൽ നിന്നു

രക്ഷപ്പെടാൻ സ്വത്വഘടനയിലെ ആന്തരവ്യക്തി(Interperson)യെ അയാൾ തെരഞ്ഞെടുക്കുന്നു. ചന്ദ്രികയുമായുള്ള ബന്ധത്തിൽ വന്ന വിള്ളലുകൾ ആണ് അയാളെ ആത്മഹത്യയിലേക്ക് നയിക്കുന്നത് എന്ന് വിചാരിക്കുന്നത് അതുകൊണ്ടുതന്നെ, കഥാപാത്ര ഭാഗധേയത്തെ ലളിതവത്കരിക്കരിക്കൽ മാത്രമായിരിക്കും. വെള്ളിയാങ്കല്ല് ദാസന്റെ രാഷ്ട്രീയമായ തെരഞ്ഞെടുപ്പിന്റെ അന്ത്യദശ കൂടിയാണ്. യഥാർഥത്തിൽ, മുകുന്ദന്റെ നായകന്മാരോരുത്തരും ഓരോ ആത്മബലികളാണ്. ആത്മഹത്യയുടെ അർത്ഥം, ഓരോരുത്തരും അവനവന്റെ നാശത്തിന് ഉത്തരവാദിയാകുക എന്നതത്രെ എന്ന ചിന്ത ഇവരുടെ കാര്യത്തിലും ചേരും.

അപ്രസക്തമാകുന്ന മയ്യഴിപ്പുഴ

വെള്ളിയാങ്കല്ലിന്റെ ശക്തിയെ മറികടക്കാൻ മയ്യഴിപ്പുഴയ്ക്ക് ഈ കൃതിയിലാവുന്നില്ല. കാലത്തിന്റെ അനുസ്യൂതപ്രവാഹമായി, ചരിത്രത്തിന്റെ നോവായി ജീവിക്കേണ്ടുന്ന ശക്തമായ ഈ ബിംബം നോവലിൽ ഏറെക്കുറെ ചലനമറ്റുകിടക്കുകയാണ്. പുഴയുടെ ഋതുഭേദങ്ങളെ മയ്യഴിയിലെ ഫ്രഞ്ചുകാരുടേയും ചട്ടക്കാരുടേയും ജീവിതഗതിവിഗതികളുമായി ബന്ധിപ്പിച്ചിരുന്നുവെങ്കിൽ നോവലിന്റെ നാമത്തെ അത് അന്വർത്ഥമാക്കുമായിരുന്നു. അടിസ്ഥാനപരമായി ചിത്രകാരന്റെ മനസ്സുള്ള മുകുന്ദൻ പലപ്പോഴും സ്ഥലത്തെ പ്രധാനമാക്കുകയും കാലത്തെ സജീവമാക്കുന്നതിൽ പരാജയപ്പെടുകയും ചെയ്യുന്നു. ചരിത്രത്തിന്റെ കനിവുകൾ ഈ പുഴയ്ക്ക് ധാരാളം പറയാനുണ്ട് എന്നിരിക്കെ കൃതിയുടെ രാഷ്ട്രീയമായ ആധാരശ്രുതിയെ പോഷിപ്പിക്കുന്ന ജീവിതലോകമായി അതിനെ മാറ്റിയെടുക്കേണ്ടതുണ്ട്.

രാവും പകലും എന്ന നോവലിൽ 'ചെമ്പുഴ' ചാവുകരയ്ക്കാരുടെ ഭാഗധേയമാക്കി മാറ്റിത്തീർക്കുന്നതിൽ മുകുന്ദൻ വിജയിച്ചിട്ടുണ്ട്. കാലമൂപ്പന്റെ മരണത്തോടെ ചെമ്പുഴ തെളിയുന്നതും ചാവുകരയെ ബാധിച്ച ശാപമൊഴിയുന്നതും നിർന്നിമേഷരായി, ഒരനുഷ്ഠാനംപോലെ നോക്കിനില്ക്കുന്ന ഗ്രാമീണരുടെ ചിത്രത്തിന് മിഴിവുണ്ട്. കാലമൂപ്പൻ എന്ന ആഭിചാരശക്തിയെ ഡി-മിത്തിഫൈ ചെയ്യുന്ന കാര്യത്തിലും മുകുന്ദൻ വിജയിച്ചിട്ടുണ്ട്. എങ്കിലും ഈ ഗോത്രമിത്തിനെ കൈകാര്യം ചെയ്യാവുന്ന ഗൗരവാവഹമായ ഒരു പ്രതലം കണ്ടെത്താനാവാഞ്ഞപ്പോൾ ഒരു നാടോടിക്കഥയുടെ തലത്തിലേക്ക് രാവും പകലും ഗതി മാറുകയാണുണ്ടായത്.

മുകുന്ദന്റെ രചനാപ്രക്രിയയുടെ ആധാരശില മയ്യഴിപ്പുഴയുടെ തീരങ്ങളിൽ എന്ന കൃതി തന്നെ. ചരിത്രത്തെയും അതിന്റെ നോവുകളേയും മിത്തുകളെയുമൊക്കെ മനുഷ്യന്റെ ഭാഗധേയവുമായി ബന്ധിപ്പിച്ച് വായിച്ചെടുക്കാനുള്ള ബോധപൂർവമായ ശ്രമം തന്നെയാണ് കാലത്തെ അതിജീവിക്കാൻ പ്രസ്തുത കൃതിയെ യോഗ്യമാക്കുന്നതും.

മൂന്ന്

പിതൃഭൂമിയിലെ അധികാര ശിലകൾ

പുനത്തിൽ കുഞ്ഞബ്ദുള്ളയുടെ കഥാസാഹിത്യത്തെ ആധുനികമാക്കുന്ന രണ്ട് സുപ്രധാന ഘടകങ്ങളുണ്ട്. ഒന്ന് : ജീവിതത്തെ രൂപകങ്ങളിലൂടെ കാണുകയോ അവയ്ക്ക് പരിധി നിർണയിക്കുകയോ ചെയ്യുന്നില്ല. ക്രിയാനിബിഡമായ കഥാപ്രപഞ്ചത്തിൽ സ്വയം ജീവിക്കുന്ന വ്യക്തികളാണ് കഥാപാത്രങ്ങൾ. രണ്ട്: മലയാളത്തിൽ ചികിത്സാലയ സാഹിത്യം (ക്ലിനിക്കൽ ലിറ്ററേച്ചർ) അതിന്റെ നിരവധി സാങ്കേതിക ഗുണങ്ങളോടെ പുനഃസൃഷ്ടിച്ചു.

പരീക്ഷിക്കപ്പെടാത്ത ജീവിതം ജഡതുല്യമാണ്. അനുഭവശൂന്യത സാഹിത്യത്തിൽ പലപ്പോഴും ആശയങ്ങളുടേയും സാങ്കേതികത്വത്തിന്റേയും ചർവ്വിത ചർവ്വണത്തിന് ഇടയാക്കുന്നു. സ്വത്വബോധത്തെ കൃത്രിമമാക്കുന്നു. ധനാത്മകവും ഋണാത്മകവുമായ ബാഹ്യസ്വാധീനങ്ങളെ ഈ കഥാകാരൻ തിരസ്കരിക്കുകയാണ് ചെയ്തിട്ടുള്ളത്. അലിഗഢിലെ തടവുകാരൻ, സ്മാരകശിലകൾ, മരുന്ന്, കന്യാവനങ്ങൾ, ശ്രദ്ധേയമായ നിരവധി ചെറുകഥകൾ - ഈ കഥാപ്രപഞ്ചത്തിലൂടെ സഞ്ചരിച്ചാൽ ഇക്കാര്യം ബോധ്യമാകും. അജ്ഞാതവും അധൃഷ്യവുമായ മൃത്യുവാഞ്ഛ സൃഷ്ടിക്കുന്ന ആന്തരതാളം ഈ കഥകളിലൊക്കെയുണ്ട്.

നവോത്ഥാനകാല നോവലിന്റെ പ്രത്യേകതകളിൽ ഒന്ന് സമുദായത്തിന് അഥവാ ഉപസമൂഹ (Community)ങ്ങൾക്ക് നല്കിയ പ്രാധാന്യമായിരുന്നു. ഗോത്രങ്ങളോ, വർഗങ്ങളോ ആയിട്ടല്ല മതസമുദായങ്ങളായിട്ടാണ് കേരളത്തിലെ ഉപസാമൂഹികവ്യവസ്ഥ നിലനില്ക്കുന്നത്. ഓരോന്നും ഓരോ 'താല്പര്യസമുദായമാണ്'. ഇത്തരം താത്പര്യ സമുദായങ്ങൾക്ക് ബാഹ്യവും ആന്തരികവുമായ ഗുണവ്യവസ്ഥയുണ്ട്. പ്രാദേശിക പരിസ്ഥിതിയോടും സമുദായ സംഘങ്ങളോടും അവയ്ക്കുള്ള ബന്ധമാണ് ബാഹ്യഗുണങ്ങളെ നിർണയിക്കുന്നത്. പ്രത്യേക വിശ്വാസാചാരക്രമവും അർത്ഥവും പ്രതിബദ്ധതയുമാണ് അവയുടെ ആന്തരികഗുണം. കേരളത്തിൽ ജന്മിത്ത സമ്പ്രദായത്തിന്റെ അധികാര

പരിസ്ഥിതിയുമായിട്ടാണ് കുറേക്കാലം സമുദായങ്ങൾക്ക് താന്താങ്ങളുടെ ബാഹ്യഗുണങ്ങളെ നിലനിർത്തേണ്ടിവന്നത്. സങ്കര സാമൂഹിക പാരിസ്ഥിതികവ്യവസ്ഥയിൽ മലബാറിലെ സമുദായം മതവിശ്വാസാചാരങ്ങളും പ്രതിബദ്ധതയും ഉള്ളാലെ സൂക്ഷിക്കുകയും ഇതര സമുദായങ്ങളുമായി സൗഹാർദ്ദപൂർവം വർത്തിക്കുകയും ചെയ്തു.

ജന്മിത്തത്തിന്റെ പീഡനാധികാരവ്യവസ്ഥ സമൂഹത്തിൽ താഴ്ന്ന ജാതിക്കാരോട് മുസ്ലീങ്ങളെ കൂടുതൽ അടുപ്പിച്ചു. കൂട്ടുകൂടിയുള്ള ഈ ജീവിതത്തിനിടയിലും, സെമിത്തികമായ (Semitic) വിശ്വാസങ്ങളും കുലചിഹ്നങ്ങളും ആചാരങ്ങളും അവർ കൈവെടിഞ്ഞില്ല. കൂട്ടുജീവിതത്തിനിടയിലും മറ്റുള്ളവരോട് ഒരന്യതാബോധം സൂക്ഷിക്കാൻ ഇതവർക്ക് പ്രേരണയായി. ഉറൂബിന്റെ 'ഉമ്മാച്ചു'വിൽ വൈരുദ്ധ്യപൂർവ്വകമായ ഈ അന്യത്വബോധം ശക്തമായി പ്രതിഫലിക്കുന്നുണ്ട്. ഉമ്മാച്ചുവിൽ ചരിത്രകാരനായ അഹമദുണ്ണിയുടെ സ്ഥാനം വലുതാണ്. സാമുദായിക വേഴ്ചയുടേയും ആന്തരികമായ ഒരന്യപ്പെടലിന്റേയും ദ്വിമാന സ്വഭാവം ഉമ്മാച്ചുവിൽ സൂക്ഷ്മതലത്തിൽ അന്വേഷണ വിഷയമാകുന്നു. ഡച്ചുകാർ അടിമയാക്കിപ്പിടിച്ചുകൊണ്ടുപോയ ഒരു നായർ പെൺകിടാവ് കാട്ടറബിയാൽ വിമോചിക്കപ്പെട്ട് നല്ല പകുതിയാക്കിയതിലൂടെ ചരിത്രത്തിൽ സമുദായതത്ത്വത്തിന്റെ ഈ കുഴമറിച്ചിൽ സംഭവിക്കുന്നു. താവഴിപാരമ്പര്യത്തിന്റെ മിത്തുകൾ പില്ക്കാലത്ത് പാരമ്പര്യത്തിന് സ്ഥാനമൊഴിഞ്ഞു കൊടുത്തിട്ടും ഉമ്മാച്ചുവിന് താവഴി സംസ്കാരത്തിന്റെ ഉപബോധഘടനയിൽനിന്ന് തീർത്തും രക്ഷപ്പെടാനാവുന്നില്ല.

താതവഴി തൻപോരിമകളിൽ അഭിമാനംകൊണ്ടിരുന്നവരായിരുന്നു അറബികൾ. മരുഭൂമിജീവിതം തന്നെയായിരുന്നു അതിനൊരു പ്രധാന കാരണവും. അവരുടെ പിന്മുറക്കാരായി പ്രവാചകപരമ്പരയിൽപെട്ടവരെന്നവകാശപ്പെടുന്ന മതപ്രചാരകരും കച്ചവടക്കാരുമായിരുന്ന തങ്ങന്മാർ ഇന്ത്യയിൽ വന്നെത്തി. ഇവരുടെ പിൻഗാമികളെന്ന അഹന്തയിൽ വളർന്നുവരുന്ന ബീരാനും മായനും പിതൃവഴി പരമ്പരകളിൽ ഊറ്റം നടിക്കുന്നു. പെരുമ്പടപ്പ് പള്ളിയുടെ മഹത്ത്വം ഉദ്ഘോഷിച്ച് ബീരാനും കൊണ്ടോട്ടി പ്പള്ളിപരമ്പരയിൽ പിടിച്ച്, മായനും തമ്മിലുള്ള തർക്കം ഉമ്മാച്ചുവിനു മുൻപിൽ ഒരു യുദ്ധമായി പരിണമിക്കുന്നു. അതാകട്ടെ, ബാലചാപല്യമായിരുന്നില്ല എന്ന് നോവലിന്റെ വളർച്ചയിലൂടെ നമുക്ക് ബോധ്യമാവുന്നു. സ്വർഗപിതാക്കന്മാർക്കുവേണ്ടി നടത്തുന്ന പയറ്റ് പില്ക്കാലത്ത് ഉമ്മാച്ചുവെന്ന സ്ത്രീക്കുവേണ്ടിയായിത്തീരുന്നത് ശ്രദ്ധേയമാണ്. ഈ വംശചരിത്രത്തിന്റെ ജന്മിത്തപരവും പുരുഷമേധാപരവുമായ പുരാവൃത്തങ്ങൾ പുനത്തിൽ കുഞ്ഞബ്ദുള്ളയുടെ കൃതികളിൽ സമൃദ്ധമായി കാണാം.

സ്മാരകശിലകളിൽ അറയ്ക്കൽ തറവാടുമായി ബന്ധപ്പെട്ട ഒരു മിനിയേച്ചർ പ്രപഞ്ചം സൃഷ്ടിക്കുകയും അതിന്റെ തകർച്ചയിലൂടെ മനുഷ്യഭാഗധേയത്വത്തിന്റെ ഭേദപ്രഭേദങ്ങളെ അവതരിപ്പിക്കുകയും ചെയ്യുന്നു. അറയ്ക്കൽ തറവാടിന്റെ വിശുദ്ധ പാതി പള്ളിപറമ്പിലും

അവിടെ വിശ്രമിക്കുന്ന അദൃശ്യശക്തികളും പാമ്പുകളും പരേതാത്മാക്കളും കൂടി ഉൾപ്പെട്ടതാണ്. വലിയ തങ്ങളായിരുന്ന ആറ്റക്കോയയുടെ മകൻ ഖാൻ ബഹദൂർ പൂക്കോയ തങ്ങളുടെ മരണത്തിനും മുമ്പും പിമ്പുമുള്ള ചരിത്രമാണ് നോവലിലെ പ്രത്യക്ഷകാലം. ജന്മി സമ്പ്രദായത്തിലൂന്നി നില്ക്കുന്ന അധികാരമേൽക്കോയ്മയുടേയും അതിനിടയിൽ രൂപപ്പെട്ടുവരുന്ന സ്നിഗ്ധമായ മാനുഷിക ബന്ധങ്ങളുടെ കഥ ഇതിലുണ്ട്.

ഉയർന്നു നില്ക്കുന്ന പള്ളിമിനാരങ്ങളും അനന്തവൈചിത്ര്യങ്ങളുള്ള പള്ളിപ്പറമ്പും ഒരു ചരിത്രപ്പഴമയെ ഓർമ്മിപ്പിക്കുന്നു. ഭൂതകാലത്തിന്റെ സ്മരണ ഒരു പരലോകത്തിന്റെ കൂടി സൂചന തരുന്നു. ഇങ്ങേപ്പുറത്ത് അറയ്ക്കൽ തറവാടാകട്ടെ മതി മറന്നാടുന്ന ജീവിതപ്പൊലിമയുടെ ഇഹലോകസൂചനയും. പ്രവാചകന്റെ പിതൃവഴിയെന്നവകാശപ്പെടുന്ന തങ്ങൾ പരമ്പരയിലെ പരിഷ്കൃതകണ്ണിയായ പൂക്കോയ തങ്ങളുടെ തറവാടിനോട് കൂറുപുലർത്തുന്ന ഒരു സമുദായമായിട്ടാണു സ്മാരകശിലകളിലെ ജനത നിലകൊള്ളുന്നത്. ഒരധികാര കേന്ദ്രത്തിലേക്ക് അവരെപ്പോഴും ചാഞ്ഞിരിക്കും. പരിസ്ഥിതിയോട് സവിശേഷ ബന്ധങ്ങളോ സംഘടനാ സ്വഭാവമോ അവർ പ്രദർശിപ്പിക്കുന്നില്ല. ചരിത്രത്തിൽ പലപ്പോഴും കണ്ടുവരുന്ന ചാതുർശ്രേണി രൂപത്തിലുള്ളതല്ല. മറിച്ച്, കല്പിക്കുന്നവരും അനുസരിക്കുന്നവരും എന്ന ദ്വിശ്രേണി രൂപത്തിലുള്ളതാണ് ഈ അധികാരഘടന. തന്റെ പ്രാമാണിക കൃതികളിലെല്ലാം കുഞ്ഞബ്ദുള്ള സങ്കല്പിക്കുന്ന ചരിത്രത്തിന്റെ അധികാരരൂപം മറ്റൊന്നുമല്ല. 'ഖലീഫയിൽ വിശ്വാസിയും അവിശ്വാസിയും മരുന്നിൽ രോഗിയായും അരോഗിയും കന്യാവനങ്ങളിൽ അറബിയും അനറബിയും എന്നിങ്ങനെ ഈ ശ്രേണി മാതൃക മാറി മാറി വരുന്നതുകാണാം. താതവഴി അധികാരത്തിന്റെ പ്രച്ഛന്നവേഷങ്ങളാണ് ഇതൊക്കെ.

കാലത്തിന്റെ സ്തംഭരൂപം

മതിൽകെട്ടി, പള്ളിപ്പറമ്പിനെയും അറയ്ക്കൽ തറവാടിനേയും വേർതിരിക്കുന്നു കഥാകാരൻ. കാലപരിപ്രേക്ഷ്യത്തിൽ ഭൂതവും വർത്തമാനവുമാണ് ഇങ്ങനെ വകതിരിക്കപ്പെടുന്നത്. ഭോഗത്തിന്റേയും മരണ (യോഗ)ത്തിന്റേയും രൂപകങ്ങൾ, ജിന്നുകളെയും പരേതാത്മാക്കളെയും കുറിച്ചുള്ള കെട്ടുകഥകളിലൂടെ ഭൂതകാലത്തിന്റെ വിശുദ്ധവും സ്വതന്ത്രവുമായ ചില മാതൃകകൾ സൃഷ്ടിക്കാനും ശ്രമിച്ചുകാണുന്നുണ്ട്. എങ്കിലും, നോവലിലെ ഇതിവൃത്തഘടന അതിന്റെ വർത്തമാനഗതിയിൽ പൂക്കോയ തങ്ങളുടെ ഗോത്ര ചരിത്രവുമായി ബന്ധപ്പെട്ടുനില്ക്കുന്നതാണ്. പൂക്കോയ തങ്ങളുടെ ബാപ്പ വലിയ ആറ്റക്കോയതങ്ങളുടെ 'കറാമത്തുകൾ' (ദിവ്യചെയ്തികൾ) സംഭവങ്ങളുടെ രൂപത്തിൽ പലപ്പോഴും നോവലിന്റെ മിത്തുസ്വരൂപത്തിലേക്ക് കടന്നുവരുന്നുണ്ട്. സ്മാരകശിലകളിലെ കാലത്തിന് ഒരു ചരിത്രസ്തംഭത്തിന്റെ മുറുക്കവും നിശ്ചിതത്വവും ഇതു സമ്മാനിക്കുന്നു. കാലപ്പഴമയുടെ രേഖാഖണ്ഡരൂപങ്ങൾ പ്രാങ്മനുഷ്യന്റെ

ദിഗ്ബോധത്തെക്കുറിച്ചുള്ള നമ്മുടെ കാഴ്ചപ്പാടിനെ വിമലീകരിക്കുകയും വിസ്തൃതമാക്കുകയും ചെയ്യുന്നു.

തങ്ങന്മാർ പ്രവാചകന്റെ കുടുംബവംശജരാണെന്ന് വിശ്വസിക്കപ്പെടുന്നു. കാരക്കാടിന്റെ പശ്ചാത്തലത്തിൽ കഥാകാരൻ ഈ വിശ്വാസത്തെ ആവർത്തിക്കുന്നുണ്ട്. തങ്ങന്മാർക്ക്, വസിക്കാൻ പ്രത്യേക ഖബറുകളുണ്ട്. മാപ്പിളമാരെക്കുഴിച്ചിടുന്ന ഖബറിന്നരികെ തങ്ങന്മാരെ വെക്കാറില്ല. (പു.33) ഈ വിശുദ്ധ ചരിത്രത്തോടൊപ്പം അതിന്റെ മറുപാതി കൂടി കഥാകാരൻ സൂചിപ്പിക്കുന്നുണ്ട്. തങ്ങൾ ഉത്കൃഷ്ടജാതിയാണെന്ന നാട്ടുവിശ്വാസത്തിൽ ഊറ്റംകൊണ്ട് സാധാരണക്കാരന്റെ വിശ്വാസ ദൗർബല്യത്തെ മുതലെടുത്ത്, മേലാളത്തം നടിച്ച് തകർന്നടിഞ്ഞ ഒരു വംശമഹിമയുടേതാണ് അത്. സുബഹ് ബാങ്ക് കേട്ടുണരുകയും കൊറ്റിയുദിക്കുന്നതിനുമുമ്പ് വേഷഭൂഷിതനായി കുതിരപ്പുറത്ത് കുതിക്കുകയും പള്ളിപ്പറമ്പും നൊച്ചിൻകാടുകളും ഗോസായിക്കുന്നും പിന്നിട്ട് കാമപ്പടയോട്ടം നടത്തുന്ന ഖാൻ ബഹദൂർ പൂക്കോയ തങ്ങൾ ഈ വംശത്തിന്റെ അമാനവികതയെ പൂർണ്ണമാക്കുന്നു. താതവഴി അധികാരഘടനയുടെ ജീർണ്ണദശയെ ഇതുകൊണ്ട് ഉദാഹരിക്കാവുന്നതാണ്.

രോഗത്തിന്റെ മിത്തോളജി

ബാഹ്യമായ ആകാരം രോഗത്തിനുണ്ട്. രോഗം മനുഷ്യാസ്തിത്വത്തിന്റെ പിൻമാറ്റത്തെ പ്രോത്സാഹിപ്പിക്കുന്നു. ഈ നൂറ്റാണ്ടിന്റെ കലയിൽ ശക്തമായി പ്രതിഫലിച്ചുകണ്ട വിഷയമാണിത്. ഉപബോധ മനസ്സിന്റെ ദൈന്യത രോഗത്തിലൂടെ പരീക്ഷിക്കപ്പെടുന്നു. ആധുനിക കലയിലൂടെ രോഗത്തിന് ഒരു മിത്തോളജിയുടെ പരിവേഷം തന്നെ ഉണ്ടായിട്ടുണ്ട്. ടോൾസ്റ്റോയിയുടെ ഇവാൻ ഇല്ലിച്ച് (ഇവാനില്ലിച്ചിന്റെ മരണം) രോഗത്തിന്റെയും അതുണ്ടാക്കുന്ന മരണബോധത്തിന്റേയും ഏകാന്തദ്വീപിൽ ഒറ്റപ്പെടുമ്പോൾ തന്റെ വ്യർത്ഥമായ പൂർവ്വകാലത്തെ തുറന്നറിയാൻ ശ്രമിക്കുന്നവനാണ്. അതിന്റെ കൊടിയ വേദനയിൽ ഇല്ലിച്ച് പാപപരിഹാരത്തിന് ശ്രമിക്കുന്നത് മൂല്യമർഹിക്കുന്നു. ജീവിതത്തിൽ വൈദ്യവൃത്തി സ്വീകരിച്ച പുനത്തിൽ കുഞ്ഞബ്ദുള്ളയ്ക്ക് രോഗം ഒരു രൂപകം മാത്രമല്ല, യാഥാർത്ഥ്യബോധത്തോടെ സമീപിക്കേണ്ട ജീവിതവൃത്തി കൂടിയാണ്.

രോഗത്തെ കലയ്ക്കുവേണ്ട അസംസ്കൃത വസ്തുവായും രചനാപ്രക്രിയയുടെ സാങ്കേതിക മാർഗമായും, കുഞ്ഞബ്ദുള്ള പരീക്ഷിക്കുന്നു. അതിന്റെ ഗുണഫലങ്ങൾ തരുന്ന നോവലാണ് മരുന്ന്. രോഗത്തെ ഒരു 'മിത്തോളജി' എന്ന നിലയ്ക്ക് അദ്ദേഹം സമീപിക്കുന്നത് പ്രസ്തുത കൃതിയിലാണ്. മൃത്യു പ്രവേശിച്ചു കഴിഞ്ഞാൽ പിന്നെ മരുന്നിന് പ്രസക്തിയില്ല. എന്നാൽ മൃത്യുവിന് മരുന്നിനെ ഭയമാണ്' (പു. 214) എന്ന ഡോ. ക്വാജയുടെ വീക്ഷണം ശുഭാപ്തി ബോധത്തെ സംബന്ധിച്ച് ഈ മിത്തോളജിയുടെ ഏറ്റുപറച്ചിലാണ്. ജോൺ ബൽദേവ്മിർസ എന്ന

സംഗീതജ്ഞന്റേയും നികൃഷ്ടമൂർത്തിയായ ഡോ. ആചാരിയുടേയും വിധി പരസ്പരവിരുദ്ധമെങ്കിൽ കൂടി, മനുഷ്യനിലെ നിസ്സഹായതാബോധത്തിന്റെ ഉത്കൃഷ്ടതയെ വെളിപ്പെടുത്തുന്നു.

സ്മാരകശിലകൾ എഴുതിയ കാലത്തുതന്നെ ഒരു സമ്പൂർണ വൈദ്യനേയും മനുഷ്യാസ്തിത്വനിലകളുടെ മിത്തോഗ്രാഫറെയും കുറിച്ചുള്ള അന്തർബോധം കഥാകാരൻ വച്ചു പുലർത്തിയിരുന്നു. നോവലിലെ കോമപ്പൻ വൈദ്യരും മുക്രി എറമുള്ളാനും ഈ രണ്ടിനും ഉദാഹരണമാണ്. കാരക്കാട് ജീവിച്ചിരുന്ന എറമുള്ളാൻ എന്ന മുക്രി കഥയിലെത്തുമ്പോൾ വിധി വൈചിത്ര്യത്തിന്റെ ചായം പുരണ്ട് ആളാകെ മാറിപ്പോവുന്നു. സ്മാരകശിലകളിലെ ശൈലിക്ക് വിഷാദഭൂയിഷ്ഠമായ ഒരു താളക്രമം ഏറമുള്ളാന്റെ ജീവിതകഥ പ്രദാനം ചെയ്യുന്നുണ്ട്. കുഞ്ഞബ്ദുള്ളയുടെ കലയിൽ കാമത്തിന്റെ ചടുല താളക്രമത്തിലൂടെ രോഗത്തിലേക്കും പിന്നെ മരണത്തിലേക്കും പലപ്പോഴും സംഭവിക്കാറുള്ള കഥാപാത്രവിധി എറമുള്ളാന്റെ കാര്യത്തിൽ പാലിക്കപ്പെടുന്നില്ല. കനത്ത നിശ്ശബ്ദത ഗോപ്യമായി കിടക്കുന്ന ആന്തരികാസ്തിത്വത്തെ വെളിച്ചത്തുകൊണ്ടുവരുന്നു. പതനത്തെക്കുറിച്ചുള്ള കുറ്റബോധം ശക്തമായി പ്രതിഫലിപ്പിക്കുന്ന കലയുടെ ചില സന്ദർഭങ്ങൾ ഈ കഥാകാരൻ വേറെയും സൃഷ്ടിച്ചിട്ടുണ്ട്. മൗലാനാ ഇനാം ഖുറൈഷി ഇത്തരത്തിലുള്ള ശക്തനായ ഒരു കഥാപാത്രമാണ്.

കാൻസർ രോഗവും വിചിത്രമായ മരണവും ഏറമുള്ളാന്റെ അന്ത്യത്തെ ഒന്നുകൂടി വ്യത്യസ്തമാക്കുന്നു. കാരക്കാട്ടുകാരുടെ അന്ത്യകർമങ്ങൾ ചെയ്തു ജീവിച്ച ഏറമുള്ളന് ഒരു മയ്യത്തിന് കിട്ടേണ്ട അന്ത്യശുശ്രൂഷപോലും ലഭിക്കുന്നില്ല. കഠിനമായ ജീവിതരീതി കനത്ത നിശ്ശബ്ദതയായി ഉള്ളിലൊതുക്കി ജീവിച്ചവനായിരുന്നു എറമുള്ളാൻ. ഖുറൈഷിപ്പാത്തുവിന്റെ ആദ്യത്തെ പുതിയാപ്പിളയായിരുന്നു. ജീവിതത്തിൽ അയാൾ ഒന്നും നേടുന്നില്ല. നിസ്സഹായതാബോധവും ഗൃഹാതുരത്വവും അയാളെ വിട്ടുപിരിയുന്നില്ല. അനുരാഗത്തിന്റെ മാപ്പിളപ്പാട്ടുകൾ അയാൾ എപ്പോഴും മൂളാറുണ്ട്. പൂക്കോയ തങ്ങളുടെ കല്പനയ്ക്കു മുമ്പിൽ ഒരിക്കലയാൾ പാടിയത്, പ്രവാചകപുത്രി ഫാത്തിമയും അലിയും തമ്മിലുള്ള അനുരാഗ ഗാഥയാണ്. "ചിച്ചിലെന്നും ചിലിചിലെന്നും'... എന്നു തുടങ്ങുന്ന വരികൾ ഭോഗതൃഷ്ണയെ അവതരിപ്പിക്കുന്ന മറ്റുചില കഥാസന്ദർഭങ്ങളിലും കഥാകാരൻ ആവർത്തിച്ചിട്ടുണ്ട്. ഒരനുരാഗക്കടലിന്റെ നിസ്സഹായമായ ഉടമയായിരുന്നു കാരക്കാടിന്റെ ഈ മുക്രി എന്നു വ്യക്തമാണ്. ഓരോ കഥാപാത്രത്തിനും പ്രത്യേകം ചിട്ടപ്പെടുത്തിവെച്ചിട്ടുള്ള കർമഗതി സ്മാരകശിലകളിലെ പ്രത്യേകതയാണ്. അവയ്ക്ക് വിഘ്നം ഭവിക്കുമ്പോൾ അസാധാരണമായ ഒരന്യത്വത്തിന് വിധേയരാവുകയും രോഗികളാവുകയും ചെയ്യുന്നു ഇവർ. ബാങ്ക് വിളിക്കുക, കാരക്കാട്ടുകാരുടെ അന്ത്യകർമങ്ങൾ നടത്തുക, വിശ്വാസികൾക്ക് അംഗസ്നാനത്തിന് ശവങ്ങളുടെ നെയ്യൂറുന്ന പള്ളിക്കുളത്തിൽനിന്ന് ജലം

തേവി നിറയ്ക്കുക എന്നിവയാണ് എറമുള്ളാന് ചെയ്യാനുള്ളത്. വലിയ തങ്ങളുടെ മഖ്ബറയിൽ നേർച്ചത്തിരി കത്തിച്ചുവെക്കുക, രോഗശമനത്തിന് ഉറുക്ക് മന്ത്രിച്ച് നല്കുക എന്നിങ്ങനെ ചെറിയ ജോലികളുണ്ട്. നിശ്ശബ്ദമായി ചിട്ടയോടെ എല്ലാം ചെയ്തുപോന്ന എറമുള്ളാൻ രോഗബാധിതനായപ്പോൾ, പകരം സ്ഥാനമേറ്റ മുക്രിയുടെ ബാങ്ക് വിളി കേൾക്കുന്നതോടെ കൊടിയ തകർച്ച ഉള്ളിലനുഭവിക്കുന്നു. വിശ്വാസികൾക്ക് വേണ്ടി ബാങ്ക് വിളിക്കാതെ ഭൂമിയിൽ ഒരു നിമിഷവും തനിക്ക് ജീവിക്കാനാവില്ലെന്ന് അയാൾ വിശ്വസിച്ചിരുന്നു.

കർമബന്ധത്തിന്റെ സാദൃശ്യം ബുദ്ധനന്ദ്രമാൻ, കാവൽക്കാരൻ ബുഹാരി എന്നിവരിലുമുണ്ട്. പൂക്കോയ തങ്ങളുടെ വിശ്വസ്തനായ കുതിരക്കാരൻ ബുദ്ധനന്ദ്രമാൻ എന്ന മംഗോളി വംശജൻ തന്റെ എല്ലാമായ കുതിരപ്പന്തിയിൽ മറ്റൊരാൾ സ്ഥാനമേൽക്കുന്നതോടെ കർമ്മഭൂമിയിൽനിന്ന് ഒറ്റപ്പെടുകയും, മരിച്ചുപോയ തന്റെ കുതിരയെ അന്വേഷിച്ച് അലയുകയും ചെയ്യുന്നു. പ്രാകൃതമായ ഒരപരിചിതത്വം ഈ കഥാപാത്രങ്ങളിലൊക്കെയുണ്ട്. രോഗം ഇവരുടെ 'ഉട്ടോപ്യ'യെ തകർക്കുന്നു. കാമത്തിന്റെ രൂപത്തിലായാലും രോഗത്തിന്റെ രൂപത്തിലായാലും മനുഷ്യാത്മാവിൽ നടക്കുന്ന നാടകീയ പരിണതി ഏതൊരു സംസ്കാരഘടനയുടെയും തകർച്ചയുടെ ദയനീയ മുഖം കാണിച്ചുതരുന്നുണ്ട്.

മനുഷ്യശരീരപരിസ്ഥിതിയെക്കുറിച്ചുള്ള വീക്ഷണം പുനത്തിൽ കുഞ്ഞബ്ദുള്ളയുടെ കലയിൽ സക്രിയമായുണ്ട്. എഴുത്തുകാരൻ ജീവനുള്ള ആളുകളെയാണ് കഥാപാത്രങ്ങളെയല്ല സൃഷ്ടിക്കേണ്ടത്. കഥാപാത്രം ഹാസ്യചിത്രം മാത്രമാണ് എന്ന ഹെമിങ്ങ്‌വേയുടെ ന്യായവാദം മലയാളത്തിൽ ഈ കഥാകാരന്റെ കൃതികളിൽ പ്രത്യക്ഷപ്പെടുമ്പോലെ വേറെയില്ല.

ജീവിതത്തിന്റെ അടിസ്ഥാന ജൈവികഘടനയിൽ സർഗസൃഷ്ടി നടത്തുന്ന കലാകാരൻ മരണമെന്ന പ്രതിഭാസത്തോട് അമിതമായ താത്പര്യമുള്ളവനായിരിക്കും. മരണം ജീവിതാനുഭവത്തെ പുനഃസൃഷ്ടിക്കാനുള്ള അന്തിമമാർഗമാണയാൾക്ക്. സാഹിത്യം തലമുറകളെ വേർതിരിച്ചറിയാനുള്ള മാർഗം, മരണമെന്ന പ്രതിഭാസത്തോട് അവരുടെ സമീപനം ശ്രദ്ധിച്ചാൽ മതിയെന്നുള്ള നിരൂപകമതവും മേൽപറഞ്ഞതിന് ഒരനുബന്ധമാണ്. കുഞ്ഞബ്ദുള്ളയുടെ മതാത്മകബോധം മരണസങ്കല്പത്തിൽനിന്നാണ് മുളയെടുക്കുന്നത്. ജീവിതാനുഭവങ്ങളെ തേടിയുള്ള കഠിനമായ അലച്ചിലിനിടയിൽ ഈ ദർശനത്തിന്റെ തായ്‌വേര് അദ്ദേഹം കണ്ടെത്തി. ചരിത്രപ്പഴമകൾ, പ്രാകൃത ഗോപുരങ്ങൾ, തകർന്നുകിടക്കുന്ന ശവകുടീരങ്ങൾ, എല്ലാം എന്തെന്നില്ലാതെ ഇദ്ദേഹത്തെ ആകർഷിക്കുന്നു. ജീവിതത്തേയും മരണത്തേയും സംബന്ധിച്ച ദർശനങ്ങളെ സമീകരിക്കുന്ന വാസ്തുബിംബങ്ങളാണ് ചരിത്രപ്പഴമകൾ. ഉത്തരേന്ത്യൻ യാത്രകൾക്കിടയിൽ മുഗളന്മാരുടേയും രജപുത്രരുടേയും ശവകുടീരങ്ങളിലും കോട്ടകളിലും പ്രാകൃതവും കാല്പനികവുമായ ഒരാവേശത്തോടെ

കഥാകാരൻ അലഞ്ഞു നടന്നു. മക്കയിലെ 'കഅബ' താൻ വിചാരിച്ചതിലേറെ തന്നെ ആകർഷിക്കുകയുണ്ടായെന്ന് അദ്ദേഹം രേഖപ്പെടുത്തിയിട്ടുണ്ട്. പാതിരാത്രിയിൽ ശവമഞ്ചം ചുമന്ന് പത്തിരുപത് ആളുകൾ ശവസംസ്കാര പ്രാർഥനയ്ക്കായി 'കഅബ'യുടെ മുമ്പിലെത്തിയ സംഭവം അദ്ദേഹത്തെ കഠിനമായി ബാധിക്കുന്നു.

മരണത്തെ ഒരു കോമാളിച്ചിരിയോടെ നോക്കിക്കാണാനുള്ള രചനാത്മകമായ ഭാവുകത്വവും പില്ക്കാലത്ത് ഇദ്ദേഹം പ്രദർശിപ്പിക്കുകയുണ്ടായി. സ്മാരകശിലകളിലെ അഹമ്മത്ഹാജിയുടെ ശവത്തിന്റെ വിറങ്ങലിച്ച വായ കാണുമ്പോൾ എറമുള്ളാന് തോന്നനത് 'മരിച്ചിട്ടും കൊതിതീരാത്ത വായ' എന്നാണ്. ആത്മഹത്യ ചെയ്യാനായി സംഘടിപ്പിച്ച ഗുളികയുടെ പുറത്ത് ഐ.ജി. എന്ന അക്ഷരങ്ങൾകൊണ്ട് കഥയിലെ നായകൻ 'അത് ഗുളികയുടെ തലയിലെഴുത്തായിരിക്കും' എന്ന് ചിന്തിക്കുന്നു. ഗുളിക ഭാര്യ കാണുമെന്ന് ഉറപ്പായപ്പോൾ അത് തലയിണയ്ക്കടിയിൽ പൂഴ്ത്തിവെച്ച് 'ലൈഫ് മാസിക' മറിച്ച് അതിലെ 'ക്രോമസോം' എന്ന അദ്ധ്യായം വായിക്കാനാരംഭിക്കുന്നു (ശൂന്യാകാശത്തിൽ ഒരു മൃതദേഹം). മരുന്നിലെ ഡോ. ആചാരിയുടെ ദയനീയമായ മരണരംഗത്തോടൊപ്പം ഒരാരാച്ചാരും വിധി നടത്തിപ്പുകാരും തന്നെ വിചാരണ ചെയ്യുന്നതായുള്ള ഭ്രമകല്പനാ രംഗവും കൂടി സൃഷ്ടിച്ചുവെക്കുന്നുണ്ട്.

ഒടുങ്ങാത്ത കാമതൃഷ്ണ പല കഥകളിലും ആവർത്തിച്ചു കാണുന്നു. കാമപ്രക്രിയയിൽ അപസ്മാരക്കാരെപ്പോലെ പെരുമാറുന്നു ഇവരിൽ മിക്കവരും. ഇടവഴികളിൽപോലും സംഭോഗപ്രക്രിയയുടെ ചരിത്രം ശീലകുട മറച്ചുകൊണ്ട് എഴുതിയ ആളാണ്, നോക്കൂ, ഒരു വാതിൽ എന്ന കഥയിലെ ആഢ്യനായ കാൻസർ രോഗി. ജോൺ പോൾ, കൂട്ടുകാരനുവേണ്ടി വിജയമാഘോഷിക്കുന്നത് വിചിത്രമായ ഒരു കൊലയും കാമപ്രവേശവും നടത്തിയാണ് (ജോൺ പോൾ വാതിൽ തുറക്കുന്നു) ക്രിസ്തു ശിഷ്യരിൽ ജോണും പോളും അവിവാഹിതരായിരുന്നു എന്നു കൂടി ഓർക്കുമ്പോൾ മനഃശാസ്ത്രപരവും പ്രതീകാത്മകവുമായ അർഥം കൂടി ഇവയ്ക്കു കൈവരുന്നു. ആറാമിന്ദ്രിയത്തിലെ ഭാര്യ സെക്സ് മാനിയാക്കായി മാറി ലോകമര്യാദകളെയൊക്കെ ലംഘിക്കുന്നിടത്ത് കഥാകാരൻ അവൾക്കു മരണം വിധിക്കുന്നു. 'ക്രമം തെറ്റുന്ന പ്രത്യക്ഷങ്ങളെന്ന് കെ.പി. അപ്പൻ കുഞ്ഞബ്ദുള്ളയുടെ ചില കഥാസന്ദർഭങ്ങളെക്കുറിച്ച് നിരീക്ഷിക്കുന്നുണ്ട്. അനുഭവപ്രത്യക്ഷങ്ങളുടെ ഈ ക്രമം തെറ്റൽ കുഞ്ഞബ്ദുള്ളയുടെ കഥാലോകത്ത്, കാമം അതിന്റെ ഊടുവഴികളിലൂടെ ആക്രമിച്ചു കയറുമ്പോഴുണ്ടാകുന്ന ദുരന്തങ്ങളിലൊന്നാണ് എന്നതത്രേ വാസ്തവം. അസാമാന്യമായ ഭോഗാസക്തിയെ മൂക്കുകയറിടാൻ കഥാകാരൻ പലപ്പോഴും കണ്ടെത്തുന്ന പ്രതിരോധതന്ത്രം കൂടിയാണ് മരണം. ഓരോ കഥയെഴുതുമ്പോഴും പ്രസ്തുത കഥ 'വിശാലമായ തടാകത്തിന്റെ നടുവിൽ എറിഞ്ഞ ഒരു കല്ലാകണമെന്നും തരംഗങ്ങൾ കഥയാകുന്ന തടാകത്തിൽ ഓളങ്ങളും കൊടുങ്കാറ്റുമുണ്ടാക്കണമെന്നും' പ്രാർത്ഥിക്കുന്നു ഇദ്ദേഹം.

സെമിറ്റിക് പുരാവൃത്തപരമായ ഒരന്തർധാര ഈ കഥാകാരന്റെ മരണ ദർശനത്തിൽ ജാഗ്രത്തായുണ്ട്. 'കെട്ടിപ്പൊക്കിയ കൊട്ടത്തളങ്ങൾക്കുള്ളിൽ ഭദ്രമാണ് നിങ്ങളെങ്കിലും മരണം വന്നു പിടികൂടും' എന്ന ഖുർആൻ വചനങ്ങൾ കുഞ്ഞബ്ദുള്ളയെ സന്തോഷിപ്പിക്കുന്നു.

ബിംബങ്ങളും പ്രതീകങ്ങളും രചനയിൽ ആവോളമുൾക്കൊള്ളുക എന്നത് കുഞ്ഞബ്ദുള്ളയുടെ ശീലമല്ല. എന്നാൽ അപൂർവ്വം ചിലത് ആവർത്തിച്ച് പ്രത്യക്ഷപ്പെടുകയും ചെയ്യാറുണ്ട്. ഇങ്ങനെയുള്ള ബിംബ പ്രതീക കല്പനകളാണ് കുതിര, മരുഭൂമി, കടൽ എന്നിവ. സ്മാരക ശിലകളിലാവട്ടെ കുതിര ഒരു പ്രതീകമോ ബിംബമോ എന്നതിനേക്കാൾ ശക്തനായ കഥാപാത്രം തന്നെയാണ്. മുഗളന്മാരുടെ ചരിത്രസ്മാരകങ്ങളിൽ അലഞ്ഞുനടക്കവേ ഭൂതകാലത്തിന്റെ അധികാരവും കടിഞ്ഞാണും നിയന്ത്രിച്ചുകൊണ്ടിരുന്ന ഈ ജീവിയെ തന്റെ കഥയിലേക്ക് കണ്ടെടുത്തതാവണം കഥാകാരൻ.

പൊടുന്നനെ വന്നുഭവിക്കാറുള്ള മരണം പലപ്പോഴും പ്രത്യക്ഷങ്ങളുടെ ക്രമം തെറ്റിക്കുന്നുവെന്ന് മുമ്പ് സൂചിപ്പിച്ചുവല്ലോ. ഒരു മിത്തിനെ ക്രമാനുഗതമായി വളർത്തി സാമൂഹികപാഠം സൃഷ്ടിക്കാനല്ല ഇദ്ദേഹത്തിനു താല്പര്യം. മറിച്ച്, വളർച്ചയുടെ മൂർത്തഘട്ടത്തിൽ സംഭവിക്കുന്ന അനിച്ഛാപരമായ ഒരോപ്പറേഷനിലൂടെ മരണത്തെ എഴുന്നള്ളിക്കുകയും 'മനുഷ്യാത്മാവിലുണ്ടാക്കുന്ന നാടക'ത്തിലൂടെ ചോർന്നുപോകുന്ന ഗോത്രവീര്യമെന്ന 'ഉട്ടോപ്യയെ' ഉയർത്തിക്കാട്ടുകയും ചെയ്യുന്നു. കുതിരയും ഇത്തരമൊരോപ്പറേഷനുള്ള ആയുധമാണ്. ഗോത്രാഹങ്കാരങ്ങളുടെ കടിഞ്ഞാണില്ലായ്മക്ക് ഏതുനിമിഷവും സംഭവിക്കാവുന്ന തകർച്ചയുടെ ഒരു രൂപകം കൂടിയാണിത്.

കാലരിപൂക്കൾ പതിയിരിക്കുന്ന, അധികാരത്തിനുള്ള മൃത്യുമാത്ര ഈ രൂപത്തിലുണ്ട്. പൂക്കോയ തങ്ങളുടെ ആരൂഢവും മരണവും വ്യക്തമാക്കുന്നത് മറ്റൊന്നല്ല. ഭോഗവും മരണവും തമ്മിലുള്ള പാരസ്പര്യത്തെ നിർണയിക്കുന്നത് കടിഞ്ഞാൺ ആണ്. ബുദ്ധിമാനായ മനുഷ്യൻ കടിഞ്ഞാണിനെ ശ്രദ്ധിച്ചുകൊണ്ടേയിരിക്കും. എങ്കിലും ജീവിതത്തിനു നേരെ ചാപല്യങ്ങളെടുത്തു കളിക്കുക എന്നത് മനുഷ്യജന്മത്തിന്റെ വിധിയുമാണ്. ഈ വിഷാദമാണ് ജീവിതവും മരണവും തമ്മിൽ അന്വയമില്ല എന്ന ബോധം മനുഷ്യനിലുണ്ടാക്കുന്നത്.' ഏറ്റവും വലിയ പ്രശ്നം കടിഞ്ഞാണാണ്. കടിഞ്ഞാണിലാണ് ശരിയായ ജീവൻ. അതിന്റെ ഒരറ്റത്ത് കുതിര കിടക്കുന്നേയുള്ളൂ.' (പു. 200), എന്ന പുതിയ കുതിരക്കാരന്റെ ചിന്ത ഈ അന്വയമില്ലായ്മയെ സൂചിപ്പിക്കുന്നു. പൂക്കോയ തങ്ങൾ ഗോത്രാഹന്തയാൽ ഈ തത്ത്വം മറക്കുന്നു. സുപ്രഭാതമണയുമ്പോൾ ശത്രുവെ ലാക്കാക്കി തീപ്പൊരിതുല്യം പൊടി പാറ്റി പറന്നകലുന്ന പടക്കുതിരയെ 'മനുഷ്യാത്മാവിൽ തിടംവെച്ചു വളരുന്ന അഹന്തയുടെ കടിഞ്ഞാൺ പൊട്ടുമ്പോൾ വന്നുഭവിക്കുന്ന നാശമായി 'ഖുർആൻ' രൂപണം ചെയ്യുന്നത് ഇവിടെ ഓർമ്മിക്കാവുന്നതാണ്.

കരുത്തനും അത്യുത്സാഹിയും സദാചാരവിരുദ്ധനും ജീവിതാസ്വാദന തൃഷ്ണ നിറഞ്ഞുനില്ക്കുന്ന വിരാട് രൂപിയുമായിരിക്കുന്ന ഒരു കഥാ പാത്രം കുഞ്ഞബ്ദുള്ളയുടെ ഉപബോധമനസ്സിൽ കുടിക്കൊള്ളുന്നുണ്ട് എന്ന് ഉപദർശിക്കപ്പെട്ടിട്ടുണ്ട്. [4](വി. രാജകൃഷ്ണൻ, അവതാരിക, മരുന്ന് പു.15) കുഞ്ഞബ്ദുള്ളയുടെ മിക്ക കഥാപാത്രങ്ങളിലും ഈ തൃഷ്ണ യുടെ ആധിയുമുണ്ട്. ദാഹാർത്തരായ കന്യകമാരെ മലമുകളിലെ കരി യിലക്കാടുകളിൽ പ്രാപിക്കുന്ന അബ്ദുള്ളയിൽ(മലമുകളിലെ അബ്ദുള്ള) ഈ താദാത്മ്യവ്യക്തിയുണ്ട്. ഡോ. ആചാരി (മരുന്ന്) അഹമ്മദ് ദോസരി (കന്യാവനങ്ങൾ) തുടങ്ങി നിരവധി കഥാപാത്രങ്ങളിലിവയുണ്ട്. പൂക്കോയ തങ്ങളുടെ കാര്യത്തിൽ വംശീയമായ അഹന്തയുടെ രൂപത്തിലും ഈ കാമാസക്തി നിലകൊള്ളുന്നു.

പൂക്കോയ തങ്ങളുടെ കുതിരസവാരിയിൽ പ്രത്യക്ഷപ്പെടുന്ന മറ്റു ബിംബങ്ങളാണ് ഗോസായിക്കുന്നും മണലും കടലും. വിശ്വാസിയുടെ കാലബോധത്തിൽ സ്വർഗവും നരകവും പ്രധാന പങ്കുവഹിക്കുന്നുണ്ട്. അവിശ്വാസിയുടെ നാശത്തെക്കുറിച്ച് മുന്നറിയിപ്പായാണ്, മരുഭൂമിയെ മരീ ചികയും കടലും ഖുർ ആനിൽ പ്രത്യക്ഷപ്പെടുന്നത്, 'മരുഭൂമിയിലെ മരീ ചികയിലാകർഷിക്കപ്പെടുന്ന ഒരാൾക്ക് ജീവജലം കാണാൻ കഴിയില്ല'. (ഖുർ ആൻ 24:39) കാമവും മരണവും ഒരേ കുതിപ്പുറത്താണെന്ന ഈ സംസ്കാരചിന്ത കുഞ്ഞബ്ദുള്ളയുടെ കഥാപ്രപഞ്ചത്തിൽ ശക്തമായി നിലനിൽക്കുന്നു. ഗോസായിക്കുന്ന് പിന്നിടുന്നത് വൈയക്തികാർത്ഥ ത്തിലും വംശാധിനിവേശത്തിന്റെ അർത്ഥത്തിലും ഉള്ളിലെ കാമാ സക്തിയെ ഉച്ചസ്ഥായിയിൽ സ്ഥാപിക്കുന്നതിന് തുല്യമാണ്. യാത്ര, ഭൂമി പിന്നിടുമ്പോൾ കാമശക്തിയുടെ കടിഞ്ഞാണറ്റു മരുഭൂമിയിലും അഗാധ സമുദ്രത്തിലും ചെന്നെത്തുന്നു. പൂക്കോയ തങ്ങളുടെ യാത്രയിൽ സമാ നമായ ഒരു തൃഷ്ണത്തകർച്ചയുടെ സംവിധാനമുണ്ട്.

പിതൃഭൂമി സമസ്യകൾ

കുഞ്ഞബ്ദുള്ളയുടെ കഥാലോകത്ത് വേരില്ലാത്ത നിരവധി കഥാ പാത്രങ്ങളുണ്ട്. ഈ വേരില്ലായ്മ വംശശുദ്ധിയെക്കുറിച്ചുള്ള സംശയങ്ങൾ ജനിപ്പിക്കുന്നു. സ്ഥാനമാനങ്ങളും പ്രതാപവും പിൻതുടർച്ചയിലൂടെ വിശ്വസിച്ചേൽക്കാറുണ്ടെങ്കിലും മനുഷ്യകുലത്തിന്റെ ചരിത്രഭഗ്നമായ വിധിവിശേഷങ്ങൾ മായാതെ തന്നെ കിടക്കുകയാണ് പതിവ്.

സ്മാരകശിലകളിലെ നായകന് അറബിക്കണ്ണുകളുണ്ട്. അറബിപ്പുളി മരം ഒരു വൃക്ഷകഥാപാത്രമാണ് ഈ നോവലിൽ. ബുദ്ധനദ്രമാനും ബുഹാരിയും മംഗോളിവംശത്തെ ഓർമിപ്പിക്കുന്ന മുഖമുള്ളവരാണ്. പണി ക്കാരൻ കുട്ടിക്ക് ചൈനക്കാരന്റെ മുഖവും പട്ടാളം ഇബ്രായിയുടെ പിതൃത്വം വലിയ തങ്ങളിൽ ആരോപിക്കാമെന്ന സൂചന കഥയിലും തങ്ങ ളുടെ പില്ക്കാല പ്രവൃത്തിയിലുമുണ്ട്. നീലിയുടെ ഗർഭത്തിലുണ്ടായ കുഞ്ഞാലി അജ്ഞാത പിതൃത്വത്തെ ഓർമിപ്പിക്കുന്നു. ഇവരെല്ലാം

കൂടിച്ചേർന്ന ഗോത്രത്തിലെ നായകനാണ് ഒരർത്ഥത്തിൽ ഖാൻ ബഹദൂർ പൂക്കോയ തങ്ങൾ എന്നുപറയാം. മരുഭൂമിയിൽ, അറബികൾ താതവഴിയാണ് ദായക്രമമായി സ്വീകരിച്ചത്. ഖൈമകളായി മരുഭൂമിയിൽ ജീവിക്കുമ്പോൾ ഗോത്രചാരിത്ര്യശുദ്ധിക്കും ഓട്ട വീഴാതിരിക്കണെങ്കിൽ ഇതാവശ്യമാണുതാനും. കുഞ്ഞബ്ദുള്ളയുടെ പ്രമേയങ്ങൾ അങ്കുരിക്കുന്നത് പലപ്പോഴും പിതൃഭൂമിയായ മരുഭൂമിയിലാണ്. കാരക്കാടിന്റെ പശ്ചാത്തലത്തിലും ഈ ബിംബത്തെ പ്രതിഷ്ഠിക്കുകയാണ് അദ്ദേഹം. 'മരുഭൂമി, ആദ്യപ്രകൃതി നടാടെ സംസ്കാരത്തിന്റെ സ്വഭാവമുൾക്കൊള്ളുന്നു. പില്ക്കാല സ്ഥിരവാസ നാഗരിക സമൂഹത്തിൽനിന്നു വ്യത്യസ്തമാണത്. കുഞ്ഞാലിക്ക്, 'ഓത്തു നന്നായി പഠിപ്പിച്ചില്ലെങ്കിലും എഴുത്ത് നന്നായി പഠിപ്പിക്കണം' എന്ന് മൂസ മുസ്ല്യാരോട് പൂക്കോയ തങ്ങൾ കല്പിക്കുന്നു. വരമൊഴി സ്ഥിരവാസ നാഗരികതയുടെ സാക്ഷരതാ ചിഹ്നമാണല്ലോ. ഈ ചരിത്ര വളർച്ചയുടെ മനുഷ്യബിംബം എന്ന നിലയ്ക്കാണ് ഖാൻ ബഹദൂർ പൂക്കോയ തങ്ങൾ പ്രസക്തി നേടുന്നത്.

അജ്ഞാതപിതൃത്വം ഒരൊഴിയാബാധയായി പിന്തുടരുന്ന ശക്തമായ മറ്റൊരു കണ്ണിയാണ് സ്മാരകശിലകളിലെ ഇളംതലമുറയിലെ കുഞ്ഞാലി. 'ശാപവാക്കുകളേറ്റ് തീക്കാറ്റേറ്റ പടുവൃക്ഷം പോലെ വളർന്നു' എന്നുള്ള പ്രതീക കല്പന ഈ കഥാപാത്രത്തിന്റെ അവസ്ഥയെ മാത്രമല്ല, ഒരു നിഴലായി മറഞ്ഞു നില്ക്കുന്ന പിതൃഭൂമിയെക്കൂടി ധ്വനിപ്പിക്കുന്നുണ്ട്. പൂക്കോയ തങ്ങളുടെ പരിഷ്കാരപ്പാതിയായി വളരുന്ന ഈ കഥാപാത്രം, 'ഹറാത്ത്' എന്നുവിളിച്ച് തന്നെ നിന്ദിച്ചവരോട് ഉള്ളിലൊതുക്കിയ പകയുമായി ജീവിക്കുന്നു. ആ പദത്തിന്റെ അർത്ഥം അറിഞ്ഞുതുടങ്ങിയതോടെ പേടിപ്പെടുത്തുന്ന ഒരു മനുഷ്യരൂപം, തന്നെ സദാ പിൻതുടരുന്നു എന്ന ബോധവും അയാളെ പിടികൂടുന്നു. പൂക്കുഞ്ഞിബീയിൽ നിന്നും വ്യത്യസ്തമായി മനുഷ്യരുടെ പേടിപ്പെടുത്തുന്ന കഥകൾ കേട്ടാണ് അവൻ വളരുന്നത്. അതുകൊണ്ടുതന്നെയാവണം ചെറുപ്പത്തിലേ ഒരു ചെറുത്തുനില്പിന്റെ ശക്തി ആവാഹിക്കുന്ന ക്രിയകളിൽ ശ്രദ്ധാലുവായി കുഞ്ഞാലി വളർന്നത്. എറമുള്ളാനിൽനിന്ന്, പള്ളിക്കുളത്തിലെ നെയ്യൂറുന്ന ജലം കുടിക്കാൻ ചോദിക്കാൻ മാത്രം അസാമാന്യ ധൈര്യം കാണിക്കുന്നു കുഞ്ഞാലി. തലനോമ്പു നിരസിക്കുന്ന പ്രകൃതത്തിലും ഈ നിഷേധത്തിന്റെ സ്ഥൈര്യപ്രകൃതിയാണുള്ളത്. സ്കൂളും ഓത്തുപള്ളിയും സങ്കരപ്പെട്ട ഒരു വിദ്യാവ്യവസ്ഥയിലും നീലിയുടെ നാഥനില്ലാത്ത ഗർഭത്തിൽ പിറന്ന കുഞ്ഞാലി ചെറുത്തുനില്പിനുവേണ്ട ആയുധങ്ങൾ ശേഖരിക്കുന്നത് കാണാം.

സ്മാരകശിലകളിൽ കോറിയിട്ടുപോയ സംസ്കാരത്തിനുള്ളിലെ ജാരത്വം കന്യാവനങ്ങളിൽ ഒരു സജീവ പ്രശ്നമായിത്തന്നെ കടന്നുവരുന്നു. ആധുനിക സ്ഥിരവാസ സമൂഹത്തിന്റെ മഹിമയും തകർച്ചയും കുടിക്കൊള്ളുന്നത് ഒരു പക്ഷേ ജാരത്വത്തിലാണ് എന്ന കാഴ്ചപ്പാട് ഇവിടെയുണ്ട്. പുരുഷന്റെ ഷണ്ഡത്വപ്രകൃതിയാണ് ചരിത്രപരമായി

അതിന്റെ ഹേതു. ദോസരി-ഹാത്തൂൻ-റസൂൽ ബന്ധങ്ങളിൽ ചരിത്രത്തിന്റെ ഈ ആധുനിക പ്രശ്നം ആവർത്തിക്കുന്നു. അപ്രാപ്തനായ ദോസരിയെ അവഗണിച്ച് കരുത്തനായ ഒരു പുരുഷനെ ഹാത്തൂൻ കിടപ്പറയിലേക്ക് ക്ഷണിക്കുന്നു. സ്ത്രീയുടെ അസ്ഥി ചൂടുപിടിക്കുമ്പോൾ അത് വലിച്ചെടുക്കാൻ കരുത്തുള്ള ഒരു പുരുഷശരീരം ആവശ്യമാണ് എന്ന ഹാത്തൂണിന്റെ പ്രമാണം ആധുനിക സംസ്കാരത്തിന്റെ മുഴുവൻ പ്രശ്നമാണ്. ലോകത്തിനുമുമ്പിൽ ദോസരിയുടെ പുത്രനാണ്. റസൂലിന് പിതൃത്വം നൽകിയ ആളെ ദോസരി തന്നെയാണ് കൊല ചെയ്യുന്നത്. എങ്കിലും വംശത്തിന്റെ നിലനില്പ് അഹമ്മദ് ദോസരിക്ക് ഒരു പ്രശ്നമായപ്പോൾ റസൂൽ അയാളുടെ മകനായിത്തീർന്നു. 'ജാരത്വം' മഹാവംശങ്ങളുടെ നിലനില്പിനു ആധാരമാകുന്ന നിരവധി കഥകൾ ഇതിഹാസങ്ങളിൽ തന്നെയുണ്ടല്ലോ. കഥാകാരന്റെ ഉപബോധത്തിൽ കുടികൊള്ളുന്ന വിരാടരൂപിയായ തോന്ന്യവാസി-ഖാൻ ബഹാദൂർ പൂക്കോയ തങ്ങൾ - ഈ ജാരത്വത്തിന്റെ കൂടി പുരുഷരൂപമാണ്. ഖാൻ ബഹാദൂർ പൂക്കോയ തങ്ങളുടെ അഭാവത്തിൽ പട്ടാളം ഇബ്രായി അധികാരത്തിലേറുന്നതും ചരിത്രത്തിന്റെ ഒരു പ്രതിസന്ധി തീർക്കുന്നു.

ജിന്നും നോവലിലെ രചനാതന്ത്രവും

ജിന്നും മലക്കും ഇഫരീത്തും ശയ്ത്താനും എന്നുവേണ്ട മനുഷ്യബോധത്തിന്റെ ഒരങ്ങേപ്പുറം തന്നെ കുഞ്ഞബ്ദുള്ളയുടെ കഥാലോകത്തുണ്ട് ജിന്ന്, പല കഥകളിലും ആവർത്തിക്കുന്നത് കാണാം. പൂക്കോയ തങ്ങളുടെ പുന്നാരമോൾ പൂക്കുഞ്ഞിബീ ജിന്നു കഥകൾ കേട്ടാണ് ബാല്യകാലം പിന്നിടുന്നത്. സ്മാരകശിലകൾ അവസാനിക്കുമ്പോൾ ബോധ്യപ്പെടുന്ന ഒരു കാര്യമുണ്ട്. 'ജിന്ന്' എന്ന മിത്ത് കൊണ്ട് ജീവിതത്തെ പൂരിപ്പിക്കാനുള്ള ശ്രമമാണ് കഥാകാരൻ നടത്തുന്നത് എന്നതത്രെ അത്.

ജിന്നുകളെക്കുറിച്ചുള്ള കഥകൾക്കും മനുഷ്യവംശത്തോളം പഴക്കമുണ്ട്. ഇസ്ലാംമതവുമായി ബന്ധപ്പെട്ട ചരിത്രകഥകളും അറബി-നാടോടിക്കഥകളും കേട്ടു തഴമ്പിച്ച ഈ കഥാകാരന് 'ജിന്ന്' രചനാതന്ത്രത്തിന്റെ തന്നെ ഭാഗമായി മാറുകയുണ്ടായി. കേരളത്തിലെ യക്ഷിക്കഥകളോട് രൂപസാദൃശ്യമുണ്ട് ജിന്ന് കഥകൾക്ക്.

'ചുടുകാറ്റും തീയും സമന്വയിപ്പിച്ച് സൃഷ്ടിച്ച ഒരു സമുദായമാണ് ജിന്നുകൾ' എന്നും 'അവർക്കും മനുഷ്യരെപ്പോലെ മരണമുണ്ടെന്നും' ഖുർ-ആൻ വിശദമാക്കുന്നു. എങ്കിലും മനുഷ്യരെപ്പോലെ പ്രത്യേകമായ തിരഞ്ഞെടുപ്പിനുള്ള സത്താസ്വാതന്ത്ര്യം അവയ്ക്കില്ല. 'മരുഭൂയാത്രയിൽ, പാമ്പിന്റെ രൂപത്തിൽ കണ്ടുമുട്ടിയ ചില ജീവികൾ ജിന്നുകളായിരുന്നു' (മക്കയിലേക്കുള്ള പാത) എന്ന ഊഹം രേഖപ്പെടുത്തുന്നുണ്ട് മുഹമ്മദ് അസദ്. ഏതായാലും ഒരു കാര്യം തീർച്ചപ്പെടുത്താം. അറേബ്യൻ കഥകളിലൂടെയാണ് ജിന്ന് എന്ന പുരാവൃത്തം കാല്പനിക കഥകളിലേക്ക്

ലോകമെങ്ങും പ്രചരിച്ചത്. ചരിത്രപ്പഴമയും മതപുരാവൃത്തങ്ങളും കലാസൃഷ്ടിക്കായി പ്രയോജനപ്പെടുത്തുന്നവർക്ക് അക്ഷയഖനികളാണിവ.

സ്മാരകശിലകളിൽ മാത്രമല്ല, കുഞ്ഞബ്ദുള്ളയുടെ പല കഥകളിലും ജിന്നുകളും സിദ്ധന്മാരും കടന്നുവരുന്നുണ്ട്. ജിന്ന് കൂടിയ കുഞ്ഞാമിയുടെ കഥ ഖലീഫയിലുണ്ട്. 'ജിന്നുകളെപ്പോലെ അവളും പിന്നോട്ട് നടന്നിരുന്നു. ഒരു ദിവസം ഭൂമി പിളർന്ന് പാതാളത്തിലേക്ക് അവൾ താഴ്ന്നുപോയി. മലക്കുൽ മൗത്തി' (കാലൻ) ന്റെ അധൃഷ്യശക്തിയുടെ കഥ രേഖപ്പെടുത്തുന്നു. അകമ്പടിക്കാരില്ലാതെ എന്ന കഥയിൽ. സിദ്ധന്മാരും സിദ്ധകളുമായി മനുഷ്യർ പലയിടത്തും സ്മാരകശിലകളിൽതന്നെ പ്രത്യക്ഷപ്പെടുന്നുണ്ട്. 'ദിവ്യയായ ഹാത്തുബീവിയുടെ ഖബർ ജീവിതത്തെക്കുറിച്ചുള്ള കഥ' (നസൂഹ) നമ്മെ അദ്ഭുതപ്പെടുത്തുന്നു.

സ്മാരകശിലകളിൽ, ബാപ്പുക്കണാരനും കുഞ്ഞാമനും കൂടി കുരുമുളക് വില്ക്കാനായി തലശ്ശേരിയിലേക്ക് പോകുമ്പോൾ വഴിയിൽ കുഞ്ഞിപ്പള്ളിയിൽവെച്ച് ജിന്നുകളുടെ സാമീപ്യത്താൽ മതിഭ്രമം പിടിപ്പെടുന്ന കഥയുണ്ട്. 'വെള്ളിയാഴ്ച രാവിൽ' ജിന്നുകളും മലക്കുകളും ഇറങ്ങി നടക്കുമെന്ന' മലബാറിലെ മാപ്പിളമാരുടെ വിശ്വാസം ഇവിടെ ആവർത്തിക്കുന്നത് കാണാം.

ജിന്നിനെ കുറിച്ച് രണ്ട് പ്രധാന കഥകൾ സ്മാരകശിലകളിലെ പൂക്കുഞ്ഞിബി കേൾക്കുന്നുണ്ട്. ഉമ്മ പറയുന്ന ആദ്യത്തെ കഥയിൽ പിതാവ് നിശ്ചയിച്ചുറപ്പിച്ച രാജകുമാരനെ തിരസ്കരിച്ച് ജിന്നിനെ വിവാഹം കഴിക്കാനൊരുമ്പെട്ട രാജകുമാരിയുടെ ദുരന്തമാണ് വിഷയം. അല്പം കൂടി മുതിർന്നതിന് ശേഷമാണ് ഖുറൈശിപ്പാത്തുവിൽനിന്നു മറ്റൊരു ജിന്നുകഥ അവൾ കേൾക്കുന്നത്. തന്നെ പ്രണയിച്ച രാജകുമാരനെ വിട്ട്, മറ്റൊരു രാജകുമാരനെ വേൾക്കാൻ നിർബന്ധിതയായപ്പോൾ ഈ കഥയിലെ രാജകുമാരി, ജിന്ന് തനിക്കായൊരുക്കികൊണ്ടുവന്ന കുതിരപ്പുറത്തേറി യാത്രയാകുന്നു. ആദ്യ കഥയിലെപ്പോലെ, കടപ്പുറത്ത് സ്വർണമത്സ്യമായടിഞ്ഞു കിടക്കുന്നു. കഥ പറഞ്ഞുതീരുമ്പോൾ ഖുറൈശിപ്പാത്തു ചോദിക്കുന്നു: 'ആരാണ് രാജകുമാരിയെ കൊന്നത്?' 'രാജകുമാരിയെ സ്നേഹിച്ച രാജമാരൻ' – പൂക്കുഞ്ഞിബി. അല്ല, രാജകുമാരൻ കല്യാണദിവസം തന്നെ വിഷം കഴിച്ച് ആത്മഹത്യ ചെയ്തു. പക്ഷേ, രാജകുമാരിയെ രാജകുമാരനേക്കാളും സ്നേഹിച്ച ഒരാളുണ്ടായിരുന്നു. ഒരു ജിന്ന്, ആൺ ജിന്ന്. അവനാണ് രാജകുമാരിയെ കൊന്നത് (പു. 137). 'സുന്ദരികളായ കന്യകകളെ കൊല ചെയ്യലാണ് ജിന്നുകളുടെ വിനോദം' എന്ന പാഠവും പാത്തുവിന്റേതായുണ്ട്.

ആദ്യത്തെ കഥയിൽനിന്നു രണ്ടാമത്തേതിലെത്തുമ്പോൾ പൂക്കുഞ്ഞുബിയുടെ പ്രായവ്യത്യാസം പോലെതന്നെ, കഥയിലെ അഭ്യന്തര യുക്തിക്രമത്തിലും വ്യത്യാസമുണ്ട്. ജ്ഞാനപ്പഴം ഭക്ഷിക്കുന്നതിലൂടെ സത്താബോധവും സൗന്ദര്യബോധവും കൈവരികയും അസൂയയിലൂടെ

കൊലയിലേക്ക് നീങ്ങുകയും ചെയ്ത ആദിമനുഷ്യരുടെ കഥയുടെ ചൊല്ല് തന്നെയാണ് ഈ ജിന്നുകഥകളിലും വെളിപ്പെടുന്നത്.

സ്മാരകശിലകളിലെ പൂക്കുഞ്ഞിബിയുടെയും കുഞ്ഞാലിയുടേയും തകർച്ചയുടെ കഥയുമായി രൂപകാത്മകസംബന്ധമുണ്ട് പ്രസ്തുത കഥകൾക്ക്. രാജാവിന്റെ സാമ്രാജ്യവും രാഷ്ട്രതന്ത്രവും ശാസ്ത്രവിദ്യയുമെല്ലാം പൂക്കോയതങ്ങളുടെ പിൻഗാമിത്വത്തിന് വഴിമാറിക്കൊടുക്കുന്ന സാമാന്യദൃശ്യം ഈ നോവലിലുണ്ട്. സൂര്യസമാനനായ പൂക്കോയ തങ്ങളുടെ നട്ടുച്ചക്കുള്ള അസ്തമയം 'ചരിത്രപരമായ ഒരു ഉച്ചസ്ഥായി' (Historical Peak) യ്ക്ക് തിരശ്ശീല വീഴ്ത്തുകയും മറ്റൊന്നിനു ചരിത്രമാർഗം തുറന്നുകൊടുക്കുകയും ചെയ്യുന്നു. പട്ടാളം ഇബ്രായി പൂക്കുഞ്ഞീബിക്ക് വേണ്ടി കണ്ടുപിടിക്കുന്ന ക്ഷയരോഗിയായ ദുർബ്ബലനെ കൈയൊഴിച്ച്, സ്വതന്ത്രവും ശക്തവുമായ ജിന്നിന്റെ ലോകത്തിലേക്ക്, കഥയിലെ രാജകുമാരിമാരെപോലെ അവളും യാത്രയാകുന്നു.

കഥാകാരൻ വെച്ചുപുലർത്തുന്ന സ്ത്രീസങ്കല്പം നിർവ്യാജമായി അവരോധിക്കപ്പെടുന്നത്, അവർ അനുഭവിക്കുന്ന സ്വതന്ത്രമായ രതിപ്രക്രിയയിലാണ്. ജിന്നിന്റെ സാമ്രാജ്യത്തിലേക്ക് പോയ പൂക്കിഞ്ഞിബി ഒരർത്ഥത്തിൽ മലമുകളിലെ അബ്ദുള്ള എന്ന കഥയിലെ 'ബീവി'യുടെ മാനുഷസത്തയെ പുരാവൃത്തീകരിക്കുന്നു. മനുഷ്യന്റെ പ്രവൃത്തികളിൽ നിഗൂഢവും ഗോപ്യവുമായ ചിലതിനെ സമൂഹം അതിന്റെ വിധി വിലക്കുകൾക്കനുസൃതമായി പീഡിപ്പിച്ച് നിർത്തുന്നത്, സമുദായനീതിയുടെ രാഷ്ട്രീയ രൂപമാണ്. സമാനാനുഭവത്തിന്റെ ആന്തരപ്പൊരുളിനെ സ്വതന്ത്രമായി വിമലീകരിക്കാനുള്ള നിർഗ്ഗമമാർഗ്ഗമാണ് സ്മാരകശിലകളിലെ ജിന്ന് പുരാവൃത്തം.

സ്ത്രീത്വത്തിലെ പൗരുഷാഗ്രം പത്തിവിടർത്തിയാടുന്നത് കുഞ്ഞബ്ദുള്ളയുടെ സ്ത്രീ കഥാപാത്രങ്ങളുടെ പ്രത്യേകതയാണ്. ആരെയും കഥാകാരൻ മാതൃകാവനിതയാക്കുന്നില്ല. ഉറഞ്ഞാടുന്ന കാമം കൊണ്ട് സ്വതന്ത്രരാകാനുള്ള തൃഷ്ണ ഇവരിലൊക്കെയുണ്ട്. സ്മാരശിലകളിലെ ഖുറൈശിപ്പാത്തു പ്രസിദ്ധയാകുന്നത് അവളുടെ ലൈംഗികതയിലൂടെയാണെന്ന സൂചനയുണ്ട്. ഡോക്ടർ അലമേലു പൂക്കോയത്തങ്ങൾക്ക് കീഴ്പ്പെടുകയല്ല, തങ്ങളെ കീഴ്പ്പെടുത്തുകയാണ് ചെയ്യുന്നത്. കന്യാവനങ്ങളിലെ റസിയയും കാമത്തിന്റെ ഒരറേബ്യൻ പെൺകുതിരയാണ്. ആറാമിന്ദ്രിയമെന്ന കഥയിലെ ഭാര്യ സെക്സ്മാനിയാക്കാണ്. രതിക്രിയയുടെ ഇവരുടെ സമാന്യസ്വഭാവം സാമൂഹികമര്യാദകളെ ഉല്ലംഘിക്കുക എന്നതാണ്. എല്ലാവരും അതിനായി കരുത്തന്മാരെ അന്വേഷിക്കുന്നു. ഈയർത്ഥത്തിൽ, കരുത്തില്ലായ്മയിൽ നിന്നും കരുത്തിലേക്കുള്ള സ്വതന്ത്രമായ തിരഞ്ഞെടുപ്പാണ് പൂക്കുഞ്ഞിബിയുടെ ജിന്ന്. മറ്റെല്ലാവരേയും പോലെ, ആത്യന്തികമായി അതിന് കിട്ടുന്ന പ്രതിഫലം മരണമാണ്. ദുർബലമായ സ്ത്രീത്വത്തെ ശക്തിയിലേക്ക് വിമോചിപ്പിക്കുന്നതിലൂടെ, ചരിത്രത്തിന് കരുത്തിന്റെ വ്യാഖ്യാനം നല്കാനും കൂടി കുഞ്ഞബ്ദുള്ളയ്ക്ക് സാധ്യമാവുന്നു.

നാല്

അശ്വത്ഥാമാവിന്റെ വേഷങ്ങൾ

നമ്പൂതിരി സമുദായത്തിന്റെ പാരമ്പര്യ നിഷ്ഠമായ ജീർണതയും ആധുനിക കാലഘട്ടത്തിൽ അത് നേരിടുന്ന നിലനില്പിന്റെ തന്നെ പ്രശ്നങ്ങളും തമ്മിലുള്ള സംഘർഷമാണ് മാടമ്പ് കുഞ്ഞുകുട്ടന്റെ രചനകൾക്കാധാരം. വി.ടി. ഭട്ടതിരിപ്പാടിന്റേയും സമുദായത്തെ ആധുനിക ദശയിൽനിന്നുകൊണ്ട് നിരീക്ഷിക്കുകയും തകർച്ചയ്ക്കു കാരണമായിത്തീർന്ന ആന്തരിക വൈരുദ്ധ്യങ്ങളെ ആധുനിക വീക്ഷണകോണിലൂടെ കലാപരമായി പ്രകടിപ്പിക്കുകയുമാണ് മാടമ്പ്. ഒരു സ്വത്വാദേശത്തിന്റെ ചരിത്രപരമായ പൗർവാപര്യക്രമം അതിനാൽതന്നെ ഭ്രഷ്ട്, അശ്വത്ഥാമാവ്, അവിഘ്നമസ്തു എന്നീ രചനകൾക്കിടയിലുണ്ട്.

'ഭ്രഷ്ടി'ന്റെ കാലം

പാരമ്പര്യത്തിന്റെ ജീർണമായ കോട്ടകൾക്കെതിരെ വി.ടി.യുടെ തലമുറ സ്വരൂപിച്ചെടുത്ത ഉല്പതിഷ്ണുത്വത്തിന്റേയും നവോത്ഥാനവിപ്ലവം കാല്പനിക സ്വപ്നങ്ങളുടേയും ഘടകം ഭ്രഷ്ടിലുണ്ട്. ഒരർത്ഥത്തിൽ കുറിയേടത്ത് താത്രിയുടെ പിന്തുടർച്ച ഭ്രഷ്ടിലെ ചെറിയേടത്ത് പാപ്തിക്കുട്ടി എന്ന അന്തർജ്ജനത്തിന് അവകാശപ്പെടാവുന്നതാണ്. പുരുഷാർത്ഥങ്ങളിൽ മൂന്നാമത്തേത് ജീവിതത്തിന്റെ മുഖ്യധാരയാക്കി മാറ്റിയപ്പോൾ പുരുഷമേധാപരമായ ഒരു കേന്ദ്രവ്യൂഹം സമുദായ-ധർമ നീതിവ്യവസ്ഥയെ മുച്ചൂടും നിയന്ത്രിക്കുന്ന അവസ്ഥാവിശേഷം വന്നുചേർന്നു. കുറിയേടത്ത് താത്രി ഒരു ചരിത്രയാഥാർത്ഥ്യമായി രൂപപ്പെട്ടുവന്നതിന്റെ പിന്നിൽ ഈ ശക്തിവ്യൂഹമുണ്ട്. ഒരു ജന്മം മുഴുവൻ തപസ്സിനാൽ തപിപ്പിച്ച്, തന്നോട് അധർമം പ്രവർത്തിച്ച ഭീഷ്മരോട് ശിഖണ്ഡിയുടെ ജന്മമെടുത്ത് പ്രതികാരം തീർത്ത അംബയെ ഉപാസനാമൂർത്തിയാക്കിയ ഭ്രഷ്ടിലെ പാപ്തിക്കുട്ടി, താത്രി എന്ന ചരിത്ര കഥാപാത്രത്തേക്കാൾ ഒരു കാതം മുന്നിലുണ്ട്.

പുരുഷപൗരോഹിതമേധാശക്തിയുടെ കയ്യിൽ ഒരു ജ്ഞാനവ്യവസ്ഥ അർത്ഥങ്ങൾ നഷ്ടപ്പെട്ട ഓത്തും അനുഷ്ഠാനക്രിയകളുമായിത്തീർന്നപ്പോൾ അതിനെ മാറ്റിപ്പണിയാൻ ശക്തമായൊരു നവോത്ഥാന

വിദ്യാവ്യവസ്ഥ വേണമെന്നുള്ള കാഴ്ചപ്പാട് ഭ്രഷ്ടിലുണ്ട്. സ്വാതന്ത്ര്യ സമരഘട്ടവും സമുദായ നവീകരണ ശ്രമങ്ങളും കെട്ടുപിണഞ്ഞുകിട ക്കുന്ന ഒരു കാലം, ദേശീയമായ ചില ഉൾസ്പർശങ്ങളെ ഗൗരവപരമായി രചനയിലുൾക്കൊള്ളിക്കാൻ മാടമ്പിന് പ്രേരണയായിട്ടുണ്ട്. വരാഹമിഹി രന്റെ കലിയവതാരമെന്ന് വിശേഷിപ്പിക്കപ്പെടുന്ന ചോമാതിരി ഓയ്ക്കന്റെ ശിഷ്യപ്രകാശങ്ങളായി രംഗത്തുവന്ന ഇളം തലമുറയിലെ കുട്ട്യോയ്ക്കൻ, അമലക്കാട് കുഞ്ഞനിയൻ എന്നീ അപ്ഫൻ നമ്പൂതിരിമാരുടെ പ്രവർത്ത നങ്ങൾ ഓർമിപ്പിക്കുന്നത് വേറൊന്നുമല്ല. സമാനമായ ജ്ഞാനോൽപതി ഷ്ണുത്വത്തിന്റെ തായ്വേരിൽ നിന്നുതന്നെയാണ് പാപ്തിക്കുട്ടിയും രൂപ മെടുക്കുന്നത്. കലാകാരൻ എന്ന നിലയ്ക്ക് കുഞ്ഞുകുട്ടൻ വെച്ചുപുലർ ത്തിയ സമുദായസ്വത്വബോധത്തിന്റെ ധിക്കാര തലം, ഒരിളംതലമുറയുടെ ചിത്രീകരണത്തിലൂടെ നന്നായി പതിഞ്ഞിട്ടുണ്ട് പ്രസ്തുതകൃതിയിൽ - അഥലാ പാരമ്പര്യത്തിന്റെ ഉറഞ്ഞ രൂപങ്ങളോട് വിയോജിച്ച് പടിയിറങ്ങി പ്പോയ വി.ടി.യുടെ ശക്തമായ കാൽപ്പെരുമാറ്റങ്ങൾ അതിലുണ്ട്.

അശ്വത്ഥാമാവിന്റെ കാലം

അധികാര സങ്കല്പത്തോടുള്ള കലാകാരന്റെ വീക്ഷണം സ്വാതന്ത്ര്യ ബോധവുമായി കെട്ടുപിണഞ്ഞാണ് നിലകൊള്ളുന്നത്. ഭ്രഷ്ടിൽ നിന്നും അശ്വത്ഥാമാവിലെത്തുമ്പോൾ സമുദായ സ്വത്വത്തിൽനിന്ന് വ്യക്തി സ്വത്വത്തിലേക്ക് ദിശമുറുകുന്നതു താണാം. മാടമ്പിന്റെ കൃതികളിൽ ധർമവും അധികാരവും തമ്മിലുള്ള പങ്കിടലിന്റെ രൂപത്തിൽ കലാകാരന്റെ കർതൃരൂപകം അവസ്ഥാന്തരത്തിനു വിധേയമാകുന്നതുകാണാം. ഭ്രഷ്ടിൽ പതുങ്ങിയിരിക്കുന്ന കർത്താവിന്റെ രൂപമല്ല, അശ്വത്ഥാമാവിലുള്ളത്.

മീമാംസാകാരനായ ജൈമിനി ധർമത്തിനു നൽകുന്ന നിർവചനം 'ചോദനാലക്ഷണോഥാ ധർമഃ" എന്നാണ് ചേഷ്ഠിപ്പിക്കാനും നിയന്ത്രി ക്കാനും രൂപപ്പെടുത്താനും നിലനിർത്താനുമിടയാക്കുന്ന രചനയും സംവി ധാനക്രമവും പ്രവർത്തനശേഷിയും സംഗമിക്കുന്നത് ധർമം എന്നു വിവക്ഷ. ധർമ-കർമ കാണ്ഡത്തിനിടയ്ക്കുള്ള അധികാരകേന്ദ്രത്തെ വെളിപ്പെടുത്തുക കൂടി ചെയ്യുന്നു ഈ സൂത്രം. ഭവിഷ്യത്തിനെ ഉന്മുഖ മാക്കുന്ന സർഗചേതനയോടു കൂടിയതും ദുരന്തത്തിലേക്കു വലിച്ചിഴച്ചു കൊണ്ടുപോവുന്ന കിരാത പ്രേരണയോടുകൂടിയതുമായ രണ്ടു ധർമാ ധികാരവ്യൂഹങ്ങൾ ഇവിടെയുണ്ട്. ധർമം ബലപ്പെടുത്തുക എന്ന ലക്ഷ്യ ത്തോടെ പ്രവർത്തിക്കുന്നു ആദ്യപകുതി. രണ്ടാമത്തേത് അശ്വത്ഥാമാ വിന്റെ മാർഗവും.

നല്ലതുപോലെ നിർവഹിക്കപ്പെട്ട പരധർമ്മത്തേക്കാൾ ഗുണമില്ലാ ത്തതായിരുന്നാൽപോലും സ്വധർമമനുഷ്ഠിച്ച് മരിക്കുന്നതാണ് ശ്രേയസ്കരമെന്ന് ഗീത. പരധർമം ഭയം ജനിപ്പിക്കുന്നു. സ്വധർമത്തെ അവഗണിച്ച് പരധർമത്തിൽ ശ്രദ്ധിച്ചാൽ ധർമവ്യവസ്ഥയ്ക്ക് രൂപാന്തര പ്രാപ്തിയുണ്ടാവുക സ്വാഭാവികം മാത്രം. ദ്രോണാചാര്യരുടേയും മകൻ

അശ്വത്ഥാമാവിന്റേയും കർമഗതി നികൃഷ്ടമായിപ്പോയതിനു പിന്നിൽ ഈയൊരു തത്വഗതി നിരീക്ഷിക്കപ്പെട്ടിട്ടുണ്ട്. (ഇരാവതി കാർവേ, മഹാഭാരതപഠനങ്ങൾ. പു. 124-30). മഹാഭാരതം സൗപ്തിക പർവത്തിൽ അശ്വത്ഥമാവ് സ്വമാർഗത്തിനു ന്യായീകരണം തേടുന്നതിങ്ങനെയാണല്ലോ. അവരവർക്കുള്ള ബുദ്ധിശോഭനം തന്നെയെന്നു കരുതി അതിൽ പരിതുഷ്ടനാവുകയും സ്വയം പ്രജ്ഞയാൽ ലോകത്തെ നിർവഹിക്കുകയും ചെയ്യുക എന്ന് (സൗപ്തികപർവം 6-27).

ആധുനിക ഫാഷിസത്തിന്റെ സൈദ്ധാന്തികരുടെ അഭിപ്രായ ഗതിയോട് സാമ്യമുണ്ട്, ഈ ചിന്തയ്ക്ക്. ഫാഷിസത്തിന്റെ ഭാരതീയേതിഹാസമാതൃക അശ്വത്ഥാമാവിന്റെ കർമഗതിയിൽ വായിച്ചെടുക്കാവുന്നതാണ്.

മാടമ്പിന്റെ അധികാരസങ്കല്പം അശ്വത്ഥാമാവിന്റെ നിരവധി ചിഹ്നങ്ങളെ വഹിക്കുന്നവയാണ്. സമുദായ നവീകരണത്തിന്റെ സാമൂഹിക പ്രശ്നങ്ങൾ ഭ്രഷ്ടിൽ അതൊരളവുവരെ മറച്ചുപിടിക്കുകയാണുണ്ടായത്. 'അശ്വത്ഥാമാവിൽ' ഈ ഫാഷിസത്തിന്റെ രൂപങ്ങൾ കർതൃസൂചകങ്ങളായി നിവർന്നുവരുന്നുണ്ട്. പുല്ലാശ്ശേരി മനയ്ക്കൽ കുഞ്ചുണ്ണി നമ്പൂതിരിയാണ് ഇതിഹാസത്തിലെ അശ്വത്ഥാമാവിന്റെ അപരരൂപകമായി കൃതിയിലുള്ളത്. സ്വയം ഒരശ്വത്ഥാമാവാണ് എന്നു വിശ്വസിക്കുന്ന അയാൾക്ക്, താൻ കെട്ടിപ്പടുക്കുന്ന ഒരു കൃത്രിമ ജീവിതധർമവ്യവസ്ഥയിൽ സ്വാതന്ത്ര്യത്തോടെ ജീവിക്കാനുള്ള ധൈര്യവും സാമർത്ഥ്യവും കൂടും. ഒന്നിനെയും വകവെക്കാത്ത ഈ കഥാപാത്രം പാപഗ്രഹങ്ങൾ പാപസ്ഥാനത്ത് പാപദൃഷ്ടിയോടെ നില്ക്കുമ്പോഴാണ് തന്റെ ജനനമെന്നു വിശ്വസിക്കുന്നു. അതിനാൽ സ്മൃതികളും ശാസ്ത്രങ്ങളും അയാളുടെ പാപങ്ങൾക്കു പരിഹാരം വിധിച്ചിട്ടില്ലയത്രെ. ഈയടിസ്ഥാനത്തിൽ തന്റെ കർമങ്ങളൊക്കെ അനർത്ഥമായിത്തീരുന്നുവെന്ന വിശ്വാസത്താൽ ഏഴരശ്ശനി തീരാൻ ഐശ്വര്യത്തിന്റെ വിള ഭൂമിയന്വേഷിച്ച് കടൽ കടന്നു പോകാൻ വേണ്ട വാഹനം കാത്തു കിടക്കുകയാണയാൾ.

അശ്വത്ഥാമാവെന്ന ഇതിഹാസപാത്രത്തിന്റെ കാരുണ്യരഹിതമായ കർമകാണ്ഡം കുഞ്ചുണ്ണി നമ്പൂതിരിയിലില്ല. സ്വകർമം കലുഷമാക്കിയ സമുദായ മദ്ധ്യേ യഥാർത്ഥ കർമം തിരിച്ചറിയാനാവത്ത ആധുനിക മനുഷ്യന്റെ സാമൂഹിക മൂല്യത്തിലേക്ക് യഥാർത്ഥ അശ്വത്ഥാമാവിന്റെ സംഹാര സൂചക വ്യവസ്ഥ വീണ്ടും ആരോപിതപ്പെടുന്നത് ശ്രദ്ധേയമാണ്. പാരമ്പര്യത്തിന്റെ നീക്കുപോക്കില്ലാത്ത അധർമാനുഷ്ഠാനക്രമത്തോടുമുഖം തിരിച്ചുനില്ക്കുന്ന ധർമസൂചകമായി കഥാകാരൻ, കുഞ്ചുണ്ണി നമ്പൂതിരിയെ മാറ്റുന്നു. മാറിവരുന്ന സമുദായ ചിത്രമാണ് വീണ്ടുമിവിടെ പ്രസക്തമായിത്തീരുന്നത്.

കൊളോണിയൽ ഇംഗ്ലീഷ് വിദ്യാഭ്യാസത്തിന്റെ നെഗളിപ്പും പടിഞ്ഞാറൻ അസ്തിത്വവാദത്തിന്റെ സ്വാധീനവും കുഞ്ചുണ്ണി നമ്പൂതിരിയുടെ ചിന്തയിലുടനീളമുണ്ട്. അസ്തിത്വവാദത്തിന്റെ മൂലരൂപത്തിന്

നാസിതത്ത്വചിന്തയുമായുള്ള സാരൂപ്യം മാർട്ടിൻ ഹൈഡഗർ, ഫ്രഡറിക് നിഷേ തുടങ്ങിയ ചിന്തകന്മാരെക്കുറിച്ചുള്ള പഠനങ്ങളിൽ നിരീക്ഷിക്കപ്പെട്ടിട്ടുണ്ട്. ഇംഗ്ലീഷ് വിദ്യാഭ്യാസം ചില നവോത്ഥാന ക്രിയകൾക്ക് ആക്കം കൂട്ടിയത് സ്വാതന്ത്ര്യ കാലഘട്ടത്തിലെ ഇന്ത്യൻ ബുദ്ധിജീവികളെ ആകർഷിച്ചിരുന്നുവല്ലോ. ഭ്രഷ്ടിൽ, ഇംഗ്ലീഷുകാരെ കലികാലദേവന്മാരായിട്ടാണ് സങ്കല്പിച്ചിട്ടുള്ളത്. ഭ്രഷ്ടിലെ ചോമാതിരി ഓയ്ക്കന്റെ ശിഷ്യന്മാർ ആംഗലക്കളങ്ങളിൽനിന്നുകൂടിയാണ് വിപ്ലവോർജം ഉൾക്കൊണ്ടത്. എന്നാൽ ഇപ്പറഞ്ഞവർക്ക് ചിന്തിക്കാനാവാത്ത കാര്യങ്ങളാണ് അശ്വത്ഥാമാവിലെ കുഞ്ചുണി നമ്പൂതിരി പ്രസംഗിക്കുന്നത്.

ധർമാർത്ഥങ്ങൾ ബ്രാഹ്മണ്യം കൊണ്ടു നേടാം. കാമം ജന്മായത്തവും ജീവനുമാണ് എന്ന് ഒരു കാലഘട്ടത്തെ പ്രകാശിപ്പിക്കുന്നുണ്ട് ഭ്രഷ്ടിൽ. (പു. 96). ഇതിലെ, താഴമംഗലത്ത് അച്ഛൻ നമ്പൂതിരിപ്പാട്, അനുജൻ നമ്പ്യാത്തൻ എന്നിവർ നിയന്ത്രണമേതുമില്ലാതെ, തൃതീയ പുരുഷാർത്ഥത്തെ കൊണ്ടാടിയവരാണ്. അശ്വത്ഥാമാവിലെത്തുമ്പോൾ പാരമ്പര്യത്തിന്റെ ഈ അധികാര ചിഹ്നങ്ങൾ കൊളോണിയലിസത്തിന് അടിപണിയുന്ന ദുർബലമായ സാമൂഹിക സ്ഥിതിവിശേഷത്തിലേക്ക് നമ്പൂതിരി സമുദായം പതിക്കുന്നുണ്ട്. ഇംഗ്ലീഷ്, സംസ്കൃതത്തെ വിഴുങ്ങുന്നു. ഭ്രഷ്ടിലെ നമ്പ്യാത്തന്റെ ഈരിഴ തന്നെയാണ് അശ്വത്ഥാമാവിലെ വല്യേടത്ത് അച്ഛൻ നമ്പൂതിരിയിലൂടെയും പുല്ലാശ്ശേരി മനയ്ക്കൽ കുഞ്ചുണ്ണി നമ്പൂതിരിയിലൂടെയും പ്രകാശനം കൊള്ളുന്നത്. ഒന്നു പാരമ്പര്യത്തിന്റേയും മറ്റൊന്ന് പാരമ്പര്യ നിഷേധത്തിന്റേയും അധികാര ചിഹ്നങ്ങൾ എന്ന വ്യത്യാസമേയുള്ളൂ. വംശം അന്യം നിന്നുപോകുമെന്ന കാരണത്തിന്മേൽ പുരുഷമേധാവിത്വം അതിന്റെ പുല്ലിംഗാഹന്തകളെ മുച്ചൂടും ആഘോഷിച്ചു.

ഉണ്ണ്യേമയുടെ വംശചരിത്രം വായനക്കാരനെ ഓർമ്മിപ്പിക്കുന്നത് മറ്റൊന്നല്ല. എല്ലാ പുരുഷാന്തരത്തിലും വല്യേടത്ത് ആരെങ്കിലുമൊരാൾക്ക് ഭ്രഷ്ടുണ്ട്. ഏക മകളായ ഉണ്ണ്യേമയിലേക്ക് അതുപകരുമോ എന്ന ഭയം കൊണ്ടാണ്; നമ്പൂതിരിയുടെ, ദീക്ഷാകാലത്ത് നാൾതെറ്റി എന്ന കുറ്റമാരോപിച്ച് ഉണ്ണ്യേമയുടെ അമ്മയെ സ്മാർത്തം ചെയ്ത് ഭ്രഷ്ട് പരിഹരിച്ചത്. കാലുകഴുകിച്ചൂട്ടുകൾക്കും എട്ടുവാരങ്ങൾക്കും മായ്ച്ചുകളയാനാവാത്ത കറുത്ത വടു ബ്രാഹ്മണ്യത്തിന്റെ പുല്ലിംഗയുക്തികളാൽ പൊടുന്നനെ മായ്ച്ചുകളയാനാവുന്നു. ഉണ്ണ്യേമയുടെ അമ്മ മരിച്ചപ്പോൾ മറ്റൊരു വേളിയായി സുന്ദരിയായ നങ്ങേമ വന്നു. കുലം നിലനിർത്താനുള്ള ശേഷി നങ്ങേമയിലുമില്ല എന്ന് നമ്പൂതിരി തിരിച്ചറിയുന്നു. നങ്ങേമയുടെ വിധിയും മറ്റൊന്നായിരുന്നില്ല. അവളുടെ ആത്മഹത്യ നമ്പൂതിരിപ്പാടിന് വീണ്ടും അനപത്യതയുടെ പുതിയ വഴികൾ തുറന്നുകൊടുത്തു. പാപശാപങ്ങളുടെ കഥ പുരുഷന്റെ ദുർബ്ബലതയെ മറച്ചുവെക്കാനുള്ള ആയുധമാക്കി മാറ്റുന്നുണ്ടിവിടെ. അതേ സമയം, കുലം അന്യംനിന്നുപോകുമെന്ന

യുക്തിയിൽ പാരമ്പര്യത്തിന്റെ കാമജ്വാലകളെ വിജയകരമായി കൊണ്ടാടാനും മറക്കുന്നില്ല. നമ്പ്യാത്തൻ നമ്പൂതിരിയിലൂടെ തുറന്നു കിട്ടുന്ന പാരമ്പര്യത്തിന്റെ ഒരു കൈവഴി അച്ഛൻ നമ്പൂതിരിപ്പാടിലൂടെ പിന്തുടർച്ച തേടുന്നു.

അച്ഛൻ ആചരിച്ച വിചിത്രമായ യജ്ഞത്തിലൂടെ 'ഭ്രഷ്ട്' എന്ന കുല ശാപത്തിൽനിന്ന് രക്ഷ നേടുന്നുവെങ്കിലും ഉണ്ണ്യേമ ഗർഭസ്ഥ കാൻസർ എന്ന മഹാവ്യാധിക്ക് ഇരയാകുന്നു. ഭ്രഷ്ടിലെ, പാപ്തിക്കുട്ടിയുടെ തല മുറയ്ക്ക് ഒരു പിന്തുടർച്ചയായിത്തീരേണ്ടവൾക്ക് കൊടിയ തകർച്ചയെ നേരിടേണ്ടിവരുന്നു. അന്യംനിന്നുപോയ നവോത്ഥാന ചരിത്രഗതിയെ പ്രതീകാത്മകമായി പ്രതിഫലിപ്പിക്കാൻ ഉണ്ണ്യേമയുടെ വിധി വിപര്യയ ത്തിന് സാധിക്കുന്നുണ്ട്. ഉത്തരാഗർഭം പിളർന്ന അശ്വത്ഥാമാവിന്റെ ബ്രഹ്മ ശിരാസ്ത്രത്തിന് പകരം നില്ക്കുന്ന ആധുനിക സംഹാര രൂപകമായി ഗർഭസ്ഥ കാൻസറിനെ കാണാവുന്നതാണ്. രണ്ടിന്റേയും ധർമവും ഫല ത്തിൽ ഒന്നുതന്നെയായിരുന്നുവല്ലോ.

സംബന്ധവും ദേവദാസിത്തവും പില്ക്കാലത്ത് പച്ചയായ വേശ്യാ ത്വത്തിനു വഴിമാറി. അർത്ഥ-കാമങ്ങൾ സാമ്രാജ്യത്വപരമായ പുതിയ നാഗരിക വ്യവസ്ഥയിലേക്ക് നവീനാർത്ഥങ്ങളോടെ പരിണമിച്ചു. ഗ്രന്ഥ കാരൻ ഇതിങ്ങനെ മറ്റൊരിടത്തു കുറിച്ചിട്ടുണ്ട്. 'പടിക്കൽ പന്തീരായി രവും പടിപ്പുരയുമില്ലാത്തവർ എത്രതന്നെ അഭിജാതരായാലും പ്രഭുത്വ ത്തിനുവിടുപണിചെയ്ത് മുണ്ടിടയിൽ കെട്ടി ഓച്ഛാനിച്ചുനിന്നു. ഈ മാറുന്ന പരിതസ്ഥിതിയിൽ പണമൊഴിച്ച് മറ്റൊന്നും പൂജനീയമല്ലെന്നും വന്നു. യജന-യാജന അദ്ധ്യയനാദ്ധ്യാപന ദാനപ്രതിഗ്രഹാദിഷൾക്കർമ്മ നിതരായി, സദാ ദൈവജ്ഞരായി ജീവിച്ചുവന്ന ഒരു സമുദായം മുഴു വൻ ആത്മാവിൽ തങ്ങളെ ബാധിച്ച പാശ്ചാത്യമുതലാളിത്ത സംസ്കാര ദത്തമായ ഭൗതികൈശ്വര്യതൃഷ്ണയെന്ന മുങ്ങാമാരിയിൽ നശിച്ചുനാറു വാൻ തുടങ്ങി'. (അഭിവാദയേ, പു. 87) അശ്വത്ഥാമാവിൽ, ഈ അപചയ ത്തിന്റെ ചൂരും ചൂടും അടിയൊഴുക്കായുണ്ട്. ഈ ദാസ്യത്തിന് വലിയ വില നൽകേണ്ടിവന്നു. സമുദായം പുതിയ യജമാനന്മാരുടെ അരികു പറ്റിക്കൂടി വിദ്യാഭ്യാസം നേടിയ ചെറിയൊരു വർഗം ഗുമസ്തൻമാരായി സമൂഹത്തിൽ സ്ഥാനം നേടി. അതിനു കഴിയാത്തവരാകട്ടെ പാരമ്പര്യം കൈവിടാതെ ഉച്ഛിഷ്ടങ്ങൾക്കു പിറകേ പോവുകയും ദരിദ്രരാവുകയും ചെയ്തു. അവിഘ്നമസ്തുവിലെ ജാതവേദൻ നമ്പൂതിരിപ്പാടിന്റെ പിൻതലമുറക്കാർ ഈ ദുർവിധി ഏറ്റുവാങ്ങി ജീവിക്കുന്നു. കണ്ണും കാതും തെറ്റിയ ധർമവ്യവസ്ഥയ്ക്ക് സാരമായി പരിക്കേറ്റ സമുദായത്തിലെ ആധു നികമായ ഒരു കണ്ണി, ബോധപൂർവം നടത്തുന്ന തിരഞ്ഞെടുപ്പ് നിഷേധി യായ ഒരു കലാകാരന്റെ കർതൃസ്വരൂപത്തെ വീണ്ടും തിളക്കമുറ്റതാ ക്കുന്നു. അശ്വത്ഥാമാവിന്റെ യഥാർത്ഥ കർമകാണ്ഡം കുഞ്ചുണ്ണി നമ്പൂ തിരിയിലൂടെ വെളിപ്പെടാതിരുന്നതിന്റെ കാരണം അടിപതറാത്ത ചരിത്ര ബോധം കൈമുതലാക്കിയതുമൂലമാണെന്നു സാരം.

ദേശാടനക്കാലം

ചില ചരിത്രസാമീപ്യകാരണങ്ങളാൽ, അശ്വത്ഥാമാവിന്റെ കാരുണ്യ രഹിതമായ കർമകാണ്ഡം മാടമ്പിന്റെ രചനകളിൽ കർതൃസ്വരൂപേണ തെളിഞ്ഞിരുന്നില്ല. ദേശാടനം എന്ന ചലച്ചിത്രത്തിലെത്തുമ്പോഴോ? ശ്രീനാരായണഗുരുവിനെ നമസ്കരിച്ച് വിവേകാനന്ദൻ തൽസ്ഥാനത്തു പ്രതിഷ്ഠ നേടുന്ന മതപുനരുത്ഥാന കാലത്തിന്റെ അടയാളങ്ങൾ തെളിഞ്ഞുവരുന്നു. ദേശാടനത്തിന്റെ തിരക്കഥാകൃത്ത് അശ്വത്ഥാമാവിന്റെ കാരുണ്യരഹിതമായ കർമമണ്ഡലത്തെ പ്രകടിപ്പിക്കുകയാണ്. പാരമ്പര്യ ത്തിന്റെ ഉറഞ്ഞരൂപത്തിൽ കലാപം സൃഷ്ടിച്ച് പടിയിറങ്ങിപ്പോയ വി.ടി. ഭട്ടതിരിപ്പാടിനെ ചാരുകസേരയിലിരുത്താനുള്ള ശ്രമം ദേശാടനത്തിലുണ്ട്. ആചാരബദ്ധമായ സമുദായാകാരത്തെ സ്മാർത്തവിചാരം ചെയ്ത വി.ടി. യുടെ കാലത്തെ, തലതിരിച്ചിടാനുള്ള ശ്രമത്തിന്റെ ഭാഗമാണിത്. നാരാ യണഗുരു പ്രദാനം ചെയ്ത ഒരു ചരിത്രകാലസ്വത്വത്തെ പരിക്കേല്പി ക്കുന്ന നിരവധി കാര്യങ്ങൾ ഈ ചിത്രത്തിലുണ്ട്. ആ ശ്രമധർമങ്ങളിൽ അവസാനത്തേത് ആദ്യമേ ആചരിക്കാമെന്ന അറിവ് മാടമ്പിനെപ്പോലെ വേദം പഠിച്ച നമ്പൂതിരിക്ക് എവിടുന്ന് കിട്ടി എന്ന ചോദ്യത്തിന് പ്രസ ക്തിയുണ്ട്.

അശ്വത്ഥാമാവ് സംഭവിക്കുന്നത് വ്യക്തിയിലല്ല; വ്യക്തിയിലൂടെ കാല ത്തിലാണ്. ചലമൊലിക്കുന്ന വ്രണങ്ങളുമായി കാലത്തെ രൂപാന്തര ത്തോടെ അതു വേട്ടയാടിക്കൊണ്ടിരിക്കുന്നു. വൈരനിര്യാതനത്തിന്റെ അണുവിസ്ഫോടന വേഗങ്ങൾക്കുവേണ്ട ആശയമായി ഭാരതത്തിൽ അത് ധർമം നിർവഹിച്ചു തുടങ്ങിയിട്ടുണ്ട്. 'താൻ പക്ഷിയോ പുഴുവോ ആയി ത്തീർന്നാലും വേണ്ടില്ല, അധർമം കൊണ്ടുതന്നെ പാണ്ഡവരെ മുടിക്കു മെന്ന പ്രതിജ്ഞയാണ് ആ ചിരഞ്ജീവിത്വത്തിന്റെ കാതൽ.

അഞ്ച്

കാടിനുള്ളിലെ മനുഷ്യഭാരതം

സവിശേഷമായ രീതിയിൽ ഒരു ഇതിഹാസ സന്ദർഭത്തേയും അതിലെ കഥാപാത്രങ്ങളേയും നോക്കിക്കാണാനുള്ള ശ്രമമാണ് എം.ടി.വാസുദേവൻ നായരുടെ രണ്ടാമൂഴം. കൃതിയുടെ പേര് വ്യക്തമാക്കുന്നതുപോലെ രണ്ടാം പാണ്ഡവനായ ഭീമന്റെ കണ്ണിലൂടെ മഹാഭാരതം വായിച്ചെടുക്കാനുള്ള ഒരു ശ്രമം കൂടിയാണിത്. ഇതിഹാസത്തിൽനിന്നും ഒരു ഇതിവൃത്തത്തെ പുനഃസൃഷ്ടി ചെയ്തെടുക്കുന്ന കഥാകാരന്, അതുൾക്കൊള്ളുന്ന കാലത്തെ കൈകാര്യം ചെയ്തു വിജയിക്കുക എന്നതാണ് നേരിടേണ്ടുന്ന വിഷമപ്രശ്നം. സാർവ്വജനീനത്തിൽനിന്ന് സൂക്ഷ്മ ജനീനത്തിലേക്ക് സംക്രമിക്കുന്ന ഇതിഹാസകാലത്തെ നോവലിൽ തിരിച്ചിടേണ്ടി വരുന്നു. ഇതിഹാസത്തിന്റെ ഒരു എതിർ നിലപാട് നോവലിലുണ്ട്.

രണ്ടാമൂഴക്കാരനായ ഭീമനെ പ്രധാന കഥാപാത്രമായി സ്വീകരിക്കുന്നു എന്നിടത്തുതന്നെ കലാകാരന്റെ വീക്ഷണ കോണത്തെ സ്പർശിക്കുന്ന ഒരു പ്രാതിനിധ്യസ്വഭാവമുണ്ട്. മഹാഭാരത കഥാപാത്രങ്ങളിൽ മാനുഷിക ഗുണം ഏറ്റവും കൂടുതൽ പ്രദർശിപ്പിക്കുന്നത് ഭീമനാകുന്നു എന്നതാണത്. കുന്തിക്ക് ദുർവ്വാസാവ് ഉപദേശിച്ച മന്ത്രം ബലവാന്മാരിൽ ബലവാനായ ഒരു പുത്രനെ ആശിച്ചുകൊണ്ട് വായുഭഗവാന് നേരെ പ്രയോഗിച്ചതിന്റെ ഫലമായി ഉണ്ടായ ഭീമന്റെ ജനനസമയത്ത് 'ഈ കുമാരൻ സകല ബലവാന്മാരിലും ഒന്നാമനാകും' എന്ന് അശരീരി ഉണ്ടായതായി മഹാഭാരതത്തിൽ (ആദിപർവ്വം 122:14) വിവരിച്ചിട്ടുണ്ട്. പെരുത്ത ശരീരവും സ്വയംകൃത ബുദ്ധിയുമുള്ള ഭീമൻ, യുധിഷ്ഠിരനെപ്പോലെ വേദവേദാംഗജ്ഞാനിയല്ല, അർജുനനെപ്പോലെ വില്ലാളിവീരനല്ല, നകുലനെപ്പോലെ കല്യാണരൂപനല്ല. ബാഹ്യയുദ്ധത്തിലും ഗദാ പ്രയോഗത്തിലുമാണ് ഭീമൻ മികവ് പ്രദർശിപ്പിക്കുന്നത്. മരുത്തിന്റെ ശക്തിയെ സ്വകാര്യമായി ആരാധിക്കുന്നു. നാഗരികമായ ധർമ്മാധർമ്മ വ്യവസ്ഥയ്ക്കുപരി സ്വയംകൃത ബുദ്ധിയെ ധർമ്മമായി സ്വീകരിക്കുന്നു. പാണ്ഡവരുടെ 'മഹാപ്രസ്ഥാന' സമയത്ത് ഓരോരുത്തരായി പതിക്കുമ്പോൾ അതിന്റെ കാരണമെന്തെന്ന് ജ്യേഷ്ഠനോട് തിരക്കുന്നതും ഭീമൻ മാത്രമാണ്.

ഭീമന്റെ പതനത്തെ ധർമ്മപുത്രർ ന്യായീകരിക്കുന്നതും ഈ കഥാപാത്രത്തിന്റെ മേൽപ്പറഞ്ഞ സവിശേഷ രൂപഭാവ പ്രകൃതത്തെ അടിവരയിട്ടുറപ്പിക്കുന്നു.

'ഭാവാനധികമുണ്ടീടുമൂക്കിന്നും മേനി ചൊല്ലീടും
മറ്റൊരുത്തനെ നോക്കാതെയതിനാൽ പാർത്ഥ, വീണുനീ'

(മഹാപ്രാസ്ഥാനികപർവ്വം)

എം.ടിയുടെ ഇതിവൃത്ത സ്വീകാരം

ഇതിഹാസത്തിൽനിന്ന് പുനഃസൃഷ്ടിച്ചെടുത്തൊരു കലാസൃഷ്ടിക്ക് രണ്ട് നേട്ടങ്ങളവകാശപ്പെടാനുണ്ട്. ഒന്ന്, ഇതിഹാസത്തെ പുതിയ കാലഘട്ടത്തിലേക്ക് മാറ്റി സ്ഥാപിക്കാൻ കഴിയുന്നു. രണ്ട്, ആധുനിക മനുഷ്യന്റെ ഭാഗധേയത്തെ മിത്തുപയോഗിച്ച് സ്വരൂപപ്പെടുത്തുന്നു. ഒരു മിത്തിനെ പുനഃസൃഷ്ടി ചെയ്യുമ്പോൾ ആധുനിക മനുഷ്യഭാഗധേയത്തെ സമ്പൂർണാകാരത്തിൽ നിർമിച്ചെടുക്കാൻ (Complete pattern) ഉള്ള ശ്രമമത്രേ കലാകാരൻ നടത്തുന്നത്.

ഭീമനിലൂടെയുള്ള എം.ടി.യുടെ ഭാരതപര്യടനം ഇതിഹാസത്തിലുൾച്ചേർന്ന് കിടക്കുന്ന ചില വാതിൽപ്പുറ മൗനങ്ങളെ തട്ടിയുണർത്തുന്നു. സാർവ്വജനീനമായ ഇതിഹാസത്തിന് ഇന്ന രീതിയിലേ വ്യാഖ്യാനങ്ങളുണ്ടാകാവൂ എന്ന് വാദിക്കുന്നതിലർത്ഥമില്ല. ഒരു കലാസൃഷ്ടിയുടെ ആഖ്യാനക്രമത്തിൽ, ഒരു പുരാവസ്തു ശാസ്ത്രജ്ഞന്റെ പ്രവൃത്തി കുടികൊള്ളുന്നു എന്ന് സൂസൻ സൊണ്ടാഗ് അഭിപ്രായപ്പെട്ടിട്ടുണ്ട്. മിത്തിന്റെ വ്യാഖ്യാനത്തിന് ഒരാഖ്യാനക്രമം സമാർജ്ജിച്ചെടുക്കുമ്പോഴാണ് അത് ഒരു പുനഃസൃഷ്ടിയായിത്തീരുക. എം.ടി.യെ സംബന്ധിച്ചിടത്തോളം കലാനിർമ്മിതിക്കുള്ള അസംസ്കൃത വസ്തു മാത്രമാണ് ഇതിഹാസം. ഇതിഹാസത്തിന്റെ പരിവേഷങ്ങളെ ഓരോന്നായി അദ്ദേഹം അഴിച്ചെടുക്കുന്നു. അപപുരാവൃത്തീകരണരീതി (Demythification) സ്വീകരിക്കുന്നതിനാൽ രണ്ടാമൂഴത്തിന് വന്നുചേരുന്ന അർത്ഥസാധുത മറ്റൊന്നായി ഭവിക്കുന്നു.

മിത്തിനെ കലയുടെ സാങ്കേതിക ചട്ടക്കൂട്ടിലേക്ക് കൊണ്ടുവരുമ്പോൾ, കലാകാരന്റെ അബോധഘടനയിൽ ഒളിഞ്ഞിരിക്കുന്ന ചില പ്രധാന ഭാവങ്ങൾ കലാസൃഷ്ടിയെ സ്വാധീനിക്കുക പതിവാണ്. അയാളുടെ പൂർവ്വകാല രചനകളിൽ ഇവ പ്രത്യക്ഷപ്പെട്ടിട്ടുണ്ടാകാം. പ്രധാന കഥാപാത്രങ്ങളിലൂടെ അനാവരണം ചെയ്യപ്പെടുന്ന അടിസ്ഥാനഭാവാംശം ഒരു ജീനിയസ്സിലെ അടിമനസ്സിന്റെ പ്രാഗ്‌രൂപഘടനകൂടി ഉൾക്കൊള്ളുന്നു. പ്രധാന നായകന്മാരിലൂടെ നിലനിൽക്കുന്ന ഏകാകിതാ ബോധമായിട്ട് എം.ടി.യുടെ കലയിൽ പലപ്പോഴും ഇത് പ്രത്യക്ഷപ്പെട്ടിട്ടുണ്ട്. ഈ പ്രാഗ്‌രൂപഘടനയെ കലാപ്രകൃതിയിലേക്ക് സാങ്കേതികമായി നിർമിച്ചെടുക്കാൻ (Art of Pre-figuration) രണ്ടാമൂഴത്തിലെ പ്രധാന കഥാപാത്രമായ ഭീമനിലൂടെ ശ്രദ്ധാപൂർവം എം.ടി. ശ്രമിച്ചിട്ടുണ്ട്.

എം.ടി. ഇതിഹാസകഥയെ ഒരു കുടുംബകഥയിലേക്ക് ചുരുക്കുകയുണ്ടായി എന്ന് വിമർശനമുണ്ടായിട്ടുണ്ട്. മഹാഭാരതം ഒരു കുടുംബകഥയാണെന്ന് എം.ടി. വിശ്വസിക്കുന്നു. ഒരു കുടിയൊഴിക്കലിന്റെയും അതിനെച്ചൊല്ലിയുള്ള വഴക്കിന്റേയും കഥ. കുന്തിയുടെ കുശാഗ്രബുദ്ധി ദ്രൗപദിയിലൂടെ ഈ കുടുംബത്തെ ഒന്നിച്ചുനിർത്തുന്നു. ഭീമനും ദ്രൗപദിയുമായിരുന്നു ഈ കുടുംബത്തിന്റെ ഇഴയടുപ്പത്തെ ഏറ്റവുമധികം സഹായിച്ച പാത്രങ്ങൾ എന്ന് ഇതിഹാസത്തിൽ നിന്നുതന്നെ തെളിയുന്നുണ്ട്. 'ദ്രൗപദിക്കുവേണ്ടി പ്രതികാരമെല്ലാം നിർവ്വഹിക്കുന്നത് ഭീമനാണ്. മറ്റുള്ളവരെല്ലാം കർണ്ണനേയും അർജുനനേയും പോലെ വ്യക്തിവൈരാഗ്യമുള്ളവരായിരുന്നു എന്ന് ഇരാവതി കാർവേ. മഹാപ്രസ്ഥാനത്തിൽ, വീഴുന്ന ദ്രൗപദിയെച്ചൊല്ലി തിരിഞ്ഞുനിൽക്കുന്ന ഭീമനിലോളം എത്തിനിൽക്കുന്ന ഈ ഇഴയടുപ്പത്തിന്റെ ശക്തി ഊഹിക്കാവുന്നതാണ്.

ഇതിഹാസ പരിവേഷത്തിൽ നിന്നുമന്യപ്പെട്ട ഭീമപ്രകൃതിതന്നെയാണ് കഥാകാരനായ എം.ടി.യെ സ്വാധീനിക്കുന്നത്. ഭീമന്റെ യഥാർത്ഥവർഗഗുണ പ്രകൃതി തിരിച്ചറിയാനുള്ള ശ്രമമെന്ന നിലയ്ക്കുതന്നെയാണ് ഇതിഹാസനായകന്റെ ദൗർബ്ബല്യങ്ങളുടെ ഒരു നിമിഷത്തിൽവെച്ച് രണ്ടാമൂഴത്തിലെ കഥയാരംഭിക്കുന്നതും. ഇങ്ങനെ വിലയിരുത്തുമ്പോൾ, ഭീമൻ എന്ന മിത്തിനോട് ചേർത്തുവെക്കേണ്ടുന്ന സുപ്രധാന വസ്തുതകൾ രണ്ടാമൂഴത്തിൽ തെളിഞ്ഞുകിട്ടുന്നു. ഒന്ന് : വർണാശ്രമ ധർമപ്രകൃതിയിൽനിന്ന് 'യഥാർഥവർഗപ്രകൃതി'യിലേക്ക് പലായനം ചെയ്യാനുള്ള ത്വര പ്രദർശിപ്പിക്കുന്നു. രണ്ട് : യുദ്ധ പ്രകൃതിയെ അതിലംഘിക്കുന്ന കലാപ പ്രകൃതി. മൂന്ന്: കാടിന്റെ ലക്ഷണമറിയുന്ന പാണ്ഡവൻ. നാല് : വർഗ ശത്രുവാരെന്ന് തിരിച്ചറിയുന്നയാൾ. ഇവയെല്ലാം ചേർന്നവനാണ് ഭീമൻ. യഥാർത്ഥ ഇതിഹാസകഥകൾക്കുമേൽ പില്ക്കാലത്ത് സൂതകഥകളിലൂടെയും ബ്രാഹ്മണാധിപത്യത്തിലൂടെയും ഉണ്ടായി വന്നിട്ടുള്ള കൃത്രിമവും അമാനുഷികവുമായ പരിവേഷത്തെ തകർത്ത് അപപുരാവൃത്തീകരണത്തിന് വിധേയമാക്കാൻ ഭീമൻ എന്ന മിത്തിനെ പ്രയോജനപ്പെടുത്തുകയാണിവിടെ.

അപ-പുരാവൃത്തീകരണത്തിന്റെ കാതൽ

മിത്തിനെ കലാകാരൻ സമീപിക്കുന്ന സവിശേഷമായ ഒരു രീതിയാണ് അപപുരാവൃത്തീകരണം (De-mythification). ഒരു മിത്തിനു ചുറ്റും സമൃദ്ധമായി നിറഞ്ഞുകിടക്കുന്ന പരിവേഷത്തെ നിരാകരിച്ച് അതിനടിയിലമർന്നു കിടക്കുന്ന മറ്റൊരർത്ഥത്തെ (സന്ദേശത്തെ) തുറന്നുകാണിക്കുന്ന കലാരീതിയാണിത്. നാലാം പുരുഷാർത്ഥത്തിലൂന്നുന്ന ഒരു മഹാകാവ്യമെന്ന നിലയ്ക്ക് മഹാഭാരത കഥാപാത്രങ്ങൾക്കുചുറ്റും നിരവധി പരിവേഷവലയങ്ങൾ കാലാകാലമായി സൃഷ്ടിക്കപ്പെട്ടിട്ടുണ്ട്.

എം.ടി.ക്ക്, ഇതിഹാസം കേവലം വിശ്വാസത്തിന്റെ പ്രശ്നമല്ല. പ്രതിബദ്ധതാപൂർണമായ കലാംശം അദ്ദേഹത്തിന്റെ ഇതര കൃതികളിലും

സജീവസാന്നിദ്ധ്യമായി അനുഭവപ്പെട്ടിട്ടുണ്ട്. വ്യാഖ്യാനമായാലും ആഖ്യാനമായാലും ചരിത്രപരമായ മനുഷ്യാവബോധത്തെയാണ് മൂല്യാപഗ്രഥനം ചെയ്യേണ്ടത് എന്നദ്ദേഹം വിശ്വസിക്കുന്നു. കല 'വിമോചനപരമായ ഒരു പ്രവൃത്തി' കൂടിയായിത്തീരണമെങ്കിൽ അതങ്ങനെ തന്നെ വേണം.

ഭീമൻ ഒരു ആദിരൂപ മനുഷ്യൻ (archetypal human) ആണെന്ന് എം.ടി. വിശ്വസിക്കുന്നു. നിഷാദത്വത്തിന്റെ ഗുണഗണങ്ങൾ ആ കഥാപാത്രത്തിൽ ഒളിഞ്ഞുകിടപ്പുണ്ട്. പുതിയ നാഗരിക സാമൂഹികക്രമത്തിലേക്ക് ഈ കഥാപാത്രത്തെ പ്രത്യേക കോണുകളിലൂടെ വികസിപ്പിച്ചെടുക്കുമ്പോൾ, ഒരു ധാർമിക വ്യവസ്ഥയുടെ ചട്ടക്കൂട്ടിൽ പുതിയ ആത്മസംഘർഷങ്ങളും തെളിഞ്ഞുവരുന്നു. ഇതാണ്, ഇതിഹാസം ബാക്കിവെച്ചുപോകുന്ന മൗനങ്ങളുടെ സവിശേഷത. ഭീമൻ എന്ന കഥാപാത്രത്തിന്റെ പിതാവിനെ സംബന്ധിച്ച ഒരന്വേഷണത്തെ താനുദ്ദേശിക്കുന്ന പ്രമേയത്തിന് അന്തർഘടനയായി കഥാകാരൻ കല്പിക്കുന്നതിന്റെ സൂത്രവും മറ്റൊന്നല്ല. യഥാർത്ഥവർഗ വംശപ്രകൃതിയും കൃത്രിമവർണ പ്രകൃതിയും തമ്മിലുള്ള ഈ അന്തഃസംഘർഷം ഇതിഹാസപാത്രത്തെയുപയോഗിച്ച് ചിത്രീകരിക്കുമ്പോൾ ഇതിഹാസത്തിലെ മനുഷ്യനേക്കാൾ പുതിയ മനുഷ്യനെയാണ് അത് ബാധിക്കുന്നത് എന്നതത്രെ യാഥാർത്ഥ്യം.

പ്രധാന പ്രമേയ(Prime Motif)ത്തോടൊപ്പം കഥാസന്ദർഭങ്ങൾ, പശ്ചാത്തലം, സൂതകഥാമാഹാത്മ്യം എന്നിവയിലെ അപപുരാവൃത്തീകരണ സ്വഭാവം ഇവിടെ തെളിഞ്ഞുകാണാം. മദിച്ച ആനയോട് യുദ്ധം ചെയ്തത്, ബകന്റെ ഊണ്, ദേവാസുരസമമായ യുദ്ധങ്ങൾ, ദേവപിതൃത്വം എന്നിങ്ങനെ കാലാകാലങ്ങളിലായി പ്രചരിക്കപ്പെട്ട അതിശയോക്തികൾ തട്ടിക്കിഴിച്ചെടുക്കുമ്പോൾ ഇതിഹാസവും മനുഷ്യകഥാനുയായിത്തീരുന്നു.

വർണപ്രകൃതിയിൽനിന്നും ആദിരൂപ പ്രകൃതിയിലേക്ക്

കൊടുങ്കാറ്റിന്റെ പുത്രനായ ഭീമനാണ് കൗരവരുടെ കരുത്തനായ ശത്രു എന്ന തിരിച്ചറിവ് തന്നെയായിരുന്നു ധൃതരാഷ്ട്രരേയും മക്കളേയും ഭീമനുനേരെ കെണികളൊരുക്കാൻ നിരന്തരം പ്രേരിപ്പിച്ചത് എന്ന് ഇതിഹാസത്തിൽ തന്നെ സൂചിപ്പിച്ചിട്ടുണ്ട്. പില്ക്കാലത്ത് കൂട്ടിച്ചേർക്കപ്പെട്ടതും സാധാരണ ജനങ്ങൾക്കിടയിൽ തലമുറകളിലൂടെ പകർന്നുവന്നതുമായ കെട്ടുകഥകൾക്കൊന്നും വ്യാസന്റെ ഭീമൻ എന്ന കഥാപാത്രത്തിന്റെ യഥാർത്ഥ പ്രകൃതി ഏറെയൊന്നും മറച്ചുവെയ്ക്കാനായിട്ടില്ലെന്ന് സൂക്ഷ്മദൃക്കുകൾക്ക് കാണാം. ജ്യേഷ്ഠ പാണ്ഡവർ 'മന്ദാ' എന്ന് വിളിക്കുമ്പോഴൊക്കെ, ഇതിഹാസത്തിലെ ഭീമൻ സ്വയം തിരിച്ചറിവ് നേടിക്കൊണ്ടിരിക്കുന്നു. തന്റെ കാലത്തിന്റെ ധർമവ്യവസ്ഥയോട് പലപ്പോഴും യാഥാർത്ഥ്യബോധത്തോടെ പ്രതികരിച്ചു എന്നത് തന്നെയായിരുന്നു ഈ

കഥാപാത്രത്തിന്റെ, ഇതിഹാസത്തിലെ സ്ഥാനവും. ക്ഷത്രിയകുലത്തിന്റെ നാഗരികബോധത്തിലോ, ക്ഷത്രിയരുടെ തന്നെ അപഭ്രംശമെന്ന് വിശേഷിപ്പിക്കപ്പെടുന്ന, വംശഗാഥകൾ പാടിനടന്നുജീവിച്ച സൂതകുലത്തിലോ ഭീമവംശത്തിന്റെ യഥാർത്ഥ പ്രകൃതി തിരിച്ചറിയാൻ കഴിയുന്നില്ല. 'യഥാർത്ഥ പിതൃത്വത്തെ'ക്കുറിച്ചുള്ള കേട്ടുകേൾവിയുണ്ടാകുന്ന സന്ദർഭം മുതൽക്കേ, വായുഭഗവാനോട് ഭീമൻ എന്ന കുമാരനുണ്ടാകുന്ന അഭിനിവേശം ആയതിനാൽ തന്നെ നോവലിൽ ധ്വനിപ്പിച്ചിട്ടുണ്ട്. ഒന്നാമധ്യായത്തിന് 'കൊടുങ്കാറ്റിന്റെ മർമ്മരം' എന്നാണ് പേര് നല്കിയിരിക്കുന്നത്. ഓർമ വെച്ച നാൾ മുതൽക്കേ പ്രാർത്ഥിക്കാൻ പഠിച്ചത് ആയിരം കണ്ണുള്ള ഇന്ദ്രനേയും ഏഴു ജ്വാലകളുള്ള അഗ്നിയേയും (ബ്രഹ്മാവിന്റെ കോപത്തിന്റെ പ്രകാശമായി പിറന്ന) രുദ്രനേയുമായിരുന്നു എന്ന് കുട്ടിയായ ഭീമൻ ഓർക്കുമ്പോഴും കൊടുങ്കാറ്റുകളുടെ ദേവനായ പിതാവിനെ അതിനുമേൽ പ്രതിഷ്ഠിക്കാനാണ് ഈ ബാലനിഷ്ടം. രുദ്രന്റേയും മരുത്തിന്റേയും ഈ സങ്കല്പത്തിൽ തന്നെ ശൈവവും ദ്രാവിഡീയവുമായ ഒരസ്തിത്വപ്രകൃതിയുണ്ടെന്ന് വ്യക്തം.

ഈ ആദിരൂപ പ്രകൃതി മനസ്സിൽ പേറി നടക്കുന്ന ഭീമന് നാഗരികമായ രതീരീതിയോട് യോജിച്ചുപോകാൻ കഴിയുന്നില്ല. നോവലിലെ ഭീമന്, സൂതനായ വിശോകൻ ആദ്യമായി കാഴ്ചവെയ്ക്കുന്ന ദാസിയിൽ തന്റെ ആദ്യാനുഭവം പരാജയപ്പെടുമ്പോഴുള്ള പ്രതികരണം ശ്രദ്ധേയമാണ്. 'പൗരുഷമില്ലാത്ത ഒരതികായനെപ്പെറ്റ ഈ തലമുറയും ഷണ്ഡൻ പാണ്ഡുവിന്റെ പാരമ്പര്യം തുടരുകയാണോ? (പു.67)' എന്ന എം.ടി.യുടെ നായകന്റെ ചോദ്യം രണ്ടു വസ്തുതകളിലേക്കു വെളിച്ചം വീശുന്നു. ആത്മവഞ്ചന കലർന്ന നാഗരികമായ ലൈംഗികരീതിയോടുള്ള മടുപ്പും പരാജയഭീതിയും യഥാർത്ഥ 'പാണ്ഡു പ്രകൃതിയോട് (ഷണ്ഡത്വപ്രകൃതി) തോന്നുന്ന വൈരത്തിൽ നിന്നുടലെടുക്കുന്നു. മറ്റൊന്ന്, സുന്ദരിമാരായ രണ്ടു ഭാര്യമാരേയും കൂട്ടി, രാജ്യം ധൃതരാഷ്ട്രർക്ക് വിട്ടുകൊടുത്ത് നേരത്തെ കാട്ടിലേക്കു പോയ പാണ്ഡുവിന്റെ ഉദ്ദേശ ശുദ്ധിയിലേക്ക് കണ്ണു തുറക്കാൻ വായനക്കാരെ പ്രേരിപ്പിക്കുന്നു. കാട്ടിൽ വെച്ചാണല്ലോ പാണ്ഡുവിന് എല്ലാ പുത്രന്മാരും ഉണ്ടാകുന്നത്.

പെരുത്ത ശരീരമുള്ളവന് ഷണ്ഡത്വഭീതി കൂടുമെന്ന് മനഃശാസ്ത്രം പറയുന്നുണ്ട്. ആധുനികന്റെ പ്രതീകവുമായി ഭീമന്റെ ഈ മാനസിക വിശേഷത്തെ തട്ടിച്ചുനോക്കാൻ എം.ടി. തന്നെ താത്പര്യം കാണിച്ചിട്ടുണ്ട്. അത് പുതിയ ജീവിത സമസ്യയുടെ ഒരു ഭാഗമായിരിക്കാം. ആദ്യം വീഴ്ത്തുന്ന ഇരയും പെണ്ണും ക്ഷത്രിയന് നിർണായകമാണ് എന്നു വിശ്വസിക്കുന്ന രണ്ടാമൂഴത്തിലെ നായകൻ ഇവ രണ്ടിലും ഒരർത്ഥത്തിൽ പരാജയപ്പെടുന്നുണ്ട്. എന്നാൽ, കാട്ടിൽ നിഷാദ സുന്ദരിമാരായ ഹിഡുംബി, ബലന്ധര എന്നിവരുമായിട്ടാവുമ്പോൾ ഭീമൻ ഇക്കാര്യത്തിൽ കാമോന്മത്തമായ അതിവിജയം നേടുന്നതെന്തുകൊണ്ടാണ്? ബകൻ, ഹിഡുംബൻ എന്നീ ആസുരപ്രകൃതികളുമായി ഏറ്റുമുട്ടി ഈ നായകൻ

വിജയം കൊയ്തതെന്തുകൊണ്ടാണ്? ഈ ചോദ്യങ്ങൾ പ്രസക്തമായി നിലനില്ക്കുന്നു. ആദിരൂപപ്രകൃതിയുടെ ഗോപ്യമായ മുദ്രകൾ തന്നെയാണിവിടെ പ്രധാനമായി കാണേണ്ടത്.

കാട്ടാള സ്ത്രീകളുമായുള്ള ലൈംഗികബന്ധങ്ങളുടെ വർണനയിൽ വരെ ഈ മുദ്രകളുടെ പ്രാകൃതബിംബങ്ങൾ നിറഞ്ഞുനില്പ്പുണ്ട്. ഹിഡുംബിയുമായുള്ള ആദ്യസമാഗമം എം.ടി. ഇങ്ങനെ ചിത്രീകരിക്കുന്നു. 'കാറ്റിൽ വന്നുവീണ ഒരുണങ്ങിയ പലാശപ്പൂങ്കുലയെടുത്ത് അവൾ ചവച്ചു. ഇളം നീലനിറമുള്ള ചുണ്ടുകളിൽ ചുവന്ന നനവ് പരന്നു. കൈ പിടിച്ചപ്പോൾ അവൾ കരിനാഗംപോലെ എന്നെ ചുറ്റിപ്പിണഞ്ഞു. എന്റെ മുഖമാകെ ഇരുട്ടിലാഴ്ത്തി.' (പു.85) ഈ സന്ദർഭമാകട്ടെ, ദാസിപ്പെണ്ണുമായുള്ള ആദ്യവേഴ്ചയ്ക്ക് ഒരു പാഠഭേദമായിട്ടാണ് നായകൻ കരുതുന്നത്. 'ഈ അഗ്നിക്കു ഏഴല്ല ജ്വാലകൾ, എഴുപത്. എഴുപതല്ല, അയുതം. ഹോതാവ് ദ്രവ്യവും ഹോത്രവും ചാരവുമായി മാറാൻ ഇവിടെ കൊതിക്കുന്നു (പു.85). ബലന്ധരയുമായുള്ള സമാഗമവും ഇതേ ബിംബതീക്ഷ്ണത മറ്റൊരു രീതിയിൽ അനുഭവിപ്പിക്കുന്നുണ്ട്. 'അകിലിൻ കനൽപോലെ കത്തുന്ന മുഖം. ഉത്തരീയം വലിച്ചുമാറ്റിയപ്പോൾ പത്തിക്കീറ്റിലെ കസ്തൂരിയുടെ മണം, കൈയിൽ പെരുങ്കായൽ മീനുകളെപ്പോലെ പിടയുന്ന മുലക്കണ്ണുകൾ.... (പു.127)' എന്നിങ്ങനെയാണ് വർണന. ഇവിടെ നിരത്തിയ ഈ ദൃശ്യ-സ്പർശ-ഗന്ധബിംബഘടന കേവലം കാല്പനികതയുടെ ചാരുത നല്കുന്ന ഒന്നല്ല, മറിച്ച് ലൈംഗികാനുഭവത്തിന്റെ പുരാതനമായ തീവ്രപ്രതീതി ജനിപ്പിക്കുന്നവയാണ്. എം.ടി.യുടെ ഭീമന് നാഗരിക പ്രകൃതിയിൽനിന്ന് സ്വയം ഭ്രഷ്ടനായി, കൊടുങ്കാറ്റുപോലെ പ്രകമ്പനം കൊള്ളുന്ന ആദിമവൈകാരിക പ്രകൃതിയിലേക്ക് വീണ് തിരിച്ചറിവു നേടുന്ന ആദിരൂപ പ്രകൃതിയുണ്ട്.

ഭീമൻ എന്ന ഇതിഹാസ കഥാപാത്രത്തിന്റെ ഉപബോധഘടനയിൽ ചെറുപ്പം മുതല്ക്കേ കുടികൊള്ളുന്ന ആദിരൂപമാണ് വായുദേവൻ. ഈ ആദിമബോധത്തെ, നോവലിൽ ഭീമന്റെ ജീവിത വീക്ഷണകോണിനനുസൃതമാക്കി എം.ടി. പുതുക്കിപ്പണിയുന്നു. യഥാർത്ഥ പിതൃത്വത്തെക്കുറിച്ചുള്ള ഉൾബോധം (സജീവശക്തിയായ വായുവിനെ ആരാധിക്കുന്നതിലൂടെ) പാണ്ഡുപ്രകൃതിക്ക് നേരെയുള്ള പകയായി പരിണമിക്കുന്നത് തത്ഫലമായാണ്.

പാണ്ഡു വംശത്തിന്റെ, ഷണ്ഡത്വത്തിനെതിരെ പ്രധാനമായും നോവലിലെ ഭീമൻ പ്രതികരിക്കുന്നത് രണ്ടു സന്ദർഭങ്ങളിലാണ്. ഒന്ന്: ദാസിപ്പെണ്ണിൽ ആദ്യപരാജയം തോന്നുമ്പോൾ, മറ്റൊന്ന് ശമശ്രമവുമായി കൃഷ്ണനെ ഹസ്തിനപുരിയിലേക്കയയ്ക്കുമ്പോൾ. ഇതിഹാസത്തിലെ, ഭീമൻ ജ്യേഷ്ഠമനോഗതത്തെ പിൻപറ്റി നില്ക്കുമ്പോൾ കൃഷ്ണൻ അയാളെ ചൊടിപ്പിക്കുന്നുണ്ട്. ദ്രൗപദിയുടെ അപേക്ഷ കൂടിയാകുമ്പോൾ ഭീമന് ഇളക്കം തട്ടുകയും ചെയ്യുന്നു. (ഭഗവദ്ധ്യാനപർവ്വം 16-17) നോവലിലെ ഭീമൻ ഈ സന്ദർഭത്തെ അതിക്രമിച്ചുകടക്കുന്നത് പാണ്ഡു

വംശത്തിന്റെ ഷണ്ഡത്വത്തോട് കോപിക്കാൻ കൂടിയാണ് എന്നതത്രേ ശ്രദ്ധേയം. '..... ഷണ്ഡൻ പാണ്ഡുവിന്റെ മക്കളിൽ നിന്ന് താങ്കൾ ഇതിൽ കൂടുതലൊന്നും പ്രതീക്ഷിക്കരുത് (പു. 214). സ്വകുലത്തെക്കുറിച്ചുള്ള ഈ കണ്ടെത്തൽ രണ്ടാമൂഴത്തിലെ നായകന് ആത്മവിമർശനത്തിനുള്ള ആയുധം കൂടിയാകുന്നു.

വംശധർമവ്യവസ്ഥയുടെ ജീർണകോടി ഭീമൻ ദർശിക്കുന്നത് ജ്യേഷ്ഠ പാണ്ഡവനായ ധർമപുത്രനിലാണ്. ഷണ്ഡത്വത്തിന്റെ ആശയപ്രകൃതി ധർമത്തിന്റെ പേരിൽ ഏറ്റെടുക്കുന്ന യുധിഷ്ഠിരൻ, ഇതിഹാസത്തിൽ ശസ്ത്രവും ശാസ്ത്രവും തമ്മിലുള്ള സ്പർദ്ധ അതിന്റെ ഉച്ചകോടിയിലെത്തി ആത്മസംഘർഷത്തിന് വിധേയനാകുന്ന കഥാപാത്രം കൂടിയാണല്ലോ. ദ്രൗപദിയിൽ യുധിഷ്ഠിരനുള്ള നിറഞ്ഞ ആസക്തി മറ്റാരേക്കാളും തിരിച്ചറിയുന്നുണ്ട് നോവലിലെ ഭീമൻ. ദ്രുപദ രാജപുത്രിയുടെ സ്വയംവരത്തെക്കുറിച്ച് മറ്റുള്ളവരോട് ഓർമ്മിപ്പിക്കുന്ന സന്ദർഭത്തിൽ, 'അത് തന്നെ ബാധിക്കുന്ന പ്രശ്നമല്ലാത്തതുകൊണ്ട് താല്പര്യം തോന്നിയില്ല (പു. 96)' എന്ന് ഭീമൻ ചിന്തിക്കുന്നു. അമ്മയുടെ വാക്കുകളിൽ അഭിരമിച്ച്, വേദങ്ങളിൽ ബഹുഭർതൃത്വത്തിന് തെളിവ് കണ്ടുപിടിക്കാൻ പ്രയാസപ്പെടുന്ന യുധിഷ്ഠിരനോട് ഈ നായകന് നിന്ദയാണ് തോന്നുന്നത്. ദ്രൗപദിയിൽ മറ്റുള്ളവർക്ക് നഷ്ടപ്പെടുന്ന ഊഴങ്ങൾ തന്റേതാക്കി മാറ്റാനുള്ള യുധിഷ്ഠിരന്റെ സാമർത്ഥ്യവും ഭീമനറിയാം. വേദവേദാംഗജ്ഞാനവും നിറഞ്ഞ കാമാസക്തിയും ഒരേസമയം താലോലിക്കുന്ന യുധിഷ്ഠിരമനസ്സിന്റെ കപടനിലപാടിനോട് (Hypocrisy) ഭീമന് യോജിക്കാനാവുന്നില്ല. അക്കാലത്തെ ധാർമിക വ്യവസ്ഥയുടെ പേരിൽ ഇതിഹാസം യുധിഷ്ഠിരന് മാപ്പുനല്കുന്നുവെങ്കിൽ, രണ്ടാമൂഴക്കാരനിലൂടെ എം.ടി. യുധിഷ്ഠിരന്റെ ഈ കപടാകാരം കൂടുതൽ തെളിച്ചപ്പെടുത്തിയെടുക്കുക തന്നെ ചെയ്യുന്നു. 'എല്ലാ കുറ്റങ്ങളും കാലക്കേടിന് എന്നാശ്വസിക്കുന്നത് യുധിഷ്ഠിരന്റെ പതിവാണ്. അതാണ്, ഞങ്ങളുടെ കുരുവംശത്തിന്റെ ശാപം (പു. 180).

നോവലിലെ ഭീമൻ ആദിരൂപപ്രകൃതി ഉള്ളിൽ പേറുന്നവനാണ്. ദ്രൗപദിയുടെ കാര്യത്തിൽ കണിശമായി പ്രാപിക്കപ്പെടുന്ന ഊഴക്കണക്കുകളിൽ അയാൾ അസംതൃപ്തനാണ്. യുധിഷ്ഠിരന്റെ ആസക്തിക്ക് മുമ്പിൽ ന്യായമായ ഊഴങ്ങൾ തനിക്ക് നഷ്ടമാകുമ്പോൾ ഈ കഥാപാത്രം കാട്ടിലേക്ക് പോകുന്നുണ്ട്. ഭീമനിലെ വന്യതക്കും ക്ഷത്രിയത്വകാല്പനികതയ്ക്കുമിടയ്ക്ക് രൂപപ്പെട്ടുവരുന്ന ഏകാകിതയേയും അപരിചിതത്വത്തേയും നേരിടാനുള്ള ഒരു പ്രതിരോധമാധ്യമം (Defence Mechanism) കൂടിയാണ് ദ്രൗപദിയിൽ ഭീമൻ കണ്ടെത്തുന്നത്. അതുകൊണ്ടു തന്നെയാകണം, ദ്രൗപദിയുമായി ഒത്തുകിട്ടുന്ന അപൂർവ സന്ദർഭങ്ങളിൽ ക്ഷത്രിയത്വത്തിന്റെ മാത്സര്യപ്രകൃതവും വംശപ്രകൃതിയുടെ ചേലും ഒത്തിണങ്ങിയിട്ടുണ്ട്. കഠിന പ്രയത്നം ചെയ്ത് ദ്രൗപദിക്കായി തേടിപ്പിടിച്ച് കൊണ്ടുവരുന്ന 'സൗഗന്ധികപ്പൂക്കൾ' തന്റെ വംശപ്രകൃതിയുടെ

ഒരു രതിബിംബമാണ്. അത് പറിച്ചെടുക്കാനുള്ള സാഹസത്തിൽ, രക്ഷസ്സുകളോട് ഇതിഹാസത്തിലെ ഭീമൻ പറയുന്നു:

"ഭീമൻ പറിക്കട്ടെ സരോരുഹങ്ങൾ
കൃഷ്ണയ്ക്കു വേണ്ടീട്ടതറിഞ്ഞിരിപ്പേൻ"
(സൗഗന്ധികാഹരണം - 26)

തന്റെ വംശീയ ചിഹ്നമായ ഈ പൂക്കളുപയോഗിച്ച് ഭീമൻ നടത്തുന്നത് യുധിഷ്ഠിരന്റെ വർഗപ്രകൃതിയോടുള്ള ഒരു മനഃശാസ്ത്രയുദ്ധമാണ് എന്നുപറയാം. നാഗരികമായ ക്ഷത്രിയ പ്രകൃതിക്ക് അനായാസം തകർക്കാവുന്ന മനോഘടന കൂടിയാണിത്. അതിനാലാണ്, യുധിഷ്ഠിരൻ പ്രസ്തുത സന്ദർഭത്തെ കുത്സിതബുദ്ധിയുപയോഗിച്ച് നേരിടുന്നത്.

'ഇനിയേവം ചെയ്തിടൊല്ലയെന്നിഷ്ടം, നീ നിനയ്ക്കുകിൽ
കൗന്തേയനോടിതുപദേശിച്ചുപത്മങ്ങളേറ്റുമേ" - (ടി.പു. 416)

ഇത്തരം കിടമത്സരസന്ദർഭങ്ങളിൽ, ദ്രൗപദി ക്ഷത്രിയന്റെ വർഗപ്രകൃതിയെ തുണയ്ക്കുമ്പോൾ നോവലിലെ ഭീമൻ അന്തരാവേദനിക്കുന്നുണ്ട്. ശൈലാഞ്ചലം കാണണമെന്ന ദ്രൗപദിയുടെ ആഗ്രഹത്തിന്റെ പരിണതിയും ഇതുപോലെത്തന്നെയാണ് കലാശിക്കുന്നത്. ഭീമന്, ഒറ്റപ്പെടുന്നതായിതോന്നുന്ന സന്ദർഭങ്ങളാണിവ.

രണ്ടാമൂഴത്തിലെ നായകന് സ്വയം നിർമിച്ചെടുക്കുന്ന ധർമവ്യവസ്ഥയോടുതന്നെയാണ് കൂറ്. ഭീമനെ, വിഷയാത്മക പ്രകൃതിയായി വളർത്തിയെടുക്കാൻ കഥാകാരനെ പ്രേരിപ്പിക്കുന്ന വസ്തുത മറ്റൊന്നുമല്ല. സ്വർഗം നിഷേധിച്ച മുൽഗലന്റെ കഥ നോവലിലെ ഭീമനെ അത്യധികം സ്പർശിക്കുന്നു. ഇതിഹാസത്തിൽ, ധൗമ്യമഹർഷി പാണ്ഡവന്മാരുടെ വിശ്രമവേളകളിലൊന്നിൽ പറയുന്ന പ്രസ്തുത കഥ നോവലിൽ ഭീമന്റെ സംശയനിവൃത്തിക്കുള്ള മാർഗമാക്കി മാറ്റിയെടുത്തിരിക്കുന്നു കഥാകാരൻ. 'വിഷ്ണുപദത്തിൽ ഞാനൊരിക്കലുമെത്തുകയില്ല. വിഷയാത്മാവാണ് ഞാൻ.' (പു. 182) വിശപ്പും വിയർപ്പുമില്ലാത്ത സ്വർഗത്തെ മുൽഗലനെപ്പോലെ ഭീമനും നിരാകരിക്കുന്നു.

വിഷ്ണുപദത്തോടുള്ള വിയോജിപ്പ് യുധിഷ്ഠിരദർശനത്തെ സ്വകാര്യമായി ഭർത്സിക്കാനുള്ള മറ്റൊരു ആയുധമാണ്. വിഷ്ണുപദം കാംക്ഷിച്ചു കഴിയുന്ന യുധിഷ്ഠിരന് നരലോക ദർശനവും പരലോകദർശനവും ഒന്നുതന്നെയാണ്. ഭീമന്റെ വംശത്തിനവലംബിക്കാവുന്ന മറ്റൊരു ലിംഗ (phallic) പ്രതിരോധതന്ത്രം തന്നെയാകാമിത്.

അതിജയിക്കുന്ന കലാപ്രകൃതി

മഹാഭാരതം വായിക്കുമ്പോൾ ബോധ്യപ്പെടുന്ന ഒരു വസ്തുതയുണ്ട്. യുദ്ധത്തിന്റെ ഗതിക്രമം നിയന്ത്രിക്കപ്പെടുന്നത് ഭീമന്റെ സംഹാരപ്രക്രിയകളിലൂടെയാണ്. എന്നിരുന്നാലും ധീരയോദ്ധാവ് എന്ന് ലോകം പേരിട്ടുവിളിക്കുന്നത് മികച്ച ആയുധങ്ങൾ നേടിയവനും ഇന്ദ്രപുത്രനുമായ

അർജുനനെയാണ്. അർജുനന്റെ ജീവിതം മൊത്തത്തിൽ നോക്കിക്കാണുന്ന ഒരാൾക്ക് ഒരു കാര്യം വ്യക്തമാകും – യുദ്ധവിദ്യകളന്വേഷിച്ച്, നവീനമായ അസ്ത്രവിദ്യകൾ തേടിയുള്ള യാത്രയായിരുന്നു അതെന്ന്. 'ഗാണ്ഡീവി' എന്ന് മറ്റുള്ളവരാൽ വിളിക്കപ്പെടണമെന്ന് സ്വയം ആഗ്രഹിച്ചിരുന്നു അയാൾ. അതിന്റെ തൻപോരിമാ ബോധം മഹാപ്രസ്ഥാനത്തിലോളം പിന്തുടരുന്നത് കാണാം. അഗ്നി സമ്മാനിച്ച ഈ വില്ല് കടലിലെറിയാൻ ഗുരു തന്നെ അയാൾക്ക് മുന്നറിയിപ്പു നല്കേണ്ടിവന്നു. ഇതെല്ലാം ഒരു കാര്യം വ്യക്തമാക്കുന്നു. അർജുനന് കുടുംബബന്ധത്തേക്കാൾ പ്രിയം തന്റെ ആയുധങ്ങളോടായിരുന്നു.

ഭീമന്റെ പ്രകൃതം മറിച്ചാണ്. നവീനമായ ആയുധങ്ങളോടയാൾക്ക് പ്രതിപത്തിയില്ല. ബാഹ്യയുദ്ധവും ഗദായുദ്ധവുമാണ് പ്രിയം. നിഷാദവർഗത്തിന്റെ അഥവാ ഗോത്രവർഗത്തിന്റെ ആയോധനമുറയാണിത്. നാഗരികമായ യുദ്ധപ്രകൃതിയേക്കാൾ പ്രാകൃതമായ കലാപപ്രകൃതിയാണിതിന് ആധാരം. യുദ്ധം കലാപവുമായി കൂട്ടിക്കുഴക്കാവുന്നതല്ല. കലാപത്തിന്റെ പ്രത്യേകമായ ചിട്ടപ്പെടുത്തലാണ് യുദ്ധം. നാഗരികതയുടെ ഒരു രോഗമാണ് യുദ്ധം എന്നു വ്യാഖ്യാനമുണ്ട്. ശരീരത്തെ ഒളിപ്പിച്ചുനിർത്തി, ആയുധങ്ങളിലൂടെ ജയിക്കാൻ ശ്രമിക്കുന്നത് കലാപപ്രകൃതിയിൽനിന്നും യുദ്ധപ്രകൃതിയിലേക്കുള്ള മാറ്റത്തെ കുറിക്കുന്നു.

ആയോധനമുറയിലും തന്റെ വംശപ്രകൃതിയാൽ ഒറ്റപ്പെട്ടുനില്ക്കുന്നവനാണ് ഇതിഹാസത്തിലെ ഭീമൻ. യുദ്ധപ്രകൃതിയിലേക്ക് ഒരാളെ സജ്ജമാക്കിയെടുക്കുന്ന ഘട്ടത്തിലും നാഗരികമായ വഞ്ചനാപ്രകൃതി സ്വർഥപൂരണം ലക്ഷ്യമാക്കും എന്നുതന്നെയാണ്, നിഷാദനായ ഏകലവ്യനും സുതനായ കർണ്ണനും ഗുരുത്വം നിഷേധിക്കുന്ന ദ്രോണാചാര്യനിലൂടെ വെളിപ്പെടുന്നത്. ഇത്തരം കാപട്യങ്ങളെ എം.ടി.യുടെ ഭീമൻ ബാലപ്രായത്തിലേ തിരിച്ചറിയുന്നുണ്ട്. ആയുധ വിദ്യാപ്രദർശന രംഗത്ത് സൂതനായ കർണന്റെ കൈവേഗം ദ്രോണരുടെ പ്രിയ ശിഷ്യനെ പിന്നിലാക്കുന്നുവെന്നും, വലതു തള്ളവിരൽ ദക്ഷിണയായി സമർപ്പിക്കപ്പെട്ടപ്പോൾ നിഷാദന് ഇടത് കൈയും വശമാണെന്ന് തോന്നുന്നുവെന്നു ഭീമൻ ചിന്തിക്കുന്നുണ്ട്. ബാഹുയുദ്ധകാലമാണ് ഏറെ പ്രിയമെന്ന് നോവലിലെ ഭീമൻ, അമ്മയോടു പറയുമ്പോൾ, 'അതു നീചന്മാർക്കുള്ളതാണ്' എന്നാണ് കുന്തിയുടെ മറുപടി. കുന്തിയുദ്ദേശിക്കുന്ന 'നീചർ' കാട്ടാളവർഗമല്ലാതെ മറ്റൊന്നല്ല.

ഭീമന് സ്വശരീരം തന്നെയായിരുന്നു പ്രിയപ്പെട്ട ആയുധം. അതുകൊണ്ടാണ് തന്റെ ശത്രുക്കളെയെല്ലാം അയാൾ ജയിക്കുന്നത്. 'മറുപക്ഷത്ത് ഭീമനുണ്ട്' എന്ന ഒറ്റക്കാരണത്താൽ ഉറക്കം നഷ്ടപ്പെട്ടിട്ടുണ്ട് ധൃതരാഷ്ട്രർക്ക്.... നേർക്കുനേരെയുള്ള യുദ്ധത്തിൽ കൗരവന്മാരെ മുഴുവൻ കൊന്നത് ഭീമനാണ്. ശത്രുവെ കൊന്നവനാണ് നേതാവ്. അയാൾക്കുള്ളതാകുന്നു അന്നത്തെ നിയമമനുസരിച്ചു രാജ്യം (ഫലശ്രുതി)' എന്ന്

നോവലിസ്റ്റ് കണ്ടെത്തുന്നിടത്ത്, അർജുനന്റെ വിജയത്തിന്നാസ്പദമായ പരിവേഷങ്ങൾക്ക് മങ്ങലേൽക്കുന്നു. ബകൻ, കിർമീരൻ, ജീമൂതൻ, ഹിഡുംബൻ, കീചകൻ, ജരാസന്ധൻ, ദുര്യോധനൻ, ദുശ്ശാസനൻ എന്നു വേണ്ട ബലവാന്മാരായ ശത്രുക്കളുമായുള്ള ഭീമന്റെ സംഗരങ്ങളെല്ലാം ഇതിന് തെളിവാണ്.

ശരീരം തന്നെയായിരുന്നു ഭീമന് രാഷ്ട്രീയം. ശക്തനായ എതിരാളി യെച്ചൊല്ലി ഉള്ളിൽ അഹന്തയും മതിപ്പും ഭീമനുണ്ട്. ശത്രുവിനോടുള്ള പ്രതിപക്ഷ ബഹുമാനം ഇത്തരമൊരു അവസ്ഥയിൽനിന്നേ ഉദ്ഭവിക്കൂ. രണ്ടാമൂഴത്തിലെ ഭീമന്റെ ഈ പ്രത്യേകത പ്രദർശിക്കപ്പെടുന്ന നിരവധി സന്ദർഭങ്ങൾ നോവലിലുണ്ട്. 'യുദ്ധം ഒരാഘോഷമായിരുന്നു ജരാസന്ധന്. എനിക്കയാളോട് മതിപ്പുതോന്നി.' (പു. 130) ജരാസന്ധന് യുദ്ധം സോമ യാഗംപോലെ, അഗ്നിചയനം പോലെ പരിശുദ്ധമാണ് എന്ന് ചിന്തിക്കു ന്നിടത്ത്, ആ വംശീയഗുണത്തോടുള്ള മതിപ്പ് കൂടി പ്രതിഫലിക്കുന്നു. യുദ്ധവേളയിൽ, ഭീമൻ ശത്രുക്കളുമായി ഏറ്റുമുട്ടുന്ന ഘട്ടങ്ങളിലെല്ലാം മല്ലയുദ്ധത്തിന്റെ ശില്പവും നോവലിന്റെ രചനാശില്പവും (രംഗവർണ്ണന) ഏകാത്മക പ്രകൃതിയായി ഭവിക്കുന്നത് കാണാം.

ആരോടൊക്കെ പ്രതികാരം ചെയ്യുമെന്ന് ഭീമൻ പ്രതിജ്ഞയെടു ത്തുവോ, അവരോടൊക്കെ തന്നിലെ കലാപ പ്രകൃതിയെ ശക്തമായും വിനിയോഗിക്കുന്നുണ്ട്. ക്ഷത്രിയൻ അവന്റെ നാഗരികയുദ്ധ നിയമങ്ങളി ലെണ്ണിയ പല മുറകളും ഭീമന്റെ ആയോധന ധർമശാസ്ത്രത്തിൽ കാണു ന്നില്ല. താൻ ചെയ്യുന്നത് നിയമത്തിനകത്തുള്ളതോ പുറത്തുള്ളതോ എന്ന തിനെക്കുറിച്ച് വേവലാതിയും കുറ്റബോധവും അയാൾ പ്രദർശിപ്പിക്കു ന്നുമില്ല. ഇതിഹാസത്തിൽ, ദുശ്ശാസനന്റെ മാറു പിളർന്നു ചോരകുടിക്കുന്ന കാട്ടാളപ്രകൃതി തെല്ലൊന്നുമല്ല അദ്ഭുതപ്പെടുത്തുക. ശിതാഗ്രമായ വാളെ ടുത്ത് ദുശ്ശാസനന്റെ കഴുത്തിൽ ചവിട്ടി വീഴ്ത്തി, മാറുകീറി രക്തം കുടി ക്കുകയും, പകതീരാഞ്ഞ്, തലയറുത്ത് ആഘോഷിക്കുകയും ചെയ്യുന്ന തിന്റെ വർണന ശ്രദ്ധേയമാണ്.

"അമ്മയ്ക്കെഴും നൻമുലപ്പാലു തേൻനെയ്
സൽക്കാരമേറും മധുപാനമേവം
ആദ്രിവ്യമാം തോയരസം കുടിക്കൽ
പാൽ തൈർ കടഞ്ഞുള്ളൊരു നല്ലപാനം,
സുധാമൃതസ്വാദിയലുന്ന മറ്റു
പാനങ്ങളും പാരിലിയിന്നവറ്റിൽ
എല്ലാറ്റിലും മേലെ രസം നമുക്കീ-
വിരോധിതൻ ചോര കുടിക്കലല്ലോ" (ദുശ്ശാസനപർവം)

യുദ്ധനിയമങ്ങൾ അബോധത്തെയെങ്കിലും വേട്ടയാടുന്ന ക്ഷത്രി യനായ ഒരാൾക്ക് ഇതുപോലെ ആഘോഷിക്കാൻ കഴിയുകയില്ല എന്ന് വ്യക്തം. അതേ യുദ്ധസന്ദർഭങ്ങളിൽതന്നെ ഭീമൻ കൂട്ടിച്ചേർക്കുന്നു :

'വരണം, മധുപർക്കം കഴിഞ്ഞേയുള്ളൂ. കൂട്ടവധം ഇന്ന്. ഭീമന് അമൃതേത്താണ്.' (പു. 258) ദുര്യോധനനെ തുടയ്ക്കടിച്ചുകൊന്നത് അധർമ്മമായി എന്നു പറയുന്ന ധർമ്മപുത്രരോട് പ്രത്യുത്തരം നൽകുന്നതിങ്ങനെയാണ്. 'കൊല്ലാനാണ് എന്റെ പ്രതിജ്ഞ. പ്രതിജ്ഞ നിറവേറ്റാത്ത ക്ഷത്രിയൻ അധാർമ്മികൻ, അവന് നരകം എന്ന് എന്നെ പഠിപ്പിച്ചത് ജ്യേഷ്ഠനാണ്. തല തല്ലിയുടച്ചു തകർക്കാൻ പോകുന്നു. തടയാനുണ്ടെങ്കിൽ തടയാം. 'വംശത്തിന്റെ കലാപ പ്രകൃതിയിൽ വേരുകളുള്ള ഒരു കഥാപാത്രത്തിനേ, കാലത്തിന്റെ ധർമ്മമുറകളെ ലംഘിച്ച്, ആസുരമായ ഒരു കർമ്മപ്രകൃതിയിലേക്ക് ഇങ്ങനെ സ്വയം ഉയർത്താൻ കഴിയുകയുള്ളൂ.

കാടിന്റെ ലക്ഷണമറിയുന്നവൻ

അനിവാര്യമായ പാപ-ശാപങ്ങളുടെ കഥകളാണ് കുരുക്ഷേത്രം ഭാരതത്തിന് നൽകിയതെങ്കിൽ 'ഗംഗ' അവയിൽനിന്നൊക്കെയുള്ള മോചനത്തിന്റെ മാർഗമായിരുന്നു. മഹാഭാരതത്തിൽനിന്നും പുനഃസൃഷ്ടി നിർവഹിച്ചവരെല്ലാം ഈ വിരുദ്ധ പ്രതീകങ്ങളുടെ പ്രസക്തി കണ്ടറിഞ്ഞവരാണ്. വനവാസവും അതിലൂടെ സ്വരൂപിച്ചെടുക്കുന്ന പാണ്ഡവാസ്തിത്വവും 'കുരുക്ഷേത്ര യുദ്ധബീജ'ത്തിന് എങ്ങനെയൊക്കെ വളമായി ഭവിച്ചു എന്നതുകൂടി ഇതിഹാസത്തിൽ പ്രാധാന്യമർഹിക്കുന്നു. കരുത്തനും വായുപുത്രനുമായ ഭീമന്റെ വളർച്ച നോക്കിക്കാണാൻ എം.ടി. ഉപയോഗിക്കുന്ന ലെൻസ് കാടാണ് എന്നത് രണ്ടാമൂഴത്തിന്റെ പശ്ചാത്തലത്തെ ശ്രദ്ധേയമാക്കിയിട്ടുണ്ട്.

രാസവാദശാസ്ത്രജ്ഞൻ വസ്തുവും ആശയവും (Matter and Spirit) ആകുന്ന വിരുദ്ധദ്വന്ദ്വത്തെ ഒരു 'ജഗദ്വൃക്ഷം' (Cosmic Tree) എന്ന പ്രതീകത്തിലേക്കൊതുക്കി ചിന്തിക്കുകയുണ്ടായിട്ടുണ്ട്. പല ജീവകോടികളുടേയും ജീവസന്ധാരണത്തിന് നിദാനമാകുന്ന കാട് ഒരർത്ഥത്തിൽ അമ്മ (Mother Archetype) കൂടിയാണ്. സ്ത്രീയിലെന്നപോലെ അവിടെ ഇടതൂർന്ന് നില്ക്കുന്ന ഇരുട്ടും വെളിച്ചവും കാന്താര ഗൃഹാന്തരീക്ഷവും എല്ലാം ആദിമരൂപപരമായ തേജസ്സ് പ്രദാനം ചെയ്യുന്നു. മരുത്തിന്റെ പുത്രനായ ഭീമൻ എന്ന കഥാപാത്രത്തിന് സ്വയം തിരിച്ചറിവുകൾക്ക് വേണ്ട ആവാസ വ്യവസ്ഥ കൂടിയാണ് കാട്.

കാടാണ് പലപ്പോഴും രണ്ടാമൂഴത്തിന്റെ രംഗപശ്ചാത്തലം. നിരന്തരമായ കാന്താരയാത്രകളിലൂടെയാണ് നോവലിലെ പ്രമേയം വളരുന്നത്. വാരണാവതം, ഖാണ്ഡവപ്രസ്ഥം, കമുകവനം, ഗന്ധമാദനം, ദ്വൈതവനം എന്നിങ്ങനെ നീളുന്നു ആ സ്ഥലരാശി. ഇതിഹാസത്തിലും, കാട്ടിൽ പാണ്ഡവർക്ക് രക്ഷകസ്ഥാനം വഹിക്കുന്ന പ്രധാന കഥാപാത്രം ഭീമൻ തന്നെയാണ്. നോവലിലാകട്ടെ, സ്വന്തം അസ്തിത്വമാർഗ്ഗത്തെ തിരിച്ചറിയാനുള്ള ആയുധമാർഗം കൂടിയാണ് വനയാത്രകൾ.

ഹസ്തിനപുരിയിലെ ആയുധവിദ്യാപ്രദർശനശാലകൾ ഈ കഥാപാത്രത്തിന്റെ യുദ്ധമുറകൾക്ക് അപര്യാപ്തമാണെന്ന് ഭീമനറിയാം.

മല്ലയുദ്ധങ്ങൾക്ക് കാടോളം ചേർന്ന ഗോദ മറ്റൊന്നില്ലല്ലോ. കാട്ടിലെ യാത്ര യ്ക്കിടയിൽ നാഗനായ ഗുരുവിൽ നിന്നാണ് യുദ്ധമന്ത്രം ഭീമൻ പഠിക്കു ന്നത്. ഭീമൻ ആദ്യശത്രുവിനെ തോല്പിച്ചത് കാട്ടിലാണ്. ആദ്യത്തെ ലൈംഗികബന്ധവും ആദ്യ പുത്രോല്പാദനവും കാട്ടിൽവെച്ചുതന്നെ യാണ് സംഭവിക്കുന്നത്.

നാഗരികമായ യുദ്ധതന്ത്രങ്ങളെ അതിലംഘിക്കാൻ ഭീമന് പ്രേരക മാകുന്നത് നാഗമന്ത്രം തന്നെ. "ശത്രുവിനോട് ദയകാട്ടരുത്. ദയയിൽനിന്ന് കൂടുതൽ കരുത്ത് നേടിയ ശത്രു വീണ്ടും നേരിടുമ്പോൾ അജയ്യനാവും. (പു. 49) ഈ മന്ത്രം തന്നെയാണ് ഒരു വിഷമവും കൂടാതെ കാട്ടിലേക്കു പോകാനുള്ള കരുത്ത് ഭീമന് നല്കുന്നത്. തന്റെ വംശത്തിന്റെ വേര് കാട്ടി ലാണെന്ന് ഭീമന് അന്തരാ തോന്നലുകളുണ്ട്. കൗരവരാൽ വനവാസം വിധിക്കപ്പെടുമ്പോൾ, ഭീമനൊഴികെ മറ്റു പാണ്ഡവന്മാരും ദ്രൗപദിയും കൊടിയ വേദനയനുഭവിക്കുന്നത് കാട്ടിലെ ദുഃസ്ഥിതിയോർത്തിട്ടുകൂടി യാണ്. ഭീമനാകട്ടെ, ജ്യേഷ്ഠപാണ്ഡവന്റെ നട്ടെല്ലില്ലായ്മയെയും പാണ്ഡു വംശത്തിന്റെ ഷണ്ഡത്വപ്രകൃതിയെയുമാണ് ഭർത്സിക്കുന്നത്. സഹ ദേവനെ നോവലിൽ ഭീമൻ ആശ്വസിപ്പിക്കുന്നു. 'അവസരം വരും. വിഷമി ക്കരുത്. കാട് അത്ര മോശമായ സ്ഥാനമൊന്നുമല്ല, ജീവിക്കാൻ.'

കാട്ടിൽ തന്റെ ജനുസ്സ് കണ്ടെത്തുന്ന ഭീമൻ നിഷാദവർഗത്തിന്റെ മാനുഷികവും ആർദ്രവുമായ വൈകാരികാംശത്തെ തിരിച്ചറിയുകയും കാട്ടാളത്വത്തിന്റെ മുഷ്കിനെ കണിശമായി നേരിടുകയും ചെയ്യുന്നു. ഭീമന്റെ വന്യമായ ലൈംഗികാസക്തി ശമിപ്പിക്കാൻ ഹിഡുംബിക്കും ബല ന്ധരയ്ക്കും സാധിക്കുന്നു. ഇവരിൽ ഭീമനുണ്ടായ ഘടോൽക്കചനും സർവ്വഗനും എത്രമേൽ ശക്തന്മാരെന്നു ബോധ്യപ്പെടുന്നത് മഹാഭാര ത്തിൽ ഇവർക്കു നല്കിയിട്ടുള്ള സ്ഥാനമെന്തെന്നറിയുമ്പോഴാണ്. കുന്തി യിലൂടെ കൈമാറപ്പെടുന്ന, ഭീമന്റെ ഉല്പത്തി ശാസ്ത്രം കൂടി അതിനു പാകമായ രീതിയിൽ നോവലിസ്റ്റ് വ്യാഖ്യാനിച്ചിട്ടുണ്ട്. 'കൊടുങ്കാട്ടിൽ നിന്നദ്ദേഹം കയറിവന്നു. ചങ്ങലയഴിഞ്ഞ ചണ്ഡമാരുതനെപ്പോലെ, പേരറി യാത്ത കാട്ടാളൻ.' (പു. 284)

ആത്മസംഘർഷത്തിന്റെ വേര്

രണ്ടാമൂഴത്തിലെ ഭീമൻ ആദിരൂപപരമായ ഗുണങ്ങൾ ഒളിഞ്ഞുകിട ക്കുന്ന നായകപ്രകൃതി എന്നപോലെത്തന്നെ, അതിനുമേൽ അടിച്ചേല്പി ക്കപ്പെട്ട ക്ഷത്രിയത്വമെന്ന വർണ പ്രകൃതിയുടെ ഭാരം പേറുന്നവനുമാണ്. ഈ രണ്ടു നിലയ്ക്കും ചിലയവസരങ്ങളിൽ ഭീമന് ആത്മസംഘർഷത്തെ നേരിടേണ്ടിവരുന്നുണ്ട്. അപ്പോഴൊക്കെ, തന്നോടുതന്നെ 'ഒരപരിചിതത്വം' തോന്നുന്ന പ്രകൃതവും ഈ കഥാപാത്രത്തിനുണ്ട്. പരമസുന്ദരിയായ ദ്രൗപതി ഭീമന് ഒരു ദൗർബല്യം തന്നെയായിരുന്നു. വന്യമായ ഗുണ ങ്ങളെ നാഗരികമായ കാല്പനികപ്രകൃതി പലപ്പോഴും കീഴടക്കിയ സന്ദർ ഭങ്ങൾ ഭീമനിലുണ്ട്. അതിനുകാരണക്കാരി ദ്രൗപദി തന്നെയായിരുന്നു.

ഇതിഹാസത്തിലെ ദ്രൗപദിക്ക് അഞ്ചുവീരന്മാരായ ഭർത്താക്കന്മാരുണ്ടായിട്ടും ഏറെ സങ്കടങ്ങൾ സഹിക്കേണ്ടിവന്നു. ഒരു പരിധിവരെ, അവളെ നാസ്തിക പ്രകൃതിയാക്കിത്തീർത്തതും ഇതുതന്നെ. പ്രതികൂല പരിതസ്ഥിതികളോടു മല്ലിട്ടു ജീവിക്കാനുള്ള അദമ്യമായ കാമനയാണ് ജീവിതത്തിന് അസ്തിത്വം നല്കുന്നത്. ഇതിഹാസത്തിലെ ദ്രൗപദി ഏത് ഘട്ടത്തിലും ഇത്തരം ജീവിതകാമനകളെ ഒരു പരിധിവരെ അതിജീവിച്ചവളാണ്. എന്നാൽ യുധിഷ്ഠിരമനസ്സിന്റെ ചാഞ്ചല്യങ്ങൾ ഏറെക്കുറെ അവളുടെ കാമനകളെ തകർക്കുന്നവയായിരുന്നു.

ഇത്തരം സന്ദർഭങ്ങളിലൊക്കെ, അവളുടെ രക്ഷയ്ക്കെത്തിയതും ആശ്വസിപ്പിച്ചിരുന്നതും ഭീമനായിരുന്നു. എങ്കിലും ദ്രൗപതി ആത്മാർത്ഥമായി സകലതും സമർപ്പിച്ചത് അർജുനന് വേണ്ടിയായിരുന്നു. ഭീമന്റെ ചോദ്യത്തിന് ധർമപുത്രൻ നല്കുന്ന ഉത്തരവും അതുതന്നെ ധ്വനിപ്പിക്കുന്നു.

"വിശേഷിച്ചും പക്ഷപാതമിവൾക്കുണ്ടർജുനെന്റെ മേൽ
ഇവളേല്ക്കുന്നുണ്ടതിന്റെ ഫലം പുരുഷസത്തമ-
(മഹാപ്രാസ്ഥാനികപർവം)

പലപ്പോഴും തന്റെ രക്ഷയ്ക്കെത്തിയ മാനുഷിക ഗുണമുള്ള ഭീമനോട് അവൾ ആത്മാർത്ഥമായി വല്ലതും പങ്കുവച്ചോ? ഇല്ല എന്ന് ഉത്തരം കിട്ടുന്നു. ക്ഷത്രിയത്വത്തിന്റെ അഹന്ത പലപ്പോഴും ദ്രൗപദി നോവലിലെ ഭീമനു നേരെ പ്രദർശിപ്പിക്കുന്നുമുണ്ട്. ഭീമനിലെ മനുഷ്യനെ വേദനിപ്പിക്കുന്നു ഇത്. നിഷാദത്വത്തിന്റെ പേരിൽ കീർമ്മീരനെ ഭീമൻ വെറുതെ വിടുമ്പോൾ 'ഉം, കാട്ടാളന്മാരുടെ സൗഹൃദം' (പു. 188) എന്നുപറഞ്ഞ് ഭീമന് നേരെയവൾ നിന്ദാവചസ്സുകളുതിർക്കുന്നു. വിരാടത്തിലെ ജീമൂതനെ 'വല്ലഭൻ' വീഴ്ത്തി വെറുതെ പറഞ്ഞയയ്ക്കുമ്പോൾ 'കൊല്ലേണ്ടതായിരുന്നു' എന്നവൾ ചിന്തിക്കുന്നു. 'ജടൻ' എന്ന രാക്ഷസനെ കൊല്ലാതെ വിടുമ്പോഴും, അവൾ ഇതുതന്നെ ആവർത്തിക്കുന്നു. ആദിരൂപമായ ഭീമന്റെ തമോമയ ഭാവങ്ങൾക്ക് നേരെയായിരുന്നു യഥാർത്ഥത്തിൽ ദ്രൗപതിയുടെ വചനാസ്ത്രങ്ങൾ എന്ന് തിരിച്ചറിയേണ്ടതുണ്ട്. ഇങ്ങനെയൊക്കെയായിട്ടും ദ്രൗപദിയെ അവഗണിക്കാൻ കഴിയാതിരുന്ന ഭീമന്റെ പ്രകൃതം യഥാർഥത്തിൽ, നാഗരികമായ കാല്പനിക പ്രകൃതിയോടുള്ള അടിമത്തം എം.ടി.യുടെ ഭീമനിലുണ്ട് എന്ന് വെളിപ്പെടുത്തുന്നു.

സ്വന്തക്കാരിൽനിന്ന് തന്റെ യഥാർത്ഥവർഗപ്രകൃതിക്ക് നേരിടേണ്ടി വരുന്ന ചില ചതിക്കുഴികളാണ് ഭീമനിലെ 'ഏകാകിതാബോധ'ത്തെ തീവ്രമായി പ്രകാശിപ്പിക്കുന്നത്. ഇത്തരം മുഹൂർത്തങ്ങളിൽ താനനുഭവിക്കുന്ന നിസ്സഹായതയിൽനിന്ന് ഈ കഥാപാത്രത്തിന് മോചനമില്ല. അഭിമന്യുവിന്റെ മരണവും ഘടോൽക്കചന്റെ മരണവും ശേഷക്രിയകളിലൂടെ അത് ആഘോഷിക്കപ്പെട്ട രീതി ഇതിഹാസ മൗനങ്ങൾക്ക് ശക്തമായ ഒരുദാഹരണമാണ്. ആദ്യം മരിച്ച ഒരാളെക്കുറിച്ച് ദുഃഖം നോവലിലെ ഭീമനുണ്ടാകുന്നത് അഭിമന്യുവിന്റെ മരണത്തിലാണ്. എങ്കിലും

അഭിമന്യുവിന്റെ ധീരപരാക്രമങ്ങളെക്കുറിച്ച് സങ്കീർത്തനങ്ങൾ നിലനിന്നു. മരണാനന്തരം ഉചിതമായ ശ്രദ്ധാഞ്ജലിയുണ്ടായി. ഘടോൽക്കചന്റെ കാര്യത്തിലാകട്ടെ, അർജ്ജുനനുവേണ്ടി കാത്തുവെച്ച 'വൈജയന്തിവേൽ' കർണ്ണൻ ഈ കാട്ടാളപുത്രന് വേണ്ടി പാഴാക്കിയതിലായിരുന്നു തന്റെ പക്ഷക്കാർ ആഘോഷിച്ചത്. '.... നീ മാത്രമാണ് ആശ്രയമെന്ന് പറഞ്ഞ് അവനെ കർണന്റെ നേർക്കു വിട്ടത് ഒന്നും കാണാതെയല്ല' എന്ന കൃഷ്ണന്റെ വാക്കുകൾക്ക് ഇതിഹാസം തന്നെ സാക്ഷിയാണ്. കാട്ടാളന്റെ മരണം പാടിക്കേൾക്കേണ്ടതല്ലല്ലോ എന്ന് വിചാരിക്കുന്ന ഭീമന്റെ മനസ്സ് പങ്കുവെയ്ക്കുന്ന വ്യഥ വലുതാണ്. ഒരു ശവസംസ്കാരം പോലുമർഹിക്കാത്ത മകന്റെ ശവം നോക്കിക്കാണുന്ന അച്ഛന്റെ ഉൾമുറിവ് എം.ടി. ചിത്രീകരിക്കുന്നു. 'ഓടിയകലാൻ ഇടംകിട്ടാതെ, കൂട്ടംകൂടിനിന്ന ഇരുട്ടുപോലെ അവന്റെ മൃതദേഹം ഞാൻ കണ്ടു. നെഞ്ചിൽ തറച്ചു കഴിഞ്ഞ വേലിന്റെ ആയാസപ്പിടി ആളുയരത്തിൽ ആകാശത്തിലേക്ക് തെറിച്ചുനില്ക്കുന്നു. അതിനു മുകളിൽ ഒരു കഴുകൻ പറന്നുവന്നിരുന്നു. താഴത്തെ ശരീരത്തെ കൊതിയോടെ നോക്കി. വീരസ്വർഗമില്ലാത്ത കാട്ടാളന് ചിതയൊരുക്കണമെന്നില്ല,' (പു. 251) ഇതിഹാസത്തിന്റെ വരികൾക്കിടയിലൊളിഞ്ഞു കിടക്കുന്ന ഒരു മൂകവേദനയെ, ഭീമന്റെ വംശപ്രകൃതിയുടെ പരംപൊരുളായി നോവലിൽ വികസിപ്പിച്ചെടുത്തിട്ടുള്ള സന്ദർഭങ്ങൾ ഇതുപോലെ ഏറെയുണ്ട്. ചരിത്രത്തിലൊരിടത്ത് മൂർത്തമായി വെളിപ്പെടുകയും പിന്നെ തകർന്നുപോകുകയും, ഇന്നും ശകലങ്ങൾ ബാക്കികിടക്കുകയും ചെയ്യുന്ന ഹീനമായ ഒരു ഭൗതികവ്യവസ്ഥയോടുള്ള കഥാകാരന്റെ പ്രതികരണം കൂടിയാണ് ഇത്.

വർഗശത്രുവിനെ തിരിച്ചറിയുന്നു

കൗരവ-പാണ്ഡവസംഗരത്തിൽ യഥാർത്ഥ ശത്രുവാരായിരുന്നു? ഈ ചോദ്യത്തിന്, മഹാഭാരതത്തിൽ ഭീമനിലൂടെ വായിച്ചെടുക്കാവുന്ന ഒരു ഉത്തരമുണ്ട് - വ്യാഖ്യാതാക്കളിൽ പലരും അവഗണിച്ചിട്ടുള്ള ഒന്ന്.

ബ്രാഹ്മണ്യം ക്ഷത്രിയത്വത്തെ നയിക്കുകയും നിയന്ത്രിക്കുകയും ചെയ്തിരുന്ന ഒരു സാമൂഹികവ്യവസ്ഥയിൽ ബ്രാഹ്മണ്യത്തിന്റെ അവലേപശാലിത്വം, അധികാരത്തിന്റെ ഊടുവഴികളിലൂടെ കടന്നുകയറിയപ്പോൾ, അതിനേറ്റ ജീർണതകൾക്ക് ചരിത്രത്തിലെന്നും തെളിവുകളുണ്ട്. മഹാഭാരതത്തിലും ഇത്തരം സന്ദർഭങ്ങൾ സുലഭമാണ്. ഒരു പാതിബ്രാഹ്മണനും ഒരു പാതിക്ഷത്രിയനുമായിരുന്ന പരശുരാമൻ അംബയുടെ ജീവിതത്തിന് ദുർന്നിയമം കല്പിച്ചതിന്റെ കഥ കുട്ടികൃഷ്ണമാരാർ സവിസ്തരം പ്രതിപാദിച്ചിട്ടുണ്ടല്ലോ (ഭാരതപര്യടനം).

ബ്രാഹ്മണ്യത്തിന്റെ ദുരഹങ്കാരം കുരുക്ഷേത്രയുദ്ധത്തെ ഏറെ സ്വാധീനിക്കുകയുണ്ടായി എന്നതിന് തെളിവാണ് ദ്രോണാചാര്യന്റേയും, മകൻ അശ്വത്ഥാമാവിന്റേയും അധികാരങ്ങൾ. നോവലിലെ ഭീമൻ ഈ അധികാരത്തിന്റെ ചില കാണാപ്പുറങ്ങൾ കൂടി കാണുന്നയാളാണ്.

കൗരവരാജധാനിയിലെത്തി കൗരവ-പാണ്ഡവ പുത്രന്മാർക്ക് ആയുധ പരിശീലനം നല്കിയത് ആചാര്യന് ദാരിദ്ര്യത്തിൽനിന്ന് രക്ഷപ്പെടാൻ മാത്രമായിരുന്നില്ല. ദ്രുപതനിൽ തനിക്കുള്ള ചില നിഗൂഢലക്ഷ്യങ്ങൾ നേടുവാൻ കൂടിയായിരുന്നില്ലേ? കർണ്ണനെയും ഏകലവ്യനേയും തിരസ്കരിച്ചത് മിടുക്കും അച്ചടക്കവും മറ്റാരേക്കാളും അർജുനനിൽ തിരിച്ചറിഞ്ഞു കൊണ്ടല്ലേ? ഒരവസരത്തിൽ, വിശോകനോട് ഭീമൻ തുറന്നു ചോദിക്കുന്നുണ്ട്. 'ബ്രാഹ്മണനെന്തിനാണ് വിദ്യയും സമ്പത്തും? ദ്രവ്യശുദ്ധിയും ക്രിയാശുദ്ധിയും മന്ത്രശുദ്ധിയുമുള്ള ബ്രാഹ്മണർക്ക് ധനം വേണ്ട. ബ്രാഹ്മണനായി ജനിച്ചെങ്കിലും ക്ഷത്രിയനായി വളർന്നതുകൊണ്ടാവാം പാഞ്ചാലരുടെ പശുക്കളുടേയും ഈടുവെപ്പിലെ സ്വത്തിന്റേയും കാര്യം പറഞ്ഞത്.' (പു. 96) ദ്രുപദനോട് വെറും പ്രതികാരമായിരുന്നില്ല ലക്ഷ്യമെന്ന്, അഹിച്ഛത്രം തലസ്ഥാനമാക്കി രാജ്യത്തിന്റെ പകുതി കൈയേറിയ ദ്രോണരുടെ പ്രവൃത്തി വ്യക്തമാക്കുന്നു.

കൗരവരുടെ സേനാനായകനായി സ്ഥാനമേറ്റ ദ്രോണരുടെയും അദ്ദേഹത്തിന്റെ പുത്രന്റേയും പ്രവൃത്തികൾ കൗരവനാശത്തിനു ഏതൊക്കെ രീതിയിൽ ഹേതുകമായിത്തീർന്നു എന്ന് ഇരാവതീകാർവേ വിലയിരുത്തിയിട്ടുണ്ട്. ദ്രോണരുടെ അവലേപാശാലിത്വം ഭീമനെപ്പോലെ തിരിച്ചറിഞ്ഞ ഒരു യോദ്ധാവ് ഇതിഹാസത്തിലില്ല. ദ്രോണരോട് യുദ്ധം ചെയ്ത് എട്ടുപ്രാവശ്യം അയാളെ എടുത്തെറിയുന്നുണ്ട്, ഇതിഹാസത്തിലെ ഭീമൻ. 'അശ്വത്ഥാമാ ഹതഃ' എന്ന് യുധിഷ്ഠിരനെകൊണ്ട് പറയിപ്പിക്കുന്നതിനുപിന്നിൽ പരിശ്രമിച്ചത് ഭീമനാണ്. ദ്രോണവധത്തിന് ധൃഷ്ടദ്യുമ്നന് കളമൊരുക്കിക്കൊടുക്കുന്നതിനിടയിൽ ഇതിഹാസത്തിലെ ഭീമൻ ആചാര്യന് നേരെ പുലമ്പുന്നതിങ്ങനെയാണ്.

'സ്വകർമ്മത്താൽ തൃപ്തിയെന്ന്യേ ബ്രഹ്മബന്ധുക്കളിങ്ങനെ
പഠിച്ചു പോരടിക്കായ്കിൽ ക്ഷത്രിയൗഘം മുടിഞ്ഞിടാ
ജീവജാലഹിംസയല്ലോ ധർമത്തിനുടെ വിസ്തരം
അതിനോ ബ്രാഹ്മണൻമൂലം ഭവാനോ ബ്രഹ്മവിത്തമൻ
മ്ലേഛരേമറ്റന്യരേയും പറയൻമട്ടു കൊന്നിഹ
അജ്ഞാനത്താൽ മൂഢമട്ടു പുത്രദാരധനാർത്തിയാൽ'

(ദ്രോണപർവ്വം 38-41)

മ്ലേച്ഛവർഗത്തെ അരിഞ്ഞുകൊല്ലുന്നതിലുള്ള പ്രതിഷേധം കൂടിയിവിടെ ഭീമൻ പ്രകടിപ്പിക്കുന്നു. ദ്രോണന്റെ തലയരിഞ്ഞെത്തിയ ധൃഷ്ടദ്യുമ്നനെ ആലിംഗനം ചെയ്ത് ഭീമൻ പറയുന്നു. 'നിന്നെ ഞാൻ അഭിമാനത്തോടെ പുണരുന്നു. (പു. 254)

അശ്വത്ഥാമാവിന് ചിരഞ്ജീവിത്വം കിട്ടുന്നത് എന്തിന്റെ പേരിലെന്ന് പ്രസിദ്ധമാണല്ലോ. അച്ഛനിൽ നിന്നു മകനിലേക്ക് നീളുന്ന അവലേപശാലിത്വത്തിന്റെ ബ്രഹ്മരേഖ തിരിച്ചറിഞ്ഞതുകൊണ്ടുതന്നെയാണ് നോവലിലെ ഭീമൻ, 'കർണനെ വീഴ്ത്തുന്ന തിരക്കിൽ മറ്റൊരാളെ മറക്കരുത്,

പ്രതികാരപ്രതിജ്ഞ ചെയ്ത ദ്രോണപുത്രൻ അശ്വത്ഥാമാവ്' (പു. 255) എന്നോർമിപ്പിക്കുന്നത്. മരിക്കാൻ കിടക്കുന്ന അശ്വത്ഥാമാവ് ദുര്യോധന നിൽനിന്ന് സേനാധിപത്യം യാചിച്ചു വാങ്ങുകയാണല്ലോ ചെയ്യുന്നത്.

ക്ഷത്രിയന് അസാധ്യമായ ചതിയുദ്ധം ബ്രാഹ്മണന് സാധിക്കുമെങ്കിൽ, അതങ്ങേയറ്റം നിഷ്ഠുരമായിരിക്കുമെന്ന് അശ്വത്ഥാമാവിന്റെ പ്രവൃത്തികൾ സൂചിപ്പിക്കുന്നു. രാത്രിയുദ്ധം വിശോകൻ വിവരിച്ചതു കേൾക്കുമ്പോൾ, അതു സഹിയാതെ നോവലിലെ ഭീമൻ പറയുന്നതിതാണ്. '... മതി. വിവരണങ്ങൾ കേട്ടതുമതി. എനിക്കു മനസ്സിലാവുന്നില്ല പലതും. പക്ഷേ ഉദകക്രിയ ചെയ്യാൻ എന്റെ മക്കൾ, പാണ്ഡവരുടെ മക്കൾ ജീവിച്ചിരുന്നില്ല എന്ന് മാത്രം എനിക്ക് മനസ്സിലാവുന്നു.... എനിക്ക് മനസ്സിലാവുന്നു ശത്രു മരിച്ചിട്ടില്ലെന്നും' (പു. 267). യുധിഷ്ഠിരൻ മന്ദാ എന്ന് വിളിച്ചാക്ഷേപിക്കുന്ന ഒരു പാത്രഘടനയെ ബുദ്ധിപരമായ ഔന്നത്യത്തിലേക്ക് തിരിച്ചു സ്ഥാപിക്കാനുള്ള ഒരു ശ്രമം കൂടി എം.ടി. നിർവ്വഹിക്കുന്നുണ്ട്.

നായകത്വത്തിന് പുതിയ മാനങ്ങൾ

രണ്ടായിരം വർഷം പഴക്കമുള്ള ഒരു ഇതിഹാസത്തിന്റെ രചനാഭൂമികയിലൂടെ, മാനസികസഞ്ചാരം നടത്തി, അതിലെ ശക്തമായ ഒരു ബിംബത്തെ കണ്ടെത്തി, അയാളുടെ കണ്ണിലൂടെ ഇതിഹാസത്തിന്റെ ധാർമിക-നൈതിക വ്യവസ്ഥയിലേക്ക് നോക്കുകയാണ് എം.ടി. വാസുദേവൻ നായർ. വർത്തമാനസമസ്യകളെ പ്രതിനിധീകരണ സ്വഭാവത്തോടെ അവയുൾക്കൊള്ളുന്നു എന്ന രാഷ്ട്രീയബോധമാണ് ഭീമൻ എന്ന നായകനെ പുതുക്കിപ്പണിയാൻ ഈ കലാകാരനെ സജ്ജമാക്കുന്നത്. പാടിപ്പതിഞ്ഞ പരികല്പനകൾ, മുൻവിധി ദായകമായ പരിവേഷങ്ങൾ എന്നിവയെല്ലാം ഈ പുതുക്കിപ്പണിയലിൽ പരിണാമം കൊള്ളുന്നു. കലാസൃഷ്ടി പരിഷ്കൃതി (civilization) യുടെ തന്നെ ഭാഗമാണ്. പ്രകൃതിയിൽനിന്ന് ജൈവമാനുഷിക പ്രകൃതികളെ നിർമിച്ചെടുക്കുന്ന പ്രക്രിയയാണത്.

പ്രകൃതിബിബംങ്ങളിലായാലും ഇതിഹാസ കഥാപാത്ര-ബിംബങ്ങളിലായാലും അവയിലുറങ്ങിക്കിടക്കുന്ന ആദിരൂപാംശങ്ങളെ നവീന രാഷ്ട്രീയാവബോധത്തോടെ നിർവ്വചിക്കാൻ തുടങ്ങുമ്പോഴേ മാനുഷികമായ അർത്ഥഘടന അതിന് സിദ്ധിക്കൂ. എല്ലാം മുൻകൂട്ടി നിശ്ചയിച്ച അടഞ്ഞ ഒരു സാമൂഹികവ്യവസ്ഥയിൽ, മറ്റുള്ളവരിൽനിന്ന് ഏറെക്കുറെ വ്യത്യസ്തനായി, 'സ്വാഭാവിക വിജ്ഞത' കൈമുതലാക്കി ജീവിക്കാൻ ശ്രമിച്ച ഒരു മനുഷ്യൻ എന്ന നിലയ്ക്കാണ് ഭീമൻ എം.ടി.യെ ബാധിക്കുന്നത്.

എത്രതന്നെ അകന്ന് കാണാൻ ശ്രമിച്ചാലും കലാകാരനിലുറങ്ങിക്കിടക്കുന്ന അടിസ്ഥാനചേദനകളും മുൻധാരണകളടങ്ങുന്ന ആത്മാംശ സ്വാധീനങ്ങളും ഈയൊരു കാഴ്ചയിൽ മാറ്റിനിർത്താനാവുകയില്ല. വിശേഷിച്ച്, എം.ടി.യെപ്പോലെ കാല്പനികമായ അന്തർമുഖത സൂക്ഷിക്കുന്ന

കലാകാരന്റെ കാര്യത്തിൽ. അതുകൊണ്ടാണ്, ഭീമനിൽ തന്റെ മുൻകാല നായകന്മാരുടെ പ്രാഗ്രൂപാംശ (prototype aspect)മുണ്ടെന്ന് തോന്നുന്നത്. പാരമ്പര്യത്തിന്റെ അവഗണനയിൽനിന്ന് ഒരുതരം പ്രതികാരാംശം വളർത്തിയെടുത്ത്, സ്വയം രൂപപ്പെടുത്തിയെടുക്കുന്ന ജീവിതക്രിയയി ലൂടെ വളർന്നുവരുന്ന ഈ നായകപ്രകൃതി അവരുടെ കൗമാരകാല പ്രകൃതിയോട് ഗൃഹാതുരത്വമുള്ളവരായി തന്നെ ജീവിക്കുന്നു. അനിർവ്വ ചനീയമായ ഒരപരിചിതത്വം പേറി നടക്കുന്നവരാണിവർ. ഏത് നിലപാടു കൾ തെരഞ്ഞെടുത്ത് വളർന്നാലും ഗൃഹാതുരത്വം സൃഷ്ടിച്ചുവെച്ച സ്വയം തുരുത്തുകളിൽനിന്ന് എന്നെന്നേക്കും വിമോചിതരാകാൻ ഇവർക്കാകു ന്നില്ല. 'നാലുകെട്ടിലെ' അപ്പുണ്ണി, 'അസുരവിത്തിലെ' ഗോവിന്ദൻകുട്ടി, 'മഞ്ഞിലെ 'വിമല' എന്നിവരിലെല്ലാം ഈ പൊതുസ്വഭാവാംശമുണ്ട്. മാതൃ ദായക്രമത്തിൽ ചെറുപ്പകാലം പങ്കിട്ടപ്പോൾ കഥാകാരന്റെ ഗൃഹാതുരത്വ പൂർണമായ എന്നാൽ ശക്ത്യുന്മുഖമായ 'പിതൃബിംബബോധം' തന്റെ നായകന്മാരിലേക്കുകൂടി സംവഹിച്ചിട്ടുണ്ട്. എം.ടി.യുടെ കലയ്ക്കുള്ള ശക്തിയും ദൗർബല്യവും ഇതുതന്നെയാണ്. രണ്ടാമൂഴത്തിലെ നായകനും ഈ സാമാന്യപ്രകൃതിയിൽ നിന്നും രക്ഷപ്പെടാനായിട്ടില്ല.

എം.ടി.യുടെ നായക കഥാപാത്രങ്ങളുടെ ഗൃഹാതുരത്വവും പിതൃ ബിംബബോധവും തമ്മിൽ പ്രകടമായ ബന്ധമുണ്ട്. അപരിമേയമായ മോഹങ്ങളെ മനസ്സിൽ സൂക്ഷിച്ച് കാത്തിരിക്കുന്ന കഥാപാത്രങ്ങളിൽ പലരും ഈ പ്രകൃതക്കാരാണ്. നിതാന്തമായ വേദനയെ കാത്തിരിക്കു മ്പോഴും ഒരാത്മസുഖമനുഭവിക്കുന്നവളാണ് 'മഞ്ഞിലെ' വിമല. ഇതു പോലെ മറ്റൊരു ശക്തിബിംബമാണ് പ്രസ്തുത കഥയിലെ ബുദ്ദുവിന്റെ, ഗോരസായ്പിന് വേണ്ടിയുള്ള കാത്തിരിപ്പ്. ഇത്തരം ഏകാന്ത പ്രകൃതവും കാത്തിരിപ്പും എം.ടി.യുടെ കലയിൽ അതിന്റെ ആന്തര സംഗീതമായി അനുഭവപ്പെടുന്നു.

സമൂഹത്തിനകത്ത് നിരവധി സാമുദായിക ഘടനകളുണ്ട്. ഈ സാമു ദായികഘടനകളിൽ സവിശേഷമായ ഒന്നാണ് എപ്പോഴും എം.ടി. തെര ഞ്ഞെടുക്കുന്നത്. കൗമാരം പിന്നിടുമ്പോഴേക്ക് കാല്പനികമായ സ്വാതന്ത്ര്യം മുഴുവൻ എടുത്തു തീരുന്നു. അവഗണനകളുടെ പടുകുഴി കളിലേക്ക് ആപതിക്കാൻ തുടങ്ങുമ്പോഴേക്ക് പുതിയ മേച്ചിൽപ്പുറങ്ങള ന്വേഷിച്ച് പോകാൻ ശ്രമിക്കുന്നുവെങ്കിലും സ്വയം സൃഷ്ടിച്ചുവെച്ച തുരു ത്തിൽനിന്നും പൂർണ്ണമായും രക്ഷപ്പെട്ടുപോകാൻ കഴിയാത്ത പ്രകൃതം. സമുദായഘടനയിൽ ഒറ്റപ്പെടുകയും താൻ സൃഷ്ടിച്ച ഹരിതദ്വീപിൽ പൂർണമായും അലിഞ്ഞുചേരാൻ കഴിയാതിരിക്കുകയും ചെയ്യുന്ന പ്രകൃതം. ഇത് ഒരു 'അപഭ്രംശ വ്യക്തിത്വ' ത്തെ (split personality) പ്രദാനം ചെയ്യുന്നു. കാത്തിരിപ്പുപോലും 'സ്വാസ്തിത്വ'മുറപ്പിച്ചെടുക്കാ നുള്ള ഒരു ക്രിയയാണിവിടെ. അതിനു കഴിയാതെ വരുമ്പോൾ അസുര വിത്തിലെ ഗോവിന്ദൻകുട്ടിയെപ്പോലെ 'ശവസംസ്കാര സന്ദർഭങ്ങളി' ലൂടെ ഒരസ്തിത്വത്തിനുവേണ്ടി ശ്രമിക്കുന്നവരുമുണ്ട്. ഒരു നിഷേധവും

സ്വീകാരവും ഈ തിരഞ്ഞെടുപ്പിലുണ്ട്. സമുദായഘടനയോട് വൈരം പുലർത്തി സമൂഹിക ഘടനയിൽ അസ്തിത്വമുറപ്പിക്കാനുള്ള വ്യഗ്രതയാണ് ഈ ക്രിയയിലെ സ്വീകാരം. 'തന്റെ സമുദായഘടനയേക്കാൾ ശവങ്ങളാണ് നല്ലതെന്ന ബോധം. (അസുരവിത്ത്) അതിലെ നിഷേധാംശവും. 'ഗോവിന്ദൻകുട്ടി'യിൽ നിന്ന് 'അബ്ദുള്ള'യിലേക്കുള്ള അനിശ്ചിതത്വത്തിന്റെ ദൂരം എത്രയുണ്ടെങ്കിലും കെഴക്കുമ്മുറി ഗ്രാമമുപേക്ഷിച്ച് പോകാൻ അയാൾക്കാകുന്നില്ല.

കാലത്തിലെ സേതു ഈ ഗൃഹാതുരത്വത്തിന്റെ തുരുത്തിൽനിന്ന് രക്ഷപ്പെട്ട്, അപമാനവീകരിക്കപ്പെട്ട ആസുരപ്രകൃതിയുടെ ഭാഗമായി മാറുന്നുണ്ട്. എം.ടി.യുടെ ശില്പബോധത്തെത്തന്നെ അനിശ്ചിതത്വത്തിലേക്ക് നയിച്ച നായകപ്രകൃതിയാണ് കാലത്തിലെ സേതു. ഈ അനിശ്ചിതത്വത്തെ തിരിച്ചുപിടിക്കാനുള്ള ശ്രമമെന്ന നിലയ്ക്കാണ് രണ്ടാമൂഴത്തിലെ ഭീമൻ എം.ടി.യുടെ ശില്പബോധത്തിന്റെ പൂർവമാതൃകയിലേക്ക് കാന്തശക്തിയായി വരുന്നത്.

മഞ്ഞിലെ വിമലയുടെ നിതാന്തമായ കാത്തിരിപ്പിന്റെ മാനസികതലവും അസുരവിത്തിലെ ഗോവിന്ദൻകുട്ടിയുടെ പുരുഷ ക്രിയാഗതിയും കലാപരമായി കൂട്ടിയിണക്കാനുള്ള തന്ത്രം രണ്ടാമൂഴത്തിൽ എം.ടി. പ്രദർശിപ്പിക്കുന്നു.

സാമാന്യമായ സാമൂഹിക ഘടനയിൽ നിലകൊള്ളുകയും എന്നാൽ ജന്യഗുണങ്ങളാൽ വേറിട്ട് നില്ക്കുകയും ചെയ്യുന്ന സാമുദായിക ഘടനയാണ്, രണ്ടാമൂഴത്തിലുമുള്ളത്. ആ സമുദായഘടനയിൽതന്നെ, ഒറ്റപ്പെട്ടു നില്ക്കുന്ന കഥാപാത്രമാണ്, മറ്റു നായകന്മാരെപ്പോലെ, ഭീമനും. അനിർവചനീയമായ ഒരേകാന്തത ഭീമനിലുണ്ട്.

എം.ടി.യുടെ കൃതികളിലെ കാലബോധം പോലും പുതിയതായി കണ്ടെത്തുന്ന ഒന്നാണ്. ഭൂമിയുടെ ഉൾത്തലങ്ങളിലേക്കിറങ്ങി പഴമണ്ണ് നീക്കി വർത്തമാനത്തിന്റെ പുതുമണ്ണ് ചിനക്കിയെടുത്ത് അതിൽ ജ്ഞാനം കണ്ടെത്തുന്ന പെരുച്ചാഴിയുടെ കാലബോധത്തിന് തുല്യമാണ് എം.ടി.യുടേത്. 'ആർക്കുവേണ്ടിയും കാത്തുനില്ക്കാൻ സമയമില്ല' എന്ന സ്വാർത്ഥ പ്രകൃതികൾക്കിടയിൽ, ദ്രൗപതിയെ നോക്കി, ഇവിടെ ഞാനുണ്ട് എന്നുരുവിട്ട് അളവുകളെ ഉല്ലംഘിക്കുന്ന ഭീമനിലും ഈ കാലബോധത്തെ എം.ടി. സ്ഥാപിക്കുന്നു. ഗൃഹാതുരത്വത്തിന്റെ പച്ചത്തുരുത്തിൽനിന്നും രക്ഷപ്പെടാനാവാത്ത പഴയനായകന്മാരുടെ പ്രാഗ്രൂപാംശം ഭീമനിൽനിന്ന് ഒഴിഞ്ഞുപോയിട്ടില്ല.

ആറ്

മരുഭൂമിയും സീതഭൂമിയും

1970കളിൽ അസ്തിത്വവാദപ്രധാനമായ സാഹിത്യം ഉപരിപ്ലവമായ കാല്പനികതയോടെ ശക്തി നേടിയപ്പോൾ കേരളത്തിലെ സഹൃദയജനത ഒരു ആത്മപലായനത്തിന്റെ സുഖമനുഭവിച്ചു. ആധുനികതയുടെ ഈ മധ്യാഹ്നത്തിൽ തന്റെ രചനയിൽ ഒരു വിപരീതദിശ സ്വീകരിച്ച് നഗരത്തിലെ മധ്യവർഗജനതയുടെ അസ്തിത്വപ്രശ്നങ്ങളെ കലാപരമായി രേഖപ്പെടുത്തുകയുണ്ടായി ആനന്ദ്. മലയാള നോവൽ സാഹിത്യത്തിൽ ആൾക്കൂട്ടത്തിന്റെ പ്രസക്തി മറ്റൊന്നല്ല. മടിച്ചു മടിച്ചാണെങ്കിലും ഉദ്ബുദ്ധരായ സഹൃദയരെ അത് വേട്ടയാടി. മരണസർട്ടിഫിക്കറ്റ്, ഉത്തരായണം, അഭയാർത്ഥികൾ എന്നീ രചനകൾ അതിന് തുടർച്ചകൾ തീർത്തു. മരുഭൂമികൾ ഉണ്ടാകുന്നത് - എന്ന കൃതിയിലെത്തുമ്പോൾ, നവീനഭാരതത്തിന്റെ പശ്ചാത്തലത്തിൽ ചരിത്ര-രാഷ്ട്രീയ പുരാവൃത്തങ്ങളെ കുറേക്കൂടി യാഥാർത്ഥ്യബോധത്തോടെ നേരിടാനുള്ള കഴിവ് ആനന്ദ് പ്രദർശിപ്പിക്കുന്നു.

അഭയാർത്ഥിത്വത്തെക്കുറിക്കുന്ന രാഷ്ട്രീയ പുരാവൃത്തങ്ങളാണ് ഇവിടെ കലാപാഠത്തിന് ഏകകം. ഏത് പാലായനവും ഒരഭയാർത്ഥിത്വം ആവശ്യപ്പെടുന്നു. അന്യവത്കരണം ഇത്തരം പലായനങ്ങളുടെ പരിണിതഫലമാണ്. ആദമിന്റെ പതനവും തുടർന്നുള്ള സ്വർഗനിരാസവും മനുഷ്യസത്ത അതിന്റെ ആദിമമായ അഭയാർത്ഥിത്വത്തെ ആവശ്യപ്പെട്ടതായി വിലയിരുത്തപ്പെട്ടിട്ടുണ്ട്. അസ്തിത്വവാദികൾ, അന്യവത്കരണത്തെ ആത്മീയവും ഭൗതികവുമായ അർത്ഥങ്ങൾ നല്കി വികസിപ്പിച്ചെടുക്കുകയുമുണ്ടായി. അന്യവത്കരണം ചുറ്റുപാടുകളോടും അവനവനോട് തന്നെയുമാകാം എന്നതാണ് അത്.

അഭയാർത്ഥിത്വവും തല്ഫലമായുണ്ടാകുന്ന അന്യവത്കരണവും അധികാരത്തിന്റെ നവീനപരിപ്രേക്ഷ്യത്തിൽ പുതിയ അർത്ഥങ്ങൾ തേടുന്നു. മനുഷ്യന്റെ അതിജീവനവുമായി (survival) ബന്ധപ്പെട്ട സാമൂഹികവ്യവസ്ഥയിൽ നിന്നാണ് അതുണ്ടാകുന്നത്. കൂട്ടപ്പലായനങ്ങളുടെ രേഖയാണല്ലോ അധികാരചരിത്രമായി നാമറിയുന്നത്. ഇരുപതാം നൂറ്റാണ്ടിലെ ശ്രദ്ധേയമായ രചനകളുടെ വിഷയവും മറ്റൊന്നല്ല.

ആധുനിക കലാകാരൻ രാഷ്ട്രീയമായിക്കൂടി 'ക്രിയേറ്റീവ്' ആകേണ്ടിയിരിക്കുന്നു. അധികാരത്തിന്റെ ചിഹ്നങ്ങളിലുണ്ടാകുന്ന നവീനമായ പരിണാമങ്ങൾ അയാളുടെ പ്രതിബദ്ധതയെ സ്പർശിക്കേണ്ടതുണ്ട്. പുരാവൃത്തങ്ങളിലെ ഐതിഹ്യമാതൃകകൾക്ക് അമാനവികൃതകാലത്തിന്റെ നവമാതൃകകളിൽ പുതിയ അർത്ഥങ്ങൾ അയാൾ കണ്ടെത്തുന്നു. മലയാള നോവൽ സാഹിത്യത്തിൽ വി.കെ.എൻ, ഒ.വി. വിജയൻ, ആനന്ദ്, കോവിലൻ, സി.ആർ. പരമേശ്വരൻ എന്നിവരാണ് ഈ ദൗത്യം ഗൗരവത്തോടെ ഏറ്റെടുത്തത്. സമീപനത്തിൽ പലവഴികളായി ഇവരുടെ രചനകൾ പ്രകാശം പരത്തുന്നു.

ഇക്കാര്യത്തിൽ പരുഷമായ യാഥാർത്ഥ്യബോധം കാഴ്ചവെച്ചത് ആനന്ദ് ആണ്. ചരിത്രത്തിൽനിന്നാണ്, ഐതിഹ്യങ്ങളിൽ നിന്നെന്നതിനെക്കാൾ ഉപാദാനസാമഗ്രികൾ അദ്ദേഹം സമ്പാദിക്കുന്നത്. പരമ്പരാഗതമായ കെട്ടുകഥയല്ല ഇവിടെ ചരിത്രം. മറിച്ച് അതിലെ കുടിലമായ യാന്ത്രികഗതിയെ ശീർഷാസനത്തിൽ നിർത്തി വിസ്തരിക്കുന്ന ചരിത്രപരമായ പ്രക്രിയയായി മാറുന്നു അത്.

ചരിത്രകാരനും കലാകാരനും പരസ്പരം പിണങ്ങിപ്പിരിയുന്നത് അർത്ഥത്തെ അവർ നിർമിക്കുകയും വായിച്ചെടുക്കുകയും ചെയ്യുന്ന രീതിയിലാണ്. സ്വത്വബോധമാണ് കലാകാരന്റെ അധൃഷ്യമായ ആയുധം. മിത്തിനെ 'ക്രിസ്റ്റലൈസ് ചെയ്യപ്പെട്ട സങ്കല്പങ്ങളായി' ആനന്ദ് നിരീക്ഷിക്കുന്നത് അതിൽ കുടിക്കൊള്ളുന്ന വ്യക്തിപരിവേഷത്തെ സ്ഥാപിക്കാനല്ല. അധികാരമെന്ന ഭീമരൂപത്തിനു മുന്നിൽ പരാജയപ്പെടുന്ന ജൈവസത്തയെ പ്രകടിപ്പിക്കാനാണ്. സാർത്രെയുടെ ഒറസ്തസ് ആണ് ഇക്കാര്യത്തിൽ ആനന്ദിന്റെ പ്രിയപ്പെട്ട ഉദാഹരണം. ചരിത്രത്തിന്റെ ഭാഗധേയമേറ്റെടുത്ത മതങ്ങൾ എല്ലാം പലായനത്തിന്റെ ഋണമാർഗ്ഗത്തിലേക്ക് പതിക്കുന്നതായും ഭൗതിക പ്രത്യയശാസ്ത്രമായ മാർക്സിസം ഡിറ്റർമിനിസത്തിന്റെ കടുംപിടുത്തത്തിലൂടെ അധികാരത്തിന്റെ ഋണബദ്ധമായ കാഠിന്യത്തിലേക്ക് ചുരുങ്ങുന്നതായും ആനന്ദ് നിരീക്ഷിക്കുന്നു.

മാനവികവാദത്തിന്റെ അയവില്ലാത്ത യുക്തിക്രമത്തോട് കർക്കശമായ ചരിത്രബോധം സമന്വയിക്കുമ്പോൾ ബഹുസ്വരതയുടെ സൂക്ഷ്മതലങ്ങൾ ദുർബ്ബലമായിപ്പോവുന്നു എന്നത് ആനന്ദിന്റെ കലാരീതിയുടെ പോരായ്മയാണ്. വിപ്ലവത്തിൽ ഒരു ജനത മുഴുവൻ പങ്കാളികളാകണമെന്ന കാർക്കശ്യം ചരിത്രത്തിന് പലപ്പോഴും അന്യമാണ്. കാരണം, അധികാരത്തിന്റെ രീതിപ്രഭേദങ്ങൾ അനന്തമാണ്. മേൽപ്പറഞ്ഞ ദർശന കാർക്കശ്യം മൂലമായിരിക്കാം. വിപ്ലവത്തിന്റേയും യുദ്ധത്തിന്റേയും കാല്പനികാസ്തിത്വത്തെ വേർതിരിക്കുന്ന മനുഷ്യസഹജമായ കലാപപ്രകൃതിയെ - അതിന്റെ വംശീയമുദ്രകളെ - ആഴത്തിൽ സ്പർശിക്കാൻ ആനന്ദിനു കഴിഞ്ഞിട്ടില്ല.

വിജയനും ആനന്ദും

അധികാര പുരാവൃത്തങ്ങളുടെ ആധുനിക ദിശാബോധങ്ങളിലേക്ക് മലയാള നോവലിനെ നയിച്ചവരിൽ പ്രധാനികൾ വിജയനും ആനന്ദുമാണ്. ഇവർ അധികാരബന്ധങ്ങൾ കലാശില്പത്തിന്റെ സുപ്രധാന ഘടകമാക്കിത്തീർത്തു. മലയാളിയുടെ ചിന്താമണ്ഡലത്തെ തുറസ്സുകൾകൊണ്ടും ആശങ്കകൾ കൊണ്ടും വികസിപ്പിച്ചു. എന്നാൽ, പ്രകടമായ വൈരുദ്ധ്യങ്ങളും വൈഭിന്ന്യങ്ങളും ഇവരുടെ വീക്ഷണങ്ങൾ തമ്മിലുണ്ട്.

വിജയന്റെ കലയിൽ, വംശീയാധികാര ചിഹ്നങ്ങളും ബിംബകല്പനകളും ഉടനീളം പ്രത്യക്ഷപ്പെടുന്നു. അവ വർത്തമാനത്തിന്റെ അതാര്യതകളെ മറികടന്ന് ഇതിഹാസങ്ങളുടെ ഗഹനമായ ക്രോണിക്കൾ കാലത്തിലേക്ക് സഞ്ചരിക്കുന്നു. ഇതിഹാസ വംശാവലികളിൽനിന്ന് കണ്ടെടുക്കപ്പെട്ട ചിഹ്നങ്ങൾ ആധുനികമനുഷ്യന്റെ സത്താപരമായ നിലനില്പിന്റേയും നേട്ടങ്ങളുടേയും ചേരുവകളന്വേഷിക്കുന്നു. ജനത എന്നതിനേക്കാൾ സമുദായവും വർഗ്ഗമെന്നതിനേക്കാൾ വംശവുമാണ് വിജയന്റെ കലാപാഠങ്ങളുടെ തായ്‌വേരിറങ്ങുന്ന നിലം.

കഥാപാത്രങ്ങളുടെ ആന്തരസത്തകളെ സസൂക്ഷ്മം നിരീക്ഷിക്കുന്നു വിജയൻ. വ്യക്തിക്കുള്ളിലെ വ്യക്തിയേയാണ് അദ്ദേഹം താല്പര്യത്തോടെ നിരീക്ഷിക്കുന്നത്. രേഖീയവും ചാക്രികവുമായ കലാബിന്ദുക്കൾ സംഗമിക്കുന്നിടത്ത് സമ്പൂർണമാവുന്ന കഥാപാത്രരീതി പലപ്പോഴും ഇതിഹാസ സമാനമായ ഒരു പ്രതലമൊരുക്കുന്നു. കലാകാരനിലെ 'ഡയനീഷ്യൻ' ആസുരാംശത്തെ ഏറെക്കുറെ സംസ്കരിച്ചെടുക്കാനുള്ള മാർഗങ്ങളായിട്ടാണ് ഉപനിഷത്തുകളും മാർക്സിസവും വിജയൻ പ്രയോജനപ്പെടുത്തുന്നത്.

സ്വന്തം അർത്ഥങ്ങൾ ഉല്പാദിപ്പിച്ചു മുന്നേറുന്ന ജീവിതത്തിലെ യാദൃച്ഛികതകളും രാഷ്ട്രീയസ്വപ്നങ്ങളുമാണ് വിജയന്റെ കലയിൽ പ്രകടമാകുന്നത്. 'യാത്ര' കലാപരമാവുമ്പോൾ അത് ഒരു മിത്തിന്റെ സ്വരൂപം കൈക്കൊള്ളുന്നു. ഖസാക്കിന്റെ ഇതിഹാസം മുതൽ പ്രവാചകന്റെ വഴി വരെയുള്ള കൃതികൾ പരിശോധിച്ചാൽ ഈ യാത്രയുടെ മാർഗഭേദങ്ങൾ വ്യക്തമാകും. അധികാരത്തിന്റെ വഴികൾ ഒരു വ്യക്തിയുടെ ആന്തരഘടനയിൽ നിന്നുതന്നെ ഇഴപിരിച്ചെടുക്കാനാവുമെന്ന കണ്ടെത്തൽ, യാത്രകളെ ജ്ഞാനാന്വേഷണമാക്കി മാറ്റുന്നു.

വിജയന്റെ പ്രധാനപ്പെട്ട കഥാപാത്രങ്ങളിലെല്ലാം വിരുദ്ധ ഗുണങ്ങളുടെ ചേരുവ കാണാം. ഖസാക്കിന്റെ ഇതിഹാസത്തിലെ രവിയുടെയും നൈസാമലിയുടേയും പ്രഭവസ്ഥാനം ശയ്ഖ് തങ്ങൾ തന്നെ എന്ന് നിരീക്ഷിക്കാവുന്നതാണ്. നശിച്ചുപോയ പന്ത്രണ്ട് പള്ളികളെക്കുറിക്കുന്ന ഉപാഖ്യാനവും ശയ്ഖിന്റെ യാത്രകളെ ഓർമിപ്പിക്കുന്ന ഭൂതകാലദൃശ്യമാതൃകകളും ഇതിഹാസതുല്യമായ ദേശ-കാലങ്ങളെ വിരചിക്കുകയും

ഖസാക്കിന്റെ വർത്തമാനമാനഭൂമികയെ കൂടുതൽ കലാപരമാക്കുകയും ചെയ്യുന്നു.

സാത്വിക-താമസങ്ങളുടെ ദ്വന്ദ്വപ്രകൃതിയിൽനിന്ന് സംസ്കരിച്ചെടുക്കപ്പെടുന്ന ഒരു തൃതീയസത്തയാണ് വിജയന്റെ പല നായകപാത്രങ്ങളുടെയും പ്രകൃതി. സിദ്ധാർത്ഥൻ X പ്രജാപതി = പരാശരൻ; നിർമലാനന്ദൻ X പിനാകി = കുഞ്ഞുണ്ണി എന്നീ സമവാക്യങ്ങൾ ധർമപുരാണത്തിലും ഗുരുസാഗരത്തിലും തെളിഞ്ഞു വരുന്നു. ചിലന്തിയെക്കുറിച്ച് വിജയൻ പറഞ്ഞുവെക്കുന്ന സങ്കല്പങ്ങൾ യഥാർഥത്തിൽ ഈ രാസസംശ്ലേഷണത്തിന്റെ പ്രതീകാത്മകമായ ഉദാഹരണമാണ്. ദേവദത്തന്റെ മുഖമുള്ള ഈ പ്രാണി എട്ടുകാലിൽ ചുറ്റിത്തിരിഞ്ഞ് തന്റെ സ്രഷ്ടാവിനെ നേരിടുന്നതിന്റെ കാഴ്ച' (മധുരം ഗായതി) വടവൃക്ഷം സുകന്യയെ പറഞ്ഞു കേൾപ്പിക്കുന്നുണ്ട്. ഗുരു-ശിഷ്യദ്വന്ദ്വത്തിലും പിതൃ-പുത്രദ്വന്ദ്വത്തിലും വിജയൻ നിരീക്ഷിക്കുന്നത് സാത്വിക-തമോ സത്തകളിൽ നിന്ന് സംസ്കരിച്ചെടുക്കപ്പെടുന്ന മാനവസത്തയെത്തന്നെ. ജ്ഞാനത്തിന്റെ കഠിനമായ മാർഗങ്ങളെ നേരിടാൻ ഈ നായകപ്രകൃതികളെ യോഗ്യരാക്കുന്നത് മേൽപ്പറഞ്ഞ രാസസംശ്ലേഷണത്തെക്കുറിച്ചുള്ള പ്രാകൃതമായ അറിവുതന്നെ.

യാത്രയുടെ സ്വതന്ത്രമായ ലീലകൾ സമ്മാനിക്കുന്ന ബാല്യം വിജയന്റെ നായകന്മാർക്ക് ഏറെ ഉത്കൃഷ്ടമായി തോന്നുന്നു. 'ദുരൂഹമായ സ്ഥലരാശി, കാലത്തിന്റെ ഗംഗാതടം, ദുരൂഹതയുടെ ദുഃഖം, രവിയുടെ കഥ കുട്ടിക്കാലത്തേക്ക് മടങ്ങി. ഉച്ചവെയിലിൽ ആകാശത്തിന്റെ തെളിമയിൽ മരണമില്ലാത്ത ദേവന്മാർ ദാഹം മാറ്റി കല്പവൃക്ഷത്തിന്റെ കരിക്കിൻ തൊണ്ടുകൾ താഴോട്ടുതിർന്നു വീണു.' നായകന്റെ വളർച്ചയുടെ സാത്വിക പരിണാമങ്ങൾക്കിടയ്ക്കാണ് ബാല്യത്തിന്റെ സർവതന്ത്രസ്വതന്ത്രമായ കളിക്കളങ്ങളിലേക്കുള്ള ഓർമയുടെ ആകാശയാനം. സാത്വികേച്ഛകളും അധികാരപ്രകൃതിയുടെ താമസചരായങ്ങളും ബാല്യത്തിന്റെ കളിപ്രകൃതിയിൽ മറഞ്ഞുകിടപ്പുണ്ട്. ബാല്യത്തിൽ, രവിയനുഭവിച്ച സ്വാതന്ത്ര്യം അലസന്റെ സാത്വിക പ്രകൃതിയായി വളർച്ചയിലും മറയാതെ നിന്നു. 'രവി കഥാകാരന്റെ തന്നെ അലസഭാവനയുടെ മേച്ചിൽപ്പുറങ്ങൾതന്നെ' (കെ.എം. നരേന്ദ്രൻ, പാമ്പും വെള്ളവും) എന്ന ആധുനിക നിരൂപക മതവും ഇതിന് അടിവരയിടുന്നു. ബാല്യത്തിന്റെ രാജസമായ സ്വാതന്ത്ര്യേച്ഛ ഒരു വ്യക്തിയിൽ അധികാരത്തിന്റെ ബാലപാഠങ്ങൾക്ക് വിത്തിടുന്നു. വിജയന്റെ സ്വതന്ത്രചിന്തയുടെ കലാരൂപമാണ് ഖസാക്കിന്റെ ഇതിഹാസം. രവിയുടെ യാത്രകൾ വാസ്കോ-ഡ-ഗാമയുടെ സാഹസിക പര്യടനങ്ങൾക്ക് സമാനമാണെന്ന് നിരീക്ഷിക്കപ്പെട്ടിട്ടുണ്ട്.

അധികാരത്തിന്റെ ആസുരപ്രതീകം

മലയാളത്തിൽ ഞടുക്കുന്ന ഒരനുഭവമായിരുന്നു ധർമപുരാണം. ജാഹ്നവി ആര്യാവർത്തത്തിന്റെ വിശുദ്ധ ചരിത്രത്തിന്റെ ഭാഗമെന്നതിലുപരി

അധികാര കുരുക്ഷേത്രങ്ങളുടെ കഥ കൂടി പറയുന്നു. വീരന്മാരുടെ രക്ത സാക്ഷ്യങ്ങളായി കൊണ്ടാടപ്പെട്ട പലതും അർത്ഥകാമങ്ങളുടെ കാരുണ്യരഹിതമായ സംഗരവും രാഷ്ട്രീയ ഉപജാപങ്ങളുമായിരുന്നു എന്നതിന് മഹാഭാരതം തന്നെ സാക്ഷി. ജാഹ്നവിയുടെ ഈ തടങ്ങളിൽ തന്നെയാണ് ധർമപുരിയും വിജയൻ സ്ഥാപിക്കുന്നത്. അർത്ഥ-കാമ ങ്ങളുടെ രാജസവും താമസവുമായ അധികാരഘടനക്കെതിരെ ഭാരത മനസ്സാക്ഷി സൂക്ഷിച്ചുപോന്നിരുന്ന, ധർമ-മോക്ഷങ്ങളെ പ്രതിനിധീകരി ക്കുന്ന സത്വചിഹ്നമാണ് സിദ്ധാർത്ഥൻ, അല്ലാതെ ബുദ്ധന്റെ പരകായ പ്രവേശമല്ല. അർത്ഥശാസ്ത്രത്തിന്റെ നവീന ഫാഷിസ്റ്റ് ഗതി പ്രകടിപ്പി ക്കുന്ന അശ്ലീലത നിറഞ്ഞ ഒരു രാഷ്ട്രീയ അന്യാപദേശം ഈ കൃതിയി ലുണ്ട്. കൊളോണിയലിസം, നവകൊളോണിയലിസം, അപജനാധിപത്യ മാതൃകകൾ എന്നിവയെല്ലാം നമ്മുടെ നൂറ്റാണ്ടിൽ ഭാരതീയന്റെ ചാണക്യ സൂത്രങ്ങൾക്ക് പുതിയ അർത്ഥങ്ങൾ നൽകി വികസിപ്പിക്കപ്പെടുകയു ണ്ടായി.

ശമിക്കാത്ത അധികാരവാഞ്ഛയും അതിനെതിരെ പ്രകടിതമാകുന്ന അബോധത്തിന്റെ വിക്ഷോഭം നിറഞ്ഞ പിന്മടക്കവുമാണ് ധർമപുരാണ ത്തിലെ പ്രമേയം. അധികാരത്തെ ഗൂഢാർത്ഥമാക്കിവെച്ച് ഒരു ജനതയെ കഠിനമായി നിയന്ത്രിക്കുകയും ശീലങ്ങളെ കൃത്രിമവത്കരിക്കുകയും ചെയ്യുന്ന ഫാഷിസത്തിന്റെ രീതി ഇവിടെ കാണാം. സാധാരണ, രാഷ്ട്രീയ നോവലുകളിൽ കാണാത്ത ധർമ്മബോധത്തിന്റെ സാത്വിക മായ ഹരിതവും അധികാരഘടനയ്ക്കുള്ളിൽ മറഞ്ഞുനില്ക്കുന്നുണ്ട്. ധർമപുരിയിലെ യുദ്ധമന്ത്രിയായ പരാശരൻ എന്ന കഥാപാത്രം ഇതിന്റെ മൂർത്തരൂപമാണ്. ധർമ്മപുരിയിലെ അശ്ലീലമായ യുദ്ധഭീകരതയ്ക്കിട യിലും മനുഷ്യന്റെ ധാർമ്മികോർജ്ജത്തെപ്രതി വ്യഥയനുഭവിക്കുന്നു പരാ ശരൻ. ആസക്തിയിൽനിന്ന് അനാസക്തിയിലേക്ക് കർമ്മമാർഗം കണ്ടെ ത്താൻ കൊതിക്കുന്ന ഈ കഥാപാത്രം മഹാഭാരതത്തിലെ യുധിഷ്ഠി രന്റെ നിലയോട് വിരുദ്ധഗതി പ്രകടിപ്പിക്കുന്നു. ധർമപുരിയിലെ ശകു ന്തള കണ്വാശ്രമത്തിന്റെ ഹരിതസ്വച്ഛമായ അന്തരീക്ഷത്തിൽ യൗവ്വന ത്തിലേക്കു പ്രവേശിക്കുന്നവളല്ല. നിരവധി തവണ പട്ടാളക്കാരാൽ ബലാൽസംഗം ചെയ്യപ്പെട്ട്, വേട്ടയാടപ്പെടുന്ന ആധുനിക ഇന്ത്യയുടെ ഗോത്രചിഹ്നമാണ്.

'വിപ്ലവസത്തയുടെ പ്രവാചകത്വഭാവം' ഈ കഥാകാരൻ താലോ ലിക്കുന്ന ഒരു രാഷ്ട്രീയദർശനമാണ്. അതു നഷ്ടപ്പെടുന്ന മുറയ്ക്ക് ഏത് പ്രത്യയശാസ്ത്രവും അധികാരത്തിന്റെ അശ്ലീലമാർഗത്തിൽ പതിക്കുക സാധാരണമാണ്. വർഗാടിസ്ഥാനത്തിലുള്ള മാർക്സിന്റെ ഭൗതിക വാദത്തിനുപോലും പ്രയോഗരംഗത്തു സംഭവിച്ചത് മറ്റൊന്നല്ല. റഷ്യൻ-ചൈനീസ് വിപ്ലവങ്ങളിലും അതിന്റെ പില്ക്കാലപരിണതകളിലും ചോർച്ച സംഭവിച്ച പ്രവാചകത്രസനത്തെക്കുറിച്ച് വിജയൻ വിഷാദി യാണ്. ഗാന്ധിയും ജയപ്രകാശ് നാരായണനുമാണ് ഇന്ത്യയിൽ ഈ

വിപ്ലവദർശനത്തെ ഏറെക്കുറെ പ്രതിനിധീകരിക്കുന്നത് എന്ന് അദ്ദേഹം നിരീക്ഷിക്കുന്നു. മാർക്സും ലെനിനും കണ്ടിട്ടില്ലാത്തതും അറിഞ്ഞിട്ടില്ലാത്തതുമായ നിരവധി സാഹചര്യങ്ങളിലാണ് ഇന്ത്യൻ കമ്മ്യൂണിസത്തിന്റെ അധികാരപഥം കേരളത്തിൽ അരങ്ങേറിയതെങ്കിലും, ഏറെ താലോലിച്ചു സാക്ഷാത്കരിച്ച ഒരു സ്വപ്നം പ്രവാചകത്രസനത്തിന്റെ അഭാവത്തിൽ ഭഗ്നമായിപ്പോകുന്നതും വിജയൻ ഓർമിക്കുന്നു.

രാജവാഴ്ചകളുടെയും സ്വാതന്ത്ര്യാനന്തരഭാരതത്തിന്റേയും അധികാരഘടനയെക്കുറിച്ചുള്ള സൂചനകൾ ധർമപുരാണത്തിലുണ്ട്. കാത്ത് കിട്ടിയ സ്വാതന്ത്ര്യവും, എന്നാൽ സ്വാതന്ത്ര്യസങ്കല്പങ്ങളെയൊക്കെ കീഴ്മേൽ മറിച്ചിട്ട അധികാരത്തിന്റെ പങ്കുവെയ്ക്കലുകളും ജനാധിപത്യത്തിന്റെ ഘടനയെത്തന്നെ മാറ്റിമറിച്ച അടിയന്തിരാവസ്ഥയും ഈ കൃതിക്കു പിന്നിലെ മറ്റു പ്രേരണകളാണ്. ദുഷിച്ചാൽ മറ്റേതൊരു മാർഗത്തേക്കാളും അധികാരത്തിന്റെ ദുർമാർഗ്ഗമായിത്തീരും ജനാധിപത്യമെന്നതിന് അടിയന്തിരാവസ്ഥയേക്കാൾ മികച്ച തെളിവുകളില്ല. ഏതേത് ഘട്ടങ്ങളിലാണ് ആഭ്യന്തര സുരക്ഷയുടേയും വിദേശാക്രമണത്തിന്റേയും പേരിൽ അധികാരം നിലനിർത്താൻ ചരിത്രത്തിലെന്നെന്നും സ്വേച്ഛാധിപതികൾ വ്യഗ്രത കാണിച്ചത് എന്നതിന്, ഈ നൂറ്റാണ്ടിൽ ഭാരതത്തിലുണ്ടായ ഒരുദാഹരണമായിരുന്നു അത്. 1975-ൽ ഇന്ദിരാഗാന്ധി അടിയന്തിരാവസ്ഥ പ്രഖ്യാപിക്കുന്നതിനുമുമ്പേ, അതിലേക്കുള്ള ദുസ്സൂചനകൾ പ്രകടിപ്പിക്കപ്പെടുകയുണ്ടായി. 1971-ലെ 'ആഭ്യന്തര സുരക്ഷിതത്വപരിപാലന നിയമം' (മിസ) അതിലേക്കുള്ള ചൂണ്ടുപലകയായിരുന്നു. ഭരണവർഗം നേരിട്ടുകൊണ്ടിരിക്കുന്ന സാമ്പത്തികവും രാഷ്ട്രീയവും ഭരണഘടനാപരവുമായ പ്രതിസന്ധി മൂർച്ഛിച്ചുവരികയായിരുന്നു. ഗാന്ധിജിയുടെ പ്രവാചകധ്വനിയുള്ള വിപ്ലവബോധത്തിന്റെ ചൂരും ചൂടും ഒന്നൊന്നായി കെട്ടാറിയ കാലത്ത്, പത്രപ്രവർത്തകനും കാർട്ടൂണിസ്റ്റും കഥാകാരനുമായ വിജയൻ സ്വാതന്ത്ര്യകാലഘട്ടത്തിന്റെ ഗുഹാതുരത്വങ്ങളിലേക്ക് തിരിഞ്ഞുനോക്കുന്നിടത്താണ്, ഗാന്ധിജിയുടെ സദൃശ്യച്ഛായയുള്ള ഗോസായി അമ്മാവൻ എന്ന കഥാപാത്രത്തിന്റെ ഉദ്ഭവം.

കലാകാരന്റെ സാത്വികമായ ഇച്ഛാശക്തിയാണ് വംശീയവും ഗോത്രപരവുമായ അസ്തിത്വങ്ങളെ രചനയിലേക്ക് കൊണ്ടുവരാൻ പ്രേരിപ്പിക്കുന്നത്. ആനന്ദുമായി വിജയനുള്ള പ്രധാനദർശനഭേദവും ഇതുതന്നെ. മാനുഷികമായ ഭൗതികനിലകളിൽനിന്ന് ആർജ്ജിക്കുന്ന സത്താബോധമാണ് ആനന്ദിനെ ആകർഷിക്കുന്നത്. ഈ വർഗബോധം, വംശീയമായ പാർശ്വസത്തകളെ നിരാകരിക്കുന്നതിനും അദ്ദേഹത്തെ പ്രേരിപ്പിച്ചിട്ടുണ്ട്. പാഠവും കലാപാഠവും തമ്മിലിവിടെ വ്യത്യാസമില്ല. വിജയനിലാകട്ടെ, വംശത്തെക്കുറിച്ചുള്ള ജനിതകസങ്കല്പങ്ങൾ പാഠത്തിൽനിന്നും കലാപാഠത്തെ വ്യാവർത്തിപ്പിക്കുന്നു.

ചരിത്രത്തിലെ വർഗസംഘട്ടനങ്ങളെ അംഗീകരിച്ചുകൊണ്ടുതന്നെ, അവ സമീപസ്ഥല-കാലങ്ങളിൽ സംഭവിക്കുന്നവയും ഉല്പാദന

പ്രക്രിയയുടെ ഫലമായി പിറവികൊള്ളുന്നവയുമാണ് എന്ന് വിജയൻ കരുതുന്നു. അവയേക്കാൾ പഴക്കമുള്ളതാണ് ഗോത്രങ്ങൾ. കറുത്ത മനുഷ്യനേയും വെളുത്ത മനുഷ്യനേയും, സെമിറ്റിക്കിനേയും കോക്കേഷ്യനേയും സൃഷ്ടിച്ചത് ഈ ദീർഘമായ പരിണാമത്തിന്റെ ശില്പങ്ങളാണ് (സന്ദേഹിയുടെ സംവാദം). തൊഴിലാളിവർഗത്തിന്റെ സ്വപ്നമായി പിറന്ന പ്രത്യയശാസ്ത്രത്തിന്റെ കാവൽക്കാർ ഈ സത്യത്തെ കണ്ടിട്ടില്ലെന്നു നടിക്കുകയാണുണ്ടായത്. നേർരേഖാങ്കിതമായ അധികാരനിലകളെ സ്ഥാപിക്കാൻ വൻസാങ്കേതികവിദ്യാ മാർഗങ്ങളുമായി അത് ചങ്ങാത്തം പുലർത്തി. ഫലമോ, ഉപദേശീയതകൾക്കും ഗോത്രചിഹ്നങ്ങൾക്കും മീതെ അധികാരത്തിന്റെ തേരുകൾ ഉരുണ്ടു. വർഗം അതേ വർഗത്തിന്റെ തന്നെ ജനിതകസത്തകൾക്ക് നിഷേധമായി ഭവിച്ചു. വിപ്ലവസത്തയുടെ പ്രവാചകത്രാസമുള്ളവർ അധികാരത്തിനും ചരിത്രത്തിനും വെളിയിലേക്കു മാറി. വിജയൻ എന്ന കലാകാരന്റെ ഗോത്രസ്മൃതിഗന്ധം നിറഞ്ഞ മനസ്സ് ഉപസംസ്കാരങ്ങളുടെ കുലചിഹ്നങ്ങളെ അറിയുന്നത് ഇങ്ങനെ മുഖ്യധാരാ ചരിത്രത്തിന് വെളിയിലുള്ളവരെ സ്പർശിക്കുമ്പോഴാണ്. പ്രാഗ്വസന്തനായകൻ അലക്സാന്തർ ദുബ്ചെക്ക്, റോസാ ലക്സംബർഗ്, ട്രോട്സ്കി, ക്രൂഷ്ചേവ്, ഇമ്രെനാജ്, ഗോർബച്ചേവ്... എന്നിങ്ങനെ ഒരു നീണ്ട നിരതന്നെയുണ്ട് ഇക്കൂട്ടർ. അധികാരത്തിന്റെ ചുമന്ന രക്താണുക്കളോട് വിജയൻ പ്രകടിപ്പിക്കുന്ന ഈ പക ധർമപുരാണത്തിലും ഗുരുസാഗരത്തിലും നിറഞ്ഞുനില്ക്കുന്നു.

ഔപനിഷദികമായ പരിപ്രേക്ഷ്യനിലകളിൽ നിന്നാണ് വംശീയതകളോടും ഗോത്രീയതകളോടുമുള്ള വിജയന്റെ പ്രണയമുദ്ഭവിക്കുന്നത്. ഗാന്ധിസത്തിന്റെ തകർച്ച ഗ്രാമീണ ഇന്ത്യയുടെ തകർച്ചയായും ഉപദേശീയതകളുടെ വേരുമുറിയലായും വിജയന് തോന്നുന്നത് അതിനാലാണ്. വംശീയഗുണങ്ങളെ വെട്ടിക്കുറച്ച്, അധികാരത്തിന്റെ കേന്ദ്രസത്തകൾ കടന്നുകയറിയ നീണ്ടൊരു സാമ്രാജ്യത്വകാലം തന്നെ ഇന്ത്യക്കുണ്ടല്ലോ. ഗാന്ധിയുടെ വികേന്ദ്രീകൃത അധികാര സങ്കല്പത്തെ മറന്ന പാർലമെന്ററി ജനാധിപത്യസമ്പ്രദായം ഒരർത്ഥത്തിൽ ശാക്തികച്ചേരികളുടെ മത്സര രാഷ്ട്രീയക്കളരിയിൽ സ്വതന്ത്ര ഇന്ത്യയെ കുരുക്കുകയാണ് ചെയ്തത്.

വംശീയതയും ഗോത്രീയതയും ഇത്രയധികം കലാചിന്തയ്ക്ക് വിധേയമാക്കിയവർ എണ്ണത്തിൽ വളരെ കുറവാണ്. പുതിയ പാർലമെന്ററി ജനാധിപത്യ സമ്പ്രദായത്തിൽ, നെഹ്റു കുടുംബവാഴ്ചയുടെ പ്രത്യേകമായ ചുറ്റുപാടിൽ ഇന്ത്യ നേരിട്ടുകൊണ്ടിരിക്കുന്ന വംശീയ-ഗോത്ര-പ്രശ്നങ്ങളെ അദ്ദേഹം വിലയിരുത്തിയിട്ടുണ്ട്. പ്രാഗ്വസന്തത്തിന്റെ നഷ്ടവും കാശ്മീരികളുടെയും സിക്കുകളുടെയും അസ്തിത്വപ്രശ്നങ്ങളും ഒരുപോലെ വിജയനിലെ കലാകാരനെ ബാധിക്കുന്നത്, അധികാരം അതിന്റെ കൃത്രിമമായ നിലനില്പ്പിനുവേണ്ടി ഒരുക്കുന്ന 'മസാല'കളാണ് ഇവ എന്നതുകൊണ്ടത്രെ. മനുഷ്യവംശത്തിന്റെ

ജനിതക വൈവിധ്യത്തിന്റെ നാശം സംസ്കാരത്തിന്റെ നാശമായിട്ട് അധികാരികൾക്കു ബോധ്യപ്പെടണമെന്നില്ല.

ഈ പശ്ചാത്തലത്തിലാണ്, വിജയന്റെ കാശ്മീർ നയം ഇന്ത്യയുടെ വർത്തമാന പരിതഃസ്ഥിതിയിൽ ഏറെ ബഹളങ്ങൾ സൃഷ്ടിച്ചത്. സ്വതന്ത്രവും മതേതരവുമായ ഒരു കാശ്മീരിനുവേണ്ടി നിലകൊണ്ട ഷെയ്ഖ് അബ്ദുള്ളയുമായി നടത്തിയ അഭിമുഖം രാഷ്ട്രീയ ഗുഹാതുരത്വത്തിന്റെ ഉത്കൃഷ്ടമായ ഓർമയായി അദ്ദേഹം സൂക്ഷിക്കുന്നു. സ്വതന്ത്ര കാശ്മീരിനെക്കുറിച്ചുള്ള ചിന്തയ്ക്ക് വിഭജനകാലഘട്ടത്തോളം പഴക്കമുണ്ട്. ഐക്യരാഷ്ട്രസഭയിൽ ഹിതപരിശോധന വാഗ്ദാനം നല്കിയ അന്നത്തെ പ്രധാനമന്ത്രി നെഹ്റു, ഷെയ്ഖിനെ ജയിലിലടച്ചതിന്റേയും ഹിതപരിശോധന സൗകര്യപൂർവ്വം മറന്നുപോയതിന്റേയും അധികാരാത്മകമായ അബോധ മനഃശാസ്ത്രത്തിലേക്ക് വിജയൻ സഞ്ചരിക്കുകയുണ്ടായി. കാശ്മീരിനെ പിടിച്ചുപറ്റാൻ പാക്കിസ്ഥാൻ അക്രമികളെ അയച്ചപ്പോൾ അതിനെ ചെറുക്കാനുള്ള സാങ്കേതിക പരിസരം സൃഷ്ടിക്കാൻവേണ്ടി മാത്രമാണ് ഇന്ത്യ കാശ്മീർ സംയോജനം സ്വീകരിച്ചത് എന്ന് വിജയൻ തുറന്നു പറഞ്ഞു. മാത്രമല്ല, കാശ്മീരികൾ സ്വയം കാശ്മീരികൾ എന്നും മറ്റുള്ളവരെ ഇന്ത്യക്കാർ എന്നും - വിശേഷിപ്പിക്കുന്ന അസുഖകരമായ സത്യം കഴിഞ്ഞ മുപ്പതുകൊല്ലക്കാലം നാം മൂടിവെച്ചത് എന്തിനായിരുന്നു എന്നതിന് അദ്ദേഹം കണ്ടെത്തുന്ന ആശങ്കാകുലമായ ഉത്തരം, 'നെഹ്റു സ്വന്തം അസ്തിത്വത്തെ സംരക്ഷിക്കുന്നതിനുവേണ്ടി സ്വദേശമായ കാശ്മീരിനെ പിടിച്ചുനിന്നതായിരുന്നു' (സന്ദേഹിയുടെ സംവാദം) എന്നതത്രെ. പഞ്ചാബ് പരിഹരിച്ച രീതികൊണ്ട് കാശ്മീരും പരിഹരിക്കുക എന്ന ലളിതമായ നയം, കവർന്നെടുക്കുന്ന സത്വനഷ്ടങ്ങളിൽ കലാകാരനായ വിജയന്റെ കണ്ണുപതിയുന്നു.

സാമ്രാജ്യത്വശക്തികൾ, നവ കൊളോണിയൽ യുദ്ധരാഷ്ട്രീയത്തിലൂടെ മൂന്നാംലോകരാജ്യങ്ങളെ തങ്ങളുടെ വരുതിയിൽ നിർത്തി 'അമേരിക്ക ചീനക്കെതിരെയും, റഷ്യ പാക്കിസ്ഥാനെതിരെയും നമ്മെ ഉപയോഗിച്ചു' എന്ന് വിജയൻ ചിന്തിക്കുന്നു. യുദ്ധങ്ങൾ കൊടിയ അഭയാർത്ഥി പ്രവാഹം സൃഷ്ടിച്ചു. ഭൂഖണ്ഡത്തിലെ രാഷ്ട്രീയാസ്ഥിരതയായിരുന്നു പരിണിതഫലം. സാമ്രാജ്യശക്തികളുടെ ഉന്നത സാങ്കേതികവിദ്യയുടെ നക്ഷത്ര യുദ്ധോപകരണങ്ങളും നാമറിയാതെ ഇന്ത്യാ രാഷ്ട്രീയത്തിന്റെ ഭാഗമായി രാജ്യസുരക്ഷയും പ്രതിരോധവും രാഷ്ട്രീയപാഠങ്ങളിൽ ഒന്നാമത്തേതായി മധുരം ഗായതിയിൽ ഒരു വൃദ്ധഗുരു 'ബോധത്തിന്റെ സത്ത മനുഷ്യനിൽനിന്ന് ഉപകരണങ്ങളിലേക്ക് സംക്രമിക്കുന്നുവല്ലോ' എന്ന് വിഷാദിക്കുന്നു. ഗാന്ധിജിയുടേയും ഗാന്ധിയൻ തത്ത്വങ്ങളുടേയും വിദൂരധ്വനി ഈ വിഷാദത്തിലൂടെ പ്രകാശിപ്പിക്കപ്പെടുന്നു. ഭീമാകാര പദ്ധതികളോടും യുദ്ധ-സാങ്കേതികോപകരണങ്ങളോടുമുള്ള അധികാരികളുടെ തീവ്രരതി, വർഗസിദ്ധാന്തത്തിന് നവീനമായ അർത്ഥങ്ങൾ നൽകി.

ഉപമന്യുവും ശംബുകനും

കലികാലത്തിന്റെ അധികാരഘടനയോട് ക്ഷോഭത്തോടെ പ്രതികരിക്കുന്ന കലാരീതിയാണ് വിജയൻ എന്നും പിന്തുടർന്നത്. ഈ ക്ഷാത്രവീര്യത്തിനകത്ത് വിശ്രാന്തിതുല്യമായ മടക്കത്തോടുള്ള ആത്മരതിയും വിജയൻ പ്രദർശിപ്പിക്കുന്നു. ഈ കലാസപര്യ ഒരു തീർത്ഥാടകനെ ഓർമിപ്പിക്കുന്നു. യാത്രയുടെ ക്ഷാത്രം തീർത്ഥഘട്ടത്തിൽ ഒരു വിശ്രാന്തിസാഫല്യമൊരുക്കുംപോലെ.

ഖസാക്കിന്റെ ഇതിഹാസത്തിൽ തന്നെയുണ്ട് ഇത്തരം വിശ്രാന്തിമുത്തുകളെക്കുറിച്ചുള്ള പരാമർശങ്ങൾ. യാത്രകളും വഴിയമ്പലങ്ങളും നമുക്കുവേണ്ടി മുൻകൂട്ടി നിശ്ചയിക്കപ്പെട്ടിരിക്കുന്നു എന്ന ഒരു വിധിവാദിയുടെ സ്വരം. അച്ഛൻ, ഗുരു തുടങ്ങിയ പിതൃബിംബങ്ങൾക്കിടയിൽ ഹരിശ്രീ സ്വരൂപം പൂണ്ട് ഒരു 'പൊന്മോതിരം' (ഇതിഹാസത്തിന്റെ ഇതിഹാസം). 'കല്പവൃക്ഷത്തിന്റെ തൊണ്ടുകളെ' കലാപാഠമാക്കുന്ന വിദ്യയിൽ മുത്തശ്ശിമാരുടെ വംശം കൈമാറി കഥാജനിതകത്തിന്റെ ജ്ഞാനവിദ്യയെക്കുറിച്ചുള്ള ഓർമപ്പെടുത്തലുണ്ട്.

ഈ ദർശനത്തിന്റെ ശ്രുതി ഗുരുസാഗരത്തിൽ അതിന്റെ സാഫല്യത്തിലെത്തുന്നുണ്ട്. വിജയന്റെ ചിന്താരൂപകങ്ങൾക്ക് സംഭവിച്ച ഈ രാസമാറ്റം ആര്യാവർത്തത്തിന്റെ നവീന ധ്വനിപാഠമായി നിരൂപകന്മാർ വ്യാഖ്യാനിക്കുകയുണ്ടായി. ഖസാക്കിന്റെ ശില്പത്തിൽ വിജയൻ പ്രദർശിപ്പിച്ച ബഹുസ്വരത (Polyphony) 'ഗുരുസാഗര'ത്തിൽ ഏകകേന്ദ്രിതസ്വരാത്മകതയിലേക്ക് പരിണാമം കൊള്ളുകയും കൃതിയുടെ ഇതരസ്വരങ്ങൾക്കുമേൽ ആഖ്യാതാവിന്റെ സ്വരം ആധിപത്യം നേടുകയും ചെയ്യുന്നു എന്നതാണ് പ്രധാന വിമർശനം (പി.പി. രവീന്ദ്രൻ, ഗുരുസാഗരം, ആര്യാവർത്തത്തിന്റെ പ്രത്യയശാസ്ത്രം). ഇത്, ഒരു പരിധിവരെ ശരിയാണ്. ബിംബഘടനയിലും കല്പനകളിലും അവ പ്രദർശിപ്പിക്കുന്ന ഭാഷയുടെ സ്വരഘടനയിലുമൊക്കെ ഗുരുസാഗരത്തിൽ ഒരു മാറ്റമുണ്ട്. മധുരം ഗായതിയിൽ അവയെ പാരിസ്ഥിതികമായി പ്രക്ഷേപിക്കുന്നതിലൂടെ താളഘടന വീണ്ടും വ്യത്യാസപ്പെടുന്നു.

ഖസാക്കിന്റെ ഇതിഹാസത്തിൽ, അപ്പുക്കിളി എന്ന കഥാപാത്രത്തിന്റെ ആദിരൂപം വിജയൻ കണ്ടെത്തുന്നത്, പരേതാത്മാക്കളുടെ ഓർമ നല്കുന്ന തുമ്പികളെക്കുറിച്ചുള്ള സങ്കല്പനത്തിൽ നിന്നത്രെ. പ്രാദേശികപുരാവൃത്തരീതിയാണ് ഇത് ഓർമിപ്പിക്കുക. മാ+ൻ എന്ന അക്ഷരസങ്കലനത്തെ = 'മായൻ' എന്ന് മാത്രം വായിച്ചെടുക്കാൻ കഴിയുന്ന കുട്ടാടൻ പൂശാരിയുടെ തലയിലെഴുത്ത് പാരായണം ചർപ്പിതചർവ്വണമാക്കിയ പ്രത്യയശാസ്ത്രത്തിനു വിപരീതമാണ്. മുങ്ങാംകോഴിയുടെ 'ജലത്തിന്റെ വില്ലീസുപടുതകൾ' കടന്നു എത്തിപ്പെടുന്ന സ്വപ്നസദൃശമായ അന്ത്യം മുത്തശ്ശിക്കഥകളിലെ മായികാംശത്തെ ഓർമിപ്പിക്കുന്നു.

അറിവുകളുടെ ഭാരങ്ങളായ പുസ്തകങ്ങളെല്ലാം ആർക്കൊക്കെയോ നൽകി, ഭാഗവതം മാത്രം സൂക്ഷിക്കുന്നു കുഞ്ഞുണ്ണി. ഗീതാകാരനെ

ക്കുറിച്ചുള്ള അനന്തമായ സ്വപ്നങ്ങളിൽ അഭയം തേടുക മാത്രമല്ല, കൃഷ്ണൻ ജിപ്സിയുടെ രക്ഷകനായിപോലും സങ്കല്പിക്കപ്പെടുന്നു (ഗുരുസാഗരം). പുല്ലിന്റെ ഉപനിഷത്ത് കുഞ്ഞുണ്ണി തേടുന്നത് 'വേദനയുടെ ശ്രീവത്സ'മായിട്ടാണ്. ഭൃഗു-വിഷ്ണു ബന്ധത്തിലെ വിദ്യയുടെ കാരുണ്യ കടാക്ഷത്തെക്കുറിച്ചാണല്ലോ സൂചിപ്പിക്കപ്പെടുന്നത്. പിതാവിനും ഗുരുവിനും മുമ്പിൽ നിൽക്കുന്ന കഥാകാരന്റെ വിനയത്തിന്റെ ചേല്, ഭൃഗുസംഹിതയുടെ ആധുനികരൂപമായി കരുതാവുന്നതാണ്. ഇത്തരം ആര്യാവർത്തപുരാവൃത്തങ്ങളെയും സൂചകങ്ങളേയും കലികാലരാഷ്ട്രീയത്തിലെ പാരുഷ്യങ്ങളെ ശീതികരിക്കാൻ വിജയൻ കണ്ടെത്തുന്ന ഒരു മാർഗം കൂടിയാണ്. കാരണം, സൂചകങ്ങളും കല്പനകളും യുദ്ധാക്രമണങ്ങളുടെ സൈറണുകളിലേക്കും വംശത്തിന്റെ അനന്തമായ വ്യഥയിലേക്കുമാണ് കൂട്ടിഘടിപ്പിക്കുന്നത്.

ഉപമന്യുവിന്റേയും ശംബുകന്റേയും കഥകൾ പുരാവൃത്തോരമായ ആഖ്യാനത്തിൽ രാഷ്ട്രീയസ്വഭാവം കൈക്കൊള്ളുന്നുണ്ട്. വർഗ്ഗസിദ്ധാന്തക്കാരായ പാരായണ ശീലക്കാരുടെ രചനാത്മകമല്ലാത്ത വിപ്ലവരീതിയിലെ അമാനവീയത സൂചിപ്പിക്കാനാണ് ഉപമന്യുവിന്, റായിചരൺ എന്ന പിന്മുറക്കാരനെ കണ്ടെത്താൻ കഥാകാരൻ ശ്രമിച്ചിട്ടുള്ളത്. ഗുരുവിന്റെ അഹങ്കാരജടിലമായ ജ്ഞാനമാർഗത്തെ കഠിനമായ സ്വാനുഭവങ്ങളിലൂടെയും ഗ്രാമീണമായ വിനയത്തിലൂടെയും മറികടന്നു കൈവല്യം നേടുന്നതാണല്ലോ ഉപമന്യുകഥയുടെ സൂചന. 1969-ൽ ബംഗാളിൽ സംഭവിച്ച നക്സലൈറ്റ് തീവ്രവാദ രാഷ്ട്രീയത്തിൽനിന്നും ഒരു സന്ദർഭമാണ് നോവലിന്റെ ശില്പത്തിലേക്ക് വിജയൻ ഇതിനായി സ്വീകരിക്കുന്നത്. നിമായി സന്യാൽ എന്ന ക്രൂരനായ ഭൂപ്രഭുവിന്റെ സമ്പത്തിനെ തീകൊണ്ടു നേരിടാൻ താപസചന്ദ്രന്റെ തീവ്രവാദി ഗ്രൂപ്പ് കണ്ടെത്തുന്നത് ഭൂപ്രഭുവിന്റെ സകല പീഡനങ്ങൾക്കും വിധേയനായ റായിചരണിനെയാണ്. 'നാട്ടിൻപുറം നഗരത്തെ വളയും' എന്ന വിപ്ലവസൂക്തത്തിന്റെ വീര്യത്തിൽ ശത്രുവിന്റെ വീട് അഗ്നിക്കിരയാക്കാൻ പുറപ്പെടുന്ന റായിചരൺ നിമായി സന്യാലിന്റെ തൊഴുത്തിൽ തള്ളയുടെ അകിടിൽ മുട്ടിമുട്ടി പാൽകുടിക്കുന്ന പൈക്കുട്ടികളോട് കാരുണ്യം തോന്നി പിന്തിരിയുന്നു. ഏത് വിപ്ലവത്തിന്റേയും ക്ഷാത്രവീര്യത്തിന്റെ അടിയൊഴുക്കായി വർത്തിക്കുന്ന ഗ്രാമ്യമായ പ്രവാചകത്വധ്വനി ഗുരുചിന്തയെ കീഴടക്കുന്നതിന്, വിജയൻ കണ്ടെത്തുന്ന ഒരു ഉദാഹരണമാണിത്. കമ്യൂണിസ്റ്റുകളുടെ ക്ഷാത്രവീര്യത്താൽ കീഴടക്കപ്പെട്ട, അധികാരേച്ഛയ്ക്ക് പാത്രീഭൂതരായ അലക്സാന്തർ ദുബ്ചെക്ക്, ഹംഗറിയിലെ ഇമ്രെനാജ്, റൂസാലക്സംബർഗ്, ഗോർബച്ചേവ് എന്നിവരിലൂടെ ഉപമന്യുകഥയ്ക്ക് ചരിത്രത്തിൽ ആവർത്തനമുണ്ടായിത്തീരുന്നു. എന്നാൽ കഥാപാത്രമായ റായിചരൺ ചരിത്രത്തിലെ 'യഥാർഥ വ്യക്തികളെ തോൽപിക്കുന്നു.

വന്ധ്യംകരിക്കപ്പെട്ട വംശത്തിന്റെ പ്രതീകമായ ഗുരുസാഗരത്തിലെ ഓൾഗ അധികാരികളുടെ അഹന്തയോട് തോറ്റ് പിൻവാങ്ങിയവളാണ്.

ബുഡാപെസ്റ്റിലേക്ക് കുതിച്ചുവന്ന റഷ്യൻ ടാങ്കുകളെ അവൾ ഓർമിക്കുന്നു. 'പാൾലീറ്റർ മരിച്ചു. അവരൊക്കെ മരിച്ചത് ചെറുത്തുകൊണ്ടായിരുന്നു. ആ മരണങ്ങളിൽ വീരസാഹസമോ രക്തസാക്ഷിത്വമോ ഒന്നുമുണ്ടായിരുന്നില്ല. അവ വെറും മരണങ്ങൾ മാത്രമായിരുന്നു' (പുറം : 45). യുദ്ധത്തിൽ ആർക്ക് ആരാണ് പ്രതിയോഗി എന്ന കഥാകാരന്റെ ആശങ്ക ചരിത്രഗതിയോട് വൈമുഖ്യം പ്രകടിപ്പിക്കുന്ന ക്രിയയാണ്. എന്നാൽ ഭയാനകമായ നിരർത്ഥകത കൊണ്ടു വേട്ടയാടപ്പെടുന്ന മനുഷ്യസ്വത്വത്തെക്കുറിച്ചുള്ള ചിന്ത അതിനേക്കാൾ ഉത്കൃഷ്ടമാണ്. 'ചാരവകുപ്പിന്റെ വിരുന്നുകളിലും വെളുത്ത മനുഷ്യന്റെ ബീജപ്രളയങ്ങളിലും മുക്കിക്കൊല്ലപ്പെട്ട' ചെക്കുവംശീയതയെച്ചൊല്ലിയുള്ള ഓർഗയുടെ നിന്ദാഗർഭമായ ക്ഷോഭം, വിപ്ലവവും പ്രതിവിപ്ലവവും ഒരുപോലെ നിരർത്ഥകമാക്കുന്ന ചരിത്രത്തിലെ ദയനീയഘട്ടങ്ങളെക്കുറിച്ചോർമിപ്പിക്കുന്നു. ഗോർബച്ചേവ്, സഖാറോവിനെ മോചിപ്പിച്ച മുഹൂർത്തത്തെ, ഒരു ഗുരുസാന്നിധ്യത്തെക്കുറിച്ചുള്ള സ്മൃതിയായി വിജയൻ സൂക്ഷിക്കുന്നത് ഇത്തരം അധികാരഘട്ടങ്ങളോടുള്ള അമർഷം രേഖപ്പെടുത്താൻ കൂടിയാണ്.

വൈരുധ്യാധിഷ്ഠിത ഭൗതികവാദത്തിന്റെ കർക്കശമായ ജപമുറ ചരിത്രത്തിൽ അതിന്റെ വർഗാഹന്തയെ അധികാരത്തിന്റെ ടെക്നോളജിയാക്കി പരിണമിപ്പിച്ച കഥകൾക്ക് നാന്ദിയായിട്ടാണ് ഉപമന്യു എന്ന മിത്ത് പുനഃസൃഷ്ടിക്കപ്പെട്ടത്. ശംബുകന്റെ കഥയുടെ പുനരാഖ്യാനത്തിലൂടെ, സവർണാധികാരവ്യവസ്ഥയുടെ തിരിച്ചുവരവ് സൂചിപ്പിക്കപ്പെടുന്നു. ചാതുർവർണ്യത്തിലെ അലംഘനീയതകൾ, അതിനുതന്നെ നാശമായി ഭവിക്കുന്നു. ആര്യവർത്തത്തിലെ രാഷ്ട്രവ്യവസ്ഥിതിയുടെ പ്രതീകമായ പുരുഷോത്തമനായ രാജാവ് ശൂദ്രന് തപസ്സ് നിഷേധിക്കുകയും ആ വംശത്തിന്റെ ജ്ഞാനപ്രതീക'ത്തെ നശിപ്പിക്കുകയും ചെയ്യുന്നു. ചരിത്രത്തിന്റെ മറ്റൊരു ദശയിൽ, അത് പുനരുത്ഥാനം ചെയ്യുന്നതായി വിജയൻ സങ്കല്പിക്കുന്നു. അധഃകൃതന്റെ സന്തതിപരമ്പരകൾക്ക് മരുഭൂമിയിലെ ഗുരു തണലായിത്തീരുന്നത്, ഗുരുസാഗരത്തിന്റെ 18-ാമദ്ധ്യായത്തിൽ പത്രപ്രവർത്തകനായ കുഞ്ഞുണ്ണി ഓർമിപ്പിക്കുന്നുണ്ട്. ബ്രാഹ്മണനും ക്ഷത്രിയനും ഈ വിളിയെ പ്രകൃതിദേവതകൾക്ക് നേദിച്ചു. എന്നാൽ ഈ അർപ്പണത്തിൽനിന്ന് അവർ അധഃകൃതന്റെ സന്തതികളെ വിലക്കിനിർത്തി. അങ്ങനെ വിലക്കപ്പെട്ടവർ ആരാധന നിഷേധിക്കപ്പെട്ട്, സ്പർശത്തിൽനിന്നും സാമീപ്യത്തിൽനിന്നും അകറ്റപ്പെട്ട് വെളിമ്പുറങ്ങളിൽ അലഞ്ഞു. ഗുരുപരമ്പരകൾ അവർക്കായി ഖേദം പൂണ്ടു. ആ ദുഃഖത്തിന്റെ വിളികേട്ട്, ഒരായിരം കാതമകലെക്കിടന്ന മരുഭൂമിയിലെവിടെയോ വീണ്ടുമൊരു ഗുരുപിറവി കൊണ്ടു. (പു. 45)

പില്ക്കാലത്ത്, തെറ്റിനു തിരുത്തും തിരുത്തിന് തെറ്റുമായി പലായനങ്ങളുടെ ചരിത്രം സൃഷ്ടിച്ച് വിഭജനത്തിന്റെ കഥയായി അതുമാറി. ഇന്ത്യയുടെയും പാക്കിസ്ഥാന്റേയും സൈന്യങ്ങൾ തമ്മിൽ ഏറ്റുമുട്ടി ഗുരു

പരമ്പരകളുടെ ഖേദം പെരുപ്പിച്ചു. വിഭജനത്തിലൂടെയും സംഗരങ്ങളിലൂടെയും ചോർന്നുപോവുന്ന ഗുരുസാന്നിധ്യം ശംബുകന്റെ അന്ത്യത്തെയും വിഭജനങ്ങൾ സൃഷ്ടിക്കുന്ന അധികാരവ്യവസ്ഥയേയും ചരിത്രത്തിലെ സമാനഗുണമുള്ള രൂപകങ്ങളാക്കി മാറ്റുന്നു,

ജൈവഗതിയെക്കുറിച്ച് ചാക്രികമായ ഉപനിഷദ്ബോധമാണ് വിജയന്റെ അധികാര-ചരിത്ര ദർശനത്തെ നിയന്ത്രിക്കുന്നത്. ബാല്യകാലത്തിന്റെ സ്വച്ഛന്ദലീലകളിൽ തന്നെ ഇരയേയും വേട്ടക്കാരനേയും കുറിച്ചുള്ള ഒരു പരിപ്രേക്ഷ്യമുണ്ട്. പല കഥകളിലും ആവർത്തിച്ചുവരുന്ന ചാതികളും അവയെ വേട്ടയാടുന്ന എട്ടുകാലികളും ഉദാഹരണമാണ്. കർമഫലത്തെക്കുറിച്ച് രവി പറഞ്ഞുകൊടുക്കുന്ന കഥയിൽ, 'മുല്ലാക്ക ഊറാമ്പുലിയാകും' എന്ന ഉത്തരമുണ്ട്. ദിനോസോറുകളെക്കുറിച്ചുള്ള രവിയുടെ കഥ നീണ്ടുപോകുന്നത് ഹംഗറിയിലെ ഇമ്രെനാജിനെക്കുറിക്കുന്ന ഓർമ്മകളിലേക്കാണ്. പരിണാമത്തിന്റെ ദശയിൽ വംശനാശം ഭവിക്കുന്ന ജീവിവർഗ്ഗത്തിന്റെ നിസ്സഹായമായ അതിജീവനത്തിന്റെ അന്ത്യം തന്നെയാണ് കേന്ദ്രാധികാരത്തിന്റെ കുലമഹിമയിൽ തകരുന്ന വംശീയ മുദ്രകളെ വഹിക്കുന്ന ഈ രാഷ്ട്രീയസൂചകത്തിനുമുള്ളത്. ഉപപ്രാണന്മാരിലൊന്നായ 'ദേവദത്തന്റെ മുഖമുള്ള ചിലന്തി' എന്ന പ്രതീകവും സ്രഷ്ടാവിന്റെ കർമത്തോട് സ്വേച്ഛാപരമായ ശത്രു ബോധം പ്രകടിപ്പിക്കുന്നു. ഏകകോശങ്ങളിൽനിന്നും ബഹുകോശങ്ങളിലേക്കുള്ള ജീവന്റെ വികാസത്തിനനുസൃതമായ മാറ്റം അധികാരത്തിന്റെ കാര്യത്തിലും സംഭവിച്ചുകൊണ്ടിരിക്കുന്നു എന്നതത്രെ, ചരിത്രത്തെക്കുറിച്ച് വിജയന്റെ ചാക്രികമായ ഉപനിഷദ്ബോധം എന്നതുകൊണ്ട് വിവക്ഷിച്ചത്.

പ്രജാപതിയേയും സിദ്ധാർഥനേയും നിഷ്പാദിപ്പിക്കാവുന്ന തലം എല്ലായിടത്തുമുണ്ട്. അതിനിടയിലെ ഒരു സംഘർഷത്തിന്റെ സമരത്തിന്റെ തലമാണ് മാനുഷികതയായി വിജയൻ കൊണ്ടാടുന്നത്.

ശിഖന്റെ ദുഃസ്വപ്നം

ഒരു രാഷ്ട്രം, അതിന്റെ ഉപദേശീയതകളേയും, വംശീയവൈവിധ്യങ്ങളെയും വോട്ട്ബാങ്കിന് പാകമാക്കി ചുരുക്കിയെടുക്കുക പലപ്പോഴും അധികാരത്തിന്റെ കേന്ദ്രസ്ഥാനീയസത്ത കൂടുതൽ സങ്കീർണമായി വരുമ്പോഴാണ്. ഏകമത-വംശസ്ഥിതമായ യൂറോപ്യൻ രാഷ്ട്രങ്ങളെപ്പോലെയല്ല, നാനാവിധ ഉപദേശീയതകൾ കൂടിച്ചേർന്ന ഭാരതം. ശിഖന്മാരും കാശ്മീരികളും നാഗന്മാരും മറ്റു വിവിധ ഗോത്രങ്ങളും ചേർന്നതാണത്. ഈ സങ്കലനാത്മകസത്തയെയാണ് ഇന്ത്യൻ ദേശീയത എന്നു വിളിച്ചുപോന്നത്. ഭരണക്രമത്തിന്റെ ആന്തരശൈഥില്യവും ആസൂത്രണമില്ലായ്മയും അധികാരത്തിന്റെ വൻകൊട്ടകങ്ങളിൽ നടമാടുന്ന സാമ്പത്തിക അഴിമതികളും ആധുനിക ഭാരതത്തിന്റെ ജനാധിപത്യമാതൃകയുടെ കെട്ടുറപ്പും ഉദ്ഗ്രഥനസ്വഭാവവും കെടുത്തിക്കളയുകയുണ്ടായി.

ഇത്തരമൊരു സന്ദർഭത്തിലാണ് ഇന്ദിരാഗാന്ധി ഒരു രാഷ്ട്രീയ അടിയന്തിരാവസ്ഥകൊണ്ട്, അതിനെ മറികടന്നത്. അതിനുശേഷം, അധികാരത്തെ നിലനിറുത്താൻ, ഗോത്ര-വംശീയ സമുദായങ്ങളെ കൂടുതൽ പ്രീണിപ്പിച്ചും അധികാരമത്സരങ്ങൾ ആന്തരികമായി സൃഷ്ടിച്ചും തന്ത്രങ്ങളാരാഞ്ഞു. ശിഖസമുദായത്തിൽ രാഷ്ട്രീയമായി വളർന്നുവന്ന അകാലി പ്രസ്ഥാനവും രാഷ്ട്രീയകിടമാത്സര്യങ്ങളും അവയുടെ ബാക്കിപത്രങ്ങളാണ്. അധികാരത്തിന്റെ കെട്ടുറപ്പിന്, ഭീകര വാദത്തിനെതിരെ, ദേശീയതയെ അവതരിപ്പിക്കാനായി അടുത്ത ശ്രമം. അതിന്റെ പരിണതഫലം, ഇന്ത്യക്കാരന്റെ ആളോഹരി വരുമാനത്തിൽ നല്ലൊരു ശതമാനം സംഭാവനചെയ്യുന്ന ഫലഭൂയിഷ്ഠമായ ഒരു ഭൂഭാഗ ത്തെയും അതിലെ ജനതയേയും അന്യവത്ക്കരണത്തിലേക്ക് നയിച്ചു. 'ഓപ്പറേഷൻ ബ്ലൂസ്റ്റാറി'ലൂടെ അതു പൂർത്തിയായി.

1984-ൽ ഇന്ദിരാഗാന്ധിയുടെ വധം, ശിഖസമുദായത്തിന് നേരെ നിഷ്ഠൂരമായ കലാപങ്ങൾ സൃഷ്ടിച്ചു. പ്രവാചകന്റെ വഴി എന്ന നോവ ലിലെ രാഷ്ട്രീയപശ്ചാത്തലമിതാണ്. കാർട്ടൂണിസ്റ്റായ നാരായണനാണ് കേന്ദ്രകഥാപാത്രം. കാർട്ടൂണിസ്റ്റിന്റെ വീക്ഷണകോണിലൂടെ തെളിയുന്ന ദൃശ്യചിത്രങ്ങൾ കൃതിക്ക് ചടുലത സൃഷ്ടിച്ചിട്ടുണ്ട്. അധികാരം കൈയാളുന്ന വലിയ മനുഷ്യരൂപങ്ങളെ കാർട്ടൂൺ രൂപത്തിൽ ചെറു താക്കിയും ശിഖന്റെ നിസ്സഹായതയെ വലുതാക്കിയും നിർമ്മിച്ചെടുത്ത വചനങ്ങളുടെ കാൻവാസ് പ്രവാചകന്റെ വഴിയിലുണ്ട്. വർത്തമാന യാഥാർത്ഥ്യങ്ങളിലേക്ക് അടുക്കുന്തോറും വിജയന്റെ നായക കഥാപാത്ര ങ്ങൾ കുറേക്കൂടി റിയലിസ്റ്റുകളും പുതിയ അറിവുകളാൽ മനുഷ്യസത്ത കളുമായിത്തീരുന്നു എന്നതും ശ്രദ്ധയർഹിക്കുന്നു.

ലോകരാഷ്ട്രീയത്തിന്റെ പാരിസ്ഥിതികമായ ജീർണത ഗുരുസാഗര ത്തിൽ പ്രധാന വിഷയമായിരുന്നു. പ്രവാചകന്റെ വഴിയിൽ വർത്തമാന കാല ഭാരതത്തിലെ അടിച്ചമർത്തപ്പെടുന്ന ഉപദേശീയതകളുടെയും വംശീ യതകളുടേയും ഗോത്രവിര്യത്തിന്റേയും രാഷ്ട്രീയ രൂപകമായി അത് മാറുന്നു. കാർട്ടൂണിക് ആണ് ഇതിന്റെ ശില്പരീതി. 'തീവ്ര സംസ്കൃ തിയുടെ അറിവുകളിലൂടെ ഇന്ത്യൻ ദുരന്തത്തെ കാണുമ്പോൾ സുന്ദ രവും ശാന്തവും മൗലികവുമായൊരു ബിംബസഞ്ചയവും ഉരുത്തിരിഞ്ഞു വരുന്നു എന്ന് കാർട്ടൂണിസ്റ്റായ കഥാകാരൻ തന്റെ ജീവിതവൃത്തിയെ നിരീക്ഷിക്കുകയുണ്ടായി. വിജയന്റെ കാർട്ടൂൺ ശില്പത്തിൽ, സർവസാ ധാരണമായി പ്രത്യക്ഷപ്പെടാറുള്ള കറുത്ത ചായത്തിന്റെ മേധാശക്തി പലപ്പോഴും അതിനെ ഇരുണ്ട രാഷ്ട്രീയ ഫലിതമാക്കിത്തീർക്കുന്നു. ഗുരു സാഗരത്തിൽ 'ഇരുണ്ട ഫലിത' ത്തിന്റെ ഈ രീതി മന്ദതാളമായി ശില്പ ഗതിയെ നിയന്ത്രിക്കുന്നത് കാണാം. ശാന്തവും മൗലികവുമായൊരു ബിംബസഞ്ചയം' എന്ന വിജയന്റെ കണ്ടെത്തൽ മേൽപ്പറഞ്ഞ കാർട്ടൂ ണുകളേയും രചനയേയും സമാനമായി സ്വാധീനിക്കുന്നു.

പ്രവാചകന്റെ വഴിയിൽ ശില്പവ്യതിയാനം സംഭവിക്കുന്നു. ചടുലമായ പ്രത്യക്ഷയാഥാർത്ഥ്യത്തിന്റെ കോമാളി രൂപങ്ങളായി രചന കാർട്ടൂണിന്റെ ലളിതമായ രാസരൂപങ്ങൾ തന്നെയായിത്തീരുന്നു. ഇന്ദിരയും നെഹ്റുവും മറ്റുള്ളവരുമൊക്കെ രണ്ടടി പൊക്കമുള്ള കാർട്ടൂൺ രൂപങ്ങളായി പ്രത്യക്ഷപ്പെടുന്നു. പശ്ചാത്തലത്തിലെ ഇരുണ്ട മനുഷ്യരൂപത്തിലേക്ക് തന്നെ സംക്രമിക്കുന്നു. സ്വാതന്ത്ര്യാനന്തരകാലത്തിന്റെ വിസ്താരമേറിയ കാഴ്ചപ്പുറങ്ങൾ കാർട്ടൂണിസ്റ്റായ വിജയന്റെ സമ്പത്താണ്.

'നാനാക്ക്' എന്ന ഗുരുസ്വരൂപത്തിന്റെയും സുജാൻസിംഗ് എന്ന ഗോത്രപ്രതീകത്തിന്റേയും സഹജസാന്നിദ്ധ്യം പ്രവാചകന്റെ വഴിയിലുണ്ട്. സാത്വികാംശം ഒരു അരിപ്പയിൽ തങ്ങിനിന്ന് രാജസങ്ങൾ വർത്തമാനകാലത്തിലേക്ക് പതിച്ച രാഷ്ട്രീയരൂപകങ്ങളായിത്തീരുന്ന മാറ്റം, വിജയന്റെ രചന ഇന്ത്യൻ യാഥാർത്ഥ്യത്തെ ഒന്നുകൂടി അടുത്തുപിടിച്ചു കാണാൻ ശ്രമിക്കുന്നതിന് ഉദാഹരണമാണ്.

വൈവിധ്യങ്ങളുടെ വേരുകളെ തീയിട്ട് നശിപ്പിക്കുന്ന പുതിയ രാഷ്ട്രതന്ത്രം ഇന്ത്യയുടെ ദുരന്തഭാഗധേയമാണ്. ശിഖന്റെ വംശീയമുദ്രകളെ നശിപ്പിച്ചാൽ അതൊരു ആൾക്കൂട്ടമായി മാറുമെന്നും ആൾക്കൂട്ടത്തെ അധികാരത്തിന് ഇച്ഛാനുസരണം പരുവപ്പെടുത്തിയെടുക്കാമെന്നുമുള്ള 'ദുഷ്ടലാക്ക്', കലാകാരന്റെ ധർമവ്യഥയെ ചലിപ്പിക്കുന്നു. നാനാക്ക് എന്ന ഗുരുസങ്കല്പത്തെ രാഷ്ട്രീയമരുഭൂമിക്കെതിരെ കലാസൂചകമാക്കി പ്രയോഗിക്കാനുള്ള ശ്രമമിവിടെയുണ്ട്.

അധികാരം നരമേധത്തിന് വഴിമാറുന്നത് 'സമീപകാലവർഗ'ത്തിന്റെ നേർക്കുള്ള യുദ്ധമായിട്ടല്ല, മറിച്ച് വംശത്തിന്റെ, ആഴ്ന്നിറങ്ങിയ സംസ്കാരമുദ്രകളെ നിഷ്കാസനം ചെയ്യാനായിട്ടാണ്. കലാപകാരികളാൽ പിടിക്കപ്പെട്ട്, ഭാര്യയും കുഞ്ഞും നഷ്ടപ്പെട്ട് മുടിമുറിക്കപ്പെട്ട നിലയിൽ മൃത്യുവിന്റെ മുമ്പിൽ ചങ്കൂറ്റത്തോടെ നില്ക്കുന്ന സുജാൻസിംഗിന്റെ രൂപം. അന്യവല്ക്കരിക്കപ്പെട്ട്, നിസ്സഹായമായി നിൽക്കുന്ന എന്നാൽ അചഞ്ചലമായ ഒരു ഗോത്രാസ്തിത്വത്തെ ഓർമിപ്പിക്കുന്നു.

അധികാരമിത്തിന്റെ രീതിഭേദങ്ങൾ

മണ്ണിന്റെ അമ്ല-ക്ഷാരഗുണങ്ങളുടെ സമ്മിതി നശിച്ച് മരുഭൂമി ഉണ്ടായിത്തീരുന്ന പ്രകൃതി പ്രക്രിയ മില്യൻ കണക്കിന് കൊല്ലങ്ങൾകൊണ്ട് സംഭവിക്കുന്ന ഒന്നാണ്. പ്രകൃതിയുടെ ജൈവാംശചോർച്ചയാണത്. മരുഭൂമി എന്ന ബിംബം മനുഷ്യന്റെ നൈരാശ്യത്തോടും വിധിയുടെ വന്ധ്യഘടനയോടും ബന്ധപ്പെടുത്തി പണ്ടുമുതല്ക്കേ കാല്പനിക സാഹചര്യത്തിൽ നിലനിന്നുപോന്നിട്ടുണ്ട്. ആധുനികസാഹിത്യത്തിൽ അത് പുതിയ ചില അർത്ഥങ്ങൾ സമ്മാനിച്ച് തിരിച്ചുവരികയുണ്ടായി. അധികാരത്തിന്റെ മിത്തിനെ ഓർമിപ്പിക്കുന്ന ബൃഹത്തായ ഒരു രാഷ്ട്രീയാർഥം ഇന്ന് അതിന് വന്നുചേർന്നിരിക്കുന്നു. ഊഷരഭൂമി - waste land - എന്ന കല്പന ആധുനികകലയെ തീവ്രമായി ബാധിച്ചത് ഓർമിക്കാവുന്നതാണ്.

മണ്ണിന്റെ ഈറൽപ്പമറ്റ്, ജൈവാംശപശിമ നശിച്ച്, പരസ്പരം ഒട്ടിപ്പിടിക്കാത്ത മണൽത്തരികളെപ്പോലെയായി മാറുന്ന ആധുനിക മാനുഷികബന്ധങ്ങളെ, അതിന് കാരണമാകുന്ന അധികാരമെന്ന ഫാഷിസ്റ്റ് രീതിയെ, അതിന്റെ നിഗൂഢമായ കടന്നുകയറ്റത്തിലൂടെ തരിപ്പണമാകുന്ന സംസ്കാരത്തെ ധ്വനിപ്പിക്കാനാണ് ആനന്ദ് മരുഭൂമി എന്ന ബിംബം സ്വീകരിക്കുന്നത്. കലാപരമായി, സീതഭൂമി/മരുഭൂമി എന്ന വിരുദ്ധദ്വന്ദ്വത്തിന്റെ അകപൊരുളുകളെ അത് വെളിച്ചത്ത് കൊണ്ടുവരുന്നു.

ഫ്യൂഡൽ അധികാരബന്ധങ്ങളിൽനിന്ന് കൊളോണിയൽ-നവ കൊളോണിയൽ അധികാരബന്ധങ്ങളിലേക്ക് എത്തുമ്പോൾ മരുഭൂമി എന്ന ബിംബത്തിന് അർത്ഥവ്യാപ്തി വർദ്ധിപ്പിച്ചിട്ടുണ്ട്. മണ്ണുമായി മനുഷ്യന് ഉണ്ടായിരുന്ന അടിസ്ഥാനബന്ധം അന്യവത്കരണത്തിന്റെ ഒരു പാർശ്വത്തെ മറച്ചുപിടിക്കുന്നു. കൊളോണിയൽ അധികാര വ്യവസ്ഥയിൽ ആ അന്യത്വത്തിന് ആക്കം കൂടി. മൂന്നാം ലോകരാജ്യങ്ങളിലെ ജനത, സ്വാതന്ത്ര്യാനന്തരഘട്ടത്തിലും കൊളോണിയൽ ബന്ധങ്ങളുടെ പിടിയിൽ നിന്ന് പൂർണമായും മുക്തമായില്ല. അതിന് കാരണം, പഴയ അധികാര ഘടനയുടെ ചിഹ്നവ്യവസ്ഥ ആ രാജ്യങ്ങളുടെ പില്ക്കാല രാഷ്ട്രീയ തത്ത്വശാസ്ത്രത്തിൽ നിർണായകമായ സ്ഥാനം വഹിക്കുകയുണ്ടായി എന്നതുതന്നെ.

യുറോപ്പിലെ നവോത്ഥാന-വിപ്ലവ പ്രസ്ഥാനങ്ങൾ അപകടകരമായ ദേശീയതാവാദത്തിലേക്കും ഫാഷിസത്തിലേക്കും പരിണമിച്ച ഈ ശതകത്തിന്റെ ആദ്യപകുതിയിലാണ് ഏഷ്യൻ-ആഫ്രിക്കൻ-ലാറ്റിനമേരിക്കൻ രാജ്യങ്ങളിൽനിന്ന് യൂറോപ്യൻ സാമ്രാജ്യത്വം കെട്ടുകെട്ടാൻ തുടങ്ങിയത്. ലോകത്തിലെ ഏറ്റവും വലിയ സാമ്പത്തികമാന്ദ്യം (Economic Depression) സംഭവിക്കുന്നത് ഇക്കാലത്തുതന്നെ. ഇത്തരമൊരു രാഷ്ട്രീയ-സാമ്പത്തിക-ചരിത്ര പശ്ചാത്തലം ജർമ്മനി, ഇറ്റലി തുടങ്ങിയ രാഷ്ട്രങ്ങളെ ഫാഷിസ്റ്റ് സ്റ്റേറ്റാക്കിയതും സ്റ്റാലിനെ സോവിയറ്റ് റഷ്യയെ സർവ്വാധിപത്യരാഷ്ട്രമാക്കിയും മാറ്റുന്നതിൽ പ്രധാനപങ്കുവഹിച്ചു. ഈ അധികാരസൂചകങ്ങളുടെ ചിഹ്നവ്യവസ്ഥയെ പ്രതിഫലിപ്പിക്കുന്ന ജോർജ് ഓർവെല്ലിന്റെ 1984 എന്ന കൃതി രചിക്കുന്നത് 1948-ലാണ്. സ്വാതന്ത്ര്യവും സന്തുഷ്ടിയും തമ്മിലുള്ള മത്സരത്തിൽ, നിലനില്പിനുവേണ്ടി വീർപ്പുമുട്ടുന്ന ഒരു വലിയ ജനത 1984-ൽ കാണാം. ഓർവെൽ സൃഷ്ടിച്ച, അധികാരത്തിന്റെ ഈ അന്യാപദേശം, ഹിറ്റ്ലറുടെ നാസി ജർമനിയുടേയും സ്റ്റാലിന്റെ സർവ്വാധിപത്യ റഷ്യയുടേയും സമ്മിശ്ര അധികാരഘടനയെ ഓർമിപ്പിക്കുന്നു. മനുഷ്യവിമോചനത്തിന് പിറന്ന ഒരു രാഷ്ട്രീയതത്ത്വശാസ്ത്രം, ദുർഗമമായ ഒരധികാരഭീമാകാരം സിദ്ധിച്ചപ്പോൾ, ഒരു ജനതയേയും ലോകമാകമാനത്തേയും വിഡ്ഢികളാക്കി മാറ്റിയത്, മാനവികവാദിയായ ഓർവെല്ലിനെ, കഥകളിലൂടെ 'അധികാരത്തിന്റെ മിത്ത്' രചിക്കാൻ പ്രേരിപ്പിച്ചു. 1984-ലെ 'വലിയേട്ടൻ', ജോസഫ് സ്റ്റാലിന്റെ സദൃശച്ഛായ പുലർത്തുന്ന കഥാപാത്രമാണ്. മുതലാളിത്ത-സർവ്വാധിപത്യ

രാഷ്ട്രങ്ങളുടെ അധികാരാഹന്തയുടെ ഹാസ്യാനുകരണം ഒ.വി. വിജയന്റെ ധർമപുരാണത്തിൽ കാണാം. മരുഭൂമികൾ ഉണ്ടാകുന്നത് എന്ന കൃതിയിലെ കുന്ദൻ എന്ന കേന്ദ്രകഥാപാത്രത്തിന്റെ ക്രിയാഗതി ഏറെക്കുറെ '1984'ലെ വിൻസ്റ്റൺസ്മിത്തിനെ ഓർമ്മിപ്പിക്കുന്നുണ്ട്.

നിന്ദിതരും നിഷ്കാസിതരും

മൂന്നാം ലോകരാജ്യങ്ങളിൽ, ജനാധിപത്യം അതിന്റെ ജീർണ്ണരീതികളെ പരീക്ഷിച്ചുകൊണ്ടിരിക്കുന്ന കാലമാണിത്. 18,19 നൂറ്റാണ്ടുകളിൽ നിന്ന് വ്യത്യസ്തമായി, സാങ്കേതികോപകരണങ്ങളും ഉല്പാദനരീതിയും ഏറെ പുരോഗമിച്ചു. രാഷ്ട്രങ്ങളുടെ സ്വാതന്ത്ര്യം പലപ്പോഴും അതിർത്തി പ്രശ്നങ്ങൾ സൃഷ്ടിച്ചു. രണ്ടുതരം പീഡിതവർഗം ഇതുകൊണ്ടുണ്ടായിത്തീർന്നു. കലാപങ്ങൾ, പീഡനങ്ങൾ, ജീവനും സ്വത്തിനും മറ്റുതരത്തിലുണ്ടാകുന്ന ഭീഷണി - എന്നിങ്ങനെയുള്ള ഘട്ടങ്ങളിൽ അധികാരികളാൽ കുടിയൊഴിക്കപ്പെടുന്ന 'നിഷ്കാസിത ജനത' (Rejected People) പ്രസ്തുത പ്രദേശത്ത് സുരക്ഷിതരായി ജീവിക്കാനുള്ള അവകാശമുള്ളവരാണിവർ. ന്യായമായും അന്യായമായും അതിർത്തിമുറിച്ച് കടക്കുന്ന ആരാലും സ്വാഗതം ചെയ്യപ്പെടാത്ത അനാവശ്യജനത(Unwanted)യാണ് രണ്ടാമത്തെ കൂട്ടർ.

1947-ലെ വിഭജനകാലത്ത് ഇന്ത്യ, പാക്കിസ്ഥാൻ, ബംഗ്ലാദേശ്, ശ്രീലങ്ക, നേപ്പാൾ തുടങ്ങിയ അതിർത്തികളിൽ, ഇത്തരം അഭയാർഥികളുടെ സംഖ്യ നാൽപ്പത് മില്യനോളമാണ് എന്ന് കണക്കാക്കപ്പെടുന്നു. 1971-72 കാലത്ത് ബംഗ്ലാദേശ് പ്രശ്നത്തിൽ, ഈ സംഖ്യ അതിലും കവിയും. അധികാരവ്യവസ്ഥ ഇത്തരം അഭയാർത്ഥിപ്രശ്നങ്ങളിൽ നേരിട്ടോ അല്ലാതെയോ ഇടപെടും. പരിഹരിക്കാവുന്ന പ്രശ്നത്തെ താല്ക്കാലികമായ ഉത്തരങ്ങൾകൊണ്ട് നേരിടാനാണ് ഭരണകൂടങ്ങൾ ശ്രമിക്കുക. ഒരു പ്രശ്നവും ആത്യന്തികമായി പരിഹരിക്കുക ഉദാരജനാധിപത്യത്തിന്റെ രീതിയല്ല. ചില പ്രശ്നങ്ങളാവട്ടെ, അപരിഹാര്യമായ നിലയിൽ അന്താരാഷ്ട്രബന്ധങ്ങളുടെ ഊരാക്കുടുക്കിലുമാകും.

അതിർത്തിപ്രശ്നങ്ങൾ, പലപ്പോഴും സാമ്രാജ്യത്വശക്തികളുടെ ഇടപെടൽമൂലം അപരിഹാര്യമായി തുടരുക സാധാരണമാണ്. ഇസ്രയേൽ -അറബ് പ്രശ്നത്തിനു പിന്നിൽ അമേരിക്കയുടെ പങ്കും, ഇന്ത്യ-പാക്കിസ്ഥാൻ തർക്കത്തിനുപിന്നിൽ പങ്കും മുമ്പേ വിലയിരുത്തപ്പെട്ടതാണ്. ഇന്ത്യാ-ചീനാ തർക്കത്തിൽ കോൺഗ്രസ്സിനകത്തെ സുശക്തമായ അമേരിക്കൻ ലോബിക്ക് വൃദ്ധനായ നെഹ്റു കീഴടങ്ങുന്നതിന്റെ ചരിത്രം ചർച്ച ചെയ്യപ്പെട്ടിട്ടുണ്ട് (സന്ദേഹിയുടെ സംവാദം)

ഇന്ത്യക്ക്, അക്സായിച്ചെനിൽ നേരിട്ട നഷ്ടം നികത്തിത്തരാൻ നേഫയിൽ ചു-എൻ-ലായ് തയ്യാറായപ്പോഴും ജനവാസമില്ലാത്ത ഈ പ്രദേശത്തെ ലാക്കാക്കി യുദ്ധം ചെയ്യേണ്ടിവന്ന നിസ്സഹായാവസ്ഥ ഇന്ത്യക്കുണ്ടായി. ഈ 'നേഫ'യിൽനിന്നാണ് ആനന്ദ് എന്ന എഞ്ചിനീയർക്ക്

ഓടിപ്പോരേണ്ടിവന്നത്. അഭയാർത്ഥി പ്രവാഹത്തിന്റെ ദീനയാഥാർത്ഥ്യം ആനന്ദിന്റെ മികച്ച രചനകൾക്ക് പ്രേരണയാവുകയും ചെയ്തു.

ഫാസിസവും സർവാധിപത്യവും

ഈ നൂറ്റാണ്ടിലെ പൗരസമുദായത്തെ വിപരീതമായി ബാധിച്ച സ്വേച്ഛാധിപത്യരീതികളായിരുന്നു ഹിറ്റ്ലറുടെയും സ്റ്റാലിന്റേതും. നാഷണൽ സോഷ്യലിസ്റ്റ് പാർട്ടി ഒരു ദേശീയ നവോത്ഥാനപ്രസ്ഥാനമായാണ് ആരംഭിച്ചതെങ്കിലും ഹിറ്റ്ലർ അധികാരത്തിൽ വന്നതോടെ ചിത്രം ബീഭത്സമായി. പ്രക്ഷോഭവാസനയെ കെടുത്തി പീഢനമുറകളിലൂടെ പരമാവധി സഹിക്കാനുള്ള ശക്തി പൗരന്മാരിൽ ഉണ്ടാക്കിയെടുക്കുക എന്ന ഗീബൽസിന്റെ തത്ത്വശാസ്ത്രം അതിന്റെ ആധാരമായി വർത്തിച്ചു. സഹനത്തിന്റെ 'മെൽറ്റിംഗ് പോയന്റി'ലാണ് ഒരാൾ വിപ്ലവത്തിന് മുതിരുക' എന്ന ആനന്ദിന്റെ ആശയത്തെ മറികടക്കുന്ന ചിന്തയാണിത്. ഗിബൽസിന്റെ, മൈക്കേൽ എന്ന കൃതിയിലെ നായകന്റെ ഇംഗിതം തദനുസാരിയാണ്. 'പൗരന്മാർ വെറും കല്ലുകളാണ്. ലീഡർ ശില്പിയുമാണ്. ശില്പിക്ക് ശിലയെന്നപോലെ വഴങ്ങേണ്ടവരാണ് പൗരന്മാർ' എന്നതത്രേ അത്.

പ്രധാനപ്പെട്ട രണ്ട് മാർഗങ്ങളുപയോഗിച്ചാണ് ഹിറ്റ്ലർ തന്റെ നാസി ജർമനി സൃഷ്ടിച്ചത്. ഒന്ന് - അധികാരം ഒരു ദിവ്യാവകാശ (Divine Right) മാണ് എന്ന് പ്രചരിപ്പിച്ചു. മധ്യനൂറ്റാണ്ടുകളെ 'ഞാനാണ് സ്റ്റേറ്റ്' എന്ന പരമാധികാര രാജവാദത്തെ മാസ്മരികമായ ആശയങ്ങളുപയോഗിച്ചു, ആധുനിക ടെക്നോളജിയുടേയും ആയുധങ്ങളുടേയും ശക്തിപ്രയോഗിച്ചും പുനഃപ്രതിഷ്ഠിച്ചു. ഡാർവിന്റെ പരിണാമവാദം അംഗീകരിക്കുകയും തന്റെ 'വംശപരിശുദ്ധിവാദ'ത്തിന്റെ പ്രചരണത്തിന് അതിനെ പ്രയോജനപ്പെടുത്തുകയും ചെയ്തു. അവസാനം ഒരു 'സമൂല അവസരവാദ'(Radical Opportunism)ത്തിന്റെ ഫാഷിസ്റ്റ് തത്ത്വശാസ്ത്രമായി നാസിസം പരിണമിച്ചു. ജനാധിപത്യമൂല്യങ്ങളെ, മനുഷ്യനോടൊപ്പം ഗ്യാസ്ചേംബറിന്റെ ഇരുണ്ട ഗുഹയിലേക്ക് തള്ളി.

സർഗാത്മകവിപ്ലവത്തിലൂടെ സംഭവിക്കുന്ന 'ബോധപൂർവമായ പരിണാമ'മാണ് സംസ്കാരം എന്ന് ആനന്ദ് വിശ്വസിക്കുന്നു. ആത്മീയപ്രധാനമായ റൊമാന്റിസിസത്തിനും ഭൗതികപ്രധാനമായ ഡിറ്റർമിനിസത്തിനുമിടയ്ക്കത്രെ അതിന്റെ സ്ഥാനം. ചരിത്രത്തിൽ, ദേശീയ-വർഗ പ്രസ്ഥാനങ്ങൾക്ക് സംഭവിച്ച പലായനരൂപങ്ങളുടെ കടുത്ത രണ്ടുദാഹരണങ്ങളാണ് നാസിസവും സ്റ്റാലിന്റെ ഡിറ്റർമിനിസവും.

മാർക്സിന്റെ വൈരുദ്ധ്യാധിഷ്ഠിതഭൗതികവാദം അതിന്റെ പ്രയോക്താക്കളുടെ കൈകളിൽ കേവലം ഡിറ്റർമിനിസമായി പതിക്കുകയാണുണ്ടായത്. ചരിത്രത്തിന്റെ ചലനത്തെ ഓരോ വ്യവസ്ഥിതിയിലും നിലവിൽവന്ന വ്യത്യസ്ത വർഗങ്ങൾ തമ്മിലുള്ള ഏറ്റുമുട്ടലിലൂടെ മാത്രം

രൂപപ്പെടുന്ന ഒന്നായി ചുരുക്കി എന്നാണ് ആനന്ദിന്റെ പ്രധാന വിമർശനം. യാന്ത്രികഭൗതികവാദത്തെ പുരോഗമിപ്പിക്കുവാൻ മാത്രമേ ഇതിനായുള്ളൂ. 'ചരിത്രപാക'ത്തിന് കാത്തുനില്ക്കാതെ ലെനിൻപോലും വിപ്ലവത്തിന്റെ ആദ്യകാഹളം മുഴക്കിയത്, 'സൈനികരേ' (soldiers) എന്ന് അഭിസംബോധന ചെയ്തുകൊണ്ടായിരുന്നുവെന്ന് ജോൺ റീഡിനെ ഉദ്ധരിച്ച് ആനന്ദ് സ്ഥിരീകരിക്കുന്നു (ജൈവമനുഷ്യൻ). ഭൗതികവാദത്തിന്റെ സർഗാത്മക രൂപത്തെ ഉപേക്ഷിച്ച് യാന്ത്രികമായ യുദ്ധ (സൈനിക) രൂപത്തെ അത് സ്വീകരിച്ചു. മാർക്സിറ്റ്-ലെനിനിസ്റ്റ്-മാവോയിസ്റ്റ് തീവ്രവാദങ്ങളും പിൽക്കാലത്ത് ഋണബദ്ധമായ ഡിറ്റർമിനിസത്തിന്റെ പലായനമാർഗങ്ങളെയാണ് സ്വീകരിച്ചത്. 'വിപ്ലവങ്ങൾ ഊർജം സ്വയം ഉത്പ്പാദിപ്പിക്കുന്നു. യുദ്ധത്തിന് അതിന്റേതായ ഊർജമില്ല. അത് പുറത്ത് നിന്ന് സമ്പാദിക്കുന്നു' എന്നതാണ് മേൽവാദത്തിന് ആനന്ദ് കണ്ടെത്തുന്ന ഉത്തരം.

ലെനിന്റെ കാലത്തുതന്നെ, ആഭ്യന്തരവിപ്ലവങ്ങളെ അമർച്ച ചെയ്യുന്നതിന് നല്ലൊരു ശതമാനം മൂലധനവും മെഷിനറിയും സ്ട്രാറ്റജിയും പ്രയോഗിക്കേണ്ടിവന്നു. വിപ്ലവത്തിന്റെ സർവ്വതോന്മുഖമായ സർഗാത്മകത സൈദ്ധാന്തികമാർക്സിസം കൊണ്ട് നേടാനാകാതെ വന്നു. പകരം കിട്ടിയതാകട്ടെ സ്റ്റാലിന്റെ സ്വേച്ഛാസർവ്വാധിപത്യ മാതൃകയാണ്. പടയാളി വിപ്ലവകാരിക്കുമേൽ അധികാരം നേടി. ഒരു ജനത ഒന്നടങ്കം ഭീതിയുടേയും ആശങ്കയുടേയും നടുവിൽ അഭയാർഥികളായി പരിണമിച്ചു.

യുദ്ധാനന്തര ഉദാരജനാധിപത്യമാകട്ടെ അധികാരത്തെ വിഷം പുരട്ടിയാണ് പ്രയോഗിച്ചുപോന്നത്. ബാഹ്യമായ അതിന്റെ രൂപം സുന്ദരമാണ്. അധികാരത്തിന്റെ ശ്രേണിയും സംസ്കാരത്തിന്റെ ശ്രേണിയും തമ്മിലുള്ള വൈരുദ്ധ്യം ബാഹ്യമായി പരിഹരിച്ചും ആന്തരികമായ അവയ്ക്കിടയിലെ വിടവുകൂട്ടിയും ഉള്ളിൽ നിന്നുമുദ്ഭവിക്കുന്ന അധികാരരൂപമായി അത് നിലകൊണ്ടു. അധികാരത്തിന്റെ പാർശ്വസത്തകൾ മാത്രം അത് പ്രദർശിപ്പിച്ചു.

പിന്നിൽ മറഞ്ഞുനില്ക്കുന്ന അധികാരത്തിന്റെ വിശ്വരൂപം നേരിട്ട് അനുഭവപ്പെടുന്നില്ല. രംഭാഗഢ് സുരക്ഷാപദ്ധതിയെച്ചുറ്റിപ്പറ്റി നിൽക്കുന്ന അധികാരത്തിന്റെ പാർശ്വസത്തകളും ആർക്കും പിടികൊടുക്കാതെ മറഞ്ഞുനില്ക്കുന്ന 'സർക്കാർ' എന്ന സ്ഥാപനവും ഉദാരജനാധിപത്യത്തിന്റെ അധികാരസ്വരൂപമായി ആനന്ദിന്റെ മരുഭൂമികൾ ഉണ്ടാകുന്നത് എന്ന കൃതിയിൽ പ്രത്യക്ഷപ്പെടുന്നുണ്ട്.

ഗുഹകളും കോട്ടകളും

ചരിത്രം തിരശ്ചീനഗതി കൊള്ളുന്നത് അതിനകത്തെ മിത്തിനെ പ്രത്യുല്പാദിപ്പിച്ചെടുക്കുമ്പോഴാണ്. പ്രത്യുല്പാദനപരമല്ലാത്ത മിത്തും ചരിത്രവുംകൊണ്ട് കാലത്തിന്റെ ജൈവഗതിയെ അളക്കാൻ പ്രയാസമാണ്. ആനന്ദിന് കലാരചനയ്ക്കുള്ള പ്രധാന അസംസ്കൃതവസ്തു ചരിത്രമാണ്. മത-സംസ്കാര ചരിത്രങ്ങൾ, കോട്ടകൾ, ശവകുടീരങ്ങൾ,

പടയോട്ടങ്ങൾ, ആചാരങ്ങൾ എന്നിവ ആനന്ദിന്റെ കലാനിർമ്മാണത്തിൽ പ്രത്യക്ഷപ്പെട്ടുകൊണ്ടേയിരിക്കുന്നു. കലാകാരനിലെ ഗുഹാമനസ്സിന്റെ ഉണർച്ചകൂടി സംവേദ്യമായിത്തീരുന്നു.

ആനന്ദിന്റെ ചരിത്രദർശനത്തെ ഏറെക്കുറെ പ്രകടിപ്പിക്കുന്ന കൃതിയാണ് അഭയാർഥികൾ. ബഹുസ്വരാത്മകമായ ആൾക്കൂട്ടത്തിന് ഒരു പിന്തുടർച്ചയല്ല, കലാകാരന്റെ ഇടപെടൽ അത്യന്തം ഉൾക്കൊള്ളുന്ന ഈ കൃതി. വിവിധ സാഹിത്യരൂപങ്ങൾ ഈ കൃതിയിൽ ആനന്ദ് പരീക്ഷിക്കുന്നുണ്ടെങ്കിലും ഒരു ഡിഡാക്റ്റിക് രചനയുടെ സ്വഭാവമാണ് ഇതിനുള്ളത്.

ഓരോ സംസ്കാരത്തിന്റെയും നൈസർഗ്ഗികഗതിയെ പ്രതിരോധിക്കുന്ന ഒരു വൈകല്യവും സംസ്കാരത്തിന്റെ സ്വയംകൃതനാശവും ആനന്ദിന്റെ ഇഷ്ടവിഷയങ്ങളാണ്. ഒന്നും രണ്ടും മൂന്നും സംസ്കാരങ്ങളുടെ ദിശകളെ ആനന്ദ് നോക്കികാണുന്നത് ഈ ദർശനത്തിന്റെ കണ്ണാടിയിലൂടെയാണ്. ഈ നാശപ്പാടുകൾ, പ്രസ്തുത സംസ്കാരങ്ങൾ പ്രകടിപ്പിക്കുന്ന കലയിലും വാസ്തുവിദ്യയിലും മറഞ്ഞുകിടക്കുന്നുണ്ട്.

ജൈന–ബൗദ്ധ മതങ്ങളടക്കമുള്ള മതനാഗരികതകൾ അവയുടെ ഒരു പ്രത്യേക ബിന്ദുവിൽവെച്ച്, സാംസ്കാരികമായ മടക്കമാരംഭിക്കുന്നു. ബുദ്ധമതവും പാഗൻഹൈന്ദവമതവും താന്ത്രികമതപരിണാമത്തിലേക്ക് കുതിക്കുന്നത് ആനന്ദ് നിരീക്ഷിക്കുന്നുണ്ട്. ഈ ചരിത്രവിപര്യയം അവ പിന്നിട്ടുപോയ വാസ്തുകലയിൽ പ്രകടമായി കാണാം. ഗുഹകളും കോട്ടകളും ചരിത്രത്തിലെ രണ്ടർത്ഥങ്ങളെ തേടുന്നു. മധ്യകാല സംസ്കാരത്തിലാണ് ഗുഹകൾ കോട്ടകൾക്ക് വഴിമാറിക്കൊടുക്കുന്നത്. കുറേക്കൂടി സങ്കീർണമാക്കപ്പെട്ട മനുഷ്യജീവിതത്തിന്റെ ഭൗതികമാനം കോട്ടകളുടെ പ്രത്യയശാസ്ത്രത്തിനുണ്ട്. അതുകൊണ്ടുദ്ദേശിക്കപ്പെടുന്ന പ്രയോജനവും ഏറെ സങ്കീർണമാണ്.

'ഗുഹകൾ പണിതവരുടെ ഏകാന്തത അവരെ പരിചിതമായ പാതയിൽനിന്നും മാറി ചലിക്കാനും വിദൂരവും വിഷമം നിറഞ്ഞതുമായ ഇടങ്ങളിൽ എത്തിപ്പെടാനും പ്രേരിപ്പിച്ചു. വ്യക്തിപരമായ തങ്ങളുടെ അസ്തിത്വം സഹജീവികളിലേക്കും പ്രകൃതിയിലേക്കും പകർന്ന് ഇല്ലാതായി. കോട്ടകൾ പണിതവരാകട്ടെ, ഭയത്താൽ ആവേശിക്കപ്പെട്ട് അവർ കുഴിച്ച കിടങ്ങുകൾക്കും ഉയർത്തിയ മതിലുകൾക്കും നിർമിച്ച കവചങ്ങൾക്കും പിന്നിൽ ഒളിച്ചു' (ജൈവമനുഷ്യൻ). സ്വാതന്ത്ര്യത്തിലേക്ക് ബോധത്തെ പ്രസാരണം ചെയ്യുന്നതിലാണ് ആനന്ദ് ഗുഹയും കോട്ടയും തമ്മിലുള്ള അന്തരം കണ്ടെത്തുന്നത്, ഒപ്പം അധികാരത്തിന്റെ ചിഹ്നവ്യവസ്ഥാമാറ്റം സൂചിപ്പിക്കാനും.

ഗുഹകൾക്ക് പ്രാധാന്യമുള്ള പാഗൻ മതസംസ്കാരകാലത്ത് സ്വാതന്ത്ര്യത്തിൽനിന്ന് അധികാരത്തെ വേർതിരിച്ച് കണ്ടിരുന്നില്ല. സർവതന്ത്ര വ്യക്തി സ്വാതന്ത്ര്യമായിരുന്നു അത്. അവരനുഭവിച്ച 'ഏകാന്തത'യുടെ

സ്വച്ഛത വെളിപ്പെടുത്തുന്നത് മറ്റൊന്നല്ല. മധ്യസംസ്കാരഘട്ടത്തിൽ, അധികാരത്തെ സ്വാതന്ത്ര്യത്തിൽ നിന്നു വ്യാവർത്തിപ്പിച്ച് അതിനെ ബോധപൂർവമായ കൂട്ടായ്മയായിക്കാണുന്നു. ഗ്രാമവും നഗരവും രാജാവും പൗരന്മാരും വേട്ടക്കാരനും ഇരയും എന്നിങ്ങനെയുള്ള വിരുദ്ധ ദ്വന്ദ്വങ്ങളിലൂടെ അധികാരം സ്വാതന്ത്ര്യമെന്ന സങ്കല്പത്തെത്തന്നെ മിഥ്യയാക്കിത്തീർത്തു. സ്വാതന്ത്ര്യത്തിനേറ്റ ന്യൂനീകരണം, മനുഷ്യസത്തയുടെ ചലനാത്മകതയേയും ന്യൂനീകരിച്ചു. ഗുഹകളിൽനിന്നും ഗുഹകളിലേക്ക് നീങ്ങുന്ന വ്യക്തികളുടെ ജൈവസത്താ വൈവിധ്യം, ആവർത്തന വിരസമായ സാങ്കേതികതയിലേക്കും ശൈലീവിശേഷത്തിലേക്കും പരിണമിച്ചു. ഖജുരാഹോ, കൊണാർക്ക്, താജ്മഹൽ, മയൂരസിംഹാസനം ഇത്യാദി വാസ്തുകലാ മാഹാത്മ്യങ്ങളെ നിരീക്ഷണം ചെയ്ത് ആനന്ദ് കണ്ടുപിടിക്കുന്നത് ഇതാണ്. ഗുഹാവാസികളിലൂടെ ഏകാന്തപ്രകൃതത്തിൽനിന്ന്, അധികാരത്തിലേക്ക് ആരോഹണം ചെയ്യുന്ന കോട്ടവാസികളുടെ ഏകാന്തത ഏറെ വ്യത്യസ്തമത്രെ. സ്വാതന്ത്ര്യത്തോടുള്ള ഭീതിയും അന്യവത്കരണവുമാണ് അവർ പ്രദർശിപ്പിച്ചത്. 'കൊണാർക്കിന്റെ ശരീരം മുഴുവൻ സൃഷ്ടിയുടെ ലഹരി ത്രസിക്കുന്ന ശില്പങ്ങളാണ്. എന്നാൽ, അതിന്റെ ഗർഭഗൃഹം ശൂന്യമായിരിക്കുന്നു (അഭയാർത്ഥികൾ) എന്ന് നിരീക്ഷിക്കപ്പെടുന്നത് സമാനമായ ഒരു സാഹചര്യത്തിലാണ്. ഗുഹയിൽനിന്ന് കോട്ടയിലേക്കും ശില്പങ്ങളിലേക്കും ക്രമേണ അധികാരസ്ഥാപനങ്ങളിലേക്കും രേഖീയമായ ഒരു ചരിത്രഗതിയുണ്ട്.

അധികാരത്തിന്റെ ചരിത്രഗതി പരിശോധിക്കുമ്പോൾ മധ്യകാല സംസ്കാരത്തിന്റെ കാമാതുരമായ ഭോഗലാലസതയെ ആനന്ദ് അവഗണിക്കുന്നതായിത്തോന്നുന്നു. അധികാരത്തിന്റെ വർഗപരമായ ചിഹ്നവ്യവസ്ഥയോടുള്ള അമിതമായ താല്പര്യമാണ് ഇങ്ങനെയൊരു മറവി സൃഷ്ടിക്കുന്നത്. 13-ാം ശതകത്തിൽ, യവനന്മാരുടെമേൽ, നരസിംഹ രാജാവ് നേടിയ വിജയത്തിന്റെ സൂചകമായി നിർമിച്ചതാണ് സൂര്യക്ഷേത്രം. 'അഹന്ത, ആത്മപ്രശംസ, കുലമഹിമ, ആഢംബരത' എന്നിവയെല്ലാം പ്രദർശിപ്പിക്കപ്പെടുന്ന ഒന്നാണത്. പഞ്ചമകാരങ്ങൾ (മാംസം, മദ്യം, മഹിള, മൈഥുനം, മുദ്ര) വാസ്തുകലയിലേക്ക് പരകായപ്രവേശം നടത്തുന്ന കാലവും അതുതന്നെ. ക്ഷത്രിയന്മാർ, വർദ്ധിച്ചുവന്ന ബ്രാഹ്മണസ്വാധീനത്തിന്റെ ഫലമായി, രാജാക്കന്മാർക്കനുകൂലമായി മതചിന്തകളെ വ്യാഖ്യാനിച്ചു. 'മൈഥുനത്തിലൂടെ അനുഭൂതമാകുന്ന ആനന്ദത്തിന്റെ കാലദൈർഘ്യത്തെക്കുറിച്ചുള്ള ചിന്തയിൽനിന്ന് യോഗാനുഷ്ഠാനപരമായ രതിയും താന്ത്രിക വൈദ്യശാസ്ത്രവും വികസിച്ചു.' (പി. സോമൻ, ഇന്ത്യൻ ഫ്യൂഡലിസ്റ്റ് സാഹിത്യം) പുംസ്ത്രീഭോഗം സാധകത്തിന്റെ വരുതിയിൽ വന്നു. ശിവശക്തിസങ്കല്പത്തിന്റെ ദർശനപരതയിലേക്ക് അതുയർത്തപ്പെട്ടു.

അധികാരത്തിന്റെ, ഭാരതീയ തത്ത്വശാസ്ത്രം പരിശോധിക്കുമ്പോൾ അവഗണിക്കപ്പെടുന്ന ജാതിവ്യവസ്ഥ ആനന്ദിന്റെ ചരിത്രദർശനത്തെ

അപൂർണമാക്കുന്നു. അധികാരത്തിന്റെ വംശീയവും ജാതീയവുമായ ചിഹ്ന വ്യവസ്ഥയും പ്രതീകങ്ങളും നഷ്ടമാകുന്നു. സൂക്ഷ്മസ്ഥായികൾ തേടാനാകാത്ത, അധികാരത്തിന്റെ സ്ഥൂലപ്രകൃതിയെക്കുറിച്ചുള്ള ചിന്ത അഭയാർത്ഥികളെ ഏറെക്കുറെ വിരസവും അപൂർണവുമാക്കിയിട്ടുണ്ട്. അധികാരത്തിന്റെ സ്ഥാവരമാർഗത്തിലേക്ക് നയിക്കുന്നത് സൂക്ഷ്മവും ആന്തരികവുമായ ജംഗമപ്രകൃതികളാണല്ലോ.

പ്രജ്ഞയും കരുണയും

ആനന്ദിന്റെ ദർശനം അതിന്റെ സൂക്ഷ്മതലങ്ങളെ തേടുന്നത് പ്രജ്ഞയും കരുണയും എന്ന ബുദ്ധതത്വത്തിലൂന്നിയാണ്. 'ബോധി' യാണ് ഇതിനു കാതൽ. സ്വാതന്ത്ര്യത്തിന് അദ്ദേഹം മൂന്ന് വഴി കണ്ടെത്തുന്നു.

ഒന്ന് : പലായനത്തിന്റേയും മൃത്യുവാഞ്ഛയുടെയും, രണ്ട് : സ്വാർത്ഥത്തിന്റേയും ജീവിതാവേശത്തിന്റേയും, മൂന്ന് : സാർത്ഥകമായ പ്രയോഗത്തിന്റേത്.

സ്വാതന്ത്ര്യത്തിന്റെ സാർത്ഥകപ്രയോഗമാർഗങ്ങളായി പാഗൻ ഹൈന്ദവതയിലെ ഭൃഗുവിന്റേയും നചികേതസിന്റെയും വഴികളെ ആനന്ദ് കാണുന്നു. ബ്രഹ്മജ്ഞാനത്തിന് വേണ്ടി തപസ്സനുഷ്ഠിച്ച്, അന്നമാണ് ബ്രഹ്മം എന്നും പ്രാണനാണ് എന്നും, മനസ്സാണ് എന്നുമുള്ള കഠിനമായ മാർഗങ്ങൾതാണ്ടി ആനന്ദമാണ് ബ്രഹ്മമെന്ന് ഭൃഗു കണ്ടെത്തുകയുണ്ടായി (പ്രജ്ഞയും കരുണയും). 'ധാതുക്കളുടെ അവസ്ഥയിൽനിന്ന് സ്വതന്ത്രനായി, വ്യക്തിത്വംകൊണ്ട് ജ്ഞാനത്തിലൂടെ വീണ്ടും പ്രകൃതിയുമായി ഒന്നിച്ച് ആനന്ദം കൈവരിക്കുന്ന' മാതൃകയാണിത്.

തൈത്തിരീയോപനിഷത്തിൽ വിവരിക്കുന്ന നചികേതസ്സിന്റെ കഥയാണ് മറ്റൊന്ന്. കസ്മൈ മാം ദാസ്യസി?" എന്ന ചോദ്യത്തിന് 'യമന്' എന്ന ഉത്തരം നചികേതസ്സിന്റെ അച്ഛനായ ഉദ്ദാലകന് പിൻവലിക്കാനായില്ല. കഠിനമായ പരീക്ഷണങ്ങളിലൂടെ യമനെ സന്തോഷിപ്പിച്ച നചികേതസ്സിന്, ജീവനോടെ അച്ഛന്റെ അടുത്തേക്കയയ്ക്കണമെന്നും, തന്നിലൂടെ ശ്രൗതസ്മാർത്തകർമം നിലനിൽക്കണമെന്നും, മരണത്തെ ജയിക്കാൻ കഴിയണമെന്നുമുള്ള വരങ്ങൾ നേടിയെടുക്കാൻ കഴിയുന്നു.

പ്രസ്തുത കഥകളിൽ, പ്രജ്ഞയുടെ പ്രയാണം കഠിനമായ ഇച്ഛാശക്തിയായും, വീണ്ടും പ്രകൃതിയിലേക്ക് കാരുണ്യത്തിന്റെ മടങ്ങിവരലായും ആനന്ദ് നിരീക്ഷിക്കുന്നു. ബോധസത്തയെ പരസ്പരസംപ്രേഷിതമായ മോക്ഷത്തിന് ആധാരമാക്കുന്നു എന്നതാണ് ആനന്ദിനെ സംബന്ധിച്ചിടത്തോളം പ്രധാനം. ഈ മാർഗത്തിൽ നിന്നുമുള്ള പലായനമായിട്ടാണ് അദ്വൈതത്തെ അദ്ദേഹം ദർശിക്കുന്നത്. 'ജീവിതത്തോടുള്ള സ്നേഹത്തിൽനിന്നല്ല, അതിനോടുള്ള ഭയത്തിൽനിന്നാണ് അദ്വൈതവാദമുണ്ടാകുന്നത്.' പാഗൻ ഹൈന്ദവത താന്ത്രിക മതരീതിയിലേക്കുള്ള മടക്കമാരംഭിക്കുന്നു.

വേരിൽനിന്ന് കൊമ്പിലേക്കും തിരിച്ചും സംഭവിക്കുന്ന ഊർജത്തിന്റെ സമപ്രവാഹസങ്കല്പമാണ് പ്രജ്ഞയും കരുണയും. 'മനുഷ്യാവസ്ഥയെ നിർവഹിക്കാൻ ശ്രമിക്കുന്ന മീമാംസാപരമായ ഘട്ടവും പരിഹാരം നിർണ യിക്കുന്ന സ്വപ്നഘട്ടവും സമ്മേളിക്കുന്നു, ബുദ്ധമതത്തിലെ തത്ത്വ ചിന്താപരമായ അംശത്തെ പ്രജ്ഞയെന്നും സ്നേഹത്തിലൂടെയും ദയ യിലൂടെയും പ്രകൃതിയിലേക്ക് മടങ്ങിപ്പോവാൻ ആവശ്യപ്പെടുന്ന മറ്റേ യംശത്തെ കരുണയെന്നും വിളിക്കുന്നു. പുഴ കടക്കലും പുഴ കടന്നാൽ തകർക്കപ്പെടുന്ന 'ഇക്കര'യെന്ന ബന്ധവും വീണ്ടും ദയയിലൂടെയും സ്നേഹത്തിലൂടെയുമുള്ള മടങ്ങിപ്പോക്കും, ചാക്രികമായ ബോധസത്ത യുടെ നിലകളെ സ്ഥിരീകരിക്കുന്നു.

ആനന്ദിന്റെ 'അനുപാതവും അനുപാതരാഹിത്യവും' എന്ന സിദ്ധാന്തം പ്രജ്ഞയും കരുണയും എന്ന ആശയത്തെ വിശദീകരി ക്കുകയാണ് ചെയ്യുന്നത്. സീതഭൂമി / മരുഭൂമി, ഉള്ളവർ / ഇല്ലാത്തവർ, രാജാവ് / പ്രജ, ഗുരു / ശിഷ്യൻ എന്നീ ദ്വന്ദ്വങ്ങൾക്കിടയിലെ അനുപാത ത്തിന്റേയും അനുപാത രാഹിത്യത്തിന്റേയും ഇടവേളകളാണ് അധികാരം എന്ന മിത്തിനെ പ്രായോഗികമായി നിർണയിക്കുന്നത് എന്ന് ആനന്ദ് തന്റെ രചനകളിലൂടെ ധ്വനിപ്പിക്കുന്നു. വ്യക്തിയിൽതന്നെ നിലനിൽക്കുന്ന വേട്ടക്കാരും ഇരയും എന്ന സങ്കല്പം അധികാരം തന്നെത്തന്നെ നശിപ്പി ക്കുന്നതിനുദാഹരണമാവും. തങ്ങൾക്കിടയിലെ ഈ ദ്വന്ദ്വസത്വത്തെ കൃത്യമായി തീരുമാനിക്കാനാവാതെയാണ് ജയ്സൽമേറ് കോട്ടയിലെ മഹാരാജാവും അക്രമിയായ നവാബ് മഹ്ബൂബ് ഖാനും യുദ്ധം ചെയ്തു തളരുമ്പോൾ കളിക്കരുക്കളും മദ്യചഷകവുമായി സായാഹ്നസൗഹൃദം പങ്കിടുന്നത്. ഈ കഥയുടെ അന്യാപദേശ ചിത്രം മരുഭൂമികൾ ഉണ്ടാകു ന്നത് എന്ന കൃതിയിലുണ്ട്.

അനുപാതവും അനുപാതരാഹിത്യവും - ഇവയ്ക്കിടയിലുള്ള ദുരന്ത ത്തിന്റെ വിടവ് ചിത്രീകരിക്കുന്നതിന് ഇതിഹാസത്തിൽനിന്ന് ആനന്ദ് കണ്ടുപിടിക്കുന്ന കഥാപാത്രമാണ് രാവണൻ. പത്ത് തലയും, ഇരുപത് കൈകളും എന്നാൽ രണ്ടു കാലുകളും മാത്രമുള്ള രാവണൻ രൂപ ത്തിൽതന്നെ പ്രകടമായ അനുപാതരാഹിത്യം അനുഭവിക്കുന്നു. (അഭ യാർത്ഥികൾ) ഈ അനുപാതരാഹിത്യം തിരിച്ചറിയാതെപോയ ഇതി ഹാസകഥാപാത്രത്തിന്റെ ദുരഹങ്കാരം ഒരു ജനതയ്ക്കുമേൽ സൃഷ്ടിച്ച അനിശ്ചിതത്വവും ദുരന്തവും മറ്റൊരു അനുപാതരാഹിത്യമായി മാറുക യുണ്ടായി. അനുപാതരാഹിത്യങ്ങൾ അഭയാർത്ഥികളെ സൃഷ്ടിക്കുന്ന തെങ്ങനെ എന്ന അന്വേഷണത്തിൽ ഇതിഹാസത്തിൽനിന്ന് ആനന്ദ് കണ്ടെത്തുന്ന ഉദാഹരണമാണ് രാവണൻ.

അധികാരം അനുപാതത്തേയും അനുപാതരാഹിത്യത്തേയും അതിന്റെ താത്പര്യങ്ങളെ സംരക്ഷിക്കാൻവേണ്ടി പ്രയോജനപ്പെടുത്തു മ്പോഴാണ് കോട്ടയും പുറമ്പോക്കുമായി ജനത തരംതിരിക്കപ്പെടുന്നത്.

രാവണന്റെ ഉദാഹരണത്തിൽനിന്ന് ആനന്ദ് നേരെ വന്നെത്തുന്നത്, ഇന്ത്യാ ചരിത്രത്തിലുണ്ടായ ഏറ്റവും വലിയൊരു അനുപാതരാഹിത്യമായ 1971-ലെ അഭയാർത്ഥിപ്രവാഹത്തിന്റെ ദൃശ്യവിന്യാസങ്ങളിലേക്കാണ്. കലാപങ്ങൾക്കും യുദ്ധത്തിന്റെ പോർവിമാനപ്പാച്ചിലുകൾക്കുമിടയിൽ അധികാരവും അതിന്റെ ഇല്ലായ്മയും തമ്മിലുള്ള ഏറ്റുമുട്ടൽ 'എല്ലാറ്റിനുമെല്ലാറ്റിനും അനുപാതങ്ങൾ തെറ്റുന്നു. എല്ലാം കരകവിയുന്നു. ബണ്ടുകൾ, അതിർത്തികൾ, സങ്കല്പങ്ങൾ, ഭാവനകൾ.' ഷാജഹാനും സർമദിനുമിടയിലെ അനുപാതരാഹിത്യം ചരിത്രത്തിന്റെ മറ്റൊരു അധികാരപർവത്തെ ഓർമ്മിപ്പിക്കുന്നു (ഗോവർദ്ധന്റെ യാത്രകൾ). തന്റെ പ്രണയമാർഗത്തിന്റെ പരാജയങ്ങളെച്ചൊല്ലി വൈകിയെങ്കിലും ഏറ്റുപറയുന്ന രാജാവ് അനുപാതത്തിനും അനുപാതരാഹിത്യത്തിനുമിടയിലെ വ്യക്തിദുരന്തം തിരിച്ചറിയുന്നവനാണ്.

പ്രജ്ഞയുടെ ഒരു ബിന്ദുവിൽവെച്ച് മടക്കമാരംഭിക്കുന്ന ബോധസത്ത കരുണയിലെത്താതെ സംഭവിക്കുന്ന പലായനപ്രവണതയോടാണ് ഈ അനുപാതരാഹിത്യത്തിന് സാമ്യം. സീതഭൂമിയും മരുഭൂമിയും തമ്മിലുള്ള അനുപാതരാഹിത്യവും പ്രജ്ഞയുടെ ഒരു ഘട്ടത്തിൽവെച്ച് സംഭവിക്കുന്ന മടക്കമായി ആനന്ദ് ദർശിക്കുന്നുണ്ട്. 'ഭൂമിയിൽനിന്ന് അടർന്നുപോകുന്ന ജലം ഭൂമിയിലേക്കുതന്നെ മടങ്ങിവരുമ്പോഴേ ആ പ്രക്രിയ പൂർത്തിയാവൂ. അത് സംഭവിക്കാത്തതുകൊണ്ട് ഇവിടുത്തെ കാലാവസ്ഥ മുറിഞ്ഞുപോകുന്ന എന്തോ ഒന്നിന്റെ പ്രതീതി'(മരുഭൂമികൾ ഉണ്ടാകുന്നത്)യാണ് അനുഭവിപ്പിക്കുന്നതെന്ന് ഒരിക്കൽ കുന്ദൻ, യോഗേശ്വറിനോട് പറയുന്നുണ്ട്. മരുഭൂമിയിലെന്നപോലെ മനുഷ്യബന്ധങ്ങൾക്കിടയിലെ പ്രജ്ഞയും കരുണയും പൂർത്തിയാക്കപ്പെടാതെ, മുറിഞ്ഞുപോകുന്ന പ്രതീതി ജനിപ്പിക്കുന്ന കാലാവസ്ഥയ്ക്ക് പിന്നിലുള്ള അധികാരശക്തിയെക്കുറിച്ചുള്ള ഓർമിപ്പിക്കലാണ് മരുഭൂമികൾ ഉണ്ടാകുന്നത് എന്ന കൃതിയുടെ പ്രധാനലക്ഷ്യം.

സൗന്ദര്യവും ടെക്നോളജിയും തമ്മുള്ള സർഗാത്മകബന്ധം കണ്ടുപിടിക്കാൻ ശ്രമിക്കുന്ന അഭയാർത്ഥികളിലെ ഗൗതമൻ ഇഷ്ടമുള്ള ആകൃതികളിൽ സൃഷ്ടി നടത്തുന്നതിലൂടെ രണ്ടു കാര്യങ്ങൾ സ്ഥാപിച്ചെടുക്കുന്നുണ്ട്. ഒന്ന് - ആകൃതിയുടെ നിശ്ചലാവസ്ഥ തകർക്കുക, രണ്ട് - ആകൃതി, സ്ഥാവരമാർഗമായി മനുഷ്യേച്ഛയുടെ മേൽ അധികാരം സ്ഥാപിക്കപ്പെടാത്ത നിലയ്ക്ക് നിർമിതിയുടെ ചിലവ് ചുരുക്കുക. ഇങ്ങനെ യന്ത്രം പ്രജ്ഞയും കരുണയും പാലിക്കുകയും അനുപാതരാഹിത്യം തകർക്കപ്പെടുകയും ചെയ്യുന്നു.

പ്രജ്ഞയും കരുണയും തമ്മിലുള്ള പാരസ്പര്യമില്ലായ്മ തന്നെയാണ്, സൗന്ദര്യശക്തിയില്ലാത്ത ടെക്നോളജിയുടെ ആജ്ഞാനുവർത്തിയാക്കി മനുഷ്യനെ മാറ്റുന്നതും. പാരസ്പര്യം അടഞ്ഞുപോകുമ്പോഴാണ് അനുപാതരാഹിത്യത്തിന്റെ മേഖല തുറക്കുന്നത്. അധികാരത്തിന് അതിന്റെ കടന്നുകയറ്റം എളുപ്പമാകുന്നതും അധികാരമാർഗങ്ങൾക്കു

വേണ്ടത് ടെക്നോളജിയുടെ സൗന്ദര്യാത്മകമായ സുസാധ്യതകളല്ല, ആസുരമായ അതിന്റെ ദുസ്സാധ്യതകളാണ്. മരുഭൂമികൾ ഉണ്ടാകുന്നത് എന്ന കൃതിയിൽ, കോട്ടയിലേക്ക് ചുരുങ്ങുന്ന അധികാരവും വലുതാകുന്ന പുറമ്പോക്കും രംഭാഗഢ് സുരക്ഷാപദ്ധതിക്ക് ചുറ്റും വിന്യസിച്ച ടെക്നോളജിയുടെ പശ്ചാത്തലത്തിൽ ഭീകരാകാരം പ്രാപിക്കുന്നത് കാണാം.

നോവലുകളിലെ അധികാരഘടന

നവീന രാഷ്ട്രീയബോധമാണ് ആനന്ദിന്റെ രചനകളെ ഭരിക്കുന്നത്. അധികാരത്തിന്റെ ദായക്രമങ്ങൾ, സ്വാതന്ത്ര്യവും പലായനവും തമ്മിലുള്ള സംഘട്ടനം, യുദ്ധത്തിന് പിന്നിലെ അധികാര രാഷ്ട്രീയം, ശാസ്ത്രവും ടെക്നോളജിയും തമ്മിലുള്ള അവിഹിതവേഴ്ച എന്നിവയാണ് അദ്ദേഹത്തിന്റെ കൃതികളിലെ പ്രതിപാദ്യങ്ങൾ. നോവലിനെക്കുറിച്ചുള്ള സങ്കല്പങ്ങൾ മാറിയ ഒരു കാലഘട്ടമാണിത്. കഥാപാത്രങ്ങളെ അപേക്ഷിച്ച്, ഇതിവൃത്തത്തിന് പ്രാധാന്യം കൈവന്നിരിക്കുന്നു. മനുഷ്യബന്ധങ്ങൾക്കിടയിലെ വൈകാരികധാരയെ പ്രകാശിപ്പിച്ച് വൈചാരികമായ യാഥാർത്ഥ്യബോധത്തെ മറച്ചുവെക്കുന്ന ഇതിവൃത്തശില്പങ്ങളെ ആധുനികർ കൈയൊഴിച്ചു. മനുഷ്യന്റെ സത്താപ്രപഞ്ചത്തെ, പ്രധാന ശില്പത്തിനുള്ളിൽ ഉപശില്പങ്ങൾ സൃഷ്ടിച്ച് പൂർത്തിയാക്കുന്ന രചനാരീതിയാണ് അവർ പിന്തുടരുന്നത്. ജീവചരിത്രം, ഓർമക്കുറിപ്പുകൾ, ക്രോണിക്കിൾസ്, മിത്തുകൾ, കത്തുകൾ, പത്രങ്ങൾ എന്നിങ്ങനെ പലതും പ്രധാനശില്പത്തിനുള്ളിൽ പ്രയോജനപ്പെടുത്തുന്നു. വാമൊഴി -വരമൊഴി സംസ്കാരങ്ങളെ സമ്മിശ്രണം ചെയ്യുന്നു. ഇത്തരം ശില്പം 'പ്രകൃതവും കലാപരവും (Natural/Fictive) എന്ന് വിശേഷിപ്പിക്കപ്പെട്ടിട്ടുണ്ട്. ആപേക്ഷികവും നിരപേക്ഷവുമായ ജീവിതക്രിയകളുടെ ഗതാനുഗതികത്വങ്ങൾ മുഴുവനും പ്രധാനശില്പത്തിനകത്ത് സംവാദവിധേയമാവുന്ന കലാരീതിയാണിത്. പുതിയ അർത്ഥങ്ങൾ ശില്പത്തിനുള്ളിൽ നിന്ന് ഉദ്ഭൂതമായിക്കൊണ്ടേയിരിക്കുന്നു. മലയാളത്തിൽ ഈ രീതി അത്യന്തം പ്രോത്സാഹിപ്പിച്ചവർ കോവിലനും വിജയനും ആനന്ദുമാണ്.

അധികാരത്തിന്റെ മാർഗങ്ങൾ ജനതയുടെ സ്വത്വനഷ്ടത്തെ ത്വരിതപ്പെടുത്തുന്നതെങ്ങനെയെന്ന ഒരന്വേഷണം ആനന്ദിന്റെ കഥകളിലും നോവലുകളിലുമുണ്ട്. 'ജനത' ആൾക്കൂട്ടമായി പരിഗണിക്കുന്നതിന് പിന്നിലെ രാഷ്ട്രീയമിത്ത്' എന്ത് എന്നതാണത്. വറ്റുന്ന പ്രത്യയശാസ്ത്രവീര്യം, കെണികളൊരുക്കുന്ന അധികാരബന്ധങ്ങൾ, തൊഴിൽ-പ്രവൃത്തിമേഖലകളിൽ സ്വത്വബോധത്തെ പ്രതിഷ്ഠിച്ച് സ്വാർത്ഥത്തിന്റെ വ്യാകരണം തേടുന്ന നാഗരികഭാരതീയന്റെ പ്രതികരണരീതി, ശാസ്ത്രീയ-സാങ്കേതികമുന്നേറ്റത്തിൽ പ്രത്യുല്പാദനവ്യവസ്ഥയെ അധികാരം പ്രയോജനപ്പെടുത്തുന്നത് എന്നിവയെ ആൾക്കൂട്ടത്തിൽച്ചെന്ന് കോറിയിടുന്നുണ്ട്. കഥാകാരൻ സ്വാതന്ത്ര്യമന്വേഷിക്കുന്നവന്റെ മേൽവിലാസം

നഷ്ടപ്പെടുത്തുന്ന അധ്യപ്ഷ്യമായ കാണാപ്പുറങ്ങൾ ഒരു ബോധമാന്ദ്യത്തിലേക്ക് നയിക്കുന്നതിന്റെ പ്രതീകങ്ങളായി വേണം പ്രസ്തുത നോവലിലെ മനുഷ്യരെ കാണാൻ. ഇച്ഛാശക്തിയുടെ മൂർത്തരൂപമെന്ന് സ്വയം വിശ്വസിക്കുകയും വിശ്വസിപ്പിക്കുകയും ചെയ്യുന്ന സുന്ദർ, മാറിവരുന്ന തന്റെ ജോലിക്രമത്തിന്റെ ഗോദകൾ സ്വാതന്ത്ര്യത്തിന്റെ സാക്ഷാത്കാരമായി തെറ്റിദ്ധരിക്കുന്നു (ആൾക്കൂട്ടം). തന്റെ സ്വത്വനാശത്തിലേക്കുള്ള മാർഗങ്ങൾ വ്യവച്ഛേദിച്ചറിയാൻ അയാൾക്കാകുന്നില്ല.

'ഇന്ത്യയെന്ന വികാര'ത്തിന്റെ ഒരു നെടുമുറിയായി വേണം ബോംബെ പോലുള്ള കോസ്മോപോളിറ്റൻ നഗരങ്ങളെ കാണാൻ. പല സംസ്കാര മാതൃകകളും വന്നടിഞ്ഞ ഭാരതത്തിന്റെ ഒരു നാഗരികമായ ജൈവക്രമം അവിടെ രൂപപ്പെടുന്നു. കാർഷികവ്യവസ്ഥയിലെന്നപോലെ ചലനാത്മകമല്ല, ഇവിടത്തെ മാനുഷികബന്ധങ്ങൾ. നഗരത്തിന്റെ ഉല്പാദന ക്രമം അത്രമാത്രം പ്രത്യുല്പാദനക്ഷമമല്ല. മിച്ചമൂല്യത്തിലൂടെ അനവരതം ചൂഷണം ചെയ്യപ്പെടുന്നതും ഉരുകാത്ത രാഷ്ട്രീയബന്ധങ്ങൾക്കിടയിൽ സർവതും ശീതീകരിക്കപ്പെട്ട് ബഹുസ്വരത നഷ്ടപ്പെടുന്നതുമായ ആൾക്കൂട്ടമനസ്സ് ആണ് നഗരത്തിന്റെ പ്രത്യേകത. യൂപ്പിസംസ്കാരം (Yuppiesm) നഗരത്തിന് പുറംമോടികൾ വർദ്ധിപ്പിക്കുന്നു. ഇങ്ങനെയൊരു നാഗരികദുർബോധത്തിനിടയിലാണ്, ലോകത്തിന്റെ ചലനത്തിൽ ഇക്കാലമത്രയും താൻ സ്വയമൊരു ഉപകരണമാക്കപ്പെടുകയായിരുന്നോ? എന്ന ചോദ്യം സുന്ദറിൽ നിന്നുയരുന്നത്. നഗരാനുഭവം, മറ്റൊന്നാക്കി മാറ്റിയ അസ്തിത്വവ്യഥയെ കാക്കനാടൻ സാക്ഷിയിലെ നായകനിലൂടെ അവതരിപ്പിക്കാൻ ശ്രമിച്ചിട്ടുണ്ട്. മനുഷ്യബന്ധങ്ങൾക്കിടയിലെ ജൈവ സ്വഭാവത്തെ ഈ വ്യഥ എത്രമാത്രം ദുസ്സഹമാക്കുന്നു എന്നതിന് മികച്ച ഉദാഹരണമാണ് സാക്ഷിയിലെ നാരായണൻകുട്ടി.

സ്വാതന്ത്ര്യം നേടിയിട്ടും, രാഷ്ട്രീയാർത്ഥത്തിൽ സ്വതന്ത്രരാകാതെ ഇടത്തരം വ്യക്തികളുടെ ചിന്തകളാണ് ആൾക്കൂട്ടം, മരണസർട്ടിഫിക്കറ്റ്, അഭയാർത്ഥികൾ തുടങ്ങിയ നോവലുകളിൽ ആനന്ദ് ചിത്രീകരിക്കുന്നത്. 'അഭയാർഥിത്വത്തിലേക്ക് ഒരാൾക്കൂട്ടംപോലെ നീങ്ങിക്കൊണ്ടിരിക്കുന്ന ഒരു ഘോഷയാത്ര' ഐഹികമായൊരു മഹാപ്രസ്ഥാനത്തെ ഓർമിപ്പിക്കുന്നു. ജനതയും ആൾക്കൂട്ടവും - അവയ്ക്കിടയിൽ സംഭവിക്കുന്ന അർത്ഥത്തിന്റെ വിടവ് ഊർപ്പമറ്റുപോകുന്ന ജൈവാംശത്തിന്റേതാണ്. നാല്പതുകളും എഴുപതുകളും നമുക്ക് നൽകിയ ഭാരതസങ്കല്പവും യാഥാർത്ഥ്യവും തമ്മിലുള്ള വിടവ് സ്വാതന്ത്ര്യപൂർവ്വഘട്ടത്തിലെ രാഷ്ട്രീയകാല (Political Time) സങ്കല്പത്തെ മാറ്റിയെഴുതി ആനന്ദ് എന്ന കലാകാരനിലെ രാഷ്ട്രീയവിശ്വാസങ്ങൾക്ക് പരുക്കേല്പിക്കുകയുണ്ടായി ഇവ. 1970-കളിലാണ് ആനന്ദിന്റെ ശ്രദ്ധേയമായ കൃതികളിൽ പലതും രചിക്കപ്പെട്ടത്. അഭയാർത്ഥിപ്രവാഹങ്ങൾ, ഗാന്ധിയൻ മൂല്യങ്ങളുടെ തിരോധാനം, പൊതുജീവിതത്തിൽ നിറയുന്ന കാപട്യം, നക്സലിസത്തിന്

ഭവിച്ച താന്ത്രികവും അനുഷ്ഠാനപരവുമായ പരിണാമം, യുദ്ധം, വെള്ള പ്പൊക്കം എന്നുവേണ്ട എല്ലാം ആനന്ദിലെ കലാകാരന്റെ നിലപാടുതന്നെ മാറ്റിപ്പണിതു.

ഉത്തരായണത്തിലെ ഉപഭോഗാശ്രിതമായ 'സോഫ്റ്റ് ലൈഫി'ന്റെ തന്ത്രപരമായ വീര്യം മരണസർട്ടിഫിക്കറ്റിൽ അസ്തിത്വപ്രധാനമായ വ്യക്തിവിഹ്വലതകളായി പരിണമിക്കുന്നത് ഇതിനുദാഹരണമാണ്. സെയിൽസ്മാൻ, ഭാര്യ, സുഹൃത്ത്, കെമിസ്റ്റ്, ലൈബ്രേറിയൻ, കമ്മ്യൂ ണിസ്റ്റുകാരൻ, ക്രിമേറ്ററി ക്ലാർക്ക് തുടങ്ങിയവർ. 'പ്രവൃത്തിനാമ'ത്തിന്റെ മേൽവിലാസത്തിൽമാത്രം അസ്തിത്വമുള്ളവരായിത്തീരുന്നത് എന്തു കൊണ്ട്? ഇടത്തരക്കാരുടെ സമൂഹത്തിൽനിന്ന് കഥാകാരൻ കണ്ടു പിടിച്ച പ്രത്യേക പ്രതിനിധികളാണവർ. ഉദ്ഗ്രഥികമായ സാമൂഹികസത്ത യെക്കുറിച്ചുള്ള വിശ്വാസം തകരുന്ന നാഗരികതയുടെ സൂചകങ്ങൾ. ഇത്തരമൊരു വിശ്വാസരാഹിത്യത്തിലാണ്, സുഹൃത്തിന്റെ മരണസർട്ടി ഫിക്കറ്റ് അന്വേഷിക്കുന്ന ക്രിയ അപ്രതിബദ്ധമായ ഒരു രാഷ്ട്രീയ പ്രവർത്തനമായി മാറുന്നത്. ഏത് പ്രത്യാഘാതങ്ങൾക്കിടയിലും അയാൾ ശ്രമമുപേക്ഷിക്കുന്നില്ല. കാരണം, ഈ ഒരേയൊരു പ്രവൃത്തിയിലൂടെ, ഏതാനും പേരുമായുള്ള ബന്ധം നിലനിർത്തുക തന്റെ സാമൂഹികാസ്തി ത്വമായി അയാൾക്കനുഭവപ്പെടുന്നു. ഇങ്ങനെ നിർമിക്കപ്പെടുന്ന കഥാപാത്ര ബന്ധമാണ് നോവലിന്റെ ഇതിവൃത്തവും. ശ്മശാനം ഭരിക്കുന്ന ക്രിമേ റ്ററി ക്ലാർക്കിന്റെ അധികാരം ജനിതകം നശിച്ച ആൾക്കൂട്ടത്തിന് നേരെ ഒരു പ്രതിയോഗിയുടെ നിലയെ ഓർമിപ്പിക്കുന്നു. ആധുനിക മനുഷ്യന്റെ നിസ്സഹായമായ ഭീതിയാണ് മരണസർട്ടിഫിക്കറ്റ് പ്രദർശിപ്പിക്കുന്നത്. ആധുനിക മനുഷ്യനെ മരണവും അതിന്റെ സഹനവും ആവേശിക്കു ന്നത് കേവലം തത്ത്വചിന്തകളിൽനിന്നല്ല, മനുഷ്യന്റെ കൂട്ടായ്മക്കുവേണ്ട പ്രത്യാശയിൽനിന്നാണ് എന്ന് എറിക്ഫ്രോമിനെപ്പോലുള്ള സാമൂഹ്യ മനഃ ശാസ്ത്രജ്ഞർ സൂചിപ്പിച്ചിട്ടുണ്ട്. അഭയാർത്ഥിത്വഘട്ടത്തിൽ, ആധുനിക മനുഷ്യൻ പിടിച്ചുനിൽക്കുന്നത് മരണത്തെക്കൂടി രാഷ്ട്രീയായുധമാക്കി ക്കൊണ്ടാണ്. കാഫ്കയുടെ ഭീതിദായകമായ കലാപ്രവൃത്തിയോട് അതി നാൽ ആനന്ദിന്റെ കലയ്ക്ക് സാഹോദര്യമുണ്ട്.

സ്വാതന്ത്ര്യവും പലായനവും തമ്മിലുള്ള സംഘർഷമാണ് അഭ യാർത്ഥികളിലെ പ്രധാന പ്രമേയം. 'ബോധപൂർവമായ മാനുഷിക പ്രവർത്തനത്തെയാണ് സ്വാതന്ത്ര്യത്തിന്റെ നൈസർഗികാവസ്ഥയായി ആനന്ദ് നിരീക്ഷിച്ചിട്ടുള്ളത്. അത് സ്വച്ഛമായ ഒരു അനുഭവമായി മാറുകയും വേണം. എന്നാൽ, മനുഷ്യചരിത്രം പരിശോധിക്കുമ്പോൾ, മനുഷ്യപ്രയത്നത്തിന്റെ നൈസർഗ്ഗികാവസ്ഥയും മുന്നേറ്റത്തിന്റെ ഒരു സുപ്രധാനബിന്ദുവിൽവെച്ച് മടക്കമാരംഭിക്കുകയോ, മറ്റു പലായന പ്രവേഗങ്ങളായിത്തീരുകയോ ചെയ്യുന്നതായിക്കാണാം. മനുഷ്യന്റെ ഇത്തരം ഏകാന്തപ്രകൃതിയെ സാർത്രെയുടെ ഈച്ചകൾ (flies) എന്ന

നാടകത്തിലെ ഒറസ്തസ് എന്ന കഥാപാത്രത്തെ മുൻനിർത്തി ആനന്ദ് നിരീക്ഷിക്കുന്നുണ്ട്. ഒറസ്തസിന്റെ, സിയൂസിനോടുള്ള സമരമാർഗത്തിൽ അളവില്ലാത്ത ഇച്ഛാശക്തി പ്രകടിപ്പിക്കപ്പെടുന്നു. എന്നാൽ അത് മാത്ര മല്ല, സിയൂസും സ്വാതന്ത്ര്യത്തിന്റെ ഏകാകിയതയനുഭവിക്കാൻ വിധി ക്കപ്പെട്ടവനാണ് എന്ന ഒറസ്തസിന്റെ ചിന്ത പ്രവൃത്തിയോ സ്വാത ന്ത്ര്യമോ വലുത് എന്ന പ്രശ്നത്തിലൂന്നുന്നു. 'പ്രവൃത്തിയിലൂടെ സ്വതന്ത്രനാവാൻ കഴിയില്ല. സ്വതന്ത്രനായവനേ പ്രവർത്തിക്കാൻ കഴിയൂ' എന്ന് അഭയാർത്ഥികളിലെ കഥാപാത്രം ചിന്തിക്കുന്നു. ഈയവസ്ഥയിൽ പ്രവൃത്തിയിലൂടെ ഇച്ഛാശക്തി പ്രകടിപ്പിക്കുകയെന്ന ലക്ഷ്യം സ്വാതന്ത്ര്യ ത്തിൽനിന്നും ഏറെ അകലത്തിലാണ്. പതനത്തേയും പലായനത്തേയും കുറിക്കുന്ന ആദമിന്റെ ആദിരൂപം പേറുന്ന ആധുനികമനുഷ്യന്റെ അഭയാർത്ഥിത്വം സ്ഥിരീകരിക്കപ്പെടുന്നു.

ഇച്ഛാശക്തി ശീതീകരിക്കപ്പെടുന്ന പലായനരീതിയാണ് മനുഷ്യന് ഏറെ സുഖം നല്കുന്നത്. നാലാമത്തെ പുരുഷാർത്ഥം അങ്ങനെയുള്ള ഒന്നാണ്. ഇതിഹാസത്തിലെ 'മോക്ഷപ്രദായിനിയായ ഗംഗ' എന്ന സങ്കല്പം പഴയ മനുഷ്യന് അത്തരത്തിലുള്ള ഒരു കൈവല്യം നൽകി. ഇത്തരമൊരു ഗംഗ അഭയാർത്ഥികളുടെ അന്തരീക്ഷസൃഷ്ടിയിൽ കാണാൻ കഴിയില്ല. പുതിയ ഗംഗ മരിച്ച പിതൃക്കളിലേക്കല്ല, ജീവിച്ചിരി ക്കുന്ന മനുഷ്യരിലേക്കാണ് ഒഴുകേണ്ടതെന്ന് സുമനും ഗംഗയെത്തന്നെ മാറ്റിയൊഴുക്കണമെന്ന് മഹേഷും ഒരു ഗംഗയ്ക്കും മുക്തി നൽകാനാവി ല്ലെന്നും അത് സ്വയം കണ്ടുപിടിക്കണമെന്നും ഗൗതമനും വിശ്വസി ക്കുന്നു. അഭയാർത്ഥികൾ ഗംഗ എന്ന പ്രാഗ്സ്മൃതിയെ നവരാഷ്ട്രീയ ബോധത്തോടെ മാറ്റിപ്പണിയാനുള്ള കഥാകാരന്റെ ഇച്ഛയുടെ സ്ഫുര ണമാണിത്. തങ്ങളുടെ പ്രവൃത്തിമേഖലകളിൽ എത്ര ഇച്ഛാശക്തിയോടെ മുന്നേറുന്നുവെങ്കിലും ഒറസ്തസിനെന്നപോലെ സ്വാതന്ത്ര്യത്തിന്റെ അഭാവത്തിൽ, ഒരു സുപ്രധാന ബിന്ദുവിൽവെച്ച് ഇവർക്കൊക്കെ പലാ യനത്തിന് അടിമപ്പെടേണ്ടിവരുന്നു.

1975-ലാണ് അഭയാർത്ഥികൾ രചിക്കുന്നത്. 1971-ലെ ബംഗ്ലാദേശ് അഭ യാർത്ഥി പ്രശ്നം ആനന്ദ് എന്ന മനുഷ്യനെ ഉലച്ചുകളഞ്ഞു. ഒറ്റപ്പെട്ട പലായനത്തേക്കാൾ, രാഷ്ട്രീയപ്രേരിതമായ, മനുഷ്യരുടെ കൂട്ടപ്പലായനം ഏറെ പൊള്ളിക്കുന്നതായിരുന്നു. ഇച്ഛാശക്തിയുടെ ഒരു മുഹൂർത്ത ത്തിൽവെച്ചുള്ള പിൻവലിയലല്ല, വ്യക്തിയിലെ ഇച്ഛാശക്തി, നിർഗമമാർഗ മെല്ലാം അടഞ്ഞരീതിയിൽ സമൂഹത്തിന്റെ ജൈവഘടനയെത്തന്നെ താളം മറിക്കുന്നതായി ആനന്ദ് കണ്ടെത്തി. പിന്നിൽ മറഞ്ഞുനിൽക്കുന്ന അധികാരത്തിന്റെ രൂപം അത്രയധികം ശക്തമായിരുന്നു. അധികാരം അസംസ്കൃതമായ ഊടും പാവും കൂട്ടിയോജിപ്പിക്കുന്ന മാർഗം വിചിത്ര മാണ്. പച്ചയും ചെമപ്പും മാത്രമായ നൂലുകൾ അതിന്റെ ഉല്പാദന വിതാനത്തിൽവെച്ച് നൂലുകൾ പോലുമറിയാതെ പുലിയോ സിംഹമോ

ഒക്കെയായി രൂപം പ്രാപിക്കുന്നു. 'സ്വാതന്ത്ര്യമെന്തെന്ന് അറിഞ്ഞു തുടങ്ങുമ്പോഴേക്കും അത് അധികാരഘടനയുടെ കണ്ണിയുറപ്പിക്കാനുള്ള രക്തബലിയായി മാറുന്നു. കൂട്ട അഭയാർത്ഥിത്വത്തിന്റെ കഥയും മറ്റൊന്നല്ല. ഒരു ജനാധിപത്യപ്രക്രിയ ഏതേത് വിതാനങ്ങളിൽവെച്ചാണ് അധികാരത്തിന്റെ അലറുന്ന രൂപമായി പരിണമിക്കുക എന്ന് പറയുക വയ്യ.

കൊളോണിയൽ അധികാരവ്യവസ്ഥയിൽ, ബാഹ്യമായ ഒരാക്രമണവും അധികാരത്തിന്റെ നിരപേക്ഷമായ പിടിച്ചുപറ്റലുമായിരുന്നു സംഭവിച്ചത്. യുദ്ധാനന്തര ഉദാര ജനാധിപത്യമാതൃകയിലാവട്ടെ, 'വ്യവസ്ഥയുടെ ഉള്ളിൽനിന്നുതന്നെ സംഭവിക്കുകയും പരിണാമംകൊള്ളുകയും ചെയ്യുന്ന അധികാരത്തിന്റെ രൂപത്തെ മിഷേൽ ഫുക്കോ വിഭാവനം ചെയ്യുന്നു. വിഘടിതവും വികേന്ദ്രീകൃതവുമായ സൂചകങ്ങളും ചിഹ്നവ്യവസ്ഥയും അധികാരത്തിന്റെ കേന്ദ്രതലത്തെ അതിലംഘിച്ചുകൊണ്ടാണ് ഇങ്ങനെ സംഭവിക്കുന്നത്. ഒറ്റക്കൊറ്റയ്ക്ക് പലായനമാർഗത്തിലേക്ക് ചരിക്കുന്ന വ്യക്തികളുടെ ഒരു കൂട്ടത്തെ സൃഷ്ടിച്ച്, സമൂഹത്തിൽ ആൾക്കൂട്ടമെന്ന വലിയ അഭയാർത്ഥിമേഖല നിർമിക്കുന്നു.

അഭയാർത്ഥികളിലെ ഊടും പാവും എന്ന സങ്കല്പത്തെ കേന്ദ്രീകൃത അധികാരവ്യവസ്ഥയിലൂന്നിയ ചിഹ്നവ്യവസ്ഥയിലേക്ക് വളർത്തിയെടുത്തിട്ടുണ്ട് മരുഭൂമികൾ ഉണ്ടാകുന്നത് എന്ന കൃതിയിൽ. അധൃഷ്യമായ 'സർക്കാർ' എന്ന സ്ഥാപനമാണിത്. നവ-കൊളോണിയൽ രാഷ്ട്രീയ വ്യവസ്ഥയിൽ നിരീക്ഷിക്കപ്പെട്ട അധികാരത്തിന്റെ ആരോഹണക്രമം ഇവിടെ കാണാം. ഉള്ളിൽനിന്ന് ഉദ്ഭൂതമാകുന്ന അധികാരത്തിന്റെ നിലയുമുണ്ട്. അധികാരത്തിന്റെ നിലയുമുണ്ട്. അധികാരത്തിന്റെ അവരോഹണവ്യവസ്ഥയിൽ, സൂചകങ്ങൾ കൃത്യമായി വെളിപ്പെടുന്നവയായിരിക്കും. മരുഭൂമികൾ ഉണ്ടാകുന്നത് എന്ന നോവലിലാകട്ടെ, അവ അത്ര എളുപ്പത്തിൽ പിടികൊടുക്കുന്നില്ല. സർക്കാരിന്റെ രൂപം വളരെ ഗൂഢവും അവ്യക്തവുമാണ്. രംഭാഗഢിൽ സ്ഥാപിക്കുന്ന സ്ട്രാറ്റജിക് ഇൻസ്റ്റലേഷൻ എന്ന സുരക്ഷാപദ്ധതി, അധികാരത്തിന്റെ മൂർത്തപ്രത്യക്ഷം മാത്രമാണ്. എന്നാൽ അത് സർക്കാർ അല്ല. സർക്കാർ ഭീമമായൊരു മെഷിനറിയാണ്. അധികാരമാണ് അതിന്റെ മൂലധനം. അതിൽ കോർപ്പറേറ്റ് ഓഹരിയുടമകളെപ്പോലെയാണ് പൗരന്മാർ. പൗരന്മാരിൽനിന്നും സർക്കാർ അതിന്റെ വളർച്ചയ്ക്കാവശ്യമായ ഓഹരികൾ ആവശ്യപ്പെടുന്നു. പല രീതിയിലായിരിക്കാം അവ സംഭവിക്കുക. പൗരന്മാർ അതറിയുകപോലും ചെയ്യുന്നില്ല. അവരറിയാതെ, സർക്കാർ എന്ന അധികാരവ്യവസ്ഥയിൽ ഭാഗഭാക്കായി അതിന്റെ കണ്ണികളെ പോഷിപ്പിച്ചുകൊണ്ടേയിരിക്കുന്നു. അഭയാർഥിത്വം സ്റ്റേറ്റിന്റെ കരങ്ങൾക്ക് ശക്തി കൂട്ടാനുള്ള ആയുധമായിട്ടാണ് നവീന അധികാരവ്യവസ്ഥ ഗണിക്കുന്നത്. അധികാരത്തിന്റെ ഈ 'ഷൈലോക്കിയൻ രീതി' ആനന്ദിന്റെ മരുഭൂമികൾ ഉണ്ടാകുന്നത് എന്ന നോവലിൽ പ്രധാന ചിന്താധാരയാണ്.

മരുഭൂമിയുടെ പ്രതലങ്ങൾ

മരുഭൂമികൾ ഉണ്ടാകുന്നത് എന്ന നോവലിന്റെ ഇതിവൃത്തം ത്രിമാന ഘടനയിലൂടെ പൂർത്തിയാകുന്ന ഒന്നാണ്. ഒന്ന് : സീതഭൂമി-മരുഭൂമി - എന്ന പരിസ്ഥിതി, രണ്ട് : അധികാരമേഖല, മൂന്ന് : വിധേയത്വത്തിനും അഭയാർത്ഥിത്വത്തിനുമിരയാകുന്ന നിമഗ്നജനത.

രംഭാഗഡ് സ്ട്രാറ്റജിക് ഇൻസ്റ്റലേഷൻ സുരക്ഷാ പദ്ധതി'യുടെ പുതിയ ലേബർ ഓഫീസറാണ് കുന്ദൻ, സുരക്ഷാപദ്ധതിയുടെ നിർമാണ പ്രവർത്തനത്തിന് പ്രയോജനപ്പെടുത്തുന്നത്, പയനിയർ-പ്രിസണർ ഫോഴ്സുകളെയാണ്. ആർമി ആക്ടിന്റെ നിയമവ്യവസ്ഥയിൽ, മാർക്കറ്റിൽനിന്നു റിക്രൂട്ട് ചെയ്യപ്പെടുന്ന സിവിലിയന്മാരാണ് പയനിയർ ഫോഴ്സിലുള്ളത്. രാജ്യത്തെ ജയിലുകളിൽനിന്നു കൊണ്ടുവരുന്ന കുറ്റവാളികളായ തടവുകാരിൽനിന്നാണ് പ്രിസണർ ഫോഴ്സിനെ എടുക്കുന്നത്. രണ്ടു ഫോഴ്സിനും ഓരോ കമാന്ററുണ്ട്. തടവുകാരുടെ കൂടെ വന്നിട്ടുള്ള സിറ്റി ജയിൽ വാർഡനിൽനിന്ന് അവരെ ഏറ്റുവാങ്ങി പ്രോജക്ടിന്റെ പ്രിസണർ ഫോഴ്സ് കമാന്ററുടെ പ്രതിനിധിയായ പ്രോജക്ട് ജയിൽ വാർഡന് ഏല്പിക്കുന്നതിനിടയ്ക്ക് അവരെ പരിശോധിച്ച് തിരിച്ചറിഞ്ഞ് സർട്ടിഫൈ ചെയ്യുന്നതാണ് ലേബർ ഓഫീസറുടെ ജോലി എങ്കിലും രണ്ടു ഫോഴ്സിന്റേയും മേൽനോട്ടം അയാൾക്കുണ്ട്.

തന്റെ ജോലിക്കിടയിൽ, സുലൈമാൻ, ഡാനിയൽ, ഭോല തുടങ്ങിയ വ്യക്തികൾ, കുന്ദന് മാനുഷികതയെ ബാധിക്കുന്ന പ്രശ്നങ്ങളായിത്തീരുന്നു. കൊലക്കുറ്റത്തിന് ശിക്ഷിക്കപ്പെട്ട്, തൂക്കുമരം കാത്തു കഴിയുന്ന ക്രിമിനലായ പശുപതിക്ക് ബദലായി, അയാളുടെ ശമ്പളം പറ്റി കുറ്റവാളിക്കേല്പിച്ച ജോലി ചെയ്യാൻ നിർബന്ധിതനാണ് സുലൈമാൻ. ഗതിയില്ലാത്ത തന്റെ കുടുംബം പോറ്റാനാണ് അയാൾ ഇത് സ്വീകരിക്കുന്നത്. യഥാർത്ഥത്തിൽ, സുലൈമാൻ ഒരു ഫോഴ്സിലും പെട്ടയാളല്ല. കുറ്റവാളിയുടെ പകരക്കാരന് കിട്ടേണ്ടിവരിക, യഥാർത്ഥകുറ്റവാളിയുടെ ശിക്ഷയായിരിക്കുമെന്ന അറിവ് കുന്ദനെ നടുക്കുന്നു.

സുരക്ഷാപദ്ധതിയിലെ, ഇങ്ങനെ റിക്രൂട്ട് ചെയ്യപ്പെടുന്ന പുള്ളികളെ വ്യക്തികളായി അധികാരികൾ അംഗീകരിക്കുന്നില്ല. സുരക്ഷാപദ്ധതിയിലേക്ക് റിക്രൂട്ട് ചെയ്യപ്പെട്ടവരാരെയും സ്വജീവനോടെ തിരിച്ചയച്ചതായി ഫോൾഡറിൽ രേഖയില്ല. അധികാരത്തിന്റെ നിഗൂഢമാർഗങ്ങളെക്കുറിക്കുന്ന ആശങ്ക വർദ്ധിപ്പിക്കുന്ന കാര്യമാണിത്. സുലൈമാന്റെ നിരപരാധിത്വത്തെക്കുറിച്ച് അധികാരികളെ ഓർമിപ്പിക്കുന്ന കുന്ദന് കിട്ടുന്ന മറുപടി വിചിത്രമാണ്. 'രാജ്യത്തിന്റെ സുരക്ഷയ്ക്ക് ഏറ്റവും പ്രധാനമായ ഒരു വിഭാഗത്തിൽ, വധശിക്ഷയ്ക്ക് വിധിക്കപ്പെട്ടവർക്ക് മാത്രം പ്രവൃത്തിക്കാവുന്ന ഒരിടത്ത് കോടതിക്ക് സ്വതന്ത്രനായി വിടാവുന്ന ഒരു സിവിലിയനെ വേറൊരു പേരിൽ ഒളിച്ച് കടത്തിക്കൊണ്ടുവന്നു' (പു.38) എന്നത്രേ അത്.

സുലൈമാന്റെ ശിക്ഷയേക്കാൾ പശുപതിയുടെ രക്ഷയാണ് പ്രധാനം എന്ന് സുവ്യക്തം. സുലൈമാനെ സ്വതന്ത്രനാക്കിയാൽ, അത് സർക്കാരിനെതിരെയുള്ള ഒരു 'സ്കാൻഡൽ' ആകുമെന്നും, പ്രിസണർ ഫോഴ്സ് കമാന്റർ ആവർത്തിക്കുന്നു. അധികാരത്തിനെതിരെ, അതിനുള്ളിൽ നിന്നുവരുന്ന ഏത് ചെറുനീക്കങ്ങളെയും മുളയിലെ നശിപ്പിക്കാനുള്ള അധികാരത്തിന്റെ വിരുത് ബോധ്യമാകുന്നു.

രണ്ടുവർഷം അവധിയെടുത്ത് പദ്ധതിയിൽനിന്ന് പോയ പയനിയർ ഫോഴ്സിലെ അംഗമായ ഡാനിയൽ, അക്കൊല്ലത്തെ പ്രളയത്തിൽ മരിച്ചതായിട്ടാണ് 'റിക്കാർഡ് ഫോൾഡറി'ൽ സൂചന. പദ്ധതിയിൽനിന്നും പുറത്തുപോകുന്ന ഓരോ ആൾക്കും സുരക്ഷാപദ്ധതിയെക്കുറിച്ചുള്ള ചില രഹസ്യങ്ങളറിയാം എന്ന സംശയമാണ് പൊലീസ് അയാളെ നിരന്തരം വേട്ടയാടിക്കൊണ്ടിരിക്കാൻ കാരണം. വേട്ടയാടപ്പെടലിൽനിന്ന് രക്ഷനേടാനാണ്, ബന്ധുമിത്രാദികളൊന്നുമില്ലാത്ത ഡാനിയൽ വീണ്ടും പ്രോജക്ടിലേക്ക് തിരിച്ചുവന്നത്. അതല്ലെങ്കിൽ പൊലീസ് അയാളെ നശിപ്പിക്കുമെന്ന് തീർച്ച. മരണസർട്ടിഫിക്കറ്റ്, റിക്കാർഡ് ഫോൾഡറിൽ സൂക്ഷിക്കപ്പെട്ട, ഒരു വ്യക്തിയെ പ്രോജക്ടിലേക്ക് തിരിച്ചെടുക്കണമെന്നതാണ് കുന്ദന്റെ നിസ്സഹായാവസ്ഥ വെളിപ്പെടുത്തുന്ന മറ്റൊരു സന്ദർഭം.

മരണസർട്ടിഫിക്കറ്റ് എന്ന നോവലിലെ ഗതിയല്ല, ഈ മരണസർട്ടിഫിക്കറ്റിന്റെ കഥ വെളിപ്പെടുത്തുന്നത്. ഒരു വ്യക്തിക്ക് തിരിച്ചുകിട്ടാത്ത അസ്തിത്വത്തിന്റെ പഴുതടഞ്ഞ അവസ്ഥയാണ് മരണസർട്ടിഫിക്കറ്റിലേത്. ഇവിടെയാകട്ടെ, സർക്കാറിന് താല്പര്യമില്ലാത്ത ഒരാളെ നിഷ്കാസനം ചെയ്യാൻ അധികാരത്തിന്റെ ഡിസൈൻ എങ്ങനെ ശ്രമിക്കുന്നു എന്നതിനുദാഹരണമാണ് ഡാനിയലിന്റെ കഥ. കുന്ദന്റെ സഹായത്തോടെ തല്ക്കാലം അയാൾ രക്ഷപ്പെടുന്നുവെങ്കിലും ന്യൂമോണിയയുടെ രൂപത്തിൽ സർക്കാർ അയാളെ പിടികൂടുന്നു. 'ബന്ധുക്കളില്ലാത്തവരും ഇവിടെത്തന്നെ മറവ് ചെയ്യപ്പെടാവുന്നവരുമായവരെയാണ് ന്യൂമോണിയ ആക്രമിക്കുകയും കൊല്ലുകയും ചെയ്യുന്ന'തെന്ന പുതിയ അറിവ് കുന്ദനുണ്ടായിരുന്നു.

മൂന്ന് കൊല്ലമേ ആയിട്ടുള്ളൂ, പ്രോജക്ടിൽ പയനിയർമാരെ എടുത്തു തുടങ്ങിയിട്ട്. നാലുകൊല്ലമാണ് കരാറിന്റെ അവധി. എന്നാൽ റിക്രൂട്ട് ചെയ്ത യാതൊരാളും സർക്കാരിന്റെ റിക്കാർഡ് ഫോൾഡറിലില്ല. എന്നു മാത്രമല്ല, കുന്ദന് മുമ്പ് ലേബർ ഓഫീസറായി ജോലി നോക്കിയ ആൾപോലും സർവ്വീസിലിരിക്കെ മരിച്ചതായിട്ടാണ് രേഖപ്പെടുത്തിയിരിക്കുന്നത്. കുന്ദനെ അദ്ഭുതപ്പെടുത്തിയ കണ്ടെത്തലായിരുന്നു ഇത്. പ്രോജക്ടിൽനിന്ന് ഓടിപ്പോവുകയും പിടിക്കപ്പെടുകയും ചെയ്യുന്ന ഭോല എന്ന പയനിയറിന്റെ കഥ റിക്കാർഡ് ഫോൾഡറിന് ഒരു കീറാമുട്ടിയായി

ത്തീരുന്നത് ഈയവസരത്തിൽ ശ്രദ്ധേയമാണ്. ഭോലയുടെ കുടുംബത്തോട് അലിവുതോന്നുന്ന കുന്ദൻ 21 ദിവസത്തെ തടവ് ശിക്ഷ പൂർത്തിയാക്കിയ അയാളിൽനിന്ന് വിടുതിക്കുള്ള ഒരപേക്ഷ എഴുതിവാങ്ങുന്നു. സ്റ്റേഷൻ കമാന്റർ ഡിസ്ചാർജ്ജിന് നേരത്തെ സമ്മതിച്ചിട്ടില്ലാത്ത ഒരു കേസിൽ ലേബർ ഓഫീസർ അങ്ങനെ ഒരപേക്ഷ അയയ്ക്കുന്നത് ഭീകരമായ തെറ്റായിപ്പോയി എന്ന് സെക്യൂരിറ്റി ഓഫീസർ ജഗ്താപ് കുന്ദനെ ഓർമ്മിപ്പിക്കുന്നു. കുന്ദൻ, രാജ്യത്തിന്റെ സുരക്ഷക്കെതിരെയാണ് എന്നും, മറ്റുള്ളവരെ ഒളിച്ചോടാൻ പ്രേരിപ്പിക്കുന്നു എന്നുമുള്ള ഭീഷണിയായി അത് പരിണമിക്കുകയും ചെയ്യുന്നു. റൂത്തിന്റെ കത്തിൽനിന്ന് കുന്ദന് ബോധ്യമാവുന്ന സംഗതി, 'മരിക്കാനെങ്കിലും ഫോഴ്സ് അംഗങ്ങൾ സ്വജനങ്ങളുടെ അടുത്തെത്താൻ ആഗ്രഹിക്കുന്നു' എന്നതത്രെ.

'സർക്കാർ' എന്ന സ്ഥാപനത്തിന്റെ അധികാരരീതി മുകളിൽനിന്നു താഴേക്ക് വിതരണം ചെയ്യപ്പെട്ട നിലയിലും അധികാരം പ്രയോഗിക്കുന്ന രീതി വിപരീതദിശയിലും എന്ന ഗതീയത ഇവിടെ കാണാവുന്നതാണ്. കലാപവും അഭയാർത്ഥിപ്രവാഹവും അധികാരത്തിന്റെ വിന്യാസരീതികളാണ്. ദേശസുരക്ഷ എന്ന മിത്ത്, 'ശത്രുവിന്റെ ഉണ്ടാകാത്ത ആക്രമണം ചെറുക്കാനും പദ്ധതിയുടെ പേരിൽ നടക്കുന്ന പൊതുവ്യയത്തെ മറച്ചുവെയ്ക്കാനുമാണ്. സമ്പത്ത് കളവ് ചെയ്യപ്പെടുന്നത് സൂക്ഷിക്കാനല്ല, കളവ് പുറത്തുവരാതെ നോക്കാനു'മാണ്. അധികാരം അതിന്റെ വ്യാസം ചുരുക്കി പിൻവലിച്ചും പല ഭാഗങ്ങളെ പുറന്തള്ളിയും പുറമ്പോക്കിന്റെ വ്യാസം കൂട്ടിയും നിർവഹിക്കുന്ന ഒരു കാര്യമാണ്.

സൈക്ലോപ്സ് - രാഷ്ട്രീയ പുരാവൃത്തം

ഹവേലി, കോറൽറീഫ്, പോളിപ്സ് കോളനി എന്നിങ്ങനെ ആനന്ദിന്റെ കൃതികളിൽ സ്ഥലബിംബങ്ങൾ ആവർത്തിച്ചുവരാറുണ്ട്. ചരിത്രത്തിലെന്നും നിഷ്കാസിതരാകുന്ന അനാവശ്യജനത എന്ന് അധികാരികൾ വിധിയെഴുതുന്ന അധമർണ്ണ ജനതയുടെ ഇടമാണ് ഈ സ്ഥലങ്ങൾ. ചരിത്രഗതിക്കനുസരിച്ച് അധികാരം പങ്കിടുന്നവരോടും അതിന്റെ അധികാരഗതിയോട് ഇടഞ്ഞു. സർഗാത്മക ന്യൂനപക്ഷമായി മുന്നോട്ടുഗമിക്കുന്നവരോടും മേല്പറഞ്ഞ ജനതയ്ക്ക് പ്രത്യേക ആഭിമുഖ്യമില്ല. ചരിത്രത്തിലെ രാഷ്ട്രീയഗതിക്കു നേരെ മുഖംതിരിച്ചു നില്ക്കുന്ന ഇവർ, ഗ്രീക്ക് ഇതിഹാസത്തിലെ, നെറ്റിക്കണ്ണ് മാത്രമുള്ള അസുരവംശത്തെ - സൈക്ലോപ്സ് - ചരിത്രഗത്യാ ഓർമിപ്പിക്കുന്നു.

ചരിത്രത്തിൽനിന്നുതന്നെ കുഴിച്ചെടുത്ത സ്ഥലസീമയാണ് മരുഭൂമികൾ ഉണ്ടാകുന്നത് എന്ന നോവലിലുള്ളത്. രംഭാഗഢിനെ ചുറ്റിപ്പറ്റിക്കിടക്കുന്നത് സുൽത്താനയുടെ ഹവേലിയും ഛത്രിക്കുന്നും ആണ്. കോട്ടയും അധികാരവും ശരണമാക്കിയ രാജാ മാൻസിംഗിന്റേയും, മാൻസിംഗിന്റെ വംശത്തെ മുച്ചൂടും ആക്രമിച്ചു നശിപ്പിച്ച സുൽത്താൻ ആലംഖാന്റെയും

കഥ ജയ്സൽമേറ് കോട്ടയുടെ നാശത്തിന്റെ ചരിത്രപശ്ചാത്തലത്തിൽ അന്യാപദേശരീത്യാ നോവലിസ്റ്റ് കൊണ്ടുവരുന്നുണ്ട്. കീഴടങ്ങലിന്റെ അന്ത്യഘട്ടത്തിൽ കൊട്ടാരം സുന്ദരിമാർ ജൗഹർ നിർവഹിക്കുന്നു. അതിൽനിന്നും രക്ഷപ്പെട്ട ഒരുവൾ ആലംഖാന്റെ വരുതിയിലാവുകയും ഉപേക്ഷിക്കപ്പെട്ട് ബായ്ജിയായിത്തീരുകയും ചെയ്ത കഥയുമായി ബന്ധപ്പെടുത്തിയാണ് സൈക്ലോപ്പ്സുകളെക്കുറിച്ചുള്ള സൂചന നോവലിലുള്ളത്. ബായ്ജിയായി ജീവിച്ച അവളിൽ പലരാലും ഉത്പാദിപ്പിക്കപ്പെട്ട കുട്ടികളുടെ ഒരു സമൂഹം 'സുൽത്താനയുടെ ഹവേലി' എന്ന് പില്ക്കാലത്ത് പേര് സിദ്ധിച്ച ആ സ്ഥലത്ത് സൈക്ലോപ്പ്സുകളെപ്പോലെ കഴിഞ്ഞു. രാജാവിന് പിന്തുടർച്ചക്കാരാരുമില്ലാതെ, ഛത്രിപോലും പണിയപ്പെടാതെ ഒരു വംശമവസാനിച്ചു. ബായ്ജിയുടെ പിൻമുറക്കാരാവട്ടെ, 'സൈക്ലോപ്പ്സു'കളായി അധികാരമാർഗത്തിൽനിന്ന് മാറിനിന്ന് അവനവന്റെ നിയമം പാലിച്ചു. സൈക്ലോപ്പ്സുകളാവട്ടെ, ഒരു ഭരണകൂടത്തെയും അതിന്റെ പുരോഗതിയിലേക്കോ നാശത്തിലേക്കോ നയിക്കാറില്ല സംസ്കാരത്തിൽ അവർക്ക് അഭിനയിക്കേണ്ടുന്ന ഭാഗമൊന്നുമില്ല.

ചരിത്രത്തിലെ സുൽത്താനയുടെ വിധിപേറുകയും എന്നാൽ അവളുടെ കർമഗതിയിൽനിന്നുമാറി ബോധത്തിന്റെ ആയാസമേറിയ ചെറുത്തുനില്പിലൂടെ ദുരന്തമനുഭവിക്കുകയും ചെയ്യുന്ന ഒരു കഥാപാത്രമുണ്ട് ഈ നോവലിൽ - അമല. പ്രിസണർ ഫോഴ്സ് കമാന്റർ യോഗേശ്വറിന്റെ ഭാര്യ. ഉള്ളിൽ നിരവധി ആന്തരവ്യക്തിത്വങ്ങളെ (Interperson) വഹിക്കുന്ന ആയിത്തീരലിന്റെ സ്വഭാവമർഹിക്കുന്ന കഥാപാത്രമാണിത്. അധികാരത്തോടുള്ള നിരന്തരയുദ്ധവും അതിന്റെ ബലിരൂപവുമാണവൾ. അമലയുടെ ചരിത്രപരമായ ബലിരൂപം സുൽത്താനയാണ്. ചരിത്രത്തിലെ സുൽത്താനയുടേത്, ഒരു ചെറുത്തുനില്പ്പിൽനിന്ന് കീഴടങ്ങലിലേക്കുള്ള പലായനമാർഗവും അമലയുടേത്, കീഴടങ്ങലിൽനിന്ന് നിരന്തരമായ ചെറുത്തുനില്പിലേക്ക് നീളുന്ന സ്വാതന്ത്ര്യമാർഗവും എന്നിങ്ങനെ വിപരീതദിശയിലാണ് എന്ന വ്യത്യാസമുണ്ട്.

അമല / യോഗേശ്വർ ദ്വന്ദ്വം സീതഭൂമിയും മരുഭൂമിയും തമ്മിലുള്ള ചരിത്രസംഘർഷത്തെ ഓർമിപ്പിക്കുന്നു. വർഗവും വർഗശത്രുവുമിവിടെയുണ്ട്. ഒരാൾ അധികാരത്തിന്റെ ഡിസൈൻ ശക്തിപ്പെടുത്തുന്നു. മറ്റേയാൾ അതിന്റെ കണ്ണികളെ മുറിക്കാൻ ശ്രമിക്കുന്നു. പശുപതിയെ രക്ഷിക്കുകയെന്നത് യോഗേശ്വറിന് അധികാരസ്വരൂപത്തെ രക്ഷിക്കാനുള്ള മാർഗവും ആത്മരക്ഷയ്ക്കുള്ള മാർഗ്ഗവുമാണ്. അധികാരത്തിന്റെ ഡിസൈനിൽ കോർത്തിണക്കപ്പെട്ട യോഗേശ്വർ എന്ന പ്രിസണാറാഫീസറുടെ ശത്രുവും അയാൾതന്നെ. അധികാരത്തിന്റെ നീരാളിപ്പിടുത്തത്തിൽനിന്നയാൾക്ക് മോചനമില്ല. അമലയെ അയാൾക്കുപേക്ഷിക്കേണ്ടതായി വന്നു. അധികാരത്തിന്റെ സ്വേച്ഛാധിപത്യരീതികളെ ഉന്മത്തമായി പ്രകടിപ്പിക്കുന്ന ചരിത്രത്തിലെ വ്യക്തികളോട് സാമീപ്യമുള്ള കഥാപാത്രം

കൂടിയാണ് യോഗേശ്വർ. സ്വകാര്യമായി സംസാരിക്കുമ്പോൾ വിക്കുള്ളവർ ഒരു പറ്റം മനുഷ്യരുടെ മുമ്പിൽ കയറി നില്ക്കുമ്പോൾ മലവെള്ളപ്പാച്ചിൽപോലെ പ്രസംഗിക്കുന്നു. അത്തരക്കാരിലെ പരപീഡാരതി കുന്ദൻ അയാളിൽ നിരീക്ഷിക്കുന്നുണ്ട്. ഭാര്യയോടുള്ള സമീപനത്തിലും യോഗേശ്വറിന്റെ നിലയ്ക്ക് മാറ്റമില്ല. അധികാരത്തിന്റെ ഡിസൈനിനുള്ളിൽ വേട്ടക്കാരനും ഇരയുമാണയാൾ. കുറ്റവാളിയെങ്കിലും അധികാരത്തിന് അതിന്റെ നടത്തിപ്പിൽ അത്യാവശ്യമുള്ള സർക്കാറിന് സേവനങ്ങൾ ചെയ്യുന്ന വ്യക്തി എന്ന നിലയ്ക്ക് പശുപതിയെ രക്ഷിക്കേണ്ടത് അയാളുടെ കടമയാണ്. അധികാരത്തിന്റെ പരസ്പരവിരുദ്ധമായ ഘടനകൾ - വേട്ടക്കാരനും ഇരയും - ഉരുവം ചുണ്ട, ആത്മപീഡാരതിയുടെ മൂർത്തരൂപം യോഗേശ്വർ എന്ന കഥാപാത്രത്തിലുണ്ട്.

അമലയുടെ ദുരന്തത്തിന് ഭൂതകാലത്തിലേക്ക് വേരുകളുണ്ട്. പശുപതി എന്ന സർക്കാർ ക്രിമിനലിനെതിരെ രംഗത്തിറങ്ങുകയും പ്രതിക്രിയയായി മരണത്താൽ സമ്മാനിതനാവുകയും ചെയ്ത ചെറുപ്പക്കാരനായ ഒരു പൊലീസ് ഓഫീസറെക്കുറിച്ച് - അമലയുടെ സഹോദരൻ - നോവലിൽ സൂചനയുണ്ട്. യോഗേശ്വറിന് അമലയുടെ ശത്രുവായിരിക്കാനേ കഴിയൂ എന്നതാണ് അതിന്റെ മറുപുറം. ഓരോ മനുഷ്യന്റേയും ഉള്ളിലേക്ക് നീണ്ടുകിടക്കുന്ന നിഴലുകൾ പുറമെ കാണുന്നതിനോട് വിശ്വസ്തത പാലിക്കണമെന്നില്ല. വിപ്ലവത്തിന്റെ ആദ്യത്തെ നാമ്പുകൾ ഉയരുന്നത് മനുഷ്യർക്കുള്ളിലെ നിഴലുകൾ സ്വാതന്ത്ര്യം പ്രാപിക്കുമ്പോഴാണ് എന്ന് ആനന്ദ് നിരീക്ഷിക്കുന്നുണ്ട്. കലാപങ്ങളുടെ ഉറവിടം ഈ അവിശ്വസ്തതകളാണ് എന്നതിന് നോവലിലെ മികച്ച ഉദാഹരണം അമല തന്നെ. ആ അവിശ്വസ്തത, യോഗേശ്വറിന്റെ ഭാര്യാപദവിയിൽനിന്നു ഛത്രിയിലേക്കുള്ള അനാഥമായ യാത്രയിലൂടെ സ്ഥിരീകരിക്കപ്പെടുന്നു. ഈ ആശയം വ്യക്തിവിധിയെന്നു വിലയിരുത്തപ്പെടേണ്ട ഒന്നല്ല. ഇന്ത്യയുടെ ഉപദേശീയതകളും വംശീയതകളും വർത്തമാനകാലത്ത് അന്യവല്ക്കരിക്കപ്പെട്ട് ഗോത്രരൂപങ്ങളായും തീവ്രവാദിസംഘങ്ങളായും മാറുന്നതിന്റെ പൊരുളന്വേഷിക്കുമ്പോഴും, യാഥാർത്ഥ്യങ്ങളെ മറച്ചുവെക്കുന്നതിനോടുള്ള കഠിനമായ അവിശ്വസ്തത ആർക്കും ബോധ്യപ്പെടുന്നതാണ്. 'തീവ്രവാദം ഒരു പ്രശ്നപരിഹാരരീതിയല്ല എന്നു ആനന്ദ് കരുതുമ്പോഴും മേല്പ്പറഞ്ഞ ആശയത്തിന് സാമൂഹികശാസ്ത്രപരമായ രാഷ്ട്രീയ ചിന്തയിൽനിന്ന് ഒഴിഞ്ഞുനിൽക്കാനായില്ല.

മരുഭൂമിയുടെ രൂപപ്പെടൽ, സീതഭൂമിയുടെ നാശത്തിലൂടെയാണ് സംഭവിക്കുന്നത്. നഷ്ടപ്പെടുന്ന ഈ 'സീതത്വ'ത്തോട് അമലയുടെ ജീവിതവിപര്യയങ്ങൾക്ക് ഏറെ സാദൃശ്യമുണ്ട്. 'ജാൽമരങ്ങൾ' മരുഭൂമിയിലെ സുപ്രധാനമായ ഹരിതബിംബമാക്കി കഥാകൃത്ത് മാറ്റിയെടുക്കുന്നു. കഴുത്തുവരെ മണ്ണിൽ കുഴിച്ചിട്ട മനുഷ്യരുടെ തലകളോട് ആണ് ഈ മരങ്ങൾക്ക് സാമ്യം കണ്ടെത്തുന്നത്. അനുപാതരാഹിത്യത്തിന്റെ ദൈന്യം

ജാൽമരങ്ങളിലും അമലയുടെ ജീവിതവിപര്യയത്തിലും സമാനമാണ്. ഈ മരങ്ങളെ ചുറ്റിപ്പറ്റി ഒരു ചരിത്രകഥ കൂടി കഥാകൃത്ത് പറഞ്ഞിട്ടുണ്ട്. വിരൂപികളായ ഈ മരങ്ങൾ വെട്ടി നശിപ്പിക്കാൻ കല്പിച്ച ഒരു രാജാവിന്റെ കഥ. ഗ്രാമീണ വനിതകൾക്ക് വിറകും തണലും ഒക്കെയായിരുന്ന ഈ മരങ്ങളെ രക്ഷിച്ചുകൊണ്ട് അണിനിരന്ന സ്ത്രീകളുടെ തലയും മരത്തോടൊപ്പം ഛേദിക്കാനാണ് പിന്നെ ഉത്തരവുണ്ടായതത്രെ. (ആനന്ദുമായുള്ള അഭിമുഖം). ജാൽമരങ്ങൾ പീഡിതവർഗത്തിന്റെ സ്ത്രീഭാഷ്യമായിത്തീരുന്നു. പ്രസ്തുത കഥയിലൂടെ, അമലയിലൂടെ സ്ത്രൈണസത്തയുടെ ബോധപൂർവ്വമായ പ്രതിരോധവും ചിത്രീകരിക്കപ്പെടുന്നു.

കലാപവും വറുതിയും മൂലം കഷ്ടമനുഭവിക്കുന്ന ഗ്രാമീണജനതയുടെ ഒരു സാമാന്യചിത്രം നോവലിലെങ്ങുമുണ്ട്. കലാപം സൃഷ്ടിക്കുന്ന അധികാരത്തിന്റെ സ്വാർത്ഥതാല്പര്യങ്ങളും, വേട്ടക്കാരന്റെ രൂപം എന്തെന്നറിയാത്ത, 'ഇര' മാത്രമാവാൻ വിധിക്കപ്പെട്ട ഈ നിമഗ്നജനതയുമാണ് യാഥാർത്ഥ്യത്തിന്റെ പരിസ്ഥിതികളിലേക്ക് കൃതിയെ കൊണ്ടുവരുന്നത്. ഈ ജനതയും അവർ സ്നേഹത്തോടെ പോറ്റുന്ന പ്രധാന വരുമാനമാർഗമായ കന്നുകാലികളും നിസ്സഹായതയുടെ കാര്യത്തിൽ നീക്കുപോക്കില്ലാത്ത പാരതന്ത്ര്യം അനുഭവിക്കുന്നു. കൂട്ടംകൂടി കാലികൾ മേയുമ്പോഴും കൂട്ടമായി അതിർത്തിയിലേക്ക് ദേശാടനം ചെയ്യുമ്പോഴും ഉണ്ടാകുന്ന സ്വാതന്ത്ര്യബോധത്തിന്റെ വ്യാസം തുറസ്സിൽനിന്ന് പൂജ്യത്തിലേക്ക് സങ്കോചിക്കുന്ന സ്വാതന്ത്ര്യത്തിന്റെ ഗതിയെ സൂചിപ്പിക്കുന്നു.

പോറ്റുവാൻ ഗതിയില്ലാത്ത അവസ്ഥയിൽ കാലിക്കൂട്ടത്തെ അതിർത്തിയിൽ ഉപേക്ഷിച്ചുപോരുന്ന ഒരു ചടങ്ങ് നോവലിൽ ചിത്രീകരിക്കുന്നുണ്ട്. അനുധാവനത്തിന്റെ അവസാനബിന്ദുവിൽ, വൈക്കോലിന്റെ ചെറിയ കെട്ടുകൾ അവയുടെ കഴുത്തിൽകട്ടി, അവയെ വിധിയിലേക്ക് ഒറ്റയ്ക്കു വിട്ട്, വികാരപരവശരായി മടങ്ങിപ്പോരുന്ന ജനത. ഇതിന്റെ മറുപുറമാണ് ആനന്ദ് തേടുന്ന രാഷ്ട്രീയം. ഇല്ലായ്മയുടെ ഈ മരുഭൂമിയിൽ കോട്ടകൊത്തളങ്ങളും ബീമുകളുമായി ഉയർത്തെടുന്ന ഹീനമായ ഉണ്മകളുടെ പിന്നിലെന്താണ്? അവ ആരുടെ സമ്പത്താണ്? എന്തിനു വേണ്ടി അവ നിലകൊള്ളുന്നു? എന്നിങ്ങനെയുള്ള ബോധത്തിന്റെ സംക്രമണങ്ങൾ. സീതഭൂമി, മരുഭൂമിയായി പരിണമിക്കുമ്പോഴും ഈ മരുഭൂമിയിൽ സീതഭൂമി അനുഭവിക്കാനാവുന്ന അധികാരത്തിന്റെ ഹീന ഗതിയിലൂടെ പ്രത്യക്ഷപ്പെടുന്ന ശാസ്ത്രമെന്താണ്?

ദേശസുരക്ഷയുടെ മറുവശം

കോട്ട, ഗുഹ, ഛത്രി എന്നിങ്ങനെ അധികാരവുമായി ബന്ധപ്പെട്ട നിർമിതികൾ ബിംബങ്ങളായി ആനന്ദിന്റെ കഥാലോകത്ത് സർവത്ര കാണാം.

ശില്പിയായ ആനന്ദിന്റെ നിർമിതിയിലും ഈ രൂപങ്ങൾ ആവർത്തിക്കുന്നു. ആധുനിക കലാകാരന്റെ ഗുഹാമനുഷ്യമനസ്സ്, പുതിയ അധികാര രൂപങ്ങൾക്ക് 'ബിംബപ്രരൂപങ്ങൾ' (Image Archetype) കണ്ടെത്താനുള്ള ശ്രമത്തിലാണ് ഇങ്ങനെ സംഭവിക്കുന്നത്. ഡിഫന്റ്, സ്മാരകം, പില്ലർ, ഫോസിൽ, സ്ലേവ്, ഒടിയുന്ന കുരിശ്, ബലി, ഓഗസ്റ്റ് 15 - എന്നിങ്ങനെ തന്റെ പ്രധാനപ്പെട്ട ശില്പങ്ങളിലെല്ലാം അധികാരത്തിന് വിധേയരാവുന്ന മനുഷ്യരുടെ വിഹ്വലതകളും - നിർബന്ധപൂർവമായ പലായനങ്ങളും സ്വാതന്ത്ര്യത്തിന്റെ ഭീതിദമായ ഭാരവും ചിത്രീകരിക്കപ്പെടുന്നുണ്ട്. അധികാരത്തിന്റെ മാതൃകകൾ അരങ്ങേറാൻവേണ്ടി അവതരിപ്പിക്കപ്പെടുന്ന ധർമപ്രശ്നമായിട്ടാണ് 'ദേശീയസുരക്ഷ' എന്ന സങ്കല്പത്തിന് ചരിത്രത്തിലെന്നും സ്ഥാനമുണ്ടായിട്ടുള്ളത്. എത്ര കെട്ടതാണെങ്കിലും അവ നിലനിർത്തിക്കൊണ്ടുപോകാനുള്ള ന്യായവും മറ്റൊന്നല്ല,

ആധുനിക ഉദാരസാമ്രാജ്യത്വവ്യവസ്ഥയിൽ ടെക്നോളജിയുടെ അനഭിമതമായ വളർച്ച ദേശീയ സുരക്ഷ എന്ന സങ്കല്പത്തെ കൂടുതൽ സങ്കീർണമാക്കിത്തീർത്തിട്ടുണ്ട്. ദേശീയതയുടേയും, ദേശക്കൂറിന്റേയും, പൗരത്വത്തിന്റെയും നിർവചനങ്ങളെ നിയന്ത്രിക്കുന്നതിൽ ടെക്നോളജിക്ക് പങ്കുണ്ട്. അധികാരം കൈയാളുന്നവന്റെ വ്യക്തിപ്രഭാവം (Charisma) ഇന്നറിയപ്പെടുന്നത് പഴയപോലെ പ്രത്യയശാസ്ത്രപരമായ പ്രതിച്ഛായകളിലൂടെയല്ല, മറിച്ച് അവർ കൊണ്ടാടുന്ന 'നവീന മാധ്യമവ്യവസ്ഥ, ഉന്നത ഗതാഗതമാർഗ്ഗങ്ങൾ, സൈന്യത്തിന്റെ ഉന്നതമായ സാങ്കേതിക പ്രഭാവം' എന്നിവയുടെ പ്രയോഗത്തിലൂടെയാണ് എന്ന് വിലയിരുത്തപ്പെട്ടിട്ടുണ്ട്. സാങ്കേതികവിദ്യയോട് പൗരന്മാർക്ക് തോന്നുന്ന മാജിക് അനുഭൂതി ആനന്ദ് കരുതുമ്പോലെ, അവർക്കും ശാസ്ത്രത്തിനുമിടയ്ക്കുള്ള വിടവും ത്രില്ലും മാത്രമല്ല സൃഷ്ടിക്കുന്നത്, മറിച്ച് അതിനു പ്രേരകശക്തിയായി നിലകൊള്ളുന്ന നവീന അധികാരവ്യവസ്ഥയോടുള്ള കൂറും കൂടിയാണ്. സ്റ്റേറ്റിന് പുതിയ അർത്ഥങ്ങൾ കല്പിച്ചുകൊടുക്കാനും അധികാരത്തിന്റെ പഗോഡ പണിയാനും ടെക്നോളജിയുടെ പുതിയ മാതൃകകൾക്ക് നിഷ്പ്രയാസം സാധിക്കുന്നു.

അചേതനവസ്തുക്കൾ മനുഷ്യനുമേൽ നേടുന്ന ആധിപത്യവും ജയവുമാണ് ടെക്നോളജിയുടെ പ്രഥമവിപത്തായി ഹെർബർട്ട് മാർക്യൂസ് ദർശിക്കുന്നത്. ഉയർന്ന പ്രതിരോധനിരകളും സാങ്കേതിക മുന്നേറ്റവും മിച്ചം വരുന്ന മനുഷ്യപ്രയത്നത്തെ പ്രയോജനപ്പെടുത്താൻ കഴിയാതെ, മിച്ച മൂല്യത്തിന്റെ പുതിയ ചൂഷകരീതികളിലേക്ക് സംവഹിക്കുന്നു. വഴിവിട്ട് സഞ്ചരിക്കുന്ന മാനുഷികോർജം സമൂഹത്തിനുതന്നെ ഭീഷണിയായി മാറുകയും ചെയ്യുന്നു. സമൂഹത്തിന്റെ ചലനാത്മകതയെ ബാധിക്കുന്ന ഇത്തരം പ്രതിസന്ധിയിലാണ്, ചില ഘടകങ്ങൾ ഭരണകൂടത്തോട് പ്രതിഷേധിക്കുക അത് ദേശസുരക്ഷ എന്ന ആയുധം പൗരന്മാർക്ക് നേരെ എടുത്തുപ്രയോഗിക്കാൻ അധികാരികളെ പ്രാപ്തരാക്കുകയും ചെയ്യുന്നു.

ദേശീയ സമ്പദ്‌വ്യവസ്ഥ കഠിനമായ പ്രതിസന്ധിയെ നേരിടുന്ന ഘട്ടത്തിലും ഇങ്ങനെ സംഭവിക്കാം. 1930-കളിൽ യൂറോപ്പിലാകമാനം പടർന്നുപിടിച്ച 'സാമ്പത്തികമാന്ദ്യ'ത്തിന്റെ ചൂരും ചൂടും അണയുന്നതിനു മുമ്പ് 1932-ൽ ജർമനിയിൽ ഹിറ്റ്ലർ അധികാരത്തിൽ വരികയും ഫാസിസ്റ്റ് അധികാരരീതി പ്രയോഗിച്ചു തുടങ്ങുകയും ചെയ്തു. വെള്ളക്കോളറുകാരേയും മധ്യവർഗജനതയേയും സാമ്പത്തികമാന്ദ്യം വിഴുങ്ങിയ ഘട്ടത്തിലാണ് പരിശുദ്ധ വംശീയതയെ ഹിറ്റ്ലർ ആയുധമായി പ്രയോഗിക്കുന്നത്. ദേശീയസുരക്ഷയുടെ വേറൊരു വ്യാഖ്യാനമാണത്. 'ലീഗ് ഓഫ് നേഷൻസ്' സഖ്യകക്ഷികളോട് പുലർത്തിയതായി പറയുന്ന ചിറ്റമ്മനയം തങ്ങളുടെ പ്രതിരോധനിരയെ ശക്തിപ്പെടുത്താനും ദേശസുരക്ഷ ഉറപ്പുവരുത്താനും തങ്ങളെ നിർബന്ധിക്കുന്നതായി ഹിറ്റ്ലർ വ്യാഖ്യാനിച്ചിട്ടുണ്ട്. യുദ്ധംകൊണ്ട് ലോകരാഷ്ട്രങ്ങൾക്കിടയിൽ സമുന്നതസ്ഥാനം നേടാമെന്ന അഹന്തയും ഹിറ്റ്ലർക്കുണ്ടായിരുന്നു. 'ശക്തി അംഗീകരിക്കപ്പെടുന്നത് പ്രതിരോധം വർദ്ധിപ്പിക്കുന്നതിലൂടെയല്ല. യുദ്ധത്തിൽ അത് പ്രകടിപ്പിക്കുന്നതിലൂടെയാണ് എന്ന് ആത്മകഥയിൽ അദ്ദേഹം തുറന്നുപറഞ്ഞിട്ടുമുണ്ട്. 'യുദ്ധത്തിന് യുദ്ധം മാത്രമേ മറുപടിയാകൂ' എന്ന മുസ്സോളിനിയുടെ ഭാഷ്യവും സമാന്തരഫലം ഇച്ഛിക്കുന്നു. പരമാധികാരപരീക്ഷണങ്ങളിൽ യുദ്ധത്തിന് വലിയ പങ്കുവഹിക്കാനുണ്ട്. ദേശസുരക്ഷയുടെ കാര്യത്തിലായിരിക്കും ഇത് പരമമായി പ്രയോജനപ്പെടുത്താൻ ശ്രമിക്കുക എന്നുമാത്രം.

സാമ്രാജ്യത്വരാജ്യങ്ങൾ അവയുടെ ദേശസുരക്ഷയെ കുറിച്ചുള്ള മിത്ത് സ്ഥാപിക്കുന്നത്, അവ പരസ്പരം ശത്രുക്കളാണ് എന്ന് ചെറുകിടരാജ്യങ്ങളെ ബോധ്യപ്പെടുത്തുന്നതിലൂടെയും ചെറുകിടരാജ്യങ്ങള സ്വാർത്ഥപ്രേരിതമായ തങ്ങളുടെ ആഗ്രഹങ്ങൾക്ക് ബലിയാക്കുന്നതിലൂടെയുമാണ്. അമേരിക്കയും റഷ്യയും പരസ്പരം മത്സരിച്ചിരുന്നത് ഇങ്ങനെയൊരു ദുഷ്ടലാക്ക് മുന്നിൽ കണ്ടുകൊണ്ടായിരുന്നു. കനത്ത നാശനഷ്ടങ്ങൾക്ക് ഇടവരുത്തിയെങ്കിലും വിയറ്റ്നാമിലും അഫ്ഗാനിസ്ഥാനിലും ഈ രാഷ്ട്രശക്തികൾ പരാജയപ്പെട്ട ഉദാഹരണങ്ങളുമുണ്ട്.

പ്രത്യയശാസ്ത്രശുദ്ധീകരണമെന്ന പേരിൽ അയൽരാജ്യങ്ങളെയും മറ്റും ആക്രമിക്കുന്നത്, സർവ്വാധിപത്യരാഷ്ട്രങ്ങളുടെ ദേശസുരക്ഷയെ ഉറപ്പിക്കാനുള്ള മാർഗമായി റഷ്യ കണ്ടിരുന്നു. 1958-ൽ ഹംഗറിയുടെ ഉയർത്തെഴുന്നേല്പിൽ അസൂയ പൂണ്ട സ്റ്റാലിൻ ആ രാജ്യത്തെ ശുദ്ധീകരിക്കാനുള്ള യുദ്ധത്തിൽ മില്യൻ കണക്കിന് തൊഴിലാളികളെയാണ് കൊന്നൊടുക്കിയത്. കമ്മ്യൂണിസ്റ്റ് പാർട്ടിയുടെ 20-ാം കോൺഗ്രസ്സിൽ ക്രൂഷ്ചേവ്, സ്റ്റാലിന്റെ ക്രൂരതയെ നിശിതമായി വിമർശിക്കുകയുണ്ടായി. ചെക്കോസ്ലോവാക്യയിലും പോളണ്ടിലും അഫ്ഘാനിസ്ഥാനിലുമൊക്കെ ഇതിന്റെ തുടർച്ചകൾ പിൽക്കാലത്തുണ്ടായി. സോവിയറ്റ് യൂണിയന്റെ

തകർച്ചയ്ക്കുശേഷവും റഷ്യൻ പ്രസിഡണ്ടായ യെൽസിൻ, ചെച്നിയായിൽ നടത്തിക്കൊണ്ടിരിക്കുന്ന ആക്രമണം പഴയ പ്രതാപത്തിന്റെ ദുർബലമായ നിലനിൽപ് തേടലാണ്.

നവസാമ്രാജ്യത്വത്തിന്റെ അധികാരവ്യവസ്ഥയിൽ ടെക്നോളജി വാത്സല്യരഹിതമായ ഒരു 'പിതൃരൂപക'മാണ്. രാഷ്ട്രപിതാവ് എന്ന പിതൃരൂപകം, നക്ഷത്രയുദ്ധകാലാവസ്ഥയിൽ ടെക്നോളജി വിദഗ്ദ്ധമായി പ്രയോഗിക്കുന്ന രാഷ്ട്രത്തലവന്മാരുടെ വരുതിയിലേക്ക് മാറിയിരിക്കുന്നു. മൂന്നാംലോകരാഷ്ട്രങ്ങളിലെ ഭരണകൂടങ്ങളെല്ലാം മൊത്ത വരുമാനത്തിന്റെ നല്ലൊരു ശതമാനം പ്രതിരോധത്തിനുവേണ്ടി നീക്കിവെക്കുന്നു.

ആധുനിക ടെക്നോളജിയുടെ മാരകരൂപമായ അണുശക്തിയെ അവഗണിക്കുന്ന ഭരണാധിപന് ഉണ്ടാകാവുന്ന വീഴ്ചയ്ക്ക് ഉദാഹരണമാണ് റഷ്യൻ പ്രസിഡണ്ടായിരുന്ന ഗോർബ്ബച്ചേവിന്റെ പതനകഥ. എ.ഡി. രണ്ടായിരാമാണ്ടിൽ, എല്ലാ അണ്വായുധങ്ങളും മരവിപ്പിക്കണമെന്ന് 1986-ൽ റീഗൺ-ഗോർബ്ബച്ചേവ് ഉച്ചകോടിയിൽ വാദിച്ചതാണ്, ഗോർബ്ബച്ചേവിന്റെ പതനത്തിന് ഭാഗികമായി കാരണമായത്. അണുശക്തിയോടുള്ള സമീപനമാണ് ആധുനിക ശാക്തികചേരികളെ നിയന്ത്രിക്കുന്ന ഒരു സുപ്രധാനഘടകം.

ഹിറ്റ്ലറുടെ വംശശുദ്ധീകരണ നിലപാടിനെ ശക്തിപ്പെടുത്തുവാൻ അക്കാലത്ത് സഹായിച്ച ഒരു ഘടകം അച്ചുതണ്ടുശക്തികളുടെ ആയുധസാങ്കേതികതയിൽ ഉറച്ച വിശ്വാസം കൂടിയായിരുന്നു. റഷ്യയുടെ തളർച്ചയിൽനിന്നും ഏറെക്കുറെ സമാനമായ സ്വരം ശ്രവിക്കാവുന്നതാണ്. സോവിയറ്റ് യൂണിയൻ തകർന്നെങ്കിലും പഴയ കേന്ദ്രശക്തിയുടെ കൈകളിൽത്തന്നെയാണ് അവിടുത്തെ അണുശക്തിയും ആധുനിക ശാസ്ത്രസാങ്കേതികവിദ്യയും. യെൽസിന്റെ നിർവീര്യമായ വ്യക്തിപ്രഭാവം മുതലെടുത്ത് ഷിറിനോസ്കിയെ പോലുള്ളവർ തലയുയർത്തുന്നു. 'മുന്നൂറ് മില്യൻ ആളുകൾക്ക് സംതൃപ്തമായി ജീവിക്കാൻ ഒരു ലക്ഷം പേരെ തോക്കിനിരയാക്കുന്നതിനെ നന്മയായി കാണുന്ന ഈ കാഴ്ചപ്പാട്' മറ്റൊരു വംശശുദ്ധീകരണത്തെ ലാക്കാക്കിയാണ്. ഇവിടെയൊക്കെ ശ്രദ്ധേയമായ കാര്യം. അധികാരത്തിന് 'വ്യക്തിപ്രഭാവം' ആവശ്യപ്പെട്ടിരുന്ന പഴയ ചിഹ്നങ്ങൾ മാറിയിരിക്കുന്നു എന്നതത്രെ. ഇന്ന് അവ ഏറെ മാരകമായ നിലയിൽ പ്രത്യക്ഷപ്പെട്ടുകൊണ്ടിരിക്കുന്നു.

യുദ്ധതന്ത്രത്തിന്റെ കാരുണ്യരഹിതവും വികേന്ദ്രീകൃതവുമായ സൈനിക നീക്കങ്ങളെ ആനന്ദ് പലയിടത്തും രേഖപ്പെടുത്തുകയുണ്ടായി. നാഗാമലകളിലും മിസോ മലകളിലും സ്വന്തം നാട്ടുകാരുടെ നേരെ പുതിയ ശത്രുവായി അഭിനയിക്കേണ്ടിവരുന്ന സൈന്യത്തിന്റെ നരനായാട്ടും അതിന്റെ സൂചകങ്ങളും വിചിത്രമാണ്.

'ഇവിടെ നാം ഒരു പുതിയ ശത്രുവിനെയാണ് നേരിടുന്നത്. ശത്രുവല്ലാത്തൊരു ശത്രുവിനെ. ഓപ് ഓർക്കിഡന്റെ ജനറൽ ഓഫീസർ കമാന്റിംഗ് പറഞ്ഞു. I want All ranks to realise that people of OP ORCHID area are Indians and not enemies. A small population are misguided and it should be our endeavour to win them over! ഓർക്കിഡുകൾ പാരസൈറ്റുകളല്ല. പാരസൈറ്റുകളല്ലാത്ത എപ്പിഫൈറ്റുകളാണ് (അഭയാർത്ഥികൾ പു. 85).

ശത്രുവിന് കിട്ടുന്ന അർത്ഥതലങ്ങളുടെ രീത്യന്തരങ്ങൾ 'പാരസൈറ്റ്' എന്ന ശത്രുബോധത്തിൽനിന്ന് 'എപിഫൈറ്റ്' എന്ന മിത്രബോധത്തിലേക്ക് സൈന്യം അതിന്റെ അധികാരത്തെ മാറ്റി പ്രതിഷ്ഠിക്കുന്നു. യുദ്ധവും വിപ്ലവവും ഭരണവും തൊഴിലില്ലാത്തവനേയും തോക്കില്ലാത്തവനേയും വെറും ജനത്തേയും മുതൽമുടക്കാക്കി വളരുന്ന നവീന സംസ്കാരത്തിന്റെ വ്യവസായങ്ങൾ ആണെന്ന കാഴ്ചപ്പാട് യുക്തിയുക്തമായി അവതരിപ്പിക്കപ്പെടുന്നത് മരുഭൂമികൾ ഉണ്ടാകുന്നത് എന്ന നോവലിലാണ്.

ദേശീയ സുരക്ഷ അധികാരത്തിന്റെ സുപ്രധാനഘടകമായി വർത്തിക്കുന്നു. മരുഭൂമികൾ ഉണ്ടാകുന്നു എന്ന നോവലിലും 'കൾച്ചർ' (Culture) പോലും അതിന് ബോധപൂർവം പ്രയോഗിക്കപ്പെടുന്നതിനെക്കുറിച്ച് കൃതിയിൽ സൂചനയുണ്ട്. 'രംഭാഗന്ധ പദ്ധതി' തന്നെ ദേശസുരക്ഷാപ്രധാനമായ ഒന്നാണ്. 'അധികാരത്തെ കുറിച്ചുള്ള ജ്ഞാനങ്ങൾ ഒന്നൊന്നായി കരസ്ഥമാക്കിക്കൊണ്ടിരിക്കുന്ന ഘട്ടങ്ങളിലെല്ലാം ദേശസുരക്ഷയെക്കുറിച്ചുള്ള താക്കീതുകൾ കിട്ടിക്കൊണ്ടേയിരിക്കുന്നു. 'സ്റ്റേറ്റിനെ, അംഗീകരിക്കുകയാണെങ്കിൽ അതിന്റെ നിലനിൽപിന് അതാവശ്യപ്പെടുന്ന പൗണ്ട് മാംസം ചോദിക്കാനുള്ള അധികാരവും അതിനു നല്കേണ്ടതുണ്ട്' എന്ന ബാലപാഠത്തിൽനിന്നാണ് കുന്ദന്റെ ദിനങ്ങൾ ആരംഭിക്കുന്നതുതന്നെ. 'ദേശസ്നേഹമില്ലാത്തവർക്ക് ദേശത്തിൽ എന്ത് സ്ഥാനം?' എന്നു മുകളിൽനിന്ന് ചോദ്യം വരുമ്പോഴാണ്, പ്രക്ഷോഭത്തിന് മുതിരുന്ന പൗരന്മാരെ തന്റെ റിക്കാർഡിൽനിന്ന് കുന്ദന് സ്ട്രൈക്കോഫ് ചെയ്യേണ്ടിവരുന്നത്. അധികാരികൾക്ക് വിമർശകരും സ്വതന്ത്രമാധ്യമെന്നവകാശപ്പെടുന്നവരും ദേശസുരക്ഷയുടെ കാര്യത്തിൽ നിലവിലുള്ള ഭരണകൂടത്തോട് ഇടഞ്ഞു നിൽക്കാറില്ല. അധികാരത്തിനെതിരെ, സ്വാതന്ത്ര്യത്തിന്റെ മാർഗം പ്രയോഗിക്കുന്നവനെ സംബന്ധിച്ചിടത്തോളം ഇത്തരം മാധ്യമങ്ങൾ വൻതെറ്റിദ്ധാരണയുണ്ടാക്കുന്നു. അധികാരത്തിന്റെ ശ്രേണിയിൽ, ഇത്തരമൊരു മാധ്യമത്തെ വിശ്വസിക്കുന്ന കുന്ദൻ, വിശ്വാസവഞ്ചന മനസ്സിലാകുന്ന ഘട്ടത്തിൽ താനൊരു 'ഫ്യൂജിറ്റീവോ ക്രൂസേഡറോ' എന്നു സ്വയം ചോദിച്ചുപോകുന്ന ഒരു രംഗം നോവലിലുണ്ട്. സുരക്ഷാപദ്ധതി വ്യാജമാണ് എന്ന തെളിവുമായി അവസാനം അയാൾക്ക് കീഴടങ്ങേണ്ടിവന്നത് സ്വന്തം അധികാരികൾക്കു മുന്നിൽ തന്നെയാണ്.

അധികാരവും മീഡിയയവും തമ്മിലുള്ള യുദ്ധം 'അകർമ്മകപ്രക്രിയയും സകർമ്മകക്രിയയും തമ്മിലുള്ള ഒന്നായിത്തീരുന്നതും ഇരുവരും ഒരിഞ്ച്പോലും വഴങ്ങാതെ സ്ഥാനങ്ങൾ കൈയടക്കി നിൽക്കുന്നതും സുന്ദരമായ വ്യാകരണത്തിനുമുമ്പിൽ ആശയം അടിപതറിവീഴുന്നതും വേദനയോടെ നിരീക്ഷിച്ചുകൊണ്ട് കുന്ദൻ തന്റെ സ്വാതന്ത്ര്യത്തിന് മേൽ സ്വയം തിരശ്ശീലയിടുന്നു.

അധികാരപുരാവൃത്തങ്ങളുടെ ഉള്ളുകള്ളികൾ ഒട്ടനവധി ഈ കൃതിയിലൂടെ ചുരുളഴിയുന്നു. ജലാംശം കുറഞ്ഞ്, ഈർപ്പം വറ്റി മണ്ണിന്റെ പശിമ നശിച്ച്, ഒട്ടിപ്പിടിക്കാത്ത മണൽത്തരികളായി മാറുന്ന മരുഭൂമി പ്രകൃതിക്കുതുല്യം മനുഷ്യബന്ധങ്ങൾക്കുണ്ടാകുന്ന ശൈഥില്യത്തെ യാഥാർത്ഥ്യജന്യമായ ഗൃഹാതുരത്വത്തോടെ നോക്കിക്കാണുകയാണ് കഥാകാരൻ. ജൈവികതയുടെ ചോർച്ചയ്ക്കാധാരം മനുഷ്യനെ അന്യവത്ക്കരിക്കുന്ന ആധുനിക അധികാരബന്ധങ്ങളാണ്. സാമൂഹ്യപാഠം 'കലാപാഠ'മായിത്തീരുന്നു ഇവിടെ. മരണംപോലും രാഷ്ട്രീയ പ്രവർത്തനമായി മാറ്റേണ്ടുന്ന ഒരു കാലത്ത്, ഈ നായകപ്രകൃതി, വീരനായകന്മാരെപ്പോലെ ഒരു കാര്യത്തിനുവേണ്ടി രക്തസാക്ഷിത്വം വരിച്ചതായി ചരിത്രം രേഖപ്പെടുത്തുകയില്ല. ആദരിക്കുകയില്ല. ഉണർത്തപ്പെടാത്ത ഒരു ചരിത്രത്തെ ഓർമിപ്പിക്കുന്നു ഇത്.

ഏഴ്

കടലിന്റെ കണ്ണും കരളും

'നാഗാസ്റ്റോറി' - ദി അദർ സൈഡ് ഓഫ് സൈലൻസ് (സംവിധാനം/ ഗോപാൽ മേനോൻ) എന്ന ഡോക്യുമെന്ററി ചിത്രത്തിൽ ഇന്ത്യൻ പട്ടാളക്കാരുടെ ബലാത്കാരത്തിനിരയാകുന്ന ഒരു നാഗായുവതി ആ പട്ടാളക്കാരന്റെ പേര് വെളിപ്പെടുത്തിക്കൊണ്ട് (ഗാങ്വാൾ) തന്റെ അർത്ഥം നഷ്ടപ്പെട്ട ജീവിതത്തെച്ചൊല്ലി വിലപിക്കുന്നുണ്ട്. ജീവിതത്തിന്റെ നാഗരിക യുക്തികളുമായി ഇതിന് താരതമ്യമില്ല എന്നതത്രെ സത്യം. വംശീയ ബദ്ധമായ ജീവിതത്തിന്റെ നടുവിൽനിന്നുകൊണ്ടുള്ള ഈ ഏറ്റുപറച്ചിൽ തനതായ ഒരു ജീവിതസമീപനമാണ്.

തുളസിയുടെ 'ദ്വീപ്' എന്ന നോവലിലെ മണിച്ചീബി എന്ന നായിക കഥാപാത്രത്തിന്റെ ജീവിതകഥയെ അപഗ്രഥിക്കുമ്പോൾ ദ്വീപസമൂഹത്തിലെ സവിശേഷമായ വംശജന്യഗുണം ശക്തമായി പ്രതിഫലിക്കുന്നതുകാണാം. ക്രൂരനായ രണ്ടാം പുതിയോന്റെ (വരൻ) ബലാത്കാരങ്ങൾക്ക് വിധേയമാകുമ്പോഴും മനസ്സുതുറന്നു സ്നേഹിക്കുന്നവന്റെ കൂടെ ധൈര്യവതിയായിരുന്നിട്ടും അവൾക്ക് പോകാൻ സാധിക്കുന്നില്ല. ഈ കഥാപാത്രത്തെ നിത്യാഘാത ദുരന്തങ്ങളിലേക്ക് വീഴ്ത്തുന്നതിൽ ഈ വംശസ്വത്വത്തിന്റെ കാതലായ ചില അംശങ്ങളുണ്ട് എന്നു കാണാം. അതുകൊണ്ടുതന്നെ തുളസിയുടെ 'ദ്വീപ്' ബോധപൂർവ്വമല്ലാതെ തന്നെ ചരിത്രത്തിന്റെ നേരുകളെ പ്രകാശിപ്പിക്കുന്ന ഒന്നാണ്. രാമു കാര്യാട്ടിനെപ്പോലുള്ള ഒരു കലാകാരന്റെ കയ്യൊപ്പ് (ദ്വീപ് / ചലച്ചിത്രം) ഈ കൃതിക്കുമേൽ പതിഞ്ഞതും ഇതേ കാരണംകൊണ്ടു തന്നെയായിരിക്കാം. തകഴിയുടെ 'ചെമ്മീനി'ലെ കറുത്തമ്മ പരീക്കുട്ടിയോടൊപ്പം പോയില്ലെങ്കിൽ ആ കഥ എങ്ങനെ മാറും എന്ന് ഞാൻ സങ്കല്പിച്ചു നോക്കിയിട്ടുണ്ട്. പരീക്കുട്ടിയുടെ ദുരന്തം ഏറെ സങ്കീർണമാവുന്നതോടൊപ്പം കടലുമായി ബന്ധപ്പെട്ട വിധി-വിശ്വാസ ജീവിതഘടനയിൽ പണിതീർത്ത ഒരു അരയ സമൂഹത്തിന്റെ വംശീയമായ മുദ്രകളെ കൂടുതൽ ശക്തമായി അനാവരണം ചെയ്യാൻ അതിനു കഴിയുമായിരുന്നു.

ഇന്ത്യയുടെ തെക്കുപടിഞ്ഞാറു തീരത്ത് അറബിക്കടലിൽ സ്ഥിതി ചെയ്യുന്ന ജനവാസം ഉള്ളതും ഇല്ലാത്തതുമായ ഇരുപത്തിയേഴോളം ദ്വീപുകളുടെ ഒരു കൂട്ടമാണ് ലക്ഷദ്വീപ്. ഒരു കേന്ദ്ര ഭരണപ്രദേശമാണെങ്കിലും കേരളത്തിന്റെ വൈകാരികമായ ഒരവയവം പോലുള്ള ഭൂപ്രദേശമാണ് അത്. എന്നിട്ടും ഈ ജീവിതഭൂമിക സർഗ്ഗകൈരളിക്ക് അജ്ഞാതമായിപ്പോയതെന്തേ? (വി.പി. മുഹമ്മദിന്റെ 'പിട'യാണ് ലക്ഷദ്വീപ് ആധാരമാക്കികൊണ്ടുണ്ടായ മറ്റൊരു നോവൽ). തുളസിയുടെ മറ്റുകൃതികളിൽ കാണാത്ത, ചരിത്രത്തിന്റെ ഗന്ധവും ജിവിതത്തിന്റെ ഗന്ധവും നാടോടി തിരതല്ലലും 'ദ്വീപ്' എന്ന നോവലിൽ ഉണ്ട്. ഏറെക്കാലം ദ്വീപിൽ ഔദ്യോഗികജീവിതം നയിക്കാനിടയായ കഥാകൃത്ത് അക്കാലത്ത് ദ്വീപനുഭവത്തിന്റെ ചൂടും ചൂരും വിദഗ്ദ്ധമായി ചിത്രീകരിച്ചിട്ടുണ്ട്. അവിടത്തെ മിത്തുകളും വിശ്വാസങ്ങളും കലാവിദ്യയും ജീവിതായോധനമാർഗ്ഗവും - കടലുമായി ഇവയ്ക്കുള്ള നിരന്തര ബന്ധത്തിന്റെ അടിസ്ഥാനത്തിൽ അതിനോട് ബന്ധിപ്പിച്ചിട്ടുണ്ട്.

'മണിച്ചിബി' എന്ന സുന്ദരിയുടെ ദുരന്തകൃതമായ ജീവിതത്തെ ദ്വീപിന്റെ വൈകാരിക-ഭൗതിക ഭൂമികകളിലേക്ക് സഞ്ചയിച്ചുകൊണ്ടാണ് - ദ്വീപിലൂടെ സഞ്ചാരം നടത്തുന്നത്. കവരത്തിയാണ് ലക്ഷദ്വീപിന്റെ തലസ്ഥാനമെങ്കിലും നോവലിന്റേത് അഗത്തിയാണ് എന്ന് സൂചനയുണ്ട്. അഗത്തിയിലൂടെ മണിച്ചിബിയിലൂടെ കടൽബദ്ധരായ സങ്കല്പലോകവും കരയെക്കുറിച്ചുള്ള അറിവും കഥാകാരൻ രേഖപ്പെടുത്തുന്നതിങ്ങനെ. "സ്വന്തം ദ്വീപല്ലാതെ മറ്റൊരു ദ്വീപും അവൾ കണ്ടിട്ടില്ല. എങ്കിലും നാലു പുറവും കടൽകടക്കുന്ന ദ്വീപുകളുടെ രൂപം ഭാവനയിൽ കാണാൻ അവൾക്കു കഴിയും. ദ്വീപ് വിഭവങ്ങൾ കൊണ്ടിറക്കി കച്ചവടം നടത്തുന്ന ബജാറുകൾ നിറഞ്ഞ നഗരങ്ങളെക്കുറിച്ച് പറഞ്ഞുകേട്ട അറിവേ അവൾക്കുള്ളൂ. നഗരങ്ങളെയോ അവ ഉൾക്കൊള്ളുന്ന വൻകരയേയോ മനസ്സിൽ രൂപപ്പെടുത്താൻ അവൾക്ക് കഴിഞ്ഞിട്ടില്ല. ശ്രമിച്ചാലും അവ ഭാവനയിൽ നിന്ന് വഴുതിപ്പോവുകയേയുള്ളൂ." ദ്വീപിലെ ഉന്നതകുലസ്ത്രീകളുടെ ലോകജ്ഞാനമാണ് ഇതിലൂടെ രേഖപ്പെടുത്തിയിരിക്കുന്നത്. കരയിലേക്ക് കച്ചവടത്തിനുപോകുന്ന പുതിയോന്മാരുടെ ഭാഷയിൽനിന്നാണ് ഇവരിൽ മിക്കപേരും പുറലോകത്തെക്കുറിച്ച് അറിയുക. യാഥാസ്ഥിതിക മതം കല്പിച്ചുകൊടുക്കുന്ന ആചാരനിബദ്ധമായ നിയമങ്ങളുടെ നടുക്കടലിൽപെട്ട ദ്വീപിലെ പെൺസ്വത്വത്തിന് കരയെന്ത്, എത്ര വർണിച്ചാലും പിടികിട്ടുന്ന ഒരു യാഥാർത്ഥ്യമല്ല. ഈ മതസ്വത്വത്തിന്റെ കരിയും നിലാവും കടലിലേക്ക് ജീവിതായോധനത്തിന് പോകുന്ന ആണുങ്ങളുടെ മേൽക്കോയ്മ ഭാവവുമായി കൂടിച്ചേരുന്നതോടെ സ്ത്രീ കേവലമായൊരു 'മാണിക്യകല്ലുപോലെ' ആയിത്തീരുന്നതിന്റെ ചിത്രം മനോഹരമായി ചിത്രീകരിക്കുന്നുണ്ടീ നോവൽ. തലോടാനും താരാട്ടാനും തോന്നുമ്പോൾ മൊഴിചൊല്ലി അവസാനിപ്പിക്കാനും പറ്റുന്ന ഒരു സുന്ദരവസ്തു ആണ്

അവൾ. കരയിൽനിന്നു വരുന്നവരുമായുള്ള വിവാഹബന്ധം ഒരു പരിധി വരെ ഇതിനെ പരിപോഷിക്കുന്നു. 'പുതിയോൻ കൂടുക' എന്ന പ്രയോഗം ദ്വീപുസ്ത്രീകളുടെ ജീവിതത്തിന്റെ സുരക്ഷയേയും അനിശ്ചിതത്വത്തിന്റേയും ഒരുപോലെ പ്രകടിപ്പിക്കുന്നു.

കരയാണ് ദ്വീപുകാരുടെ വിദേശം. കരയിലുള്ളതുപോലെ ഭൂമിയധിഷ്ഠിതമായ ഫ്യൂഡൽ അധികാരബന്ധമല്ല ദ്വീപിലേത്. കടൽബദ്ധമാണ്, കച്ചവടത്തിലൂടെയും കുടുംബബന്ധത്തിലൂടെയും നിലനിൽക്കുന്ന ദ്വീപിലെ മനുഷ്യബന്ധങ്ങൾ ഒരേ സമയം ക്രിയാത്മകവും നിഷേധാത്മകവുമാണ്. മരുമക്കത്തായത്തിന്റെ സജീവതാളം ദ്വീപിലുണ്ട്. പുതിയോൻ വരികയും പോവുകയും ചെയ്യുന്നു. കുടുംബം പോറ്റാൻ അയാൾ ബാധ്യസ്ഥനുമാണ്. കരയുമായുള്ള മനുഷ്യബന്ധം അവിടത്തെ മരുമക്കത്തായ സമ്പ്രദായത്തിൽ പുതിയ തലങ്ങൾ സൃഷ്ടിക്കുന്നതുകാണാം.

ദ്വീപുനിവാസികളും കരക്കാരും തമ്മിലുള്ള കുടുംബബന്ധം വളരെ മുമ്പേ ദ്വീപിലുണ്ട്. കച്ചവടത്തിനും മറ്റുമായി ദ്വീപിലെത്തുന്നവരിൽ പലരും കരയിൽ കുടുംബമുള്ളവരാണെങ്കിലും ദ്വീപിൽവന്ന് പെണ്ണു കെട്ടുകയും ദ്വീപ് ഉപേക്ഷിച്ചുപോകുമ്പോൾ അവരിൽ പലരും മൊഴി ചൊല്ലി ബന്ധം അവസാനിപ്പിക്കുന്നവരുമാണ്. ഉന്നതകുടുംബങ്ങളിലെ കാരണവന്മാരിൽ പലരും മുമ്പ് കൊളോണിയൻ പ്രതാപങ്ങളുമായി ജീവിച്ചവരായതുകൊണ്ടാകണം സ്ത്രീയുടെ മേൽ മതാധികാരികളെക്കാൾ (ഖാസി) അധികാരം അവിടത്തെ കാരണവന്മാർക്കുണ്ട്.

കുടുംബം പോറ്റാൻ അവിടത്തെ പുതിയോന്മാർ ബാദ്ധ്യസ്ഥരാണ്. മരുമക്കത്തായ വ്യവസ്ഥയിൽ സ്ത്രീകൾക്ക് കൂടുതൽ സ്വാതന്ത്ര്യമുണ്ടെങ്കിലും മത-സാമൂഹിക നിലപാടുകൾ നിഷേധാത്മകമാകുന്നതുകൊണ്ട് സ്ത്രൈണസ്വാതന്ത്ര്യവാഞ്ഛയെ അത് കെടുത്തിക്കളയുന്നു. ദ്വീപുനിവാസികൾക്കിടയിലും വർണവ്യവസ്ഥയുടെ ലോലമായ പ്രതിഫലനം ഈ നോവലിനുണ്ട്. മണിച്ചിബിയെയും ഹാത്തുള്ളയെയും ദൂരസ്ഥമാക്കുന്നത് ഈ വർണവ്യവസ്ഥയാണ്. ധനത്തേക്കാൾ കുലമഹിമയാണ് ഈ സവർണ-അവർണ വ്യവസ്ഥയ്ക്കു നിദാനം. അവർണ വ്യവസ്ഥകളിലുള്ള അയ്നുമ്മയെ 'ഹറാമ്പെറന്നോൾ' (ജാരസന്തതി) എന്നു വിളിക്കാൻ ഹാത്തുള്ളയ്ക്ക് കഴിയും. 'നിന്റെ ബാവ (അച്ഛൻ) കറുത്തിട്ടാണ്' എന്നു ഹാത്തുള്ളയുടെ മൊഴിയുടെ സൂചന ദ്വീപിലെ ദരിദ്രരായ അവർണ കുടുംബങ്ങളിലെ അന്തഃഛിദ്രത്തെക്കൂടി സൂചിപ്പിക്കുന്നു. അതേസമയം മണിച്ചിബിയെ ഹാത്തുള്ളയ്ക്ക് ഒരിക്കലും അങ്ങനെ വിളിക്കാൻ ഒക്കില്ല. സ്രാവിൽനിന്ന് കിട്ടിയ 'അംബറു'മായി മണിച്ചിബിയെ സമീപിക്കുന്ന ഹാത്തുള്ള, അതു വിൽക്കാൻ മംഗലാപുരത്തേക്ക് വരുന്നോ എന്ന് തമാശയായി ചോദിക്കുന്നുണ്ട്. 'പോ ശെയ്ത്താനെ' എന്ന് അവളുടെ മറുപടി ഗൗരവപ്രകൃതിയിലുള്ളതായിരുന്നു. മുഹബത്തും കുലമഹിമയും വെവ്വേറെ തരംതിരിഞ്ഞുനില്ക്കുന്ന കാഴ്ചയാണ് ഇവിടെ

കാണാനാകുന്നത്. അവർണരായ അയ്നുമ്മയെയും ബീബിജാനെയും പോലെ 'പക്ഷിപ്പിട്ടി ദ്വീപി'ലേക്ക് കക്ക പെറുക്കാനും കടൽകാക്കയുടെ മുട്ടകൾ ശേഖരിക്കുവാനും ബോട്ടിൽ പോകാനുള്ള സ്വാതന്ത്ര്യം മണിച്ചിബിക്കില്ല. അവർണർ ഏതു സമൂഹത്തിലും അനുഭവിക്കുന്ന സ്വാതന്ത്ര്യത്തിന്റെ ചേല് ദ്വീപസമൂഹങ്ങളിലും കാണാം.

എന്നാൽ കരയിൽ നിന്നെത്താറുള്ള മുത്തുക്കോയ എന്ന (വ്യാജ) സിദ്ധന്റെ ശിഷ്യനായി വേഷം കെട്ടി ദ്വീപിലെത്തുന്ന ശേഖ്കോയ, കച്ചവടം ചെയ്ത് പണമുണ്ടാക്കുന്നതോടെ ദ്വീപുകാർക്ക് അയാൾ സ്വീകാര്യനായിത്തീരുന്നു. ദാരിദ്ര്യം മൂലം ആദ്യം കെട്ടിയ പെണ്ണിനെ മൊഴി ചൊല്ലേണ്ടിവന്ന (കാരണവന്മാരുടെ സമ്മർദ്ദത്തിനു വഴങ്ങി) അയാൾ, കച്ചവടം ചെയ്ത് അമിതമായ ചൂഷണത്തിലൂടെ പണമുണ്ടാക്കി പഴയ പെണ്ണിനെ രണ്ടാം പുതിയോനിൽനിന്ന് വീണ്ടെടുക്കുന്നതു കാണാം. ആദ്യ പുതിയോൻ മൊഴിചൊല്ലിയതോടെ, മണിച്ചിബി എന്ന കാന്താരിയെ സ്വന്തമാക്കുവാനും ഹാത്തുള്ളയുമായുള്ള അവരുടെ ബന്ധത്തെ തകർക്കാനും ശേഖ് കോയയ്ക്ക് എളുപ്പം സാധിക്കുന്നു. കരയുടെയും കടലിന്റേയും ജീവിതസങ്കല്പത്തിലുള്ള അന്തരമാണ് ഈ കഥാപാത്രങ്ങളിലൂടെ ധ്വനിക്കപ്പെടുന്നത്. മത്സ്യബന്ധനവും കക്കപ്പെറുക്കലും കടൽകാക്കയുടെ മുട്ട ശേഖരിക്കലും സ്രാവിനുള്ളിലെ അംബർ കൈക്കലാക്കാൻ പ്രതീക്ഷാപൂർവ്വം മത്സരിക്കുന്നതും എല്ലാം കടലുമായുള്ള ഒരു ജീവിതായോധനാബോധത്തെ സൃഷ്ടിക്കുന്നു. പേച്ചാനും നീരാളിയും സ്രാവും ദ്വീപുകാരുടെ നിത്യജീവിതത്തിലെ ബന്ധങ്ങൾ സൃഷ്ടിക്കുന്നതിൽ പങ്കുവഹിക്കുന്നു. "ശക്തി പ്രകടിപ്പിക്കുന്ന ഒരേ ഒരു ഇടം കടലാണ്" എന്ന ഹാത്തുള്ളയുടെ വചനം ദ്വീപുജീവിതത്തിന്റെ പ്രത്യയശാസ്ത്രം തന്നെ. കടലിനെ മെരുക്കുംപോലെ ആണിന് (കടലിൽ പോകാത്ത) സ്ത്രീയേയും മെരുക്കാൻ കഴിയും. മണിച്ചീബി സ്വപ്നം കാണുന്ന ദ്വീപുസ്ത്രീയുടെ പ്രകാശനശൈലിയാണ്. ആ സ്വപ്നകാഴ്ചകളിൽ നിന്നുതന്നെയാണ് സ്ത്രീ അവളുടെ പ്രതിരോധ ശക്തിയെ തോറ്റിയെടുക്കുന്നത്. പുതിയോൻ കരയിൽ പോയി വരുമ്പോൾ താനാഗ്രഹിച്ച ആടയാഭരണങ്ങൾ ഇല്ലാത്തതിന്റെ പേരിൽ അവൾ അയാളെ ധിക്കരിക്കുന്നു. കരയിൽനിന്ന് വരുമ്പോൾ പുരുഷന്മാർ കൊണ്ടുവരാറുള്ള 'ബുർക്ക' (പർദ്ദ)യാണ് അവൾ വെറുക്കുന്ന ഒരു വസ്ത്രം. ആദ്യപുതിയോൻ പോയതിനുശേഷം അടുത്തുകൂടാൻ ശ്രമിക്കുന്ന ക്രൂരനും മുതലാളിയുമായ ശേഖ് കോയയോട് അവൾ എതിർത്തുനില്ക്കുന്നുണ്ട്. കോയ (വില ഈടാക്കാതെ) നൽകിയ അവൾക്ക് പ്രിയങ്കരമായ കുപ്പിവളകൾ കാര്യം ബോധ്യപ്പെടുമ്പോൾ അയാൾ കാൺകെ തന്നെ മണിച്ചീബി അത് തച്ച് തകർക്കുന്നു. എന്നിട്ടും ദ്വീപിലെ നിയമങ്ങളും പുരുഷാധിഷ്ഠിതമായ യാഥാസ്ഥിതിക മതസംഹിതയും അവളെ കുരുക്കിലാക്കുകതന്നെ ചെയ്തു. ദ്വീപിൽ വളർന്നുതുടങ്ങുന്ന നവോത്ഥാനപരവും പുരോഗമനപരവുമായ വീക്ഷണങ്ങൾ പ്രചരിപ്പിക്കുന്ന കാസ്മികോയയ്ക്കും കൂട്ടുകാർക്കും ജനകീയ

കൂട്ടായ്മയോടെ ന്യായവിലഷോപ്പ് തുടങ്ങി ശേഖ്കോയയേയും സാമ്പത്തികമായി തകർക്കാൻ കഴിയുന്നുണ്ടെങ്കിലും യാഥാസ്ഥിതിക മത-സാമൂഹിക നിയമങ്ങളെ പൊളിക്കാനാവുന്നില്ല എന്നിടത്താണ് 'ദ്വീപ്' അവസാനിക്കുന്നത്. ഹാത്തുള്ളയുടെയും മണിച്ചീബിയുടെയും പരസ്പര സ്നേഹത്തിന് പരിഹാരമെന്നോണം ശേഖ് കോയയിൽനിന്ന് അവളുടെ മൊഴി അവർ ആവശ്യപ്പെടുന്നുണ്ട്. അതിന് അയാൾ സമ്മതിക്കാതിരുന്നപ്പോൾ പണം നൽകാമെന്നും (പണം നൽകി മൊഴി വാങ്ങുന്ന ഏർപ്പാട് ദ്വീപിൽ ആരംഭിച്ചത് ശേഖ്കോയയാണ്) പ്രീണിപ്പിക്കുന്നു. അതിനും തയ്യാറാകാതെ, മൊഴിനൽകാൻ കൂട്ടാക്കാത്ത ശേഖ് കോയ ദ്വീപിൽനിന്ന് സ്ഥലം വിടുകയാണ് ചെയ്യുന്നത്. സാമ്പത്തികമായ അയാളുടെ തോൽവി ഹാത്തുള്ളയോട് കർക്കശമായ പ്രതികാരം തീർക്കുന്നതിലും, സ്ത്രീയെ ആത്യന്തികമായി അടിമയാക്കിവയ്ക്കുന്നതിനും ശേഖ്കോയയെ പ്രേരിപ്പിക്കുന്നു. സ്നേഹവും സ്വാതന്ത്ര്യവും തമ്മിലുള്ള ബന്ധം പരസ്പരം തടവിലാക്കപ്പെടുകയാണിവിടെ. ഗത്യന്തരമില്ലാതെ, നിരാശനായ ഹാത്തുള്ള പിന്മാറുന്നതോടെ മണിച്ചീബി എന്ന സുന്ദരിയുടെ ജീവിതം അഗാധദുരന്തത്തിലേക്ക് പതിക്കുന്നു. കടൽ ഇതിനെല്ലാം മൂകസാക്ഷിയായിട്ടല്ല, പ്രക്ഷുബ്ധമായ തരംഗചലന പ്രകൃതി ആയിട്ടു തന്നെയാണ് ഈ നോവലിൽ അനുഭവപ്പെടുന്നത്.

പ്രാന്തവല്കരിക്കപ്പെട്ട ഒരു ജനജീവിതത്തെ സജീവമായി പരിഗണിക്കുന്നു 'ദ്വീപ്, ദ്വീപ് ജനജീവിതം തുടിക്കുന്ന ഒരു പുരാവൃത്തമാണ്. ഒരു ഭാവഗാനപ്പൊലിമയോടെ അവതരിപ്പിക്കുമ്പോൾ അതു വായനക്കാരിലേക്ക് കൂടുതൽ അടുക്കുന്നു. സിനിമയിൽ ബാബുരാജിന്റെ സംഗീതം പോലെ.

എട്ട്

ജാരന്റെ തെരുവീഥികൾ

ആമുഖം

ആഭിചാരത്തിന്റേയും അത്യാചാരത്തിന്റേയും പുരാവൃത്താംശങ്ങളെ മലയാളനോവലിൽ ശക്തമായി പരീക്ഷിച്ച കലാകാരനാണ് സേതു. മനുഷ്യന്റെ സ്വപ്നമനസ്സിനു പ്രാചീനമായ നിയോഗബോധവുമായുള്ള നിഗൂഢബന്ധം കലയിൽ അന്വേഷിക്കുന്നു അദ്ദേഹം. അതാകട്ടെ, മനഃശാസ്ത്രത്തിന്റേയും സാമൂഹിക നരവംശ ശാസ്ത്രങ്ങളുടെയും ഉള്ളറകൾ തുറന്നുതരുന്നു.

കഥാപാത്രമനസ്സിന്റെ ഭ്രമാത്മകതലത്തെ ഉദ്ദീപിപ്പിച്ചുകൊണ്ടാണ് സേതു ഈ കൃത്യം നിർവഹിക്കുന്നത്. സി.വി.ക്ക് ശേഷം, ഭ്രമാത്മകത (Fantacy) ഇത്ര സമർത്ഥമായി പ്രയോജനപ്പെടുത്തിയ മറ്റൊരു കഥാകാരൻ നമുക്കില്ല. കഥാപാത്രത്തിന്റെ ക്രിയാംശത്തിൽ കുടികൊള്ളുന്ന മാന്ത്രികതലത്തെ പ്രോജ്ജ്വലിപ്പിച്ചാണ് സി.വി. ഈ കൃത്യം നിർവഹിച്ചത്. സി.വി.യുടെ മാങ്കോയിക്കൽ കുറുപ്പും, ചന്ദ്രക്കാരനുമൊക്കെ ഇത്തരത്തിലുള്ള ശക്തിസ്വത്വങ്ങളാണ്. കഥാപാത്രത്തിന് നായകപരിവേഷം നൽകുന്നതിൽ, ഈ മാന്ത്രികാംശത്തിന് പ്രത്യേക കഴിവുണ്ട്. സേതുവിന്റെ മാർഗം കുറേക്കൂടി ബിംബാത്മകമാണ്. നായകന്റെ അഭ്യുന്നതിയല്ല, മറിച്ച് വർത്തമാന മനുഷ്യനിലെ വംശീയവും സാമൂഹികവുമായ ഉൾവൈരുദ്ധ്യങ്ങളെ പ്രദർശിപ്പിക്കുക എന്നതാണ് അദ്ദേഹം ലക്ഷ്യമാക്കുന്നത്.

സംസ്കാരപരിണാമങ്ങൾക്കിടയിൽ, മാറ്റത്തിനു വിധേയമാകാതെ കിടക്കുന്ന അടിസ്ഥാന സൂചകങ്ങളും സംജ്ഞകളും ലവിസ്ട്രോസ് മിത്തുകളിൽ പഠനവിധേയമാക്കിയിട്ടുണ്ട്. മനസ്സിന്റെ ഭ്രമാത്മകതലമായിരിക്കാം പലപ്പോഴും ഈ സൂചകങ്ങളെ കലാപരമായി പ്രകടിപ്പിക്കുന്നത്. ഓരോ സമുദായവും അനുഷ്ഠാനതലത്തെ അത്യാചാരങ്ങളിലൂടെ നിലനിർത്തുന്നത് കാണാം. മതവും ഗോത്രപരതയും ഈ അനുഷ്ഠാനങ്ങൾക്ക് വംശീയമായ ഉൾക്കാഴ്ച നൽകുന്നു. ബാഹ്യമായിട്ടില്ലെങ്കിലും അനുഷ്ഠാനമാർഗം പിന്തുടരുന്ന ആധുനികമനുഷ്യൻ

സംസ്കാരത്തിന്റേയും വ്യക്തിയുടേയും മരണഭീതിയെ അതിജീവിക്കാൻ പ്രയോജനപ്പെടുത്തുന്ന പ്രതിരോധപേടകമായി വേണം ഇത്തരം ആഭിചാരങ്ങളിലൂന്നിയുള്ള അനുഷ്ഠാനങ്ങളെ കാണാൻ.

സംസ്കാരത്തിന്റെ പുനർനിർമാണമാണ് കലയിലൂടെ ലക്ഷ്യമാക്കുന്നത്. കലാകർമം ഈയർത്ഥത്തിൽ സംസ്കാരത്തിന്റെ മരണത്തിനെതിരായ ഒരനുഷ്ഠാനകർമം കൂടിയാണ്. സേതുവിന്റെ ശ്രദ്ധേയമായ കഥകളും *പാണ്ഡവപുര*മെന്ന നോവലും ഈ വെല്ലുവിളിയെ നേരിടുന്നു.

മനുഷ്യനിലെ പ്രാചീനമനസ്സ് (archaic mind) പ്രകടിപ്പിക്കാൻ സേതു ദ്രാവിഡീയമായ കഥാസന്ദർഭങ്ങളും ബിംബങ്ങളും കണ്ടെത്തുന്നു. ഇതിഹാസ കഥാസന്ദർഭങ്ങളെ നാടോടിരൂപത്തിൽ ദ്രാവിഡീയമാക്കുന്നു. *കിരാതം, താളിയോല, പാണ്ഡവപുരം, നവഗ്രഹങ്ങളുടെ തടവറ* (കുഞ്ഞബ്ദുള്ളയുമൊത്ത് രചിച്ചത്) തുടങ്ങിയ നോവലുകളിലും അയൽപക്കം, ഗുരു, ചെകുത്താൻ കോട്ടയിലെ രഹസ്യങ്ങൾ, ജന്മനക്ഷത്രം തുടങ്ങിയ കഥകളിലും ഇതിന്റെ ശക്തമായ അടിയൊഴുക്കുണ്ട്. ഇത്തരം സന്ദർഭങ്ങളിൽ, ഭ്രമാത്മകത ശുദ്ധവും അവിശുദ്ധവുമായ രീതിയിൽ പരീക്ഷിക്കപ്പെടാറുണ്ട്. തന്റേതായ ഗ്രഹനിലയുടെ തട്ടകം സേതു നിർമ്മിക്കുകയാണ്.

മനസ്സിന്റെ ഭ്രമാത്മകതലം ശക്തമായി പ്രതിഫലിപ്പിക്കുന്നത് പാണ്ഡവപുരത്തിലാണ്. 'ഭീതിയുണ്ടാക്കുന്ന ചരിത്രാവസ്ഥയിൽ യാഥാർത്ഥ്യത്തിനു സംഭവിക്കുന്ന വിള്ളലും വ്യതിയാനവുമാണ്' ഫാന്റസിയുടെ മനഃശാസ്ത്രമെന്ന് അശ്വിൻ ഫെന്നിനെ (Aswin Fenn) മുൻനിർത്തി കെ.പി. അപ്പൻ സിദ്ധാന്തിക്കുകയുണ്ടായി. 'മിഥ്യയുടെ പ്രാമാണ്യംകൊണ്ട് കലയെ മൂടി വെക്കുകയും പലായനസ്വഭാവമുള്ള വിലക്ഷണതയായി അതിനെ വ്യാഖ്യാനിക്കുകയും' ചെയ്യുന്ന കലാകാരനെ ഇക്കാലത്ത് ആവശ്യമില്ല. ഈ രഹസ്യമറിയുന്നതുകൊണ്ടു തന്നെയാകണം, തന്റെ ആദ്യകാലകൃതിയിൽനിന്നും 'അവിശുദ്ധഗത്യാ' ഫാന്റസി സൃഷ്ടിക്കാൻ പാണ്ഡവപുരത്തിൽ അദ്ദേഹത്തെ സജ്ജമാക്കിയിട്ടുണ്ടാവുക. ദേവിയുടെ വിചാരങ്ങൾക്ക് ആധുനികചിന്താരീതിയുടെ പൊലിമയുണ്ട്.

'മാജിക് റിയലിസം' പോലുള്ള കലാസംജ്ഞകൾ, കലയിലെ ഭ്രമാത്മകാംശവുമായി സമീകരിക്കപ്പെട്ട് വികസിച്ചുവന്നവയാണ്. ജീവിതത്തിൽ, പരിഷ്കാരം മൂടിവെക്കുന്ന പ്രവണതകളെ തൊട്ടറിയുന്ന ഈ കലാരീതി പ്രതിപാദനത്തേക്കാൾ പ്രതിപാദ്യാംശത്തിലാണ് ഊന്നുന്നത് എന്ന് വിലയിരുത്തപ്പെടുകയുണ്ടായി.' സേതുവിന്റെ കലാപദ്ധതിക്ക് അത്തരമൊരു, സാങ്കേതിക സംജ്ഞയുടെ ആവശ്യമൊന്നുമില്ല. എങ്കിലും, പാണ്ഡവപുരത്തിന്റെ രൂപ-ഭാവങ്ങളിൽ ഈ ചിന്താപദ്ധതിയുടെ യാദൃച്ഛികമായ അനുരണനങ്ങളുണ്ട്.

പാണ്ഡവപുരം – രചനയിലെ ദ്വിതന്ത്രപരത

ബോധത്തിന്റെയും അബോധത്തിന്റെയും രണ്ട് ലോകമാണ് കളരിപ്പാടവും പാണ്ഡവപുരവും. നാശത്തിന്റെ വക്കിലേക്ക് പരിണമിച്ചെത്തിയ കളരിപ്പാടം തറവാട് ദേവിക്ക് 'സ്ത്രീത്വ'ത്തിന്റെ തകർച്ചയിലേക്കുള്ള പടവുകളുടെ ചരിത്രം കൂടിയാണ്. ആ ദുഃഷ്കൃതമായ ചരിത്രസന്ധിയിൽനിന്ന് രക്ഷപ്പെടാനുള്ള അബോധമാർഗമാണ് പാണ്ഡവപുരം. ഉപബോധഘടനയിലാണ് 'ദേവി' എന്ന കഥാപാത്രത്തിന്റെ നിൽപ്. ഇതിഹാസകഥകളുടെ നാടോടി രൂപങ്ങളാലും ദ്രാവിഡീയമായ മറ്റു ചില സന്ദർഭങ്ങളാലും ഈ രണ്ടു ലോകത്തെ കൂട്ടിയിണക്കുന്നു. ഭൂതവും, വർത്തമാനവും, ഉണ്മയും, പൊയ്യും വ്യവഛേദിച്ചറിയാൻ കഴിയാത്ത രീതിയിൽ ദേവിയുടെ മനോസമസ്യകളിലൂടെയുള്ള സഞ്ചാരമാണ് *പാണ്ഡവപുര*ത്തിന്റെ ശില്പഗതി.

കാത്തിരുന്ന് എത്തിപ്പെടുന്ന ജാരന്റെ പ്രവേശത്തോടെയാണ് നോവലിലെ രചനാ ദ്വിതന്ത്രപരത രൂപപ്പെടുന്നത്. ഭർത്താവിനോടും ക്രമേണ ജാരനോടും ഒരു സ്ത്രീക്കു തോന്നുന്ന പ്രതികാരത്തിന്റെ കഥയല്ല ഇത്. ചരിത്രദശാസന്ധികളിലൂടെയുള്ള 'സ്ത്രീത്വ'ത്തിന്റെ വംശീയതയിലൂന്നിയ അസ്തിത്വപ്രകാശനം ഇതിലുണ്ട്.

കളരിപ്പാടം തറവാടിന്റെ മറ്റൊരു താവഴി തന്നെയാണ് കുഞ്ഞുകുട്ടന്റെ കുടുംബം. അമ്മാവൻമാരിലൂടെ അടക്കി ഭരിക്കപ്പെട്ടിരുന്ന നിഷ്ഠുരമായ ഒരു ചരിത്രം കൃതിയിൽ പലയിടത്തായി ചുരുളഴിയുന്നു. കൊല്ലിനും കൊലയ്ക്കും അധികാരമുണ്ടായിരുന്നു. കാളികാവിലെ ഭരണി അവരുടെ മേൽനോട്ടത്തിലാണ് നടന്നുപോന്നിരുന്നത്. 'താവഴി' ആദ്യകാലത്ത് 'സ്ത്രീ' സമുദായവ്യവസ്ഥയുടെ നട്ടെല്ലായിരുന്നു എന്നതിൽ നരവംശശാസ്ത്രപരമായ തെളിവുകളുണ്ടെങ്കിലും പിൽക്കാലത്ത്, പിതൃദായവ്യവസ്ഥയിലെ 'അച്ഛന്റെ' സ്ഥാനം 'അമ്മാവന്' ഉണ്ടായതോടെ മാതൃദായവ്യവസ്ഥ മറ്റൊരു പീഡനവ്യവസ്ഥയായി മാറുകയാണുണ്ടായത്. 'സ്ത്രീ' അകത്തളങ്ങളിലേക്ക് ഒതുക്കപ്പെടുന്ന കുടുംബവ്യവസ്ഥയായി അത് പരിണമിച്ചു. ഉണ്ണിമേനോൻ മാഷിലൂടെ കളരിപ്പാടം തറവാടിന്റെ നഷ്ടസൗഭാഗ്യങ്ങളുടെ കഥ പലയിടത്തും പരാമർശിക്കപ്പെടുന്നുണ്ട്.

തലമുറകളിലൂടെ നിയന്ത്രിക്കപ്പെട്ട സ്ത്രീയിലെ അഗ്നി (കാമാഗ്നി) യാണ്, മുച്ചൂടും വഞ്ചിക്കപ്പെട്ട തന്റെ അവസ്ഥയിൽ, സ്ത്രീയുടെ പുരാവൃത്ത പരിധിയന്വേഷിച്ച് 'പാണ്ഡവപുരം' സൃഷ്ടിക്കാൻ ദേവിയെ പ്രേരിപ്പിക്കുന്നത്. പാളിയ ചരിത്രത്തിന്റെ ഓർമ്മക്കുറിപ്പ് ദേവിയുടെ മൂന്ന് അവസ്ഥകളിലൂടെ നോവലിലുണ്ട്. ഒന്ന്: കാളികാവിലെ ദേവി, രണ്ട് : പാണ്ഡവപുരത്തെ ദുർഗ്ഗ. മൂന്ന്: കഥാപാത്രമായ ദേവി. കഥാന്ത്യത്തിൽ പ്രത്യക്ഷപ്പെടുന്ന കുഞ്ഞുകുട്ടൻ എന്ന ദുർബ്ബലനായ ഭർത്താവിന് ജാരന്മാരുടെ നിരയിൽ അവസാനത്തെ സ്ഥാനം നൽകുകയും, ദേവിയെ കാണാൻ വന്നതാണ് എന്നറിയിക്കുന്ന അയാളോട്, 'കാളികാവിൽ

പോയാൽ മതിയെന്ന്' കല്പിക്കുകയും ചെയ്യുന്നു അവൾ. ജാരൻ പറയുന്ന പാണ്ഡവപുരത്തിന്റെ കഥയെ വിശ്ലേഷണം ചെയ്താൽ നമുക്കൊരു കാര്യം കണ്ടുപിടിക്കാം. ദുർഗയായിത്തീർന്ന, സ്ത്രീത്വത്തിന്റെ വീര്യം പിൽക്കാലത്ത് കാളികാവിലെ 'മൂർത്തി'യായി പരിണമിക്കുകയാണ്.

നോവലിന്റെ പന്ത്രണ്ടാമധ്യായത്തിലാണ്, വീരന്മാരായ അഞ്ചു ഭർത്താക്കന്മാരുടേയും, അവരുടെ ഭാര്യയായിത്തീർന്ന നാട്ടുമൂപ്പന്റെ മകളുടേയും കഥയുള്ളത്. ദേവിയുടെ മകനായ രക്ഷുവിനും ഭർത്തൃസഹോദരിയായ ശ്യാമളയ്ക്കും ജാരൻ പറഞ്ഞുകൊടുക്കുന്നതായിട്ടാണ് ആഖ്യാനം. മഹാഭാരതത്തിലെ പാണ്ഡവ-ദ്രൗപദീ കഥയോട് സ്പഷ്ടമായ സാമ്യം ഈ കഥയ്ക്കുണ്ട്. ദ്രൗപദിയുടെ സ്ഥാനത്താണ് പ്രസ്തുത കഥയിലെ ദേവി. 'കിട്ടിയ മുതൽ' അഞ്ചുപേർക്കായി പങ്ക് വെച്ചു കൊടുത്ത കുന്തിയുടെ ഇംഗിതവും ധ്വനിപ്പിക്കപ്പെടുന്നുണ്ട്. രണ്ടാം പാണ്ഡവനെ ഓർമ്മിപ്പിക്കുന്നു ഈ കഥയിലെ 'രണ്ടാമൻ'.

സ്ത്രീക്കുവേണ്ടി മത്സരിക്കുന്ന അഞ്ചു ഭർത്താക്കന്മാർ മഹാഭാരത്തിലെന്നപോലെ ഈ കഥയിലുമുണ്ട്. കഥാപരിണാമം അതിന്റെ വിപരീത ദശയിലാണ്. മഹാഭാരതത്തിലെ ദ്രൗപദി, തന്നിലെ സ്ത്രീക്ക് കിട്ടാതെ പോയ നീതിക്കുവേണ്ടി പ്രതിഷേധിക്കുന്നുവെങ്കിലും പാണ്ഡവവംശത്തിന്റെ അഖണ്ഡതയ്ക്കുവേണ്ടി എല്ലാം സഹിച്ചുനിലകൊണ്ടവളാണ്. ഈ നാടോടിക്കഥയിലെ നായികയാവട്ടെ, തന്നെച്ചൊല്ലി വംശം ഛിദ്രമാകുമോ എന്ന സംശയഘട്ടത്തിൽ, തനിക്ക് കിട്ടാതെപോയ സൗഹൃദത്തിന്റെ ഓർമ്മകളുമായി മനംനൊന്ത്, കാടും മലയും കടന്ന്, തപസ്സനുഷ്ഠിക്കുകയും ഋതുഭേദങ്ങളെ മറന്ന് ശിലയായിത്തീരുകയും ചെയ്യുന്നു. പിൽക്കാലത്ത് ആ ദേവിക്ക് ചുറ്റുമായി പാണ്ഡവപുരത്ത് സുമംഗലികളുടെ ക്ഷേത്രവുമുണ്ടായി.

'പുരുഷന്റെ ഏറ്റവും വലിയ സമ്പത്ത് അവന്റെ പെണ്ണാണ്' - എന്ന രണ്ടാമന്റെ കാഴ്ചപ്പാടിനെതിരെ, 'പുഴുവെപ്പോലെ, ഉച്ഛിഷ്ടം പോലെ വെറുക്കുന്നു' എന്ന് നിഷേധസ്വരം മുഴക്കിക്കൊണ്ടാണ് അവൾ തപസ്സിനു പോകുന്നത്. ഭാരതീയ സങ്കല്പമനുസരിച്ച്, ദേവി ശക്തി തന്നെ. പ്രപഞ്ചത്തിന്റെ നിയാമകശക്തിയെ പോഷിപ്പിക്കുന്നത് മറ്റൊന്നല്ല. സ്ഥിതയായ പ്രകൃതിയില്ലാതെ, തേടുന്ന പുരുഷനില്ല എന്നതാണ് ശിവശക്തി സങ്കല്പത്തിന്നാധാരം. നവീന മനഃശാസ്ത്രം ഉഭയരതി (ambivalence) എന്നു പേരിട്ടുവിളിക്കുന്നതും, പുംസ്ത്രീസത്തയുടെ സംഗമനീയതയെ ആണ്. കേനോപനിഷത്തിൽ, അക്ഷയശക്തിയായിട്ടാണ് ഉമ സങ്കല്പിക്കപ്പെടുന്നത്. ദേവിയുടെ തമോമയഭാവമാണ് രാത്രി അഥവാ മായാദേവി. ഈ തമോഭാവത്തെയാണ് ദുർഗയിൽ സങ്കല്പിക്കുന്നത്. ലക്ഷ്മിയിലാവട്ടെ സാത്വികഭാവത്തേയും.

സ്ത്രീയിലെ രതി ദാഹകശക്തിയുറ്റതാണ്. അരണി കടഞ്ഞു അഗ്നി നിർമിക്കുന്നത് സൃഷ്ടികർമത്തിന്റെ പ്രതീകാത്മകതയെക്കൂടി

സൂചിപ്പിക്കുന്നു. വേദങ്ങളിലും ബ്രാഹ്മണങ്ങളിലും സ്ത്രീരതി അഗ്നി തുല്യമായിതന്നെ പരിഗണിക്കപ്പെട്ടുപോന്നു. ആര്യന്മാർ സൃഷ്ടിച്ച പിതൃദായവ്യവസ്ഥിതിയോട് പ്രതിരോധഗത്യ ഉടലെടുത്തതാണ് ദേവി സങ്കല്പം എന്ന് വിശ്വസിക്കുന്നവരുണ്ട്. ഇടയസാമൂഹിക വ്യവസ്ഥയിൽനിന്ന് കാർഷികസാമൂഹികവ്യവസ്ഥിതിയിലേക്കുള്ള മാറ്റത്തിന്റെ ഉത്തരഘട്ടത്തിലാണ് ദേവീസങ്കല്പം ഉടലെടുത്തിട്ടുണ്ടാവുക. മനുസ്മൃതിയുടെ കാലഘട്ടമായപ്പോഴേക്കും സ്ത്രീ പതിതയായും ലൈംഗികത കുറ്റമായിട്ടും നിയമവ്യവസ്ഥ കർശനമാകുകയുണ്ടായി.

സ്ത്രീ സ്വകാര്യസ്വത്തായിത്തീരുന്ന അവസ്ഥാ പരിണാമത്തിന് മഹാഭാരതത്തിലെ പാണ്ഡവകഥ തന്നെ ദൃഷ്ടാന്തം. മത്സരം തൊഴിലാക്കിയ ഭർത്താക്കന്മാർക്ക്, സ്ത്രീയിലെ സത്താവിശേഷത്തെ സ്പർശിക്കാൻ കഴിയാതിരുന്ന ഒരു ഘട്ടത്തിലാണ്, ദ്രൗപദി 'മുക്തവേണീത്വം' ഒരു സമരമുറയായി സ്വീകരിക്കുന്നത്. പാണ്ഡവപുരകഥയിലെ സ്ത്രീയാകട്ടെ, അവഗണിക്കപ്പെട്ട സ്ത്രീപൊരുളിനെ പ്രണയമാർഗ്ഗത്തിന്റെ സർവ്വതന്ത്രരൂപമായ ഭക്തിയിലേക്ക് സംക്രമിപ്പിക്കുന്നു. പഴയകാലത്ത്, സ്ത്രീ ശക്തിയായി സങ്കല്പിക്കപ്പെട്ടതും പാണ്ഡവപുരത്തെ തപസ്വിനി സുമംഗലികൾക്കുവേണ്ടിയുള്ള ക്ഷേത്രത്തിലെ ദുർഗ (ദേവി)യായി പരിണമിച്ചതും സംസ്കാരത്തിന്റെ ഒരു സംക്രമദർശയിയായിരിക്കണം. സ്ത്രീയിലെ സാത്വിക തമോ ഭാവങ്ങളെ (ലക്ഷ്മി + ദുർഗ) ശിലയിലേക്ക് പ്രതിഷ്ഠിച്ച് ആരാധനാമൂർത്തിയാക്കി മാറ്റിയത് അവളിലെ മഹദ്ശക്തിയെ തിരിച്ചറിയാനെന്നതിലുപരി മാതൃദായക്രമത്തിന്റെ പുല്ലിംഗാഹന്തകളെ (Phallo Centrism) സംരക്ഷിക്കാനായിരുന്നു. നോവലിലെ ദേവി കൂടി നിലകൊള്ളുന്ന കളരിപ്പാടം പിൽക്കാലത്ത് ഈ മാറ്റങ്ങൾക്ക് വിധേയമായതിന് സൂചനയുണ്ട്. കുഞ്ഞുണ്ണിയമ്മാവനെ പാലച്ചുവട്ടിൽ യക്ഷി ബാധിച്ച് മരണം സംഭവിക്കുന്നത് സ്ത്രീയോട് കരണവന്മാർ കാണിച്ച ക്രൂരതയ്ക്ക് പ്രതിക്രിയ എന്നോണമാണ്. 'കരയോഗവും ആങ്കുട്ടികളും' പിതൃദായരൂപം പൂണ്ട് ആ വ്യവസ്ഥിതിയെ ഉറപ്പിച്ചുനിറുത്തുന്ന വർത്തമാന ബിംബങ്ങളാണ്.

ദേവിയുടെ ജാരനെക്കുറിച്ചുള്ള ഓർമകൾ ആരംഭിക്കുന്നത് മറ്റൊരു കേന്ദ്രത്തിൽനിന്നല്ല. വംശമഹിമ പുല്ലിംഗാഹന്തയ്ക്ക് വഴിമാറിയപ്പോൾ 'സ്ത്രീത്വ'ത്തിനേറ്റ വീര്യക്ഷതങ്ങളെ കുറിച്ചുള്ള ചരിത്രപ്പഴമയിൽനിന്നാണത്. പാരമ്പര്യത്തിന്റെ പുംമഹിമ ഉണ്ണിമേനോൻ മാഷിന്റെ ചിന്തയിലും ക്രിയയിൽ നിന്നുപോലും വായിച്ചെടുക്കാവുന്നതാണ്. കുഞ്ഞുകുട്ടനെയും ദേവിയേയും ചേർത്തു കഥകളിൽ, ജാരനോട് സ്വകാര്യമായി തോന്നുന്ന ലൈംഗികത സ്ഫുരിക്കുന്ന അസൂയയിൽ - എല്ലാം അത് പ്രകടമാണ്. അയാളുടെ വീട് പോലും "ഓടിട്ട പുരയോട് ഒട്ടിച്ചു ചേർത്ത കഷണം പോലെ" പാരമ്പര്യത്തിന്റേയും വർത്തമാനത്തിന്റേയും രണ്ടു അട്ടികൾ പേറുന്നുണ്ട്.

ആദിജാരന്റെ കഥ

പാണ്ഡവപുരത്തെ ആദിജാരനെക്കുറിച്ചുള്ള കഥ ദേവി ആവാഹിച്ചു വരുത്തിയ ജാരന്റെ സ്മരണയിലൂടെയുണരുന്നതാണ്. ലബ്ധപ്രതിഷ്ഠനും പുരുഷകേസരിയുമായ കൊല്ലനും സുന്ദരിയായ കൊല്ലത്തിയും ആദിജാരനുമാണ് കഥയിലെ പാത്രങ്ങൾ. കൊല്ലന് ആഭിചാരശക്തിയുണ്ടെന്ന വിധത്തിലാണ് അയാളുടെ പെരുമാറ്റം. ആൾരൂപമുണ്ടാക്കി, അതിന്റെ ചങ്കിലും നാഭിയിലും കത്തിയെറിഞ്ഞ് കൊള്ളിക്കുന്ന ഈ പുരുഷകേസരിയുടെ വിനോദം പ്രത്യേക പരാമർശമർഹിക്കുന്നു. കാലമേറെയായിട്ടും കൊല്ലത്തി പ്രസവിക്കാതായപ്പോൾ അയാളിലെ പുരുഷവീര്യം ക്രമേണ ചോർന്നുപോവാൻ തുടങ്ങുന്നു. ആദിജാരൻ അയാളുടെ ചിന്തകളിൽ ഉണരുന്നത് അങ്ങനെയാണ്. 'താൻ ഗർഭിണിയാണ്' എന്ന് ഭാര്യ ഒരു സുപ്രഭാതത്തിൽ വെളിപ്പെടുത്തിയപ്പോൾ ജാരനെക്കുറിച്ചുള്ള തന്റെ സംശയം വർദ്ധിക്കുന്നു. അതിൽനിന്നാണ്, ഒരു ചെറുപ്പക്കാരനിൽ ജാരത്വമാരോപിച്ച്, കഠിനശിക്ഷയ്ക്ക് വിധേയമാക്കുന്നത്. പാണ്ഡവപുരത്തെ ആദ്യജാരന്റെ ദുരന്തകഥയാണത്.

ജാരന് സംസ്കാരസംക്രമദശകളിൽ പലപ്പോഴും ഇരുറോളുകളിൽ വേഷമിടേണ്ടി വരുന്നു. ഒന്ന് സുഖിയനായ പുരുഷന്റേത്. നിർവ്വഹിക്കപ്പെടാതെയും സാക്ഷാത്കരിക്കപ്പെടാതെയും കിടക്കുന്ന സ്ത്രീയുടെ കാമാവസ്ഥകളിലാണ് ഇത് സംഭവിക്കുക. രണ്ടാമത്തേത്, വംശോദ്ധാരകന്റെ ഭാഗമാണ്. പുരുഷന് എത്ര ശ്രമിച്ചാലും സ്ത്രീയിലെ മാതൃനിഗൂഢത അത്രയെളുപ്പത്തിൽ പിടികിട്ടണമെന്നില്ല. സി.ജി.യുങിനെപ്പോലുള്ളവർ ഇക്കാര്യം ആവർത്തിച്ച് പറയുന്നുണ്ട്. സ്ത്രീയിലെ കാമിനിയെ മാത്രം തൃപ്തിപ്പെടുത്തിയാൽ പോരാ പുരുഷന്. അവളിലെ മാതൃനിഗൂഢതയേയും സ്പർശിക്കേണ്ടതുണ്ട്. മേൽവിവരിച്ച, ആദിജാരന്റെ കഥയിൽ ഈ രണ്ടവസ്ഥകളുമുണ്ട്. കൊല്ലന്റെ ബലക്ഷയമാരംഭിക്കുന്നത് അയാളുടെ ഷണ്ഡത്വഭീതിയിൽനിന്നാകുന്നു.

മഹാഭാരതത്തിലെ, അംബിക-അംബാലികമാരിൽ വ്യാസന് നിർവ്വഹിക്കേണ്ടിവന്ന വംശോല്പാദനക്രിയയിൽ, വംശോദ്ധാരക സങ്കല്പത്തിന്റെ ആദിരൂപമാതൃകയുണ്ട്. ഇതേ കഥയ്ക്ക് സമാനമായ ഒരു നാടോടിക്കഥ *താളിയോല* എന്ന നോവലിൽ സേതു പറയുന്നുമുണ്ട്. ഷണ്ഡനായ രാജാവിന്റെ സുന്ദരിമാരായ രാജ്ഞിമാരിൽ വംശോത്പാദനം നടത്താൻ നിർബന്ധിക്കപ്പെടുന്ന മന്ത്രിമുഖ്യന്റെ ദുരന്തകഥയാണിത്. പാണ്ഡവപുരത്തെ ആദിജാരന് സംഭവിച്ച ദുർവ്വിധിതന്നെയാണ് ഈ കഥയിലെ 'ജാരനായ' മന്ത്രിക്കും സംഭവിക്കുന്നത്. വംശോത്പാദനത്തിനുശേഷവും കേളിപ്പെടുന്നത് ജാരനല്ല, രാജാവാണ്. 'ഭർത്താവ്' എന്ന അധീശാധികാരമാതൃകയുടെ വികസിച്ച രൂപമാണ് രാജാവ്. ഒമ്പതാം നമ്പറിലെ ജാരൻ, ഗോപാലൻ, ജന്മനക്ഷത്രം, അശ്വിനത്തിലെ പൂക്കൾ തുടങ്ങിയ കഥകളിൽ ഭർത്താവും ജാരനുമായിത്തീരാൻ നിയോഗിക്കപ്പെട്ട

പുരുഷന്മാരുടെയും, അവർക്ക് 'അജ്ഞാതക്ഷേത്ര'മായിത്തീരാൻ നിയോഗിക്കപ്പെട്ട സ്ത്രീകളുടേയും കഥകൾ, എങ്ങനെ അധികാരത്തിന്റെ ഉയർച്ചതാഴ്ചകളെ ക്രമപ്പെടുത്തുന്നു എന്ന് സേതു സൂചിപ്പിക്കുന്നു.

ദേവിയുടെ കാര്യത്തിലാവട്ടെ, അപരസത്ത ആഗ്രഹിക്കുന്ന ഒരു അവസ്ഥാന്തരം ആകുന്നു ജാരൻ. ആയർത്ഥത്തിൽ, ജാരൻ കഥാപാത്രമല്ല 'നിർണ്ണായകബിംബം' (Leit-Motif) മാത്രമാണ്. ഒരു കാമിനിയുടെ അസംതൃപ്തി മാത്രമല്ല, ഈ ബിംബത്തിലൂടെ അപരസത്തയിലേക്ക് വിമോചനം തേടുന്നത്, സ്ത്രീത്വത്തിന്റെ സാർവ്വലൗകികമായ അർത്ഥപൂർത്തി തേടൽ കൂടിയാണിത്. അതിലേക്കുള്ള മാർഗ്ഗമധ്യേ സ്ത്രീ രുദ്രയുടെ തമോഭാവം കൈക്കൊള്ളുന്നു എന്ന് മാത്രം. "ചാഞ്ഞുവീഴുന്ന മഴനാരുകളെ ചീറ്റിപ്പറത്തിക്കൊണ്ട്, കലിപൂണ്ട് വിറകൊണ്ട് മുടിയഴിച്ചാടി അവൾ കുന്നിൻ ചെരുവിലൂടെയിറങ്ങി. അവളുടെ ചിലമ്പൊലി കേട്ട് മാമരങ്ങൾ വിറച്ചു... മൂക്കുത്തിയുടെ തിളക്കം ഇടിവാളായി പാഞ്ഞുപോയി. അവളുടെ കാലടികൾ പതിഞ്ഞ വിഷമുള്ളുകളിൽനിന്ന് കൊടുംവിഷം ഒലിച്ചിറങ്ങി. ചോരത്തുള്ളികൾ തെറിച്ച് വീണു തെച്ചികൾ പൂത്തു...." ദേവിയുടെ ഈ രൗദ്രരൂപത്തിന് നമ്മുടെ യക്ഷിസങ്കല്പത്തോടും കാളിയോടുമുള്ള സാദൃശ്യം വ്യക്തമാണ്. അവളിലെ കാമിനി, 'മഴ പെയ്തൊഴിഞ്ഞ' കാറ്റിന്റെ പോരൊടുങ്ങിയ സായാഹ്നത്തിന്റെ അന്തിച്ചുവപ്പിലൂടെ മേഘങ്ങൾക്കിടയിലൂടെ വയസ്സൻ കുതിരയുടെ പുറത്ത് സവാരിചെയ്തുവരുന്ന ചെറുപ്പക്കാരനായ രാജകുമാരനെ..." കാത്തിരിക്കുന്നു. ഈ രണ്ടവസ്ഥകളും യഥാർത്ഥത്തിൽ ദേവിയുടെ ഉപബോധമനസ്സിന്റെ വെളുപ്പും കറുപ്പും പ്രകടമാക്കുന്നു.

വ്യവസ്ഥകളാൽ നിയന്ത്രിക്കപ്പെടുന്ന വർത്തമാനകാലത്ത്, ദുർബ്ബലമായ ഭർത്തൃത്വത്തോടുള്ള പക സ്ത്രീത്വത്തിന്റെ ഭൂതകാല സ്വാതന്ത്ര്യങ്ങളോടുള്ള ഗൃഹാതുരത്വമായി മാറുമ്പോൾ അവൾ ജാരനെ ആഗ്രഹിക്കുന്നു. ജാരത്വം സ്ഥാപനവൽക്കരിക്കപ്പെടുകയും സ്നേഹം വെറും ആർഭാടമായിത്തീരുകയും ചെയ്യുന്ന ഘട്ടത്തിൽ, അവളുടെ മാതൃത്വത്തിന്റെ ഇച്ഛകൾ അവഗണിക്കപ്പെടുമെന്ന സന്ദർഭത്തിലാണ് ജാരനോടും അവൾ കലാപം ആരംഭിക്കുന്നത്. "കൈയിൽ കിട്ടുന്ന ഓരോ കല്ലും കുപ്പിച്ചില്ലും ഓരോ കുടന്ന വായുവും വേർതിരിച്ചറിയാനാവുന്ന ഗന്ധങ്ങളും ഒക്കെ കൂട്ടിച്ചേർത്ത്...." ദേവി മെനഞ്ഞുണ്ടാക്കുന്ന പാണ്ഡവപുരം, സൃഷ്ടിക്കും സംഹാരത്തിനും വേണ്ടി പ്രയോജനപ്പെടുത്തുന്നു.

ദേവിയുടെ കഥയ്ക്ക് മധ്യകാലഘട്ടത്തിലെ ഭക്തമീരയുടെ കഥയോട് സാമ്യം കാണാം. ക്ഷത്രിയത്വമാണ് അവിടെ പിതൃഅഹന്തയുടെ രൂപകം. സ്ത്രീയിലെ കാമത്തിന്റെ ധനാത്മകസ്ഥിതിവിശേഷത്തെ മംഗല്യസൂത്രത്തിലൂടെ (സുഹാഗ്) നിയന്ത്രിക്കേണ്ടത് ക്ഷത്രിയത്വത്തിന്റെ വർഗ്ഗാസ്തിത്വം കാത്തുസൂക്ഷിക്കേണ്ടതിന് അത്യാവശ്യമായിരുന്നു. മംഗല്യവതിയായിട്ടും ഇടയസംസ്കൃതിയുടെ സ്വതന്ത്രകാമുകനായ കൃഷ്ണനെ മീരയ്ക്ക് മനസ്സിൽനിന്ന് മാറ്റാനായില്ല. സ്ത്രൈണസത്തയോട് കൃഷ്ണന്

അന്യത്വമേയില്ല എന്നതാണ് അതിന് കാരണം. കൃഷ്ണഭക്തി അതിന്റെ പാരമ്യത്തിലെത്തുമ്പോൾ പതിയേയും കുടുംബത്തേയും ഗോത്രത്തേയുമെല്ലാം അവൾ തള്ളിപ്പറയുന്നു. രാധാ-കൃഷ്ണ ഭാവം ഏത് സ്ത്രീയേയും ചലിപ്പിക്കുക സ്വാഭാവികമാണ്. ജയദേവകവിയുടെ *ഗീതഗോവിന്ദ*ത്തിൽ, 'സാമോദ ദാമോദരം' മുതൽ *'സാനന്ദ ദാമോദരം'* വരെ വർണിക്കുന്ന രതിയുടെ വിപ്രലംഭാവസ്ഥ-ഉഭയരതി-സ്ത്രീപുരുഷബന്ധത്തിന്റെ സമ്യക്കായ തിരിച്ചറിവിനു തുല്യമാണ്. 'മധുരഭക്തി'യിൽ യഥാർഥത്തിൽ നിർവ്വഹിക്കപ്പെടുന്നത് ഈ ജ്ഞാനകർമങ്ങളുടെ കെട്ടുപിണച്ചിൽതന്നെ. ദേവിയിൽ ഈ ഉണർച്ചയുടെ സ്പർശങ്ങൾ ഉണ്ട്. കർമം മുന്തിനിൽക്കുമ്പോൾ ജ്ഞാനവും, ജ്ഞാനം മുന്തിനിൽക്കുമ്പൾ കർമവും വിപര്യാവസ്ഥ നേരിടുന്നു" എന്ന പ്രമാണം ദേവിയുടെ വിക്ഷുബ്ധമായ ചിന്തയിലും ക്രിയയിലുമുണ്ട്.

ദേവിയുടെ 'പാണ്ഡവപുരസൃഷ്ടി'യിൽ ചിലപ്പോൾ ശുദ്ധമായ വിപ്രലംഭവും മറ്റു ചിലപ്പോൾ അവിശുദ്ധമായ സംഭോഗ ശൃംഗാരവും കടന്നുവരുന്നുണ്ട്. ആധുനിക നാഗരികതയുടെ പൗരുഷഭാരം ജീർണ്ണാവസ്ഥ നേരിട്ടുകൊണ്ടിരിക്കുന്ന ഒരവസ്ഥയിൽ സ്ത്രീയിലെ പ്രാകൃതേച്ഛകളെ അതിനു ശമിപ്പിക്കാനാവുന്നില്ല. "ഭർത്താവിന്റെ മരണം സ്വപ്നം കാണാത്ത ഒരു സ്ത്രീയും ഭൂമുഖത്തില്ല" എന്ന ആത്മഗതം ഈ വൈരാഗ്യചിന്തയിൽ നിന്നുടലെടുത്തതാണ്.

വർണബിംബങ്ങൾ

പാണ്ഡവപുരം എന്ന അയഥാർത്ഥസ്ഥലത്തിലാണ് സേതു നോവലിന്റെ ശില്പം കെട്ടിപ്പടുത്തിരിക്കുന്നത്. ദേവിയുടെ ഭ്രമാത്മക മനസ്സിലൂടെ ഉരുത്തിരിയുന്ന ഈ അയഥാർത്ഥതലത്തിനു സിദ്ധിക്കുന്ന അർത്ഥമാണ് കലാപാഠത്തിൽ പ്രസക്തമായിട്ടുള്ളത്. ബിംബങ്ങളും നിറങ്ങളുമുപയോഗിച്ചാണ് പാണ്ഡവപുരത്തിനുവേണ്ട സ്ഥല-കാല-പ്രകരണങ്ങൾ ഒരുക്കുന്നത്. പ്രകാശിപ്പിക്കപ്പെടേണ്ട ഒന്നിനേക്കാൾ സ്വയം പ്രകാശിച്ചു സംവേദനത്തെ സുഗമമാക്കുക എന്നതാണല്ലോ ബിംബങ്ങളുടെ ജോലി. ഈയർത്ഥത്തിൽ പാണ്ഡവപുരത്തിൽ വിന്യസിക്കപ്പെട്ടിരിക്കുന്ന നിറങ്ങളും ബിംബങ്ങൾ തന്നെ. പാണ്ഡവപുരം സംഭവപ്രധാനമാകുന്നതു തന്നെ കഥാപാത്രമനസ്സിലൂടെ രൂപപ്പെട്ടുവരുന്ന ജാരലോകവും സങ്കല്പത്തിൽ അതിന് ത്രിമാനത്വം നല്കുന്ന ബിംബം-പ്രതീകാവലിയുമാണ്.

സേതുവിന്റെ കഥാലോകത്ത് ബിംബങ്ങൾക്കും പ്രതീകങ്ങൾക്കും സവിശേഷമായ സ്ഥാനമുണ്ട്. പട്ടത്തെ നയിക്കുന്ന അദൃശ്യമായ നൂൽപോലെ, സേതുവിന്റെ കലയിലൂടെ സങ്കല്പിച്ചുണ്ടാക്കുന്ന ആഭിചാരഭാവത്തിന്റെ വിദ്യുത്പ്രവാഹം പ്രസ്തുത ബിംബങ്ങൾ പ്രദാനം ചെയ്യുന്നു. ഭൂതകാലത്തിലേക്കും അവിടെനിന്നു തിരിച്ച് വർത്തമാനത്തിലേക്കും സഞ്ചരിക്കാവുന്ന കാലഘടന ഈ ബിംബ-ഛായാ

പ്രകൃതിയിലുണ്ട്. 'ജീവിതത്തിന്റെ ദുരൂഹമായ ലിപികളെക്കുറിച്ചുള്ള ദർശനം' സാധ്യമാക്കുന്നു ഇവ. താളിയോല, കിരാതം, അയൽപ്പക്കം, മൂന്ന് കുട്ടികൾ, ജന്മനക്ഷത്രം, ഒമ്പതാം നമ്പറിലെ ജാരൻ.... എന്നിങ്ങനെ തന്റെ പ്രധാന കഥകളിലെല്ലാം വിശുദ്ധവും അവിശുദ്ധവുമായ മാന ങ്ങളിൽ ഈ ദുരൂഹകാലത്തെ പ്രകടിപ്പിക്കുന്നുണ്ട്. പാണ്ഡവപുരത്തിൽ, നരവംശപരവും സാമൂഹികവുമായ ആഴങ്ങളെ വ്യാഖ്യാനിക്കാൻ പാക ത്തിൽ ഈ തലത്തിന് പ്രാധാന്യം കൈവന്നിട്ടുണ്ട്. ദേവിയെന്ന കേന്ദ്ര കഥാപാത്രത്തിനു ചുറ്റും കറങ്ങുന്ന അയഥാർത്ഥ ലോകവും അതിലെ ബിംബ-പ്രതീകഘടനയും ഭാരതീയവും വിശിഷ്യാ ദ്രാവിഡീയവുമായ സ്ത്രീത്വത്തിന്റെ ഉണ്മയും പൊയ്യും കണ്ടെത്താൻ സഹായകമാണ്. വിരുദ്ധ ദ്വന്ദ്വങ്ങളുടെ താരതമ്യതലത്തിലാണ് വർത്തമാനത്തിന്റെ ഭൗതിക സ്ഥലിയായ കളരിപ്പാടവും ഭൂതകാലത്തിന്റെ ആത്മീയസ്ഥലിയായ പാണ്ഡവപുരവും അർത്ഥമുള്ളതാകുന്നത്. സ്ത്രീമനസ്സിന്റെ അവ്യക്ത മായ അഹന്തയെ പ്രദർശിപ്പിക്കാനുള്ള അസംസ്കൃതവസ്തുക്കൾ മാത്ര മാണ് ഇവ.

ഗ്രാമം X നഗരം

ചെമപ്പ് X മഞ്ഞ

ഭൂതം X വർത്തമാനം

വസന്തം X ശരത്

ജാരൻ X ഭർത്താവ്

ഈ വിരുദ്ധ ദ്വന്ദ്വങ്ങളെ രണ്ടവസ്ഥകളായി കാണാം. ഇതിലെ ആദ്യ പകുതി സ്ത്രീയുടെ സ്വപ്നഖണ്ഡമാണ്. രണ്ടാംപകുതി ജീർണിച്ചു തുടങ്ങിയ വർത്തമാന നാഗരികതയെക്കുറിക്കുന്നു. യഥാർത്ഥത്തിൽ രണ്ടു കാലത്തെയാണ് ഇവ നിവർത്തിക്കുന്നത്. ഘടികാരത്തിൽനിന്ന് അസ്തി ത്വകാലത്തിലൂടെ പ്രപഞ്ചത്തിന്റെ ജൈവികകാലത്തിലേക്കുള്ള (Biological Time) സഞ്ചാരഗതി ഈ ചലനക്രമത്തിലുണ്ട്. സ്മൃതിയുടെയും വിസ്മൃതിയുടെയും അസ്തിത്വഘട്ടങ്ങളിലൂടെയുള്ള കടന്നുകയറ്റത്തി ലൂടെയാണ് സ്ത്രീയുടെ ശരീരത്തെയും ആത്മാവിന്റെ അഭിരതികളെയും ശമിപ്പിക്കുന്ന ജൈവകാലം രൂപപ്പെടുന്നത്. ഭർത്താവിൽനിന്ന് ജാരനി ലേക്കും ജാരനിൽനിന്ന് പുരുഷനിലേക്ക് സാമാന്യമായും പടരുന്ന ദേവി യുടെ പ്രതികാരാഗ്നി നോവലിലെ ഭാവികാലത്തെക്കൂടി സൂചിപ്പിക്കുന്നു. 'ഭാവി വെറും കൗതുകമാണ്' എന്ന സാമാന്യ പ്രസ്താവന, തമോമയ ഭാവത്തിലൂടെ നേടിയെടുക്കുന്ന കാമജയത്തിനുശേഷം അവൾക്ക് സ്വയ മേവ സ്വതന്ത്രമായി കിട്ടുന്ന വാഗ്ദത്തഭൂമിയെ ഓർമിപ്പിക്കുന്നു. ഹുവാൻ റൂൾഫോയുടെ *പെഡ്രോ പരാമോ* പോലുള്ള കൃതികളിൽ 'കാലമേ അല്ലാത്ത കാലയളവിൽ ഒരുമിച്ച് നടക്കുന്ന ഹ്രസ്വീകൃതമായ' പ്രത്യേക കാലക്രമത്തോട്, ദേവി തീർക്കുന്ന പാണ്ഡവപുരത്തിന് ശില്പപരമായ സാമ്യമുണ്ട്.

ചെമപ്പ് - ഭൂതം, വസന്തം - മഞ്ഞ, വർത്തമാനം - ശരത്ത്

സ്മൃതിയും വിസ്മൃതിയും സ്വപ്നത്തിൽ കൂടിക്കുഴയുന്നു. ഭൂതകാലമാണ് അതിന്റെ അന്തഃശക്തിയായി നിലകൊള്ളുന്നത്. ദേവി സ്വരൂപിച്ചുണ്ടാക്കുന്ന സ്ത്രീത്വത്തിന്റെ ജൈവകാലങ്ങളിൽവെച്ച് മേൽപ്പറഞ്ഞ വിരുദ്ധ ദ്വന്ദ്വങ്ങൾക്ക് അർത്ഥവിപര്യയം സംഭവിക്കുന്നുണ്ട്. 'വ്യക്തമായ അതിരുകളുള്ള ഭൂതകാലം എന്റെ വിദൂരസ്വപ്നമാണ്. അതിൽനിന്ന് ചുവന്ന പുകച്ചുരുളുകൾ ഉയരുമ്പോൾ പാണ്ഡവപുരം രൂപം കൊള്ളുന്നു.' സ്വപ്നത്തേക്കാൾ യഥാതഥമാകുന്നു ദേവിക്ക് 'പാണ്ഡവപുരം'. അവളിൽ സംവഹിക്കപ്പെട്ട ഊർജ്ജമാണ് ഈ മിത്തിന്റെയും അതിന്റെ അടിത്തറയായ ആദിരൂപങ്ങളുടെയും പ്രഭവശക്തി. മിത്തിലും സ്വപ്നത്തിലും ഉപബോധമനസ്സിന് ഘടനാപരമായി നേരിടേണ്ടതു മൂന്നവസ്ഥകളെയാണെന്നു ഫ്രോയിഡ് വ്യാഖ്യാനിക്കുന്നു.

ഒന്ന് : പകലനുഭവങ്ങളുടെ സാന്ദ്രീകരണം, രണ്ട് : അനുഭവങ്ങളിലെ വസ്തുതാപരമായ ഘടകങ്ങൾക്ക് സ്ഥാനചലനം, മൂന്ന് : ബിംബങ്ങളിലൂടെയും പ്രതീകങ്ങളിലൂടെയും ഇവയുടെ വെളിച്ചപ്പെടൽ' എന്നിവയാണവ. എന്നാൽ ഇല്ലാത്ത ഒരു ഭൂതകാലം സങ്കല്പിച്ചുണ്ടാക്കുകയും ആ ഭൂതകാലത്തിന്റെ ഭൗതികാനുഭവങ്ങളെ സ്ഥാനചലനത്തിനു വിധേയമാക്കുകയും, പാണ്ഡവപുരം എന്ന മിത്തിലൂടെ അവയെ വെളിപ്പെടുത്തുകയുമാണ് ദേവി ചെയ്യുന്നത്. സ്വപ്നഘടനയിലടങ്ങിയ ഗൂഢാർത്ഥകമായ സൂചനകൾ മുഴുവനും സ്വപ്നാനന്തരം, ജാഗരാവസ്ഥയിൽ വ്യക്തിക്ക് പിടികിട്ടിക്കൊള്ളണമെന്നില്ല എന്നതും സ്വപ്നത്തെക്കുറിച്ച് സത്യമാണ്. ദേവിയാകട്ടെ, ജാരൻ എന്ന ബിംബത്തെ സാക്ഷിയാക്കി, തനിക്കാവശ്യമുള്ള ഭൂതകാലത്തിന്റ അംശങ്ങളെ ഓരോന്നായി പ്രദർശിപ്പിക്കുകയും തനിക്കാവശ്യമില്ലാത്തപ്പോൾ വിദഗ്ദ്ധമായി അവയെ ഒളിപ്പിച്ചുവെക്കാനുള്ള വൈഭവം പ്രകടിപ്പിക്കുകയും ചെയ്യുന്നു. വർത്തമാനവും ഭൂതവും കൂട്ടിക്കുഴച്ച് കൊണ്ടാണ് ഈ കല. അസ്ഥിരമായ സന്തുലനസ്ഥിതിയിൽ സ്ഥാവരമായ വ്യക്തിത്വം ദേവിയുടെ അഭിവ്യക്തിഘടനയിലുണ്ട്. ആദ്യമൊക്കെ, ജാരനുവേണ്ടി 'ചൂണ്ട' യഥോചിതം അയച്ചുകൊടുക്കുകയും സമയമാകുമ്പോൾ അതിനെ നിയന്ത്രിച്ച് നൂൽ മുറുക്കുകയും ചെയ്യുന്നു. അസ്വാതന്ത്ര്യത്തിന്റെ നിയന്ത്രണങ്ങൾ ഭേദിച്ച് സ്വാതന്ത്ര്യത്തിലേക്ക് പഴുതുകളന്വേഷിക്കുമ്പോൾ ബോധപൂർവ്വം ചെന്നെത്തുന്ന ദുഃസ്വാതന്ത്ര്യത്തിന്റെ മേഖലയാണ് പാണ്ഡവപുരം. അതുകൊണ്ടുതന്നെ സ്വപ്നത്തിൽ കടന്നുവരുന്ന ഭൂതകാലാനുഭവങ്ങളുടെ യത്ര അയുക്തികമല്ല അതിന്റെ ഘടന.

ഇങ്ങനെ സ്വരൂപിക്കപ്പെടുന്ന ജൈവകാലാവബോധത്തിന്റെ മറ്റു മാനങ്ങൾ തന്നെയാണ് നിറങ്ങളും, ഋതുക്കളും. അനുഭവങ്ങളെ ദൃശ്യ

പ്രധാനവും കലാപരവുമാക്കി മാറ്റാൻ സേതു സ്വീകരിക്കുന്ന മാർഗ്ഗമാണ് നിറങ്ങളിലൂടെയും ഋതുക്കളിലൂടെയും അവയെ വിന്യസിക്കുക എന്നത്. അനുഭവങ്ങളുടെ ഗന്ധവും രുചിയും നിർണയിക്കുന്നതിൽ ഇവയ്ക്കു പ്രധാന പങ്കുണ്ട്. ദേവിയുടെ മനസ്സിലുണരുന്ന 'പാണ്ഡവപുര'ത്തിനു പരഭാഗശോഭ നൽകുന്നതും മറ്റൊന്നല്ല, 'ഉറയ്ക്കാൻ മടിക്കുന്ന ഒരു കൊഴുത്ത മഞ്ഞദ്രാവകമാണ് ഭൂതകാലം' എന്ന ബിംബകല്പന അശ്വിനത്തിലെ പൂക്കളിൽതന്നെ കഥാകാരൻ കണ്ടെത്തുകയുണ്ടായി. ഋതുക്കളുടെയും നിറങ്ങളുടെയും കൊഴുപ്പിലൂടെ ഉണരുന്ന പ്രാകൃതഗന്ധവും ഈ കല്പനയിൽ സമ്മിശ്രമാണ്. കാലത്തെ കലയുടെ വരുതിയിൽ നിർത്താൻ തന്നെയാണ് ഇത്തരം മിശ്രഗുണകല്പനകൾ കണ്ടെത്തുന്നത്.

സേതു കല്പിച്ചുകൊടുക്കുന്ന നിറങ്ങളിൽ സമൃദ്ധമായി കാണുന്നതു കറുപ്പും മഞ്ഞയും ചെമപ്പുമാണ്. ഒന്നാം സ്ഥാനം 'മഞ്ഞ'യ്ക്കാണ്. 'വൃത്തികെട്ട കൊടും മഞ്ഞ നിറമുള്ള പൂക്കൾ, പക്ഷികളുടെ മുട്ടകൾ ഉടഞ്ഞു ചിതറുന്നതായി തോന്നിക്കുന്ന പുലരി, മഞ്ഞപ്പൂക്കളുടെ മുഖങ്ങൾ, മഞ്ഞയില, മഞ്ഞത്തിട്ടുകൾ, വലിയൊരു മുട്ടയിലെ മഞ്ഞക്കരു പോലെ വഴുതി വീഴുന്ന മഞ്ഞ സൂര്യൻ, അശ്വിനത്തിലെ പൂക്കളായി ത്തീരുന്ന മറവിയുടെ മഞ്ഞച്ചേലകൾ... ഇങ്ങനെ എത്ര വേണമെങ്കിലുമുണ്ട്. മനഃശാസ്ത്രപരമായി 'ലൈംഗിക പരാങ്മുഖത'യെ പ്രതിഫലിപ്പിക്കുന്നു. 'മഞ്ഞ' ചെറുപ്പത്തിൽ, താൻ പരിപൂർണ നഗ്നയായി കാണാൻ കൊതിച്ച മുഴുത്ത അവയവങ്ങളുള്ള രാധയുമായി മുരുകൻ എന്ന കറുത്ത ചെക്കൻ ലൈംഗികവേഴ്ചയിലേർപ്പെടുന്ന മദിപ്പിക്കുന്ന കാഴ്ച, അശ്വിനത്തിലെ പൂക്കളിലെ നായകന്റെ ലൈംഗിക പരാങ്മുഖതയ്ക്ക് ഒരു കാരണമാകുന്നുണ്ട്. 'ഉറയ്ക്കാൻ മടിക്കുന്ന കൊഴുത്ത മഞ്ഞദ്രാവക'മായി ഭൂതകാലം അയാളിൽ കിടക്കുന്നതിന് കാരണവും മറ്റൊന്നല്ല. കാലത്തിന്റെ 'പതിനാറ് തിരശ്ശീലകൾക്കും മുമ്പില്ലാത്ത കനമുണ്ടിപ്പോൾ. ആദ്യത്തെ മറയും മഞ്ഞനിറം തന്നെ.' എന്ന് പതിനാറ് വർഷം പിന്നിട്ട കഥയെ വർത്തമാനകാലത്തിലും അയാൾക്ക് മാറ്റിസ്ഥാപിക്കാനാവുന്നില്ല. അച്ഛനിൽ, വൈകിയെങ്കിലും ജാരന്റെ മുഖം തിരിച്ചറിയുന്ന നായകന്റെ ലൈംഗിക പരാങ്മുഖത വ്യക്തമാണ്. അച്ഛൻ, ഈ മകന് ടിഡ്ഷൂട്ടിട്ട ഒരു ചിത്രം മാത്രമായിരുന്നു. ദേവിയുടെ മകനായ രഘുവിനും അച്ഛനെക്കുറിച്ച് സ്ഥിരമായ ചിത്രം തെളിയുന്നില്ല എന്നോർമിക്കുക. കൂട്ടുകാരുടെ 'അച്ഛന്മാ'രിലൂടെയാണ് ഒരച്ഛനെ രഘു ഓർമ്മിച്ചെടുക്കുന്നത്. പിതൃത്വത്തിന്റെ ഈ അസ്ഥിരമാർഗം എല്ലാം സംസ്കാരത്തിലും പ്രശ്നമായിത്തന്നെ അവശേഷിക്കേ, പിതൃദായവ്യവസ്ഥയിൽ 'അച്ഛൻ' മേധാവിത്വം നേടുന്നു എന്ന വൈരുദ്ധ്യം നിലനിൽക്കുന്നു. സ്നേഹം ആർഭാടമായി കൊണ്ടുനടക്കുന്ന 'ജാരനെ' (അച്ഛനെ) സേതു മുമ്പേ കണ്ടെത്തിയതിന് തെളിവ് കൂടിയാണ്. 'അശ്വിനത്തിലെ പൂക്കൾ'

എന്ന കഥ. പാണ്ഡവപുരം തെളിമകൊള്ളുന്നത് മഞ്ഞയുടെ ബിംബ മാലകളിലൂടെയാണ്. മഞ്ഞപ്പൂക, വിഷവാതകം ശ്വസിച്ച് മഞ്ഞമുഖമുള്ള മനുഷ്യർ, മഞ്ഞക്കെട്ടിടങ്ങൾ, അശ്വിനത്തിലെ മഞ്ഞപ്പൂക്കൾ, വസൂരി ക്കലകൾ വാർത്ത മുഖം... ഇങ്ങനെ ഒട്ടനവധി. കുഞ്ഞുകുട്ടന്റെ മുഖ ത്തിനും മഞ്ഞയോടാണ് നിറസാമ്യം. വിഷവാതകം ശ്വസിച്ച് മാന്ദ്യം ഭവിച്ച ആൾക്കൂട്ടത്തിന്റെ ജീർണ്ണ നഗരസംസ്കാരക്രമം ഇവിടെയുണ്ട്. അശ്വിനത്തിലെ പൂക്കളിൽനിന്ന് പാണ്ഡവപുരത്തിലെത്തുമ്പോൾ ഈ കാഴ്ചപ്പാടിന് കനംവെയ്ക്കുന്നു. സംസ്കാരത്തിന്റെ ശരത്കാലവും ഭർതൃവ്യവസ്ഥയുടെ ജീർണകോടിയും സ്ത്രീയിലെ അനുരാഗചിന്തയ്ക്ക് ഋണബാധ്യതകളാണ് നൽകുന്നത്.

സംസ്കാരത്തിന്റെ സ്ത്രീവിരുദ്ധമായ ഈ നിലപാടിനെതിരെ ദേവി ആയുധമെടുക്കുന്നത് മനസാ ജാരനെ ആവാഹിച്ചു വരുത്തിയിട്ടാണ്. ജാരനോടൊത്ത് പാണ്ഡവപുരത്ത് ദേവി ജീവിക്കുമ്പോൾ 'ചെമപ്പിന്റെ ഒരു ലോകം' സമൃദ്ധമാകുന്നുണ്ട്. ഹിരണ്യരേതസ്സായ അഗ്നിഗുണമാണ് ചെമപ്പിന്റെ സ്ഥായിയായ ഗുണം.

സേതുവിന്റെ മുൻകാല കഥകളിൽ പലപ്പോഴും 'കറുപ്പി'നാണ് പ്രാധാന്യമുള്ളത്. ആഭിചാരത്തിന്റെ വിശുദ്ധതയാണ് ഈ കഥകളി ലൊക്കെ പ്രധാന വിഷയം. താളിയോല, ഒമ്പതാം നമ്പറിലെ ജാരൻ, ചെകുത്താൻ കോട്ടയിലെ രഹസ്യം, കറുപ്പിന്റെ സംഗീതം, സാക്ഷിയുടെ നിഴൽ മുതലായവ ഉദാഹരണം. 9-ാം നമ്പർ മുറിയിലെ നരച്ച ഇരുട്ടും പിത്തളത്താക്കോൽദ്വാരവും നോക്കുക. ഈർപ്പം നിറഞ്ഞ വായു താക്കോൽ ദ്വാരത്തിലൂടെ പുറത്തേക്കുവരുന്നു. പോറ്റിയുടെ വേളിയിലെ, അയ്യപ്പൻനായരുടെ ഭാര്യയുടെ - ഗന്ധമുള്ള വായു, അവിഹിതമായി ഒത്തുചേർന്ന ബീജങ്ങളുടെ ഗന്ധമുള്ള വായു' - ജാരസംസ്കാരം അതിന്റെ മൃതകോടിയിലേക്കു കുതിക്കുന്ന ചരിത്രം വരച്ചിടുന്നു. 'ദുർവ്വിധി യുടെ ഏറ്റക്കുറവില്ലാത്ത ഒരേകകമാണ് ആ മുറി. അവിടെ ആരും ഒറ്റ പ്പെട്ടുപോകുന്നില്ല. കൂട്ടായ ദുരന്തം ഒരു യമപാശംപോലെ അവരെ ബന്ധിച്ചു നിർത്തുന്നു. ജാരത്വത്തിന്റെ തമോച്ഛായകൾക്ക് ക്ഷേത്രമായി ത്തീരുന്ന സ്ത്രീത്വത്തിന്റെ നിർവൈയക്തികമായ ആസക്തിക്ക് കൂടുതൽ പ്രാധാന്യം കിട്ടുന്നുണ്ട്.

'കറുപ്പ്' മൃത്യുബിംബമാണ്, സേതുവിന്റെ കഥാലോകത്ത്. ഗ്രഹ നിലയും നക്ഷത്രരാശികളും ഒറ്റസംഖ്യകളും കറുത്ത ആഭിചാരത്തിന് അകമ്പടിയായി സേതു നിരത്തുന്നു. കറുപ്പിന് പ്രാധാന്യമുള്ള കഥകളി ലെല്ലാം ദുർമൂർത്തികൾക്കും പ്രാധാന്യമുണ്ട്. ചെകുത്താൻകോട്ടയിലെ രഹസ്യം, കറുപ്പിന്റെ സംഗീതം, ജന്മനക്ഷത്രം, വിശ്വനാഥന്റെ ഭൂതം, അയൽപ്പക്കം, ഒരു മരണം - തുടങ്ങിയ കഥകളിലെല്ലാം മരണത്തേയും കറുപ്പിന്റെ ശക്തിയേയും ദുർമൂർത്തികളേയും സമ്മിശ്രവത്ക്കരിക്കുന്നത് കാണാം. ഇത്തരം ദുർമൂർത്തിബിംബങ്ങൾ (Demonic Images) മനസ്സിന്റെ

വ്യഥയും ആശങ്കയും നിരർത്ഥകതയുമൊക്കെ വെളിപ്പെടുത്തുന്നവയാണ്. എന്നു നോർത്രോപ് ഫ്രൈ പ്രസ്താവിച്ചിട്ടുണ്ട്. എന്നാൽ, മനുഷ്യനിലെ കർമവും നിയോഗവും തമ്മിലുള്ള പൊരുത്തക്കേടിനെ പ്രതിഫലിപ്പിക്കാൻ വേണ്ടിയാണ് സേതു കറുപ്പിന്റെ ശക്തികളെ പ്രയോജനപ്പെടുത്തുന്നത്. കുഞ്ഞബ്ദുള്ളയുമൊത്ത് രചിച്ച നവഗ്രഹങ്ങളുടെ തടവറയിൽ ഈ ശക്തി കുറേക്കൂടി ആധുനികമാനങ്ങൾ നേടുന്നുണ്ട്. താളിയോലക്കാരന്റെ (താളിയോല) വികസിതരൂപമാണ് നവഗ്രഹങ്ങളുടെ തടവറയിലെ കണിയാൻ രാമൻ. 'കണിയാൻ കെട്ടിട'മാകട്ടെ ഒമ്പതാം നമ്പർ മുറി (ഒമ്പതാം മുറിയിലെ ജാരൻ) യുടെ വിശാലമായൊരാകാരവും.

കറുപ്പിന് പകരം മഞ്ഞയും ചെമപ്പുമാണ് പാണ്ഡവപുരത്തിൽ പ്രാധാന്യം നേടുന്നത്. പാണ്ഡവപുരത്തിൽ രണ്ടാമത്തെ ഭൂതാവസ്ഥയാണ് 'ചെമപ്പ്'. ദേവി കാമിനിയായിത്തീരുന്ന അവസ്ഥയാണിത്. സ്ത്രീയിലെ ത്രിപുരസുന്ദരിത്വം' അതിന്റെ സകല ആഭയോടുംകൂടി ഇവിടെ പ്രശോഭിക്കുന്നു. ചിതയുടെ ആനന്ദാവസ്ഥയാണിത് കാണിക്കുന്നത്. നാലുകൈകളിലായി അവൾ പ്രദർശിപ്പിക്കുന്ന ആയുധങ്ങളിൽ പാശം രാഗമെന്ന ആകർഷണശക്തിയാണ്, അങ്കശം ക്രോധമെന്ന വികർഷണശക്തിയും കരിമ്പുവില്ല് മനസ്സും പഞ്ചബാണങ്ങൾ പഞ്ചവ്രതങ്ങളുടെ സൂക്ഷ്മ തത്ത്വങ്ങളായ രൂപരസഗന്ധസ്പർശ ശബ്ദങ്ങളാകുന്ന പഞ്ചതന്മാത്രകളുമാണ്. ത്രിപുര സുന്ദരീസങ്കല്പം 'സിത-ശോണ വർണങ്ങളുടെ' സമ്മിശ്രതയിലാണ് രാഗബന്ധിതമാകുന്നത്. അഗ്നിയുടെ രൂപകമാണ് ഈ നിറം.

ജാരനുമൊത്ത് പാണ്ഡവപുരത്തിന്റെ സാധ്യതകളാരായുന്ന ദേവി ചെമപ്പിൽ മുങ്ങിനിൽക്കുകയാണ്. "ചെമന്ന ഉടയാടയണിഞ്ഞ ദേവി, ചെമ്മൺപടവ്, ചെമന്ന സിന്ദൂരക്കുറി, ധ്യാനത്തിന്റെ അഗ്നി, ചുവന്ന ജാക്കറ്റ്, ചുവന്ന പുള്ളികളുള്ള സാരി, ചെമന്ന പുള്ളോവർ എന്നിങ്ങനെ ഇരുണ്ട നിറമുള്ള നാടൻ പെണ്ണുങ്ങളുടെ നടുവിൽ തീനാമ്പ് പോലെ'യാണ് ദേവിയുടെ നിൽപ്. 'ദീപാരാധന കഴിഞ്ഞ് പൂജാരി കർപ്പൂരത്തട്ടം മുഖത്ത് കൊണ്ടുവന്നു പിടിച്ചപ്പോൾ ആ ജ്വാലയിൽ കണ്ട സിന്ദൂരം പടർന്ന മുഖം' - ജാരന് മറക്കാനാവുന്നില്ല. ദേവിയും ദുർഗയും കൂടിച്ചേർന്ന രൂപം 'ത്രിപുരസുന്ദരീത്വ'ത്തിന് തുല്യമാകുന്നു.

ഈഡിപ്പസ് കോംപ്ലക്സിന് പ്രാധാന്യം നൽകുന്ന ഫ്രോയിഡിന്റെ മനഃശാസ്ത്രം പിതൃദായ സമുദായത്തിന്റെ ലിംഗാഹന്തയിലാണ് ഊന്നുന്നത്. സ്ത്രീശരീരം വിധിയായി (anatomy is destiny) കരുതിയ അദ്ദേഹത്തിന് സ്ത്രീയുടെ ജനനേന്ദ്രിയം കണ്ടെത്താനായില്ല എന്ന് വിമർശിക്കുന്നവരുണ്ട്. 'ലിബിഡോ' (ലൈംഗികചോദന)യും 'ഷണ്ഡത്വഭീതി' (Castration fear)യും അമിതപ്രാധാന്യം നേടുന്നതും പുരുഷലൈംഗികതയ്ക്ക് പ്രാധാന്യം കല്പിക്കപ്പെട്ടതുകൊണ്ടുതന്നെ. പിതൃദായവ്യവസ്ഥ സ്ത്രീക്ക് കല്പിച്ചു കൊടുക്കുന്ന വിശേഷണങ്ങളെല്ലാം സ്ത്രീയുടെ ഭിന്ന

ജാതിയഗുണത്തെ തന്നെയാണ് യഥാർത്ഥത്തിൽ പ്രദർശിപ്പിക്കുന്നത്. അവളുടെ ലൈംഗികതയാവട്ടെ ശരീരത്തേക്കാൾ വ്യത്യസ്തമാനങ്ങളുള്ള ഒന്നാണ് എന്ന് ഇവർ അംഗീകരിക്കുന്നില്ല. ഇങ്ങനെയുള്ളൊരു ലോകത്ത് സ്ത്രീ കലാപത്തിന്റെ വഴിതേടുക നിയന്ത്രിക്കപ്പെട്ട തന്റെ ലൈംഗികസ്വാതന്ത്ര്യത്തെ പ്രയോഗിച്ചുകൊണ്ടാണ്.

പുരുഷന്റെ സ്ഥാപനവൽക്കരിക്കപ്പെട്ട രൂപമാണ് ഭർത്താവ്. അങ്ങനെയുള്ള അധികാര കേന്ദ്രത്തോടുള്ള പ്രതിഷേധമാണ് 'ജാരലോക'ത്തെ മെനഞ്ഞുണ്ടാക്കാൻ ദേവിയെ പ്രേരിപ്പിക്കുന്നത്. ജാരനാകട്ടെ 'സ്നേഹത്തെ ഒരാർഭാടം മാത്രമായി' കാണുന്നു. പുരുഷന്റെ ഷണ്ഡത്വഭീതിക്ക് ഇതിനേക്കാൾ നല്ല ഉദാഹരണമില്ല. 'ജാരലോകം' യഥാർത്ഥത്തിൽ ഈ ഷണ്ഡത്വഭീതിയിൽനിന്ന് മുക്തമല്ലാത്തിടത്തോളം കാലം സ്ത്രീയിലെ മാതൃനിഗൂഢതയെ അവന് സ്പർശിക്കാനാകുന്നില്ല. ദേവി കരുതുമ്പോലെ, 'ഒരു പിശാചിനെപ്പോലെ അള്ളിപ്പിടിച്ചു സ്നേഹിക്കാനുള്ള' കരുത്ത് ഭർത്താവിനെപ്പോലെത്തന്നെ ജാരനില്ലെന്ന് അവൾ ക്രമേണ മനസ്സിലാക്കുന്നു. ആദിജാരന്റെ കഥയിൽ കൊല്ലന് ശക്തിക്ഷയം സംഭവിക്കുന്നതും ഭാര്യ തിരിച്ചറിവ് നേടുന്ന സമാനഘട്ടത്തിലാണ്. ഇത്തരമൊരു സമാനസന്ദർഭത്തിൽത്തന്നെയാണ് പാണ്ഡപുരത്തിന്റെ ഉല്പത്തി കഥയിലെ സ്ത്രീ ഭർത്താക്കന്മാർക്കെതിരെ തപശ്ശക്തി സംഭരിക്കുന്നത്. ചെകുത്താൻ കോട്ടയിലകപ്പെട്ട സ്ത്രീ, ചെകുത്താൻ കോട്ടയിലെ രഹസ്യം ചോദ്യം ചെയ്യാൻ ധൈര്യം സ്വരൂപിക്കുമ്പോഴാണ്, കാവൽക്കാരനായ ചെമന്ന നാക്കുള്ള ദുർമൂർത്തി ആദ്യമായി തകർച്ചയെ നേരിടുന്നത്.

അള്ളിപ്പിടിച്ചു സ്നേഹിക്കപ്പെടാൻ സ്ത്രീ ആഗ്രഹിക്കുന്ന ചില സന്ദർഭങ്ങളുണ്ട്. അതിന്റെ നിരന്തരമായ അഭാവം ഏത് ആധുനിക സ്ത്രീയേയും ദേവിയെപ്പോലെ ചിന്തിക്കാൻ പ്രാപ്തയാക്കുന്നു. അപസ്മാരത്തിന്റെ അംശം കലർന്ന ചിന്താശീലത്തിനു സമമാണിത്. 'അപസ്മാരം (hysteria) അവഗണിക്കപ്പെടുന്ന സ്ത്രൈണസത്ത, പൗരുഷേയമായ നിലയിൽ പ്രകടിപ്പിക്കാനുള്ള സ്ത്രീയിലെ നിഗൂഢഭാഷാതന്ത്രമാണ്' എന്ന് ഗൈനോമനഃശാസ്ത്രജ്ഞർ സ്ഥാപിച്ചെടുക്കുന്നു. സ്ത്രീയുടെ കലാസൃഷ്ടികളിൽപോലും ഈ അപസ്മാരാംശത്തിന്റെ പ്രത്യക്ഷപ്പെടൽ സാധാരണമാണ്,

പാണ്ഡവപുരത്തിലെ ദേവി യഥാർത്ഥത്തിൽ ഇത്തരമൊരു അപസ്മാരഘട്ടത്തിലൂടെയാണ് കടന്നുപോയ്ക്കൊണ്ടിരിക്കുന്നത്. പുരുഷമേധാവിത്ത സാമൂഹികഘടനയിൽ, അന്യത്വത്തിന്റെ ദ്വിതീയഘട്ടം പിന്നീടേണ്ടി വരുമ്പോഴാണ് ഇങ്ങനെ സംഭവിക്കുന്നത്. സ്ത്രീയുടെ ഈ പ്രതിസന്ധിഘട്ടത്തെ പഠനത്തിനു വിധേയമാക്കിയ ജെ.ജെ. ബഷോഫനെപ്പോലുള്ളവർ 'പൂർവ്വ ഈഡിപ്പൽ ഘട്ട'(Pre-Oudipal Stage)-ത്തിന്റെ പ്രസക്തിയെ സ്ഥാപിക്കാൻ ശ്രമിക്കുന്നു. ഗർഭാവസ്ഥയിൽ,

അമ്മയോടൊട്ടിപ്പിടിച്ചു വളരുന്ന കുഞ്ഞിന്റെ ഏകാത്മകപ്രകൃതിയിലും താളഘടനയിലും അതിശയോക്തിപരമായ വൈവിധ്യം നിലനിൽക്കുന്നു' എന്നത്രേ അത്. സ്ത്രീയിലെ, ഋതുരൂപരേഖ ഏറെ സങ്കീർണ്ണമാക്കുന്നു ഈ കണ്ടെത്തൽ.

ദേവിയിൽ മാറി മാറി പ്രത്യക്ഷപ്പെടുന്ന 'പാണ്ഡവപുര'വും അല്ലാത്ത തുമായ അവസ്ഥകളിലൂടെ സ്ത്രീത്വത്തിന്റെ ഋതുക്കൾ മാറി വരുന്നത് കാണാം. ദേവിയിലെ സ്നേഹത്തിന്റെ ഋണാത്മകവും ധനാത്മകവുമായ സഞ്ചാരതലങ്ങൾ ഈ ഋതുമാറ്റത്തിൽ ദർശിക്കാവുന്നതാണ്. സ്വച്ഛമായ കുടുംബത്തിന്റെ ഒറ്റപ്പെട്ട അന്തരീക്ഷത്തിൽ ജാരനെ ആവാഹിച്ചു വരുത്തുന്നതിലൂടെ ഭർതൃത്വ വ്യവസ്ഥയുടെ ജീർണ്ണിച്ച വർത്തമാനതലത്തെ മറികടന്ന് ഭൂതകാലത്തിന്റെ കാല്പനികവും സ്വാഭാവികവും പ്രാകൃതികവുമായ രതിലോകത്തിലേക്ക് സഞ്ചരിക്കുകയാണ് ദേവി ചെയ്യുന്നത്. മഞ്ഞപോലെ 'ലൈംഗികപരാങ്മുഖത'യുടെ ഋതുരൂപങ്ങളാണ് ശരത്തും ശിശിരവും. 'വൃക്ഷികരാത്രി' എന്ന കഥയിൽ 'ഒട്ടക'ത്തെ ഒരു പ്രധാന ബിംബമായി സേതു കൊണ്ടുവരുന്നു. മഞ്ഞുപുതഞ്ഞുനില്ക്കുന്ന താഴ്വരയിൽ, ലൈംഗികവിമുഖരായി ഒറ്റക്കൊറ്റയ്ക്ക് 'ബുദ്ധത്വ'മനുഭവിക്കുന്ന പ്രണയജോടിയുടെ കഥയാണിത്. മരുഭൂമിയുടെ തണുപ്പിൽ നിശ്ചലമായി നിൽക്കുന്ന ഒട്ടകത്തിന്റെ ലൈംഗികനിസ്സംഗതയ്ക്ക് മാനുഷരൂപം നൽകുകയാണിവിടെ. പാണ്ഡവപുരത്തിലും ഒരിടത്ത് ഈ ബിംബമുണ്ട്. ബുദ്ധത്വം അനുഭവിക്കുന്ന പരാങ്മുഖതയല്ല, ഭർത്താവിന്റെ ലൈംഗിക ദുർബ്ബലതയിൽനിന്ന് ദേവി അനുഭവിക്കുന്ന ലൈംഗികപരാങ്മുഖതയും അതിനോടുള്ള നിസ്സഹായമായ ഈർഷ്യയുമാണ് ഇവിടെ വിവക്ഷ. ഗ്രീഷ്മവും വസന്തവും ക്രമത്തിൽ കാല്പനികതയുടെയും ശുദ്ധസ്നേഹത്തിന്റെയും ഉണർത്തുകാലങ്ങളായി സങ്കല്പിക്കപ്പെട്ടിട്ടുണ്ട്. 'പുരുഷന്റെ ഉയരുന്ന പത്തികൾക്കെതിരെ കാലുയർത്തിച്ചവിട്ടി, ആ ശരീരത്തിൽ ദുർഗയെപ്പോലെ നൃത്തമാടാനും ചോരകൊണ്ടു പൊട്ട് തൊടാനും, കുടലുമാല കഴുത്തിലണിയാനും' ദേവി ശക്തി നേടിയെടുക്കുന്നത് സ്നേഹത്തിന്റെ ഋണതലത്തിൽനിന്നും സ്ത്രീത്വത്തിന്റെ ധനതലത്തിലേക്കുള്ള സഞ്ചാരഗതി സൂചിപ്പിക്കുന്നു. ജാരനോടുള്ള സമീപനത്തിൽ ഈ സഞ്ചാരക്രമം കൃത്യമായി പാലിക്കപ്പെടുന്നുണ്ട്. സ്ത്രീയുടെ അടിമനസ്സിന്റെ ഗതിയറിയാൻ ശ്രമിക്കാത്ത പുരുഷലോകത്തോടുള്ള പകയെ പ്രദർശിപ്പിക്കാൻ അവൾ സങ്കല്പിച്ചുണ്ടാക്കുന്ന സ്ത്രൈണതന്ത്രമാണ് ജാരൻ, ഒരു കലാകാരിയുടെ പാടവത്തോടെ ആ പാവകളി നമ്മുടെ മുമ്പിൽ പ്രദർശിപ്പിക്കുന്നു ദേവി.

കലാകാരന്റെ ഗ്രഹനില

കലയുടെ വിഷയവും വൃത്തിയും പലപ്പോഴും രൂപകാവസ്ഥ പ്രാപിക്കുന്നത് സേതുവിന്റെ കലയിൽ സാധാരണമാണ്. അതിനെ പൂർണമായി പ്രകടിപ്പിക്കുന്ന കൃതിയാണ് 'പാണ്ഡവപുരം'. കലാകാരന്, ഉണ്മ

എന്തെന്നറിയാൻ 'പൊയ്മുക'കളിലൂടെയും, തിരിച്ചും സഞ്ചരിക്കേണ്ടി വരുന്നു. പാണ്ഡവപുരത്തിലെ ദേവിയെന്നപോലെ മനസ്സിന്റെ ഉപബോധ ഘടനയിൽനിന്നുകൊണ്ടാണ് അയാൾ അബോധവും ബോധവു മനുഭവിക്കുന്നത്. ജീവിതത്തിന്റെ ദുരൂഹലിപികളെ പ്രതീകവൽക്കരി ക്കുന്ന ജന്മനക്ഷത്രവും താളിയോലയും ചെകുത്താൻ കോട്ടയും ജല സമാധിയും.... ഒക്കെ അങ്ങനെ കണ്ടെത്തുന്ന ആശയങ്ങളാണ്. രഹസ്യ ങ്ങളുടെ വലക്കണ്ണികൾ കൊരുത്തുകൂട്ടുന്ന ജീവിതത്തോട് കലാകാരൻ അഭിരതിയുള്ളവനാണ്. 'തൊടിയും നടുവിലുള്ള കൊച്ചുവീടും അതി നകത്തുള്ള മനുഷ്യരുമെല്ലാം രഹസ്യങ്ങളുടെ ചതുപ്പിലേക്ക് മുങ്ങി പ്പോവുന്നപോലെ അനുഭവിക്കുന്ന ജാരൻ ദേവിക്കെന്നപോലെ കഥാ കാരനും പ്രധാനമാണ്, അതിന്റെ പീഡാനുഭവങ്ങളിൽ നിന്നുവേണം, സ്വന്തം പ്രവൃത്തി ജാരന്റെ വേഷം കെട്ടലാണെന്നു തിരിച്ചറിഞ്ഞ്, നിസ്സംഗ മായി പ്രവൃത്തിയുടെ കലാപരത കണ്ടെത്താൻ. *താളിയോല* എന്ന കൃതി യുടെ ഉപസംഹാരം ശ്രദ്ധിക്കുക.

"ഇക്കഥയിൽ ആചാരവിധിയനുസരിച്ചുള്ള പരിണാമഗുപ്തിയോ ഗുണപാഠമോ യുവതലമുറയ്ക്ക് ഭാവിയിലേക്ക് ഉപകാരപ്രദമാകുന്ന ഭാഷ്യങ്ങളോ ഒന്നുമില്ലെന്ന് കൈയെഴുത്തുപ്രതി വായിച്ചു കേട്ടശേഷം എന്റെ ആർട്ടിസ്റ്റുകളായ നേതാവും, കണക്കപ്പിള്ളയും മെഡിക്കൽ റെപ്രസന്റേറ്റീവും ഭാര്യയും അവരവരുടെ മാർഗ്ഗങ്ങളിലൂടെ ചൂണ്ടി ക്കാണിക്കുകയുണ്ടായി. എന്റെ നിർദ്ദേശമനുസരിച്ച് പല വേഷങ്ങളും കെട്ടിയാടിയെങ്കിലും ഈ ആർട്ടിസ്റ്റുകളെല്ലാം അടിസ്ഥാനപരമായി എന്നെയും നിങ്ങളെയും പോലെ അറുവഷളൻ കരിയറിസ്റ്റുകൾ തന്നെ എന്ന് മാന്യവായനക്കാർ ഇതിനകം മനസ്സിലാക്കിക്കഴിഞ്ഞിരിക്കു മല്ലോ."

ഉണ്മയും ഇല്ലായ്മയും തമ്മിൽ ഒരു പ്രത്യേക ദർശബിന്ദുവിൽ സഹ ജീവനം (symbaiosis) സംഭവിക്കുമ്പോൾ മാത്രമേ കലാകാരന് സൃഷ്ടി സാധ്യമാവുകയുള്ളൂ എന്നത്രേ ഇക്കാര്യം ഓർമ്മിപ്പിക്കുന്നത്. യഥാർത്ഥ ത്തിൽ 'പാണ്ഡപുര'മെന്ന ഒന്ന് ഇല്ല; അതിനാസ്പദമായ സംസ്കാര ചിന്തയേയുള്ളൂ. പാണ്ഡവപുരത്തിന്റെ 'ശില്പമാതൃക'യേയുള്ളൂ. "ഒരു സ്ട്രക്ചർ പണിപ്പെട്ട് കെട്ടിപ്പടുത്ത ഒരു വികൃതിക്കുട്ടിയുടെ വാശിയോടെ അതു തട്ടിത്തെറിപ്പിച്ച് ഞാൻ പൊട്ടിച്ചിരിക്കാറുണ്ട്" എന്ന സേതുവിന്റെ കാഴ്ചപ്പാട് സ്വന്തം കലാക്രിയയുടെ മാസ്റ്റർ പ്ലാൻ തന്നെയാണ്. ശില്പ ഘടനയ്ക്കുള്ളിൽ അദൃശ്യമായി നിലകൊള്ളുകയും അതിന്റെ ചലന ത്തിനു നിയാമകമായി വർത്തിക്കുകയും ചെയ്യുന്ന ആഭിചാരക്രിയയ്ക്ക് തുല്യമായ ഒന്നാണ് അദ്ദേഹത്തിന്റെ കലാസൃഷ്ടിക്കു പ്രജ്ഞാപരമായ ധന്യത നൽകുന്നത്. ഉണ്മയും പൊയ്മും തമ്മിൽ സഹജീവനം സാധ്യ മാക്കാനുള്ള ഒരുപകരണം മാത്രമാണ് ഒരു പോലെ കലാകാരനും, ദേവിക്കും 'ജാരൻ'.

എങ്ങനെയും സാക്ഷാത്കരിക്കപ്പെടാവുന്ന 'വെള്ളരിക്കാപ്പട്ടണ'മെന്ന സങ്കല്പമല്ല കല എന്ന് സേതു മനസ്സിലാക്കിയിട്ടുണ്ട്. നിരവധി ആഭിചാരക്രിയകളിലൂടെയും മരണമുഹൂർത്തങ്ങളിലൂടെയും വേണം ജീവിതത്തിന്റെ പൊരുളറിയാൻ എന്നുമറിയാം. 'വെള്ളരിക്കാപ്പട്ടണം' എന്ന പ്രയോഗം പാണ്ഡവപുരത്തിലും മിക്ക കഥകളിലും ആവർത്തിച്ചു വരുന്നത് കാണാം. 'ജീവിതത്തിൽ മരണംപോലും നേരിടാത്തവന് ദർശനമില്ല എന്നും മരണത്തിന്റെ നോട്ടം മാറിവീണാൽ ആള് തെറ്റുമെന്നും 'നിങ്ങൾക്കുവേണ്ടി ഒരു മരണം' എന്ന കഥയിലുണ്ട്. ജലപ്പിശാചിനാൽ മരിക്കണമെന്നുള്ള തന്റെ ജാതകവിധിയെ എത്രതന്നെ തട്ടിമാറ്റാൻ ശ്രമിച്ചിട്ടും ജീവിതപ്രേരണയുടെ അടിസ്ഥാനകാരകമായ കാമം തന്നെ ജലമരണത്തിലേക്ക് വഴികാണിച്ചുകൊടുക്കുന്നു, പ്രസ്തുത കഥയിലെ നായകന്. വിശ്വനാഥന്റെ ഭൂതം നായകനോട് ആവശ്യപ്പെട്ടത് നൽകാതിരുന്നപ്പോൾ ആത്മകഥയിലെ രണ്ട് അധ്യായം മോഷ്ടിച്ചു സ്ഥലം വിടുന്നു. (വിശ്വനാഥന്റെ ഭൂതം) യഥാർത്ഥത്തിൽ ഭൂതത്തിനു വേണ്ടിയിരുന്നത് വിശ്വനാഥന്റെ ജീവനായിരുന്നു. 'ആത്മകഥ'യ്ക്കും 'ജീവനും' ഇവിടെ അഭേദം കല്പ്പിക്കപ്പെടുന്നു.

ജീവിതത്തിന്റെ പഴകിയ താളിയോലകൾ തിരഞ്ഞുനടക്കാനുള്ള ശക്തി സേതുവിന് ലഭിക്കുന്നത്, നിർവ്വചിച്ചുവെച്ച മരണത്തെക്കുറിച്ചുള്ള ബോധത്തിൽനിന്നാണ്. ഇതിനെയാണ് ഒരു ജ്യോതിഷക്കാരന്റെ മനക്കരുത്തോടെ കഥാകാരൻ നേരിടുന്നത്. അറബിക്കഥയിലെ ഷഹർസാദെ, ഓരോ രാത്രിക്കും കഥകൾ കൊണ്ടു ഉയിരേകി, മരണത്തെ ജീവിതത്തിന്റെ വേലിപ്പുറത്ത് നിർത്താൻ ശ്രമിക്കുന്ന 'കലാതന്ത്രപ്രവൃത്തിയെ' ഓർമിപ്പിക്കുന്നു ഇത്.

നേർരേഖയുടെ ബലതന്ത്രമായ വെള്ളരിക്കാപ്പട്ടണമല്ല കലയെന്ന് പാണ്ഡവപുരത്തിന്റെ രചനയിലൂടെ സേതു തെളിയിക്കയുണ്ടായി. ജാരനും ഭർത്താവിനുമിടയിൽ, യഥാർത്ഥത്തിൽ ദേവി ഭീതിയുടെ സമാന്തരരേഖയിലാണ്. ഈ ഭീതിയെ കഥാകാരൻ അറിയുന്നത്, വർത്തമാനകാലത്തിന്റെ നിലപാടുകളിൽനിന്നാണ്. എങ്കിലും അതിന് വ്യാഖ്യാനങ്ങൾ കണ്ടെത്തുന്നത് ചരിത്രപുരാവൃത്തങ്ങളിൽ നിന്നാണ്.

'ചരിത്രത്തിന്റെ ചോരപുരണ്ട കല്ലുകളാണ് അവന്റെ ആയുധം. പൂപ്പലും പായലും മൂടി ജീർണതയുടെ ഗന്ധം പരത്തുന്ന അവശിഷ്ടങ്ങളാണ് അവന്റെ ബന്ധുക്കൾ.' എന്ന താളിയോലക്കാരനെ കുറിക്കുന്ന കാഴ്ചപ്പാട് മേൽപ്രസ്താവിച്ചതിന് തെളിവാണ്. സ്വന്തം ശത്രുവിനെ കണ്ടെത്തുന്ന ഈ പ്രക്രിയ 'പാമ്പിന്റെ വാലിൽക്കയറിനിൽക്കുന്നവന്റെ തിരിച്ചറിവി'നെ ഓർമിപ്പിക്കുന്നു. ദുഷ്കരമായ സാക്ഷാത്കാരമാർഗ്ഗം തന്നെയാണ് കലാകാരന്റെ യഥാർത്ഥശത്രു.

'രക്തദാഹത്തിലൂടെയാണ് മനുഷ്യചേതന പുതിയ രൂപങ്ങൾ തേടുന്നത്' എന്നുണ്ട്. ഈ മനുഷ്യചേതനയ്ക്ക്, സംസ്കാരത്തിലൂടെ പകർന്നു കിട്ടുന്ന, അതിനോടുള്ള ശത്രുതയുമുണ്ട്. രക്താവബോധത്തോടുള്ള (Blood consciousness) കൂറും ശത്രുതയും സൃഷ്ടിക്കുന്ന ആത്മ സംഘർഷം കലയുടെ കർക്കശമായ രൂപത്തിലേക്കു കൊണ്ടുവരാൻ ശ്രമിക്കുകയാണ് ജീനിയസ്സുകൾ ചെയ്യാറുള്ളത്. ജീവിതത്തെ മാറ്റി വെച്ച് അതിന് അനുഷ്ഠാനപരമായ അർത്ഥം തേടലാണ് കലാകാരന്റെ കർമമെന്ന് മിഷേൽഫൂക്കോ, ഈ തത്ത്വത്തെ വിശദീകരിക്കുന്നു. ഭർത്താവും ജാരനും പുരുഷവർഗ്ഗ മേധാശക്തിയെത്തന്നെയാണ് പ്രതിനിധീകരിക്കുന്നത് എന്ന തിരിച്ചറിവ് 'പാണ്ഡവപുര'ത്തിന്റെ നിർമ്മിതിക്ക് ദേവിയെ പ്രേരിപ്പിച്ചു കൊണ്ടേയിരുന്നു. അതിന് അവൾ കൊടുക്കേണ്ട വിലയോ സ്വന്തം ജീവിതവും.

ഒമ്പത്

ദേശീയതയെ ആന വരയ്ക്കുന്നു

ഒരു കൃതിക്ക് നിരവധി ഭാവനാഭൂപടങ്ങളെ രൂപപ്പെടുത്താനുണ്ടാകും. അവയിൽ സുപ്രധാനമായ ഒന്നാണ് ദേശീയതയുടെ ഭൂപടം. കോളനിവത്കരണത്തിനിരയായ ഭാരതത്തെപ്പോലുള്ള ദേശത്ത് കൃതി നിർമ്മിക്കുന്ന ദേശീയ ഭൂപടം ചരിത്രത്തിലേക്ക് തുറക്കുന്ന ഒരു വാതിലായിത്തീരാറുണ്ട്. ഈയുദ്ദേശ്യത്തോടെ ബഷീറിന്റെ ന്റുപ്പാപ്പാക്കരൊനാണ്ടേർന്ന് എന്ന നോവൽ ഒരു പുനർവായനയ്ക്ക് വിധേയമാക്കുകയാണിവിടെ.

ദേശരാഷ്ട്രരൂപീകരണവുമായി ബന്ധപ്പെട്ട കോളനിയന്തര ദേശീയതയുടെ ഭൂപടത്തെ പുരോഗമനകാംക്ഷയോടെ എഴുത്തിലേക്ക് സ്വാംശീകരിക്കുകയാണ് നമ്മുടെ നവോത്ഥാന എഴുത്തുകാരിൽ പലരും ചെയ്തത്. എന്നാൽ ബഷീർ തന്റെ സുപ്രധാന രചനകളിലൂടെ ഏകതാനമായ ഒരു ദേശീയതയോട് ശക്തമായി വിയോജിക്കുകയാണ്. 'ലോകാഃ സമസ്ത സുഖിനോ ഭവന്തു' എന്ന് പലവട്ടം പറയുമ്പോഴും ജാതി-വർഗ-വർണ ബന്ധങ്ങളെ വേറിട്ടുതന്നെ അടയാളപ്പെടുത്തുന്നു ബഷീർ. മുഖ്യധാരാ ദേശീയ പരികല്പനകൾക്ക് ഇടം നേടികൊടുക്കുന്ന സമുദായരൂപകത്തിനകത്തേക്ക് പ്രാന്തവത്കൃത സമുദായ/ജാതി സ്വത്വങ്ങളെയെല്ലാം കടത്തികൊണ്ടുവരുന്നു. സ്ഥലത്തെ പ്രധാന ദിവ്യൻ ഇത്തരമൊരു മാറ്റത്തിന്റെ രൂപകം തന്നെയാണ്. നമ്മുടെ ദേശീയതയെ രൂപപ്പെടുത്തിയ കൊളോണിയൽ സാധ്യതകളെയാണ് മറ്റൊരർത്ഥത്തിൽ ഈ കൃതി സൂചിമുനയിൽ നിർത്തുന്നത്.

യൂറോപ്പിലെ നവോത്ഥാനന്തര ദേശീയത മറുദേശങ്ങളെ കോളനിവത്കരിക്കുന്നതിനും സംസ്കാരത്തെ ഏകതാനമാക്കുന്നതിനും എത്രമേൽ ഉപയോഗപ്പെട്ടുവെന്നതിനെക്കുറിച്ച് സമൃദ്ധമായ പഠനങ്ങൾ നമ്മുടെ മുമ്പിലുണ്ട്. ഒരേസമയം, കോളനീകൃതജനതയെ ആധുനികവത്കരിച്ചും അതിനെ വീണ്ടും ഫ്യൂഡൽവത്കരിച്ചും കൊണ്ടാണ് അത് നടപ്പിലാക്കിയത്. ഖിലാഫത്ത് സമരത്തോടെ, ഇന്ത്യയെപ്പോലെയുള്ള കോളനീകൃതദേശങ്ങളിൽ മുസ്ലീങ്ങൾ ഈ രണ്ട് യൂറോപ്യൻ പദ്ധതികളെയും

തുരങ്കം വയ്ക്കാൻ ശ്രമിച്ചതിന്റെ ചരിത്രം എമ്പാടുമുണ്ട്. കേരളത്തിലെ മാപ്പിളമാർക്ക് അതിൽ എടുത്തുപറയത്തക്ക പങ്കുമുണ്ട്. മാപ്പിള ലഹള/ മലബാർ കലാപാനാന്തരം രൂപമെടുക്കുന്ന ഒരു സമുദായവിചാരം ഈ പങ്കിനെ തമസ്കരിക്കുകയോ നിഷ്പ്രഭമാക്കുകയോ ആണുണ്ടായത്. ഇത്തരത്തിൽപ്പെട്ട ഒരു ഫ്യൂഡൽ / അർദ്ധ കൊളോണിയൽ സമുദായ വിഷയമാണ് ന്റുപ്പാപ്പായിലേത്. ഇംഗ്ലീഷ് നരകത്തിലെ ഭാഷയാണെന്ന് അവർ വിശ്വസിച്ചു. അത് മലബാർകലാപകാലത്തെ മത/രാഷ്ട്രീയ വിചാരവുമായി പൊരുത്തപ്പെടുന്നില്ല. മറിച്ച് കൊളോണിയൽ ദേശീയ താവിചാരത്തെ ഫ്യൂഡലിസത്തിന്റെ പൗരോഹിത്യ ചട്ടക്കൂടിനകത്ത് കൂടുതൽ ഉറപ്പിച്ചുനിർത്താനാണ് അവ സഹായകമായത്. സ്ത്രീകൾക്ക് എഴുത്ത് 'ഹറാ'മാണെന്ന് അത് വിധിച്ചു. അർത്ഥമറിയാതെയുള്ള ഓത്തും മൊയ്ല്യാക്കന്മാരുടെ രാപ്രസംഗങ്ങളിൽനിന്നും കിട്ടുന്ന ലോക ബോധവും മാത്രം നിലനിർത്തി സ്ത്രീ പിന്നിലേക്ക് കൂടുതൽ വളഞ്ഞു. ഇന്ത്യൻ ദേശീയ സമരചരിത്രത്തിൽ മുസ്ലീങ്ങളുടെ രാഷ്ട്രീയ/സാമൂഹിക നിലനിൽപുമായി ബന്ധപ്പെട്ട സന്ദിഗ്ദ്ധാവസ്ഥയെ എം.ടി. അൻസാരി വിമർശനാത്മക വിഷയി' (Critical Subject) എന്നു വിശേഷിപ്പിക്കുന്നുണ്ട്.

അത്തരമൊരവസ്ഥ ഒഴിഞ്ഞുപോയ അനന്തര സാഹചര്യത്തെയാണ് ബഷീറിന്റെ കൃതി തുറന്നുകാട്ടുന്നത്. ഈ വിചാരത്തെ ശക്തമാക്കുന്ന തരത്തിലാണ് കൃതിക്കുള്ളിൽ ഉറപ്പിച്ചുനിർത്തിയിരിക്കുന്ന മിത്തുകളുടെ ലോകം അനുഭവവേദ്യമാകുന്നത്. മതത്തെ കൂടുതൽ ഫ്യൂഡൽവത്കരിച്ചുകൊണ്ട് അതിന്റെ രാഷ്ട്രീയമായ അർത്ഥങ്ങളെ ദൂരെ നിർത്തുന്ന ഈ രീതി ആധുനികവത്കരണത്തോടൊപ്പം കൊളോണിയൽ ദേശീയത നടപ്പിലാക്കുന്ന സവിശേഷ സന്ദർഭങ്ങളുണ്ട്. ചരിത്രത്തിൽ പൗരോഹിത്യത്തിന്റെ അധികാരവും അധിനിവേശകരുടെ പരമാധികാരവും കൈകോർക്കുന്ന സവിശേഷ സാഹചര്യമിവയൊരുക്കുകയുണ്ടായി.

കൃതിയിലുള്ള ചില പുരാവൃത്തങ്ങൾ പരിശോധിക്കാം. ഒന്ന് : അലിയുടെ ദുൽഫുക്കാറിനെക്കുറിച്ചുള്ള കഥ-പരാക്രമശാലിയായ അലി തന്റെ ദുൽഫുക്കാർ എന്ന വാൾ കടലിലെറിഞ്ഞു. അതുകൊണ്ടാണ് മീനുകളുടെ കഴുത്ത് ഇരുഭാഗത്തും അറുത്തതായി (വര) കാണപ്പെടുന്നത്. രണ്ട് : ഖുർ-ആൻ-നെക്കുറിച്ചുള്ള കഥ - ലോകത്തിലെ മതങ്ങളെയെല്ലാം പേനയാക്കി, സമുദ്രങ്ങളെല്ലാം മഷിയാക്കി ഖുറാനിന്റെ അർത്ഥം എഴുതുകയാണെങ്കിൽ ഒരദ്ധ്യായത്തിന്റെ അർത്ഥമെഴുതി തീരുന്നതിനുമുമ്പേ മരങ്ങൾ തീരും. കടലുകൾ വറ്റും. മൂന്ന് : ഹജറുൽ അസ്വദിനെ (മക്കയിലെ കറുത്ത കല്ല്) ക്കുറിച്ചുള്ള കഥ അല്ലാഹുവിനെ അനുസരിക്കാത്തവന് വിശപ്പ് കൊടുത്തു. വിശപ്പ് കഠിനമായപ്പോൾ അല്ലാഹുവിനെ അനുസരിച്ചു. അതിന്റെ സമ്മതപത്രമാണ് ഹജറുൾ അസ്വദിനകത്ത് സൂക്ഷിച്ചിരിക്കുന്നത്. മൊയ്ല്യാക്കന്മാരുടെ രാപ്രസംഗങ്ങളിൽനിന്ന്

കുഞ്ഞുപാത്തുമ്മ കേൾക്കുന്ന കഥകളാണിവ. ഇതിൽ ആദ്യത്തേയും അവസാനത്തേയും കഥ. കാരുണ്യമില്ലാത്ത /രജോപ്രകൃതിയായ അധികാരത്തെയും അതിന്റെ അഹന്തയേയും പ്രകടിപ്പിക്കുന്നു. രണ്ടാമത്തേതാകട്ടെ, ഖുർ-ആൻ-ന്റെ അമാനുഷികത വെളിപ്പെടുത്തുന്നതിനോടൊപ്പം അതിന്റെ വ്യാഖ്യാനങ്ങളോട് ഫ്യൂഡൽ മുസ്ലീം സമുദായം പുലർത്തിപോന്ന വിമുഖത അതിനെ ബൈബിൾ പരിഭാഷപ്പെടുത്തുന്നതും വ്യാഖ്യാനിക്കുന്നതും ദൈവേച്ഛയ്ക്ക് വിരുദ്ധമാണ് എന്ന് മധ്യകാല പുരോഹിതർ വിശ്വസിപ്പിച്ചതും നടപ്പിലാക്കിയതും സ്റ്റേറ്റിന്റെ അധികാരത്തെ ഉറപ്പിക്കാൻ പുരോഹിതന്മാരുടെ സംഭാവനയായി പറയാറുണ്ട്. ഖുർ-ആൻ-നെ കുറിച്ച് പ്രചരിച്ച ഈ കഥകൾ വേരുറച്ചതിനുപിന്നിൽ കൊളോണിയൽ /ഫ്യൂഡൽ സാമൂഹിക വ്യവസ്ഥിതിയിൽ സമാനമായ ഒരു ചരിത്രഗതിയുണ്ട്. ഇത്തരം കഥകൾക്ക് വേദഗ്രന്ഥത്തെ അതിനകത്തെ അർത്ഥങ്ങളിലേക്ക് പ്രവേശിക്കാനാവാതെ 'ദിവ്യമായി' പൊതിഞ്ഞു സൂക്ഷിക്കാനാവും. ദൈവത്തിന്റെ ജമാലിയ്യത്തിനെ (സൗന്ദര്യ / കാരുണ്യഗുണം) അത് വിദഗ്ദ്ധമായി മറച്ചുവെച്ചു. ഭൗതികവും യഥാർത്ഥജന്യവുമായ ജനജീവിതത്തെ നിയന്ത്രിച്ചുനിർത്താൻ ഇതുമൂലം പൗരോഹിത്യത്തിനായി. വിദേശ അധിനിവേശ ശക്തികൾക്കെതിരെ സമരസജ്ജരായിരുന്ന ഒരു ജനതയെ, ആന്തരികമായി തണുപ്പിക്കാൻ പൗരോഹിത്യത്തെ കൊളോണിയൻ ശക്തികൾ പ്രയോജനപ്പെടുത്തുന്ന രീതി ഇതിൽ വായിച്ചെടുക്കാവുന്നതാണ്. ബഷീർ, റൊണാൾഡ് ഈ ആഷറിന് അയച്ച കത്തിൽ ന്റുപ്പാപ്പായെക്കുറിച്ച് ഇങ്ങനെ പറയുന്നു. 'ഇസ്ലാമിന്റെ പഴയ പ്രൗഢിയെ വരച്ചുകാട്ടുക എന്നുള്ളതായിരുന്നു എന്റെ ഉദ്ദേശ്യം. അതേസമയം ഭൂതകാലത്തിന്റെ ചുമടും താങ്ങിക്കൊണ്ട് മുസ്ലീങ്ങൾ വർത്തമാനകാലത്തോട് പൊരുത്തപ്പെടാൻ കഴിയാതെ വീർപ്പുമുട്ടുന്നതിനെയും ചൂണ്ടിക്കാണിക്കാൻ ശ്രമിച്ചിട്ടുണ്ട്. പിച്ചക്കാരായാലും ശരി, അറവുകാരായാലും ശരി, മഹാനായ അക്ബറുടെ നേർതാവഴിയാണ് തങ്ങൾ എന്ന് അവകാശപ്പെടുന്നവരാണ് അധികവും. ആന ആ ഭൂതകാല പാരമ്പര്യത്തിന്റെ ചിഹ്നമാണ്.

അറേബ്യൻ നാടോടിജീവിതത്തിൽനിന്നും രൂപാന്തരങ്ങളോടെ കയറിവന്ന പുരാവൃത്തങ്ങളായിരിക്കാം ഇവയൊക്കെ. മലബാർ കലാപാനന്തര (നിയോഫ്യൂഡൽ) സാമൂഹിക പ്രകൃതിയിൽ, ഉറഞ്ഞാടിയ ഒരു സമുദായത്തോട് ആണ് ഈ കൃതിയിലെ പാരമ്പര്യത്തിനുള്ള കൂറ്. അതിനോട് വേറാകൂറ് പുലർത്തി കൊണ്ടാണ് നിസ്സാർ അഹമ്മതിന്റെയും ആയിഷയുടെയും ആധുനികമായ ജ്ഞാനവ്യവഹാരത്തിന്റെ (സ്ത്രീയുടെ എഴുത്തധികാരമുൾപ്പെടെയുള്ള) സ്ഥാനം. പാരമ്പര്യപൊങ്ങച്ചങ്ങളെയും അയഥാർഥ ജീവിതരീതിയേയും അതിൽനിന്ന് മോചിപ്പിക്കാനും ജീവിതയാഥാർത്ഥ്യത്തിലേക്ക് തിരിച്ചുവിളിക്കാനുമുള്ള ശ്രമങ്ങളാണവ. കൊളോണിയൽ ആധുനികത നിർമ്മിച്ച പാഠങ്ങളുടെ അകമ്പടിയോടുകൂടെ

ത്തന്നെയാണ് ഈ വിമോചന പ്രക്രിയ നടക്കുന്നത്. ഉച്ചാരണവും എഴുത്തും പരിഷ്കരിക്കപ്പെടുന്നു. ആയിഷ, കുഞ്ഞുപാത്തുമ്മയ്ക്കായി നിർമ്മിക്കുന്ന പാഠത്തിന്റെ ഒരു ഭാഗമിങ്ങനെയാണ്.

ആയിഷ പറഞ്ഞു: "പിന്നെ.... ലാത്തിരി എന്നു പറയരുത്. രാത്രി എന്ന് പറയൂ." കുഞ്ഞുപാത്തുമ്മ പറഞ്ഞു 'രാത്തിരി'

"ഹൊ അങ്ങനെയല്ല. ത്രിട്ടോഷ് എന്ന വാക്കിലേ, അതിലെ ത്രീ പറയൂ... രാത്രി"

(ആഷർ അതിങ്ങനെ പരിഭാഷപ്പെടുത്തുന്നു)

"You mustn't say noight. Say 'night'

"Neight" said Kunjupathumma.

"Not like that. I was in "White" say it night"

ആനയെ യഥാർത്ഥ കേരളീയ പ്രകൃതിയിൽ നിന്നും മാറ്റി ഫ്യൂഡൽ /പാരമ്പര്യ പ്രഭുത്വത്തിന്റെ മുറ്റത്തേക്കു കൊണ്ടുവന്ന കാലമാണ് കുഞ്ഞുതാച്ചുമ്മായുടെ സ്മരണയിലൂടെ അനാവൃതമാകുന്നത്. കാടും ആനയുമില്ലാത്ത (മണലും കുയ്യാനയുമുള്ള) അറബ് സ്ഥലരാശിയോട് ഇടഞ്ഞുകൊണ്ടാണ് കേരളത്തിലെ ഫ്യൂഡൽ/കാർഷിക ബന്ധത്തില ധിഷ്ഠിതമായ പ്രകരണത്തിൽ അവ പുതിയ അർത്ഥങ്ങൾ ഉത്പാദിപ്പി ക്കുന്നത്. അങ്ങനെ, ആന മാറ്റി വരച്ച ഒരു ദേശീയതാ ഭൂപടത്തിന്റെ കഥയായി മാറുന്നു ഈ കൃതി.

പത്ത്

പെൺവാണിഭത്തിന്റെ കാലതന്ത്രം

ഒന്ന്

മുകുന്ദന്റെ ദളിത് യുവതിയുടെ കദനകഥയെ വിചാരണ ചെയ്യാൻ പെൺവാണിഭചിന്ത ആവശ്യമാണോ? ഉണ്ണിയാടിചരിതം മുതൽ 'ചന്ദ്രോത്സവം' വരെയുള്ള ദേവദാസി ചരിത്രങ്ങൾ നമ്പൂതിരിമാർ മേൽഗതി നേടിയ ഒരു സങ്കര സാമൂഹിക വ്യവസ്ഥയുടെ മാരോത്പ്പന്നങ്ങളായിരുന്നുവല്ലോ. 'പെൺവാണിഭ'ത്തിന്റെ മനോഹര കാവ്യമാതൃകകളായിരുന്നു അവ. ശാസ്ത്ര-സാങ്കേതികത അത്രകണ്ട് പുരോഗമിക്കാതിരുന്ന അക്കാലത്ത് അധികാരമുള്ള ഒരു ന്യൂനപക്ഷം മാത്രം അതനുഭവിച്ചു. മറ്റുള്ളവരാകട്ടെ, അതനുഭവിച്ചവരെ ആദരിച്ച് രതിലീലകളിൽ പരോക്ഷമായി പങ്കാളികളായി. ഇന്ന്, ടെക്നോളജി വളർന്നു. വാർത്താ വിനിമയ സൗകര്യങ്ങൾ അത്യാധുനികമായി. സ്ത്രീ ഒരു ന്യൂനപക്ഷത്തിന്റെ ചരക്ക് എന്ന നിലയിൽനിന്ന് ഭൂരിപക്ഷത്തിന്റെ ചരക്ക് എന്ന സ്ഥിതി സാഹചര്യത്തിലേക്ക് പരസ്യങ്ങളിലൂടെ മാറി. വസ്തുക്കളിൽ (Material) ഇത്രയധികം രതിതാത്പര്യമുള്ള കാലം കഴിഞ്ഞുപോയിട്ടില്ല. പണമുള്ള ന്യൂനപക്ഷത്തിന്റെ ഈ രത്യനുഭവം ഭൂരിപക്ഷത്തിനു എരിവോടും പുളിയോടും കൂടി അനുഭവിപ്പിക്കാൻ മീഡിയ പുല്ലിംഗചാനലുകളുമായി തയ്യാറാണ്. ഈ സുസ്ഥിതിയേയാണ് നാം രാഷ്ട്രീയത്തിൽ ഉദാരവത്കരിക്കണമെന്നും കലയിൽ ഉത്തരാധുനികത എന്നും വിളിക്കുന്നത്. യാഥാർത്ഥ്യത്തിനുപകരം മാധ്യമവത്കരിക്കപ്പെട്ട യാഥാർത്ഥ്യ (Mediated Reality)ത്തിനു പ്രചാരം കൈവന്നു. പരസ്യകമ്പനികളുടെ സൗജന്യമനുവദിക്കുന്നതിലും ഉദാരമായ വാർത്താവിനിമയരീതി അനുവദിക്കുന്നതിലും ഇന്ന് എല്ലാ ജനവിഭാഗവും മുൻപന്തിയിൽതന്നെ.

ഭഗവന്തി എന്ന ദളിത് യുവതിയെ ഗുണ്ടേച്ച എന്ന ഫ്യൂഡൽ ഭൂവുടമ അനുഭവിക്കുന്നത് നിസ്വവർഗത്തിനുനേരെ നിരന്തരം പീഡനമഴിച്ചുവിട്ടുകൊണ്ടാണ്. നോവലിലെ നാരായണൻ തയ്യാറാക്കിയ ഈ നാടകത്തിന്റെ

അരങ്ങേറ്റവും പരിണത സാഹചര്യങ്ങളുമാണ് മുകുന്ദന്റെ നോവലിലെ ഇതിവൃത്തം. എസ്.കെ. പൊറ്റക്കാട്ടിന്റെ പുള്ളിമാൻ എന്ന കഥയുണ്ടല്ലോ. വേട്ടക്കൊതിയനായ ഒരു നഗരമനുഷ്യൻ കുടകുതാഴ്വാരങ്ങളിൽ സഹോദരിമാരായ രണ്ടു സ്ത്രീകളെ പ്രേമിച്ചുപാട്ടിലാക്കുന്നതും അനിയത്തിക്കും കാമുകനുമായി ജേഷ്ഠത്തി മരണം വരിച്ചുകൊണ്ട് വേദിയൊഴിഞ്ഞു കൊടുക്കുന്നതും. സ്ത്രീയെ ആവേശിക്കുന്നതിൽ സമാനമാണ് രണ്ടു കഥകളെങ്കിലും പൊറ്റക്കാട്ടിന്റെ കഥയിൽ ഒറ്റ ഇതിവൃത്തമേയുള്ളൂ. ദളിതുയുവതിയുടെ കഥയിലാവട്ടെ, സംഭവം ഇതിവൃത്ത നിർമിതിക്കുള്ള ഒരു നിമിത്തമേയാകുന്നുള്ളൂ. ഇതിവൃത്തം തികച്ചും മറ്റൊന്നാണ്. കഥാപാത്രങ്ങൾക്ക് നോവലിലെ വ്യക്തികളായി ജീവിക്കേണ്ട ഗതികേട് 'പുള്ളിമാനി'ലെന്നപോലെ മുകുന്ദന്റെ കഥയിലില്ല. വിഷയിയുടെ (subject / author / hero) തിരോധാനമാണ് പുതിയ ഇതിവൃത്തങ്ങളെ ഉത്തരാധുനികമാക്കുന്നത്. ഏത് കോണുകളിലൂടെയും അത് വായിക്കാം. കഥാപാത്രങ്ങൾക്ക് സ്ഥിരമായ അസ്തിത്വത്തിന്റെ ആവശ്യമില്ല. സന്ദർഭാനുസാരം പെരുമാറുന്നതാണ് അവിടെ ജീവിതം. ഒരാശയ സന്ദർഭത്തിന് മറ്റൊരാശ്രയ സന്ദർഭത്തോട് പൊരുത്തം ആവശ്യമില്ല.

ഗുണ്ടേച്ചയനുഭവിക്കുന്ന 'ഭഗവന്തി' എന്ന ദളിത് യുവതിയെ പ്രതിനിധീകരിക്കുന്ന നടിക്ക് പ്രസിദ്ധ സംവിധായകനായ കരീം ബോയിയുടെ നാടകത്തിൽ പരിപൂർണ്ണ നഗ്നയായി പ്രത്യക്ഷപ്പെടേണ്ട ഒരു രംഗമുണ്ട്. പ്രസ്തുത സന്ദർഭത്തെ നേരിടാനാകാതെ, നാടകത്തിലെ ഏക നടിയും സ്കൂൾ ഓഫ് ഡ്രാമയിലെ അവസാന വർഷ വിദ്യാർത്ഥിനിയുമായ രാധികയനുഭവിക്കുന്ന അസ്വാസ്ഥ്യത്തിൽ നിന്നുമാണ് മുകുന്ദന്റെ യഥാർത്ഥ ഇതിവൃത്തമാരംഭിക്കുന്നത്. സംവിധായകനും നാടകകൃത്തും നാടകസംഘവും ഒരുപോലെ ദുഷ്കരമായ ഈ സാഹചര്യത്തെ നേരിടുകയാണ്. അപ്പോഴാണ് പരേതനായ ഡേവിസ് മാസ്സിയുടേയും മറിയായുടെയും പുത്രിയും ജാവേദിന്റെ സഹോദരിയും ഗോകുലിന്റെ പ്രതിശ്രുത വധുവുമായ വസുന്ധര ഒരു ഭഗീരഥ പ്രയത്നം പോലെ പ്രസ്തുത ഭാഗം അഭിനയിക്കാമെന്നേൽക്കുന്നത്.

രണ്ട്

ഓക്സിജനും കാർബൺ ഡൈ ഓക്സൈഡും പരസ്പരം ആ ദാന പ്രദാനം ചെയ്തുകൊണ്ട് ജൈവശൃംഖല നിലനിൽക്കുന്നതുപോലെ സമൂഹത്തിനും കലയ്ക്കും തമ്മിൽ ഒരു ഫോട്ടോ സിന്തസിസ് പ്രക്രിയയുണ്ട്. ജീവികളിലും സസ്യജാലങ്ങളിലും അനുഭവപ്പെടുന്ന ക്രമവ്യതിയാനം ഓക്സിജൻ-കാർബൺ ആറ്റങ്ങളിൽ മാറ്റമുണ്ടാക്കുന്നതുപോലെ സാമൂഹികശാസ്ത്രത്തിലുണ്ടാകുന്ന വീക്ഷണവ്യതിയാനം കലയിലും മാറ്റങ്ങളുണ്ടാക്കുന്നു. ഈ മാറ്റം ചില കഥാപാത്രങ്ങളിലൂടെ താക്കീതു

പോലെ കലാകാരന്മാർ നൽകിക്കൊണ്ടിരിക്കും. മുകുന്ദന്റെ നോവലിലെ ജാവേദ് കാലത്തിന്റെ ഈ സമയമാപിനി സൂക്ഷിക്കുന്നു. ജാവേദ് കഥയിൽ പ്രത്യക്ഷപ്പെടുന്നതിങ്ങനെയാണ് 'ഇന്നലെ നമ്മുടെ നഗരത്തിലെ അന്തരീക്ഷ മലിനീകരണത്തിന്റെ അളവ് എന്തെന്നറിയാമോ? സൾഫർ ഡൈയോക്സൈഡ് ഒരു ക്യൂബിക് മീറ്ററിൽ 181 മൈക്രോഗ്രാം, ഓക്സൈഡ് ഓഫ് നൈട്രജൻ 200, കാർബൺ ഡൈ ഓക്സൈഡ് 7047, എസ്.പി.എം. 936. രസതന്ത്രത്തെ അളവുകോലാക്കി, യഥാർത്ഥത്തിൽ ലാക്ഷണികമായി അളക്കപ്പെടുന്നത് ധർമശാസ്ത്രത്തിലെ മലിനീകരണമാണ്. മാന്യപ്രവൃത്തികൾ ചെയ്തു ജീവിക്കുന്ന ജാവേദ് തന്നെയാണ് ഉന്നതർക്കുവേണ്ടി നഗരകുലസ്ത്രീകളെ എത്തിച്ചുകൊടുക്കുന്ന (അ) മാന്യ പ്രവൃത്തിയും ചെയ്തുകൊണ്ടിരിക്കുന്നത്. ഭർത്താവും കുട്ടികളുമുള്ള കുടുംബിനികൾക്ക് അന്യപുരുഷന്മാർക്ക് വിധേയരാകുന്നതിൽ കുറ്റബോധമില്ലെങ്കിൽ, ജാവേദിന് എന്തിന് അങ്ങനെയൊന്ന്? പൊറ്റക്കാട്ടിന്റെ കഥയിലെന്ന പോലയല്ല ഇവിടെ കഥാപാത്ര നിർമിതി എന്നത് ശ്രദ്ധേയമാണ്. ജാവേദ് ഒരു സൂചകം മാത്രമാണ്. ജീവിതാന്ത്യംവരെ അതുതന്നെയായി നിലനിൽക്കണമെന്ന നിഷ്കർഷ ഇവിടെയില്ല. കലയിലും സാമൂഹിക ധർമശാസ്ത്രത്തിലും ഉത്താരധുനിക കാലത്തെ ചരിത്രസുഷിരമാണിത്. ഡേവിഡ് മാസ്സിയുടെ മരണാനന്തരം രണ്ടു കുട്ടികളെ അവരുടെ നിലയിലേക്ക് വളർത്തിയെടുക്കുന്നതിൽ കഠിനമായ നീക്കുപോക്കുകൾക്ക് വിധേയയായവളാണ് മറിയ. മാസ്സിയാവട്ടെ, ചുവരിലിരുന്ന് കാലത്തിന്റെ വർത്തമാനങ്ങളെ തന്റെ ശ്രവണേന്ദ്രിയം കൊണ്ട് പിടിച്ചെടുത്തതിന്റെ സൂചന കഥയിൽ പലയിടത്തുമുണ്ട്. രാധിക മനമില്ലാമനസ്സോടെ ഉപേക്ഷിച്ച നാടകത്തിലെ റോൾ മാസ്സിയുടെ പുത്രിയായ വസുന്ധര ധൈര്യപൂർവം സ്വീകരിച്ചതിലെന്താണ് തെറ്റ്? കഥാസന്ദർഭങ്ങളെ പൂർത്തീകരിക്കാൻ കഥാകാരൻ ഇച്ഛിക്കുന്ന രീതിയിൽ കഥാപാത്ര വ്യക്തികൾക്ക് പെരുമാറേണ്ട ബാധ്യത മാത്രമേ ഇവിടെയുള്ളൂ. വിഷയിയുടെ ബോധപൂർവ്വമോ അബോധപൂർവ്വമോ ആയ അഭാവവും ശൂന്യതയും പുതിയ ജീവിതതന്ത്രം കൂടിയായിത്തീർന്നിട്ടുണ്ടല്ലോ.

മൂന്ന്

കലയിൽ വിട്ടുവീഴ്ചയ്ക്ക് തയ്യാറല്ലാത്ത ശക്തരായ രണ്ടു കഥാപാത്രങ്ങളാണ് സംവിധായകനായ കരീംബോയിയും നാടകകൃത്തായ നാരായണനും. ജഗധാരി ഗ്രാമത്തിൽ ബ്രാഹ്മണ, യുവാവിന്റെ വേഷത്തിൽ ജീവിച്ച് ഗുണ്ടേച്ചയുടെ കാട്ടുനീതികളെ നാടകമാക്കിയെടുക്കാൻ നാരായണന് നല്ല പരിശ്രമം തന്നെ വേണ്ടി വന്നിട്ടുണ്ട്. 'ഉത്പാദിപ്പിച്ചു കഴിഞ്ഞ ഒരു വാചകം പ്രാണനുള്ള ഒരു ജീവിയാണ് വേദനിപ്പിക്കാതെ അതിനെ

കൊലചെയ്യാൻ കഴിയില്ല' എന്നയാൾ വിശ്വസിക്കുന്നു. നഗരത്തിലെ കലാമൂല്യമുള്ള ഒരേയൊരു തീയറ്റർ ഗ്രൂപ്പാണ് കരീംബോയിയുടേത്.

ഇപ്പറഞ്ഞവരുടെ മൂല്യസമ്പ്രദായ(value system)ത്തെ ക്കുറിച്ചുള്ള വീക്ഷണം ഒരു പോപ്പുലിസ്റ്റ് കാലവുമായി ഇണങ്ങിനിൽക്കുന്നില്ല. ഭഗവന്തിയുടെ കഥ നാടകമായി അരങ്ങേറിയപ്പോൾ യഥാർത്ഥത്തിൽ സംഭവിച്ചത് ഇരുവരുടേയും ആശയപരമായ വീക്ഷണകോണിനെ പുതിയ കാലത്തിന്റെ (മൂല്യവിചാരം) ടെക്നോളജി തകർത്തു എന്നതാണ്. നോവലിലെ സംഘർഷമർമം കുടികൊള്ളുന്നത് ഈ വൈരുധ്യത്തിലാണ്.

സാധാരണ കരീംബോയിയുടെ നാടകമരങ്ങേറുമ്പോഴൊക്കെ തിയറ്റർ പകുതിയിലധികം കാലിയായിരിക്കും. പകരം, ഇവിടെ ടിക്കറ്റുകൾ മുഴുവനും വിറ്റുതീരുന്നു. കഥയിലെ നായിക (വസുന്ധര)യെ ഇന്റർവ്യൂ ചെയ്യാൻ നഗരത്തിലെ സെൻസേഷണൽ പത്രക്കാർ വിരുതു കാണിക്കുന്നു. കലാപക്ഷത്തിനും വ്യവസായ പക്ഷത്തിനുമിടയിൽ ഇരുവർക്കുമനുകൂലമായ ഒരു ചോർച്ച (leak) പരസ്പരം പ്രോത്സാഹിപ്പിക്കപ്പെടുന്നുണ്ടോ? യഥാർത്ഥത്തിൽ (ലീക്കായത്) എന്താണ്?

നാല്

'ഗു ണ്ടേച്ച ഭഗവന്തിയുടെ ഉടുതുണികൾ മുഴുവനും ഊരിയെടുത്ത് അവൾ പിറന്നപടി നിന്നപ്പോൾ പാർത്ഥയുടെ പ്രകാശ സംവിധാനം അത്രയും നിഷ്ഫലമാക്കി സദസ്സിൽനിന്ന് നിരവധിപേർ ക്യാമറകളുടെ ഫ്ളാഷുകൾ തുടർച്ചയായി അവളുടെ മേൽ വെളിച്ചം പ്രവഹിപ്പിച്ചു. ഒരർത്ഥത്തിൽ രാധിക പിന്മാറിയ അന്നുതൊട്ടേ ഒരു വ്യവസായ സമുച്ചയം കലക്കെതിരെ ഒരുക്കൂട്ടിത്തുടങ്ങിയതായി വേണം ഊഹിക്കാൻ. ദീപവിധാന പ്രഗത്ഭനായ പാർത്ഥകലയിൽ തന്റേതുമാത്രമായി സൂക്ഷിച്ചുവെച്ച 'കാർബൺ വെബ്' തകർന്നു. (ഉച്ചപ്പടത്തിന് ക്യാമറ കയ്യിൽ കരുതുന്ന വിരുതന്മാരെ സൂക്ഷിക്കുക) ലൈറ്റ് ഉപയോഗിച്ച് അരങ്ങത്തെ സ്പേസിലെ ഒബ്ജക്റ്റിന് പ്രത്യേക അർത്ഥങ്ങൾ നിർമിച്ചെടുക്കുകയാണ് യഥാർത്ഥത്തിൽ ദീപവിധാനകാരന് ചെയ്യാനുള്ളത്. അരങ്ങ് അയഥാർത്ഥമായ ഒരു ഇടമാണ്. നാടകത്തെ show of illusion എന്ന് ആധുനികർ വിളിക്കുന്നത് അതിനാലാണ്. ആഘോഷിക്കപ്പെടേണ്ട (show of glorification) ഒന്നല്ല അത്. കലയുടെ നിയമങ്ങളെ കച്ചവടത്തിന്റെ നിയമങ്ങൾ ഒരു ഉദാരവത്കൃത സമൂഹത്തിൽ മറികടക്കുന്നു. അരങ്ങിലെ 'ഒബ്ജക്ടി'നെ മറ്റൊരർത്ഥം നൽകി വികസിപ്പിക്കുന്നതിലല്ല, കച്ചവട(populist audience)ത്തിന്റെ താൽപര്യം. ഭഗവന്തിയുടെ നഗ്നതയെ തന്റെ വിദഗ്ദ്ധമായ കാർബൺ വെബ് കൊണ്ട് പാർത്ഥ പുനഃസൃഷ്ടിച്ചെടുത്തിട്ടുപോലും ഗൂഢമായി, തന്ത്രപരമായി കൂട്ടമായി അത്

തകർക്കപ്പെടുന്നു. 'ദളിത് യുവതിയുടെ പീഡനകഥ'യല്ല യുവസുന്ദരി യുടെ നഗ്നതയാണ് അതിനാവശ്യം. കൂട്ടമായി ബലാത്സംഗം ചെയ്യുന്ന തിലാണ് ഈ കാഴ്ചക്കാരുടെ കൂട്ടത്തിന് താത്പര്യം. അയണസ്കോ ഊന്നുന്ന കാഴ്ചക്കാരുടെ 'ഒഥൻറിക്ക് കമ്മ്യൂണിറ്റി' എന്ന സങ്കല്പം തോറ്റു തുന്നം പാടുകയാണ്. ദളിത് യുവതിയെക്കുറിച്ചുള്ള കഥ, അവൾക്കെതിരെ/വർഗത്തിനെതിരെത്തന്നെയുള്ള മൂർച്ചയുള്ള ആയുധ മായിത്തീരുന്നു. ഒരു ഫോട്ടോ സിന്തസിസ് നഷ്ടമാകുന്നു.

ഉദാരവതല്ക്കരണ വ്യവസ്ഥയിലെ സർവജ്ഞാനി (omnipotent)യായ ജാവേദ് ടിക്കറ്റ് വില്പനയുടെ കുതിപ്പ് കണ്ട് 'ഹൗസ്ഫുൾ' എന്ന ബോർഡ് തയ്യാറാക്കിക്കൊണ്ടുവന്ന വ്യക്തിയാണ്. ഭഗവന്തി (വസു ന്ധര)യുടെ നഗ്നതയ്ക്കുനേരെ നീളുന്ന ക്യാമറഫ്ളാഷുകളെ അയാൾക്കു മുൻകൂട്ടി നിശ്ചയിക്കാൻ കഴിയാഞ്ഞതെന്തേ? കഥയിൽ ചോദ്യമരുത്. പെൺവാണിഭക്കാരും വാർത്ത നെയ്യുന്ന മാധ്യമങ്ങളും അതിന്റെ വായന ക്കാരും ശ്രദ്ധിക്കുക. കാർബൺ വല നഷ്ടപ്പെട്ട മൂല്യ സമ്പ്രദായം നമ്മെ യൊന്നടങ്കം ഒരുപോലെ അനുഗ്രഹിച്ചിരിക്കുന്നു.

പതിനൊന്ന്

ഹിച്ച്കോക്കിന്റെ താക്കോൽ

എഴുപതുകളിൽ കേരളത്തിൽ പടർന്നുപിടിച്ച ആധുനികത ഫ്യൂഡൽ - കൊളോണിയൽ അധികാരബന്ധങ്ങൾ സൃഷ്ടിച്ചുവെച്ച ദുർബലമായ കാല്പനികതയിൽനിന്നും മോചനം നേടിയിരുന്നില്ല. പുതിയ രീതി ശാസ്ത്രങ്ങൾക്കു അതു തടയിട്ടു. നാഗരികമായ വൈകാരിക പ്രധാന രീതിയും ഇടത് പ്രത്യയശാസ്ത്രസ്പർശവും സമംചേർത്ത് അസ്തിത്വ വാദത്തിന്റെ ചരടിൽ കോർക്കപ്പെട്ട ഒന്നായിരുന്നു അത്. ആധുനികത യുടെ ഈ മധ്യാഹ്നത്തിൽ മലയാളഭാവുകത്വത്തെ അമ്പരപ്പിച്ചുകൊണ്ട് 1970-ൽ ഒരു കൃതി ജനിച്ചു - മേതിലിന്റെ സൂര്യവംശം. അന്നത്തെ ആധു നികതയുടെ വിഷയത്തിലധിഷ്ഠിതമായ പ്രത്യയശാസ്ത്രരീതികളെ സൂര്യവംശം തിരസ്കരിച്ചു.

ഓരോ കാലത്തും കലയിലും സാഹിത്യത്തിലും ചില പരീക്ഷണ മാതൃകകളുണ്ടാകാറുണ്ട്. ഉദാ: പുളിമാനയുടെ 'സമത്വവാദി'. അതിനർഹ മായ പിന്തുടർച്ചകളില്ലാതെ ആ സാഹിത്യരൂപം അന്യംനിന്നു. ഇത്തര മൊരു പരീക്ഷണപ്രഹസനമായി സൂര്യവംശത്തെ അക്കാലത്തു കണ്ട വരുണ്ട്. അതു ശരിയല്ലെന്ന് കാലം തെളിയിച്ചു. ആധുനിക ഭാരതീയന്റെ ഗ്രഹനിലകളെ കമ്പ്യൂട്ടറിന്റെ രാശിക്രമത്തിലേക്ക് വായിച്ചെടുക്കാനുള്ള ആദ്യത്തെ ശ്രമമായിരുന്നു അത്. വിഷയിയുടെ പാഠഭേദങ്ങളാണ് ആധുനികാനന്തര സാഹിത്യരൂപനങ്ങളുടെ പ്രധാന ചർച്ചാവിഷയം. ഈ കലാപരിതോവസ്ഥയെ കാൽനൂറ്റാണ്ടുമുമ്പ് ദീർഘവീക്ഷണം ചെയ്യുക യായിരുന്നില്ലേ മേതിൽ രാധാകൃഷ്ണൻ? കാക്കനാടനും മുകുന്ദനും വിജയനുമൊക്കെ പ്രത്യയശാസ്ത്രബദ്ധമായ മന്ദോഷ്മാവിൽ ആധുനിക സാഹിത്യത്തെ പോറ്റി വളർത്തുകയും വിഷയിയുടെ ഭാരം ഇതിവൃത്ത ത്തിനകത്ത് കനത്ത് മൂക്കുകയും ചെയ്ത കാലത്ത് സമ്പൂർണമായും അതുപേക്ഷിക്കുന്നു സൂര്യവംശം.

എഴുപതുകളിൽ ഹിച്ച്കോക്ക് മലയാളത്തിൽ ഇടപെട്ടരീതിയാണ് സൂര്യവംശം (പിൽക്കാലത്ത് 'ഹിച്ച്കോക്കിന്റെ ഇടപെടൽ' എന്ന കൃതി കൂടി മേതിൽ രചിച്ചു). ഇക്കാലത്തുതന്നെയാണ് വിജയന്റേയും ആനന്ദിന്റേയും സുപ്രധാന രചനകളുണ്ടാകുന്നതും. നവീനമായ ഊടും

പാവുംകൊണ്ട് മലയാളിയുടെ കലാ-ചരിത്രദർശനത്തെ പുതുക്കിപ്പണിത വരാണിവർ. എല്ലാം മലയാളി അംഗീകരിച്ചപ്പോഴും സൂര്യവംശത്തിലൂടെ പ്രകടമാകുന്ന ഹിച്ച്കോക്കിന്റെ കലാ സൗരനിലകളെ നമുക്കംഗീകരി ക്കാനായില്ല.

'No bird has the heart to sing in bush of questions' എന്ന ഹിച്ച് കോക്കിന്റെ താക്കോൽ വാക്യം കൊണ്ട് സൂര്യവംശത്തെ തുറക്കാൻ എളുപ്പമാണ്. ചക്രപാണി എന്ന സൂര്യപുരുഷന്റെ അന്ത്യം സ്വാഭാവിക മരണമോ, ആത്മഹത്യയോ കൊലപാതകമോ എന്ന് വിസ്തരിക്കാൻ പോന്ന ഒരിതിവൃത്തം. എല്ലാ ധർമമുറകളെയും നിഷ്പ്രഭമാക്കുന്ന നാഗ രികന്റെ, സൂര്യവേഷം ആത്മമിത്രമായ ഡോക്ടർ പ്രസാദിന്റെ ഭവനത്തിൽ അസ്തമിക്കുന്നു. കേവലം ഒരപസർപ്പക കഥയോ, പൈങ്കിളിയോ ആക്കി മാറ്റാവുന്ന ഒരിതിവൃത്ത പരിസരം കൂടിയിതിലുണ്ട് - ചക്രപാണിയുടെ നേരമ്പോക്കുകളിൽ പ്രധാനം സ്ത്രീ വേഴ്ചകളാകുമ്പോൾ പ്രത്യേ കിച്ചും. "A drop of blood in singing stream" എന്ന ചരിത്രത്തിന്റെ നേരിനെക്കുറിച്ചു ഹിച്ച്കോക്കിയൻ കാഴ്ചപ്പാട് സൂര്യവംശത്തിലെ ഇതി വൃത്തഘടനയെ തകിടം മറിക്കുന്നു.

ഡോക്ടർ പ്രസാദിന്റെ നിഷ്കളങ്കയായ കാമുകി മായയിലേക്ക് പതി ക്കുന്ന ചക്രപാണിയുടെ സൂര്യതാപം - ചക്രപാണിയുടെ മരണത്തിന് പാഠഭേദങ്ങൾ നൽകുന്നു. സൂര്യപുരുഷന്റെ ആദ്യവേഴ്ചയിൽതന്നെ ഗർഭിണിയാകുന്ന യമുന. അവളിലൂടെ ചുരുളഴിയുന്ന ചക്രപാണിയെ ക്കുറിച്ചുള്ള പാഠങ്ങളാകട്ടെ കൃതിയുടെ ബഹുസ്വരഘടനയിലേക്ക് തേജസ്സാർന്ന ഒരു ജാലകമാണ്. യമുനയുടേയും കുന്തിയുടേയും ഗ്രഹ നിലയെ ബന്ധിപ്പിക്കുന്നിടത്ത് ഇതിഹാസകാലത്തേയും ടയുനോ കാല ത്തേയും സമീകരിക്കാൻ കഥാകാരനാവുന്നുമുണ്ട്.

ഡോക്ടർ പ്രസാദിന്റെ വീട്ടിൽ അമിത മദ്യപാനത്തെ തുടർന്ന് ഉറക്ക ത്തിലേക്കും മരണത്തിലേക്കും പ്രവേശിക്കുന്നു ചക്രപാണി. ഡോ. രാംകു മാറും ഡോ. ഫ്രാൻസിസുമൊത്ത് പ്രസാദ് തയ്യാറാക്കുന്ന പോസ്റ്റ്മോർട്ടം റിപ്പോർട്ടിൽ ആത്മഹത്യയാണ് എന്ന് രേഖപ്പെടുത്തിയിട്ടുണ്ട്. ചക്രപാ ണിയുടെ കൈവശമുണ്ടായിരുന്ന ഉറക്കഗുളികകളുടെ ലിസ്റ്റ് ആണ് പ്രസാദ് അങ്ങനെയൊരു റിപ്പോർട്ടിന് തെളിവാക്കുന്നത്. ഏത് പോസ്റ്റ് മോർട്ടവും ചരിത്രത്തെ വളച്ചൊടിക്കുന്ന ഒരു 'വിഷയി'ക്ക് പഴുത് നൽകുന്നു. യമുനയുടെ സൂര്യഗർഭത്തെ നിഷ്കാസനം ചെയ്യുന്നതിലൂടെ 'ജനാപവാദത്തിന്റെ' ത്രയമ്പകമൊടിക്കുന്ന സൂത്രം എല്ലാവരുടേയും സുഹൃത്തായ ജയദേവൻ പ്രസാദിനെ ഉപദേശിക്കുന്നതും വളച്ചൊടിക്ക പ്പെടുന്ന ഒരു പോസ്റ്റ്മോർട്ടത്തിന് തുല്യമാണ്. കാരണം, തേജസ്വിയായ സൂര്യപ്രഭയിൽനിന്നും അതിന്റെ അർക്കങ്ങളിൽനിന്നും, ഇവർക്കാർക്കും മോചനമില്ല എന്നതുതന്നെ. ചക്രപാണിയുടെ മരണം തന്റെ തന്നെ മരണ മാണെന്നും പ്രസ്തുത മരണത്തിലൂടെ 'A melodious child dead in me' എന്നും പ്രസാദ് ചിന്തിക്കുന്നിടത്തും വിരുദ്ധോക്തിയുണ്ട്. ഏത്

മരണത്തേയും ഇച്ഛാനുസരണം ആത്മഹത്യയോ കൊലപാതകമോ ആക്കി മാറ്റാനും അതങ്ങനെയല്ലാതാക്കാനും കഴിയുന്നിടത്താണ് സംസ്കൃതിയുടെ കെൽപ്പ്' എന്ന കാഴ്ചപ്പാടിൽ തുറസ്സുകളേറെയുണ്ട്.

യഥാർത്ഥത്തിൽ, അച്ചീചരിതങ്ങളും രമണനും ഉഷ്ണമേഖലയും ദൽഹിയുമൊക്കെ മറച്ചുപിടിച്ച ചരിത്രത്തിന്റെ തുറസ്സുകളെ നഗ്നമാക്കുകയാണ് 'സൂര്യവംശ'ത്തിലൂടെ. 'A close relationship between flowers and convicts' എന്ന ഷെനെയുടെ ചരിത്രസ്മൃതിക്ക് അത് അടിവരയിടുകയാണ് ചെയ്യുന്നത്. മാത്രമല്ല, സ്ത്രൈണമെന്നോ പുംസ്ത്വമെന്നോ ഒക്കെ ജൈവ പരിസ്ഥിതിയെ മാറ്റിനിർത്തുന്ന ദുർബലമായ മാനവവാദരീതികളോടുള്ള കലാപവും കൂടി.

ഗ്രഹനിലകളെ സാക്ഷിനിർത്തി, കലയിലെ അച്ചുതണ്ടുശക്തികളെ പ്രതിരോധിക്കുന്ന ജ്യോതിഷക്കാരന്റെ തൃക്കണ്ണാണ് സൂര്യവംശത്തിന് ആധാരം. പുരാവൃത്തങ്ങളും പഴങ്കഥകളും കമ്പ്യൂട്ടറിനോട് നേരിട്ട് സംവദിക്കുന്നു. പ്രതീക ബിംബാവലികൾ പുതിയ പത്മവ്യൂഹത്തിൽ നിന്നുമിറങ്ങിവരുന്നു. ഒരിടനാഴികയിലൂടെ, പിരിയൻ ഗോവണിയിലൂടെ ഏതെങ്കിലുമൊക്കെ തെളിവിന്റെ തെല്ലും പിടിച്ച് പ്രകാശവേഗത്തിൽ കുതിക്കുന്ന ഹിച്ച്കോക്കിന്റെ ചലനമാതൃകപോലെ.

'സ്പീഡ്' ആണ് ചരിത്രസ്ഥായിയേയും സംസ്കാരസ്ഥായിയേയും വേർതിരിക്കുന്നത്. അതുകൊണ്ടുതന്നെയാകണം, 'ഇൻഫർമേഷൻ ടെക്നോളജി'യുടെ പുരോഗതി അതതുകാലത്തെ സാഹിത്യകൃതികളെ ഗാഢമായി സ്വാധീനിക്കുന്നത്. മലയാളത്തിൽ, നാമനുഭവിക്കുന്ന ഒരു 'ഫ്യൂഡൽഹാങ്ങോവർ' കാരണം ഇത്തരമൊരു സാധ്യതയെ ആശങ്കയോടെ വീക്ഷിക്കുന്നതിനോ അവഗണിക്കുന്നതിനോ ആണ് നമ്മുടെ കലാകാരന്മാർ ശ്രമിച്ചിട്ടുള്ളത്.

പുതിയ ടക്നോക്രസിയിൽ ഒരു ക്രൈമിനെ പുനഃസംഘാടനം ചെയ്യുക മാത്രമാണിവിടെ സംഭവിക്കുന്നത്. 'സസ്പെൻസ്' അദ്ഭുത വികാരത്തിന് (Surprise) വഴിമാറിക്കൊടുത്ത് ദുർബലമാകുന്നില്ല, എന്നിടത്താണ് ഈ കൃതിയുടെ ശക്തി. ഒരു 'തറച്ച നോട്ടമുള്ള' (gaze) ഏത് സ്ഥലത്തും ഒരു ക്രൈം ഉണ്ട് എന്ന ചരിത്രവിസ്താരമാണിത്. ചക്രപാണിയുടെ 'മരണ'ത്തെക്കുറിച്ചുള്ള ദൃശ്യഭേദങ്ങൾ 'എലിയും പൂച്ചയും കളി'യെ ഓർമ്മിപ്പിക്കുന്നു. രണ്ടുതരം ചരിത്രരൂപകങ്ങളെ സൃഷ്ടിക്കുന്നു ഇത്. ഒന്ന് : പൂച്ചയുടെ കുറ്റം - വിനോദം. രണ്ട് : കാണികളുടെ ദൃക്സാക്ഷിത്തവും വിസ്മയവും. നിരവധി തെളിവുകളുടെ അകമ്പടിയോടെത്തന്നെയാണ് ഓരോ കുറ്റവും സംസ്ക്കരിക്കപ്പെടുന്നത്. പോസ്റ്റ്മോർട്ടത്തിലൂടെ ഏതു ചരിത്രത്തെയും മാറ്റി മറിക്കാൻ പറ്റും. ചക്രപാണിയുടെ മരണം കൊലപാതകമായിരുന്നുവല്ലോ എന്ന് കൃതിയുടെ അന്ത്യത്തിൽ നാമറിയുമ്പോൾ സംഭവിക്കുന്നത് മറ്റൊന്നല്ല.

പന്ത്രണ്ട്

സംസ്കാരത്തിന്റെ ഫോട്ടോയും നെഗറ്റീവും

സംസ്കാരത്തിന്റെ ഒരു തരത്തിലുള്ള പരസ്യമാണ് കലയും സാഹിത്യവും. ദൈനംദിന വിപണിയിൽ അതിന്റെ വ്യവഹാരങ്ങൾ ഉത്പാദിപ്പിക്കുന്ന പരസ്യങ്ങൾ സംസ്കാരത്തിൽ മേൽക്കോയ്മ നേടുമെങ്കിലും മനുഷ്യജീവിതം സൂചകങ്ങളിലൂടെ പ്രതിഫലിപ്പിക്കുന്ന കലയുടെയും സാഹിത്യത്തിന്റെയും സ്ഥാനം അവയ്ക്കില്ല. എം.മുകുന്ദന്റെ 'കേശവന്റെ വിലാപങ്ങൾ' എന്ന നോവൽ ചർച്ചയ്ക്കെടുക്കുമ്പോൾ സംസ്കാരരൂപങ്ങളോട് ഏറ്റുമുട്ടുന്ന പരസ്യങ്ങളുടെ സാംസ്കാരിക സ്ഥാനം സജീവ ചർച്ചാ വിഷയമായിത്തീരുകയാണ്. പരസ്യങ്ങളുടെ സംഘർഷാത്മയ വിന്യാസത്തെ ഇന്ന് ചരിത്രമെന്നുപോലും വിളിക്കുന്നവരുണ്ട്. 'ഒരു ദളിത് യുവതിയുടെ കദനകഥ' എന്ന നോവലിൽ മുകുന്ദൻ ഇക്കാര്യം വിദഗ്ധമായി സൂചിപ്പിച്ചിട്ടുണ്ട്. ഭഗവന്ദി എന്ന ദളിത് യുവതിയെ അരങ്ങത്തവതരിപ്പിക്കുന്ന വസുന്ധര എന്ന നടിക്ക്, നാടകത്തിലെ ഗുണ്ടേച്ഛ എന്ന ഫ്യൂഡൽ പ്രഭുവിന്റെ ബലാത്ക്കാരത്തിന് വിധേയമാകുന്ന രംഗത്ത് പൂർണ്ണ നഗ്നയായി അഭിനയിക്കേണ്ടതുണ്ട്. പാർത്ഥ എന്ന വിദഗ്ധനായ മെയ്ക്കപ്പ്മാൻ തന്റേതായ ചായക്കൂട്ടുകളിലൂടെ ഒരു കാർബൺ വെബ് പോലെ നടിയുടെ നഗ്നതയെ അതാര്യമാക്കി വെച്ചിട്ടും സമ്മോഹിതമായ വിപണി അതിനെ ഗൂഢമായി തകർക്കുന്നു. ഫ്യൂഡൽ കാലഘട്ടത്തിൽ വിരലിലെണ്ണാവുന്നവർക്കുമാത്രം സിദ്ധിച്ചിരുന്ന ഒരു കാര്യം, നാടക തിയറ്ററിൽ മിന്നിമറയുന്ന ക്യാമറാഫ്ളാഷുകളിലൂടെ ജനകീയമായ ഒരു ദൃശ്യബലാത്ക്കാരമായി രൂപപ്പെടുന്നു. കലാപക്ഷത്തിനും വാണിജ്യപക്ഷത്തിനും ഇടയിൽ ഇരുവർക്കും സ്വീകാര്യമായ ഒരു ചോർച്ചയാണ് പ്രത്യയശാസ്ത്രരഹിതമായ ഈ കാലത്തിന്റെ പ്രസാദാത്മകമായ ഗുണമെന്ന് മുകുന്ദൻ ഓർമ്മിപ്പിക്കുന്നു. സംസ്കാരത്തിന്റെ ഫോട്ടോയും അതിന്റെ ആശയപരമായ വലിയൊരന്തരമില്ലാതെ നിലനിൽക്കുന്നു എന്നർത്ഥം.

'കേശവന്റെ വിലാപങ്ങൾ' എന്ന കൃതിയിൽ ചരിത്രവും പരസ്യവും

കൂടിക്കലർന്ന് കൂടുതൽ സന്ദിഗ്ദ്ധവും സന്ദേഹാത്മകവുമായ ഒരു ഇതിവൃത്തത്തെയാണ് മുകുന്ദൻ അവതരിപ്പിക്കുന്നത്.

ഇ.എം.എസ്.

ഇ.എം.എസിനെ പോലെ പ്രസംഗിക്കുകയും എഴുതുകയും എഴുതപ്പെടുകയും വിമർശിക്കപ്പെടുകയും ചെയ്ത ഒരു രാഷ്ട്രീയ നേതാവ് കഴിഞ്ഞ അരനൂറ്റാണ്ടിന്റെ കേരളചരിത്രത്തിൽ വേറെ ഉണ്ടായിട്ടില്ല. ആദ്യകാലത്ത് സാമുദായിക പരിഷ്കാര പ്രവർത്തനങ്ങളിലൂടെയും ഇന്ത്യൻ നാഷണൽ കോൺഗ്രസിലൂടെയും പിൽക്കാലത്ത് വ്യവസ്ഥാപിത ഇടതുപക്ഷപാർട്ടി പ്രവർത്തനങ്ങളിലൂടെയും ഇ.എം.എസ് തന്റെ അരങ്ങേറ്റം തുടർന്നു. കേരളത്തിലെ ആദ്യത്തെ മുഖ്യമന്ത്രിയുമായി. മാർക്സിസ്റ്റു ചിന്തയുടെ വ്യവസ്ഥാപിത രൂപം മലയാളിക്ക് പരിചയപ്പെടുത്തിയ ഇ.എം.എസ് ഒരു കാലത്തിന്റെ രാഷ്ട്രീയ ജ്ഞാനിമത്തെ രൂപപ്പെടുത്തുന്നതിൽ പ്രധാന പങ്കുവഹിച്ചു. പിൽക്കാലത്ത് കമ്യൂണിസ്റ്റുപാർട്ടി എന്നാൽ ഇ.എം.എസ് എന്ന മൂന്നക്ഷരത്തിലേക്ക് സ്ഥാപനാകാരം പൂണ്ടു.

ഭക്ത്യാദരങ്ങളാലും ആരാധനയാലും നിർമ്മിക്കപ്പെട്ട ഇ.എം.എസ് എന്ന രാഷ്ട്രീയ ബിംബത്തിനു നേരെ മലയാളി കലാപരമായും സർഗ്ഗാത്മകമായും ചിലപ്പോഴെങ്കിലും പ്രതികരിക്കുകയുണ്ടായി. അതിൽ കെ. വേണുവിനെപ്പോലെയുള്ള തീവ്ര ഇടതുപക്ഷക്കാരും ഒ.വി.വിജയൻ, എം. ഗോവിന്ദൻ, ടി.പി.രാജീവൻ തുടങ്ങിയ സർഗ്ഗാത്മക കലാകാരന്മാരുൾപ്പെടുന്നു. ഏകമതാത്മകവും ജാതിരഹിതവുമായ പാശ്ചാത്യഘടനയിൽ മാർക്സിസം രൂപംപൂണ്ട അതേ പശ്ചാത്തലം ഭാരതീയ മാക്സിസത്തിന് അനുയോജ്യമല്ല എന്ന കാഴ്ചപ്പാടിന് മുൻതൂക്കം ഉള്ളതാണ് എം.ഗോവിന്ദനെപ്പോലെയുള്ളവർ അവതരിപ്പിച്ച ചിന്ത. തിരിയും ചുമടും, സിന്ദൂരപ്പൊട്ടിന്റെ ഓർമ്മ എന്നീ ലേഖനങ്ങളിലൂടെ ഇന്ത്യൻ മാർക്സിസത്തിന്റെ നിഷേധാത്മകമായ സ്വരങ്ങളെ വിജയൻ വിമർശിക്കുകയുണ്ടായി. ഇ.എം.എസ്സിന്റെയും ഈഡിപ്പസ്സിന്റെയും വിധിവൈപരീത്യത്തെ താരതമ്യം ചെയ്തുകൊണ്ട് സവിശേഷമായ ഒരു രാഷ്ട്രീയ ദൗരന്തികവൈകല്യത്തെ (ഹമേർഷ്യ/Tragic Flaw) കുറിച്ച് ടി.പി.രാജീവൻ ഇങ്ങനെ കുറിച്ചിട്ടു: 'ഇ.എം.എസോ? തന്റെ പഴയ വിശ്വാസങ്ങളും പ്രവൃത്തികളും തെറ്റായെന്ന് തിരിച്ചറിയുകയും (ഈഡിപ്പസിനെപ്പോലെ) അവയിൽ പലതും ഏറ്റുപറയുകയും ചെയ്തു. തുടർന്ന് ആ പഴയ കണ്ണുകളിലൂടെ ലോകത്തെ നോക്കിക്കാണാനും സ്വന്തം കണ്ണുകൾക്ക് പകരം അടുത്തുള്ളവരുടെ കണ്ണുകൾ കുത്തിപ്പൊട്ടിക്കാനും ശ്രമിക്കുന്നു. ആലോചനയിൽ മുഴുകുമ്പോൾ ചാർളി ചാപ്ലിൻ അടുത്തിരിക്കുന്നവന്റെ തല ചൊറിയുന്നതുപോലെ' (ഇ.എം.എസും ഈഡിപ്പസും അന്യരുടെ കണ്ണുകൾക്ക് തിരശ്ശീല നെയ്യുന്നതിലൂടെ ഇ.എം.എസ് സ്ഥാപിച്ചെടുത്ത ഒരുവൻ പരസ്യമുണ്ട്. പാർട്ടിയുടെ സങ്കീർണ്ണമായ സ്വപ്നവത്കരണത്തിലൂടെ നെടു

നായകത്വം വഹിച്ചുകൊണ്ട് അത് എന്നും പ്രയാണം തുടരുന്നു. ഈ പരസ്യം മുകുന്ദന്റെ 'കേശവന്റെ വിലാപങ്ങൾ' എന്ന നോവലിലെ സജീവ പ്രശ്നങ്ങളിൽ ഒന്നാണ്. വി.ടി.യുടെ 'അടുക്കളയിൽനിന്ന് അരങ്ങത്തേക്ക്' എന്ന നാടകം സ്വജാതിയരുടെ പ്രക്ഷോഭങ്ങൾക്ക് നടുവിൽ അരങ്ങേറിയപ്പോൾ 'stage manager' ആയി നിലകൊണ്ട ഇ.എം. എസ് തന്നെ ആയിരുന്നുവോ, അനന്തരകാലം സ്ഥാപനവത്ക്കരിക്കപ്പെട്ട വൻപരസ്യരൂപമായും ഊതിവീർപ്പിക്കപ്പെട്ട ഫ്ളക്സ് ബോർഡുകളായും നിലകൊണ്ടത്?"

വ്യാജസ്തുതിയുടെ പ്രത്യയശാസ്ത്രം

'കേശവന്റെ വിലാപങ്ങൾ' എന്ന നോവൽ മൂന്ന് പ്രത്യയഘടനകൾ കൊണ്ട് പൂരിപ്പിക്കപ്പെടുന്ന കൃതിയാണ്. ഒന്ന്: കേശവൻ എന്ന കഥാകാരൻ സൃഷ്ടിക്കുന്ന 'അപ്പുക്കുട്ടന്റെ വിലാപങ്ങൾ' രണ്ട്: കേശവന്റെ തന്നെ ഉദ്വിഗ്നതകളുടെയും കലാപരമായ പ്രശ്നങ്ങളുടെയും മറ്റൊരു ലോകം. ഈ ലോകങ്ങളെ പലപ്പോഴും ബന്ധിപ്പിക്കുന്ന മുൻ നക്സലൈറ്റുകളും പിന്നെ കേവലം കുടിയന്മാരുമായി തീർന്ന ചില കഥാപാത്രങ്ങളിലൂടെ രൂപപ്പെടുന്നത്.

വ്യജസ്തുതി എന്ന അലങ്കാരത്തിന്റെ കലാപരിസരത്തെ ആഖ്യാനത്തിൽ പ്രയോജനപ്പെടുത്തിക്കൊണ്ട് നോവലിലെ പ്രധാന ഉൾപാഠങ്ങൾ (Interior texts) എന്ന് ഈ അത്യാഖ്യാനങ്ങളെ വിളിക്കാം. അപ്പുക്കുട്ടനിലൂടെ കേശവൻ വരച്ചിടുന്ന പാഠം പ്രത്യക്ഷത്തിൽ സ്തുതിവാചിയാണ്. ഇ.എം.എസ് എന്ന ചരിത്രപുരുഷന്റെ 'മെയ്ക്കപ്പു'കൾ നന്നായി പ്രയോജനപ്പെടുത്തിക്കൊണ്ടാണ് അവ തീർത്തിട്ടുള്ളത്. കുടിയാന്മാരുടെ (മുൻ നക്സലൈറ്റുകളുടെ) മറ്റൊരു പാഠം അതിലിടപെടുമ്പോൾ കേശവൻ എന്ന എഴുത്തുകാരന്റെ ഉദ്വിഗ്നതകൾ വഹിക്കുന്ന പാഠവുമായി സംഘർഷഭരിതമായ നിലനിൽപ്പ് അവയ്ക്ക് സാധ്യമായിത്തീർന്നിരിക്കുന്നു. സ്തുതിവാചിയായ പാഠം സർഗ്ഗാത്മകമായ ഒരു നിന്ദാപാഠമായി രൂപം മാറുന്നു. അതിനുപമേയമായി ഭവിക്കുന്നത് ഇ.എം.എസും ഉപമാനം വർത്തമാനകാലവും.

കേശവന്റെ വിലാപങ്ങളിലെ ഇതിവൃത്തമാരംഭിക്കുന്നത് ഒരു യാഥാർത്ഥ്യത്തിൽ നിന്നല്ല, ഫാന്റസിയിൽ നിന്നാണ് എന്നുവേണം പറയാൻ. തൊട്ടിലിൽ കാലിട്ടടിച്ചു കരയുന്ന അപ്പുക്കുട്ടനെന്ന കുഞ്ഞ് നേരെ മുകളിലെ ചുവരിൽ തൂക്കിയിട്ടിരിക്കുന്ന ഇ.എം.എസിന്റെ ഛായാപടം കണ്ട് കരച്ചിൽ നിറുത്തുന്നത് ഒരു യഥാർത്ഥ പരിസരത്തിന്റേതല്ലല്ലോ! യഥാർത്ഥ്യത്തിന്റെ നിറപ്പകിട്ടാർന്ന ഒരു പാരഡി മാത്രമാണത്. അപ്പുക്കുട്ടന്റെ വളർച്ചയിലുടനീളം ഒരു സോദ്ദേശ്യസൂചകംപോലെ ഇ.എം. എസിനെ കുറിച്ചുള്ള നിറപകിട്ടാർന്ന ബിംബബോധത്തെ ചരിത്രംകൊണ്ട് പൂരിപ്പിക്കുന്നത് ആമൻ മാസ്റ്റർ എന്ന കമ്മ്യൂണിസ്റ്റായ അധ്യാപകനാണ്.

താരമൂല്യംകൊണ്ട് തിളങ്ങുന്ന കാർത്തൃത്വത്തിന്റെ ഘനഭാരമുള്ള പാഠങ്ങളാണിവ. കഥാകൃത്തും കഥാപാത്രവും തമ്മിലുള്ള ബന്ധത്തെ കേശവനെന്ന എഴുത്തുകാരനെ ഉപയോഗിച്ച് നോവലിൽ പ്രശ്നവത്കരിക്കുന്നുണ്ട്. സ്രഷ്ടാവിനോട് വൈകാരിക ബന്ധം ഇല്ലാത്തവയാണ് ഈ സൃഷ്ടികൾ. അധ്യാപകജോലി അന്വേഷിച്ച് ശിപാർശകത്തുമായി കേശവനെ സമീപിക്കുന്ന ആമൻ എന്ന കഥാപാത്രത്തെ കേശവൻ ഭാവന ചെയ്യുന്നതിപ്രകാരമാണ്.

"നിയ്യ് ആരാ"

"ആമൻ" ആ പാവം കുടിയേറ്റക്കാരൻ

"ആരോട് ചോദിച്ചിട്ടാ നീ എന്റെ നോവലിൽ കുടിയേറിയത്?"

"ആമൻ ഒന്നും പറയാതെ മടക്കികുത്തിയ മുണ്ടു താഴെയിട്ടു."

"ഇതു കുടിയേറ്റമല്ല കയ്യേറ്റമാ."

വിദ്യാസമ്പന്നനും തൊഴിൽ രഹിതനുമായ അയൽക്കാരൻ അരവിന്ദനുമായി കേശവൻ ആമനെ താരതമ്യം ചെയ്യുന്നതിപ്രകാരമാണ്. അരവിന്ദൻ പാത്തും പതുങ്ങിയുമാണ് തന്റെ അരികിലെത്തുക. ഈ മനുഷ്യനാകട്ടെ മുണ്ടു മടക്കികുത്തി ജനലിലൂടെ ചാടി വരുകയാണ് ചെയ്തത്. ആമൻ ഒരു തന്റേടിയും അക്രമിയുമാണ്. കുടിയേറ്റക്കാരനെ വേണ്ട പോലെ കൈകാര്യം ചെയ്തിട്ടില്ലെങ്കിൽ അയാൾ തന്റെ നോവൽ നിറയെ റബർ നട്ടു പിടിപ്പിക്കും. എന്നിട്ട് അതു വിറ്റു കാശാക്കുകയും ചെയ്യും. (പുറം: 101) ആമനുമായുള്ള കേശവന്റെ ആദ്യദർശനം ഒരു പ്രത്യേക സന്ദേശത്തെ നിവേശിപ്പിക്കുന്നു. തന്റെ നോവലിൽ ആമൻ നട്ടുപിടിപ്പിക്കാവുന്ന റബർ ലോകം ഇ.എം.എസ് കൈകാര്യം ചെയ്ത പിൽക്കാല രാഷ്ട്രീയത്തിന്റെ പരസ്യരൂപത്തെ ശക്തമായി ഓർമ്മിപ്പിക്കുന്നു.

കുഞ്ഞായിരുന്ന അപ്പുക്കുട്ടന് ഇ.എം.എസിന്റെ വേഴ്ചയിൽ നിന്ന് ആരംഭിക്കുന്ന പ്രമേയം ആമനിലൂടെ ചരിത്രപാഠങ്ങളായി വിശദാംശങ്ങളിലേക്ക് വികസിക്കുന്നു. ഛായാപടത്തിന്റെ വർണ്ണപകിട്ടുപോലെ ആമൻ എന്ന വക്താവിന്റെ ചരിത്രപാഠങ്ങൾക്ക് കനം വെയ്ക്കുന്നു. കർത്തൃത്വത്തിന്റെ സ്ഥാപനരൂപവും കാലം ഇ.എം.എസിലേക്ക് സംക്ഷേപിച്ച അലങ്കാരങ്ങളും കൂടിക്കലർന്ന ചരിത്രപുരുഷന്റെ രൂപത്തോടും പ്രവൃത്തികളോടും ആരാധന നിറഞ്ഞ വിഗ്രഹത്തോടുമുള്ള കാഴ്ചയില്ലാത്ത അപ്പുക്കുട്ടന് മറ്റൊന്നും സംഭവിക്കുന്നില്ല. കണ്ണുരോഗിയാകുന്ന അപ്പുകുട്ടന് കണ്ണട വയ്ക്കേണ്ടി വരുമെന്ന് കേട്ടപ്പോൾ ഇ.എം.എസിനെപ്പോലെ തനിക്കും കണ്ണട വെയ്ക്കാമല്ലോ എന്ന് ആഹ്ലാദിക്കുകയാണ് അയാൾ ചെയ്യുന്നത്. ഇ.എം.എസിനെക്കുറിച്ച് ആമൻമാസ്റ്റർ അപ്പുക്കുട്ടന് കൈമാറുന്ന രണ്ടു ചരിത്രപാഠങ്ങളുടെ ചരിത്രസന്ദർഭത്തിലേക്ക് ഒരു ബോധസംക്രമണം ഉണ്ടാവുന്നില്ല എന്നതു ശ്രദ്ധേയമാണ്. അതേ സമയം ശരവണനും മറ്റു രണ്ടു കുടിയാന്മാരും പ്രതിനിധീകരിക്കുന്ന നോവലിലെ

സന്ദർഭങ്ങളാകട്ടെ പാർട്ടിയുടെ പഴയ ഘടനയെ അനുസ്മരിപ്പിക്കുന്നു. നക്സലൈറ്റുകളായിരുന്ന ഈ കുടിയന്മാർ ഇപ്പോൾ നിരാലംബരും നിരാശരുമാണ്. സ്ഥാപനവൽകൃതമായ ഇടതുപക്ഷ പ്രത്യയശാസ്ത്രം നിശബ്ദമാക്കിയ പ്രാന്തപരിസരത്തെ ഓർമ്മിപ്പിക്കുന്ന വർഗ്ഗപ്രതിനിധികളാണ് ഇവർ.

തെറി, ആപ്തവാക്യങ്ങൾ, ചൊല്ലുകൾ എന്നി ആഖ്യാനരൂപങ്ങൾക്കൊണ്ട് പുതിയ കാലത്തിനുള്ളിൽ പഴയതിന്റെ ശക്തമായ അലയൊലികൾ ശരവണൻ സൃഷ്ടിക്കുന്നുണ്ട്. അയാളുടെ പൊതുജനങ്ങളോട് എന്നപോലുള്ള പ്രസംഗം, ഗ്രേറ്റ് ഡിക്റ്റേറ്ററിലെ ചാർളിചാപ്ലിനെയാണ് ഓർമ്മിപ്പിക്കുന്നത്. പ്രസംഗാനന്തരം അതു കേൾക്കാൻ കൂടിയ പരസഹസ്രം ജനങ്ങളെ ഓർമ്മിപ്പിക്കുന്ന രണ്ടു കുടിയാന്മാർ ശരവണനെ പിന്തുടർന്ന് കലുങ്കിന്മേൽ ഒട്ടിച്ചുവെച്ച ഉച്ചപ്പടങ്ങളുടെയും ചലചിത്രതാരങ്ങളുടെയും ചിത്രങ്ങൾക്കു നടുവിൽ ഞരുങ്ങിനിൽക്കുന്ന ജനലക്ഷങ്ങളുടെ നേതാവിന്റെ കഥാപുരുഷന്റെ നേർക്ക് മൂത്രമൊഴിക്കാനാരംഭിക്കവെയാണ്, 'നിക്കറിൽ നിന്ന് മുണ്ടിലേക്ക് വളർന്ന്, അപ്പുക്കുട്ടൻ എന്ന കുമാരന്റെ കൈകൾ ശരവണന്റെ കഴുത്തിൽ മുറുകുന്നത്. ശരവണന്റെയും കുടിയാന്മാരുടെയും പ്രവൃത്തികൾ പ്രതീകാത്മക സ്വഭാവം അർഹിക്കുന്നു,

മിശ്രരചനയ്ക്കുള്ളിലെ അങ്കലാപ്പുകൾ

മിശ്രരചനാരീതികൊണ്ടാണ് മുകുന്ദന്റെ "കേശവന്റെ വിലാപങ്ങൾ" ശ്രദ്ധേയമാകുന്നത്. നൂതനമായ ആഖ്യാന തന്ത്രമുപയോഗിച്ച് ഒരു കലാകാരന്റെ രാഷ്ട്രീയമായ അങ്കലാപ്പുകളും പ്രതിസന്ധികളുമാണ് ഈ കൃതി വരച്ചിടുന്നത്. സർവ്വാധിപത്യ ഭരണകൂടങ്ങളുടെ നടുവിൽ പലപ്പോഴും കലാകാരന്മാർ സൂക്ഷിക്കുന്ന ഒരു ഒളിവു മാനസികാവസ്ഥയുടെ പ്രതിഫലനം ഇടതുപക്ഷചിന്താഗതിക്കാരനും വടക്കൻ മലബാറുകാരനുമായ മുകുന്ദൻ ഇ.എം.എസിനെ പ്രമേയമാക്കിക്കൊണ്ട് അവതരിപ്പിക്കുന്നത് രസകരമാണ്. സ്കൂൾ വിദ്യാർത്ഥികളുടെയും അദ്ധ്യാപകരുടെയും മുൻപിൽ പ്രസംഗിക്കുന്ന കേശവൻ പരസ്പരം വിരുദ്ധമെന്ന് തോന്നാവുന്ന രണ്ടു വസ്തുതകൾ വെളിച്ചപ്പെടുത്തുന്നുണ്ട്. രണ്ടു ശങ്കരന്മാരിൽ, ഏലംകുളം മനയ്ക്കൽ ശങ്കരൻനമ്പൂതിരിയെ തന്നെ രചനയ്ക്ക് ആധാരമാക്കുന്നത് ഒരു ക്വസ്റ്റ്യൻ ഓഫ് ചോയ്സിന്റെ ഭാഗമാണ് എന്ന് ഒന്നാമത്തേത്. രചന ആരംഭിച്ചതിനുശേഷം കേശവന് ലഭിച്ചുകൊണ്ടിരിക്കുന്ന ഊമക്കത്തുകളെ കുറിച്ചുള്ളതാണ് രണ്ടാമത്തേത്.

അപ്പുക്കുട്ടന്റെ വിലാപങ്ങൾ എന്ന കേശവന്റെ രചനയ്ക്ക് അവാർഡു ലഭിച്ചതിനുശേഷം കഥാകാരനെ അനുമോദിക്കാനായി മുന്നിലേക്കു വരുന്ന ചരിത്രപുരുഷന്റെ രംഗം ഫാന്റസിയും റിയാലിറ്റിയും കലർന്ന ഒറു സ്വപ്നരംഗംപോലെ നോവലിൽ സൃഷ്ടിച്ചിട്ടുണ്ട്. അപ്പുക്കുട്ടൻ

ജയിൽമുറിയിൽ തന്റെ സ്വപ്നത്തിലേക്കിറങ്ങിവരുന്ന ഇ.എം.എസിനെ ഭാവന ചെയ്യുന്ന രംഗവും നോവലിൽ ഉണ്ടല്ലോ. ഈ രണ്ടു രംഗങ്ങളിലും പ്രത്യക്ഷപ്പെടുന്ന കഥാപുരുഷന്റെ രൂപത്തിന് അന്തരമുണ്ട്. ആണ്ടല്ലൂർ കാവിലെ ഉത്സവത്തിന് വാങ്ങിയ ഇ.എം.എസിന്റെ ഫോട്ടോയിൽ കാണുന്ന അലങ്കാരരൂപമാണ് അപ്പുക്കുട്ടനു മുമ്പിൽ പ്രത്യക്ഷപ്പെടുന്ന തെങ്കിൽ മണ്ണുപുരണ്ട കറുത്ത പാദങ്ങളോടുകൂടിയ ചരിത്രസ്പർശമുള്ള ഇ.എം.എസിന്റെ യഥാർത്ഥ രൂപത്തോടുകൂടിയുള്ളതാണ് കേശവനു മുന്നിൽ പ്രത്യക്ഷപ്പെടുന്ന ഇ.എം.എസ്. ഇതിൽ രണ്ടാമതു പറഞ്ഞ രൂപത്തെ കേശവനെന്ന കഥാകാരൻ തൊട്ടുവന്നിക്കുന്നിടത്ത് മുകുന്ദൻ പുലർത്തുന്ന നിലപാട് എന്തെന്ന് വായനക്കാർ തീരുമാനിക്കട്ടെ.

പതിമ്മൂന്ന്

ആദിപാപത്തിന്റെ നവീനാർത്ഥങ്ങൾ

ബൈബിൾ പുരാവൃത്തങ്ങളുടെ സ്വാധീനംകൊണ്ട് ശ്രദ്ധേയമായ രചനയാണ് സി.വി. ബാലകൃഷ്ണന്റെ ആയുസ്സിന്റെ പുസ്തകം. ക്രൈസ്തവേതിഹാസത്തിൽ നിന്നുള്ള പ്രസക്തമായ ചില സന്ദർഭങ്ങൾ, കഥാപാത്രങ്ങൾ, പ്രതീക-ബിംബ കൽപ്പനകൾ - എന്നിവ പ്രയോജനപ്പെടുത്തി ഒരു ഇടവകയിലെ ജീവിതാന്തരീക്ഷത്തെ നൂതനപരിപ്രേക്ഷത്തിൽ അവതരിപ്പിക്കാനുള്ള ശ്രമമാണ്.

സെമറ്റിക് ജീവിതത്തിന്റെ തായ്‌വേര് കുടികൊള്ളുന്നത് ബൈബിൾ പഴയ നിയമത്തിലാണ്. പുറപ്പാട്, ലേവ്യ, സംഖ്യാ, ഇയ്യോബ്, സങ്കീർത്തനങ്ങൾ, ഉത്തമഗീതം, യെശയ്യാവ്, യിരെമ്യാവ്..... തുടങ്ങിയ അദ്ധ്യായങ്ങളിൽനിന്നുള്ള സന്ദർഭങ്ങൾ കൃതിയുടെ ഇതിവൃത്തഘടനയെ വളർത്തുന്നതിൽ പ്രധാന പങ്കുവഹിക്കുന്നുണ്ട്. ആധുനിക മനുഷ്യന്റെ ജീവിതത്തെ പുനഃസൃഷ്ടിക്കാനുള്ള കലാപാഠമായിട്ടാണ്, ബൈബിൾ സന്ദർഭങ്ങൾ നിലകൊള്ളുന്നത്.

നമ്മുടെ നൂറ്റാണ്ടിലുണ്ടായിട്ടുള്ള ഇതിഹാസതുല്യമായ രചനകളിലെല്ലാം കഥാപാത്രഘടനയ്ക്ക് കഥയേക്കാൾ പ്രാധാന്യം കല്പിക്കപ്പെട്ടിട്ടുണ്ട്. ബൈബിളിന്റെ അപരനാമമാണ് ആയുസ്സിന്റെ പുസ്തകം. ഓരോ ആയുസ്സിനേയും ഓരോ മഹാകാലമായി സങ്കല്പിക്കുകയും, അതിൽ ആധുനിക മനുഷ്യന്റെ പ്രാക്തനവും അടിസ്ഥാനപരവുമായ പ്രഭാവങ്ങളെ അന്വേഷിക്കുകയും ചെയ്യുന്ന കലാരീതി പ്രത്യേക പ്രാധാന്യമർഹിക്കുന്നു.

ഇടവക - 'അവന്റെ രാജ്യം'

വിശ്വാസികളുടെ ഒരു കമ്മ്യൂൺ ആകുന്നു, ഇടവക. ബൈബിൾ സങ്കല്പമനുസരിച്ച്, 'അവന്റെ രാജ്യ'ത്തെ പ്രതിനിധീകരിക്കുന്നു അത്. വിശ്വാസാചാരങ്ങളാൽ നിബന്ധിതമായ ഒരു പ്രത്യേക ഭ്രമണപഥം അതിനുണ്ട്. വേദപുസ്തകമാണ് ഈ ഭ്രമണപഥത്തിന്റെ അച്ചുതണ്ട്.

പറുദീസാനഷ്ടം മനുഷ്യനിലുണ്ടാക്കിയ അന്യതാബോധം,സാമൂഹിക ബന്ധങ്ങളിലൂടെ മറ്റൊരു വാഗ്ദത്ത ഭൂമിതേടിയുള്ള യാത്രയിൽ അവനെ കൊണ്ടെത്തിക്കുന്നു. മിഥ്യയിൽനിന്ന് തഥ്യയിലേക്കും പരസ്പര വൈരുദ്ധ്യങ്ങളെ പൂരിപ്പിച്ച് കൊണ്ടുള്ള ഒരു ക്രിയാഗതിയാണ് അവന്റെ (ളുടെ) ജീവിതത്തിന് അസ്തിത്വം പ്രദാനം ചെയ്യുന്നത്. അതുകൊണ്ടു തന്നെ, അതീന്ദ്രിയപരമായൊരു അസ്തിത്വപ്രകൃതിയിൽനിന്നും ചരിത്ര പരമായ അസ്തിത്വ പ്രകൃതിയിലേക്കാണ് മനുഷ്യന്റെ കർമഗതി. അനു ഷ്ഠാനങ്ങളിൽകൂടിയാണ് മനുഷ്യൻ സ്വപ്നഘട്ടത്തിൽനിന്നും യാഥാർത്ഥ്യഘട്ടത്തിലേക്കുള്ള മാർഗം തുറക്കുന്നത്. ഇടവകയിലെ ജീവിതം ഈ പ്രഥമ-ദ്വിതീയ ഘട്ടങ്ങളിലെ മധ്യനിലയെ ഓർമിപ്പിക്കുന്നു. കുറേ മനുഷ്യരുടെ കൂട്ടമോ, അവരുൾക്കൊള്ളുന്ന കേവലമായ ഒരിടമോ മാത്രമല്ല, ക്രൈസ്തവേതിഹാസത്തിലെ ഒരു മിനിയേച്ചർ പ്രപഞ്ചമാണ് അത്. ആയുസ്സിന്റെ പുസ്തകത്തിലെ കഥാപാത്രങ്ങൾ സൂചിപ്പിക്കുന്നതും മറ്റൊന്നല്ല.

ആദിപാപവും മലയാളനോവലും

ക്രൈസ്തവ പാപസങ്കല്പത്തിൽനിന്ന് ചൂടും വെളിച്ചവുമുൾക്കൊണ്ടു മലയാളത്തിലുണ്ടായിട്ടുള്ള ശ്രദ്ധേയമായ നോവലുകളാണ് സ്വർഗദൂതൻ (പോഞ്ഞിക്കര റാഫി), അരനാഴികനേരം (പാറപ്പുറത്ത്), വസൂരി, ഏഴാം മുദ്ര (കാക്കനാടൻ), കായേന്റെ വംശം (വൈക്കം ചന്ദ്രശേഖരൻ നായർ) തുടങ്ങിയവ. വിശ്വാസവും ബൈബിൾ പ്രപഞ്ചവും സൃഷ്ടിക്കുന്ന പാപ ബോധം ഒരു കുട്ടിയുടെ ബോധാബോധമനസ്സിന്റെ തലങ്ങളിൽ പടർ ത്തുന്ന സ്വപ്ന ചിത്രങ്ങൾ, ബോധധാരാസമ്പ്രദായത്തിന്റെ മാതൃകയിൽ രചിച്ചെടുത്തവയാണ് സ്വർഗദൂതൻ.

ബൈബിളിലെ ആദിപാപ സങ്കല്പത്തെ ഏറ്റവും ശക്തമായി പ്രതി ഫലിപ്പിക്കുന്ന രചനകൾ അരനാഴികനേരവും ഏഴാം മുദ്രയുമാണ്. അതത് കാലത്തെ കേരളീയ സാമൂഹ്യഘടനയുടെ വിശ്വാസപ്രമാണങ്ങളുമായി ഇതിലെ കഥാപാത്രങ്ങളുടെ ക്രിയാപ്രപഞ്ചത്തെ ബന്ധപ്പെടുത്താവുന്ന താണ്. അരനാഴികനേരത്തിലെ കേന്ദ്രകഥാപാത്രമായ മേലാഴത്ത് കുഞ്ഞേനാച്ചൻ മലയാള സാഹിത്യത്തിലെ കഥാപാത്രപ്രപഞ്ചത്തിന് ഒരു പുതുദർശനമായിരുന്നു. ബൈബിളും ജീവിതവും പരസ്പരം ഇഴ പിരിച്ചെടുക്കാനാവാത്ത രീതിയിൽ, അതീന്ദ്രിയധാരാ കാലവും ഘടികാര കാലവും കുഞ്ഞോനാച്ചന്റെ ജീവിതത്തിൽ ഇഴുകിച്ചേരുകയുണ്ടായി. കുഞ്ഞേനാച്ചന്റെ മക്കളും മരുമക്കളും സുഹൃത്ത് കറുപ്പച്ചനുമടങ്ങുന്ന ഒരു തട്ടകത്തിൽ ആദിപാപസങ്കല്പത്തിന്റെ അടിയൊഴുക്കുകളെ തീക്ഷ്ണമായി പരീക്ഷിച്ചറിയുന്നു, പാറപ്പുറത്ത്. ഇടയ്ക്കിടെ, ബൈബിൾ പ്രപഞ്ചത്തിലേക്ക് ആണ്ടുപോവുകയും പാപസങ്കല്പ പ്രവചനങ്ങളു മായി വർത്തമാനകാലത്തിലേക്ക് ഓർമയിലൂടെ തിരിച്ചെത്തുകയും ചെയ്യാറുള്ള കുഞ്ഞേനാച്ചന്റെ ജീവിത സന്ദർഭങ്ങളോട്, കുറുപ്പച്ചന്റെ

സന്നിധിയിൽവെച്ച് മാനസികമായ എതിർപ്പ് പ്രകടിപ്പിക്കുന്ന മരുമകൾ ദീനാമ്മയുടെ മനഃശാസ്ത്രം കുഞ്ഞേനാച്ചനോടൊപ്പമേ വായനക്കാരും മനസ്സിലാക്കുന്നുള്ളൂ. പരിണാമഗുപ്തിയുടെ ഏകാഗ്രമായ തീവ്രശില്പ ഗതിയാണ് അരനാഴികനേരത്തെ പുതിയ രചനകളിൽ നിന്ന് മാറ്റി നിർത്തുന്ന പ്രത്യേകത. ജീവിതം അരനാഴികനേരമാണെന്നും മനുഷ്യന്റെ പ്രവൃത്തികൾ അതുകൊണ്ടുതന്നെ വ്യഥാവിലാണ് എന്നുമുള്ള 'സഭാ പ്രസംഗി'യിലെ കാഴ്ചപ്പാട് ആധുനിക മനുഷ്യന്റെ അസ്ഥിരമായ വിശ്വാ സഘടനയോട് ചേർത്തുപിടിക്കാനുള്ള ശ്രമം ഈ നോവലിന് ദാർശനി കമായ അടിത്തറ സമ്മാനിക്കുന്നു.

പാപബോധവും മനുഷ്യനും തമ്മിലുള്ള നിസ്സഹായമായ ബന്ധത്തെ ചിത്രീകരിക്കുന്നു കാക്കനാടൻ. വസൂരിയിലേയും ഏഴാംമുദ്രയിലേയും കഥാപാത്രങ്ങൾക്ക് മുമ്പിൽ വീണുകിടക്കുന്ന നിമിഷങ്ങളാണ് വലുത്. ആ നിമിഷങ്ങളിലെ പാപപരിവേഷത്തെ സകല ദൗർബല്യങ്ങളോടും കൂടി കീഴടക്കുന്ന ക്രിയയാണ് അവർക്ക് ജീവിതം. വസൂരി എന്ന ഭീതി യെപ്പോലും മറികടന്നു പ്രവർത്തിക്കുന്ന കാമവികാരമാണ് പാപബോധ ത്തിന്റെ നിസ്സഹായമായ മാനദണ്ഡം. അഗമ്യഗമനം പോലും ഈ പാപ ബോധത്തിന്റെ ഉള്ളുകള്ളികൾക്കിടയിൽ ന്യായീകരിക്കപ്പെടുന്നു.

ഏഴാംമുദ്രയിലെ നായകനിലാവട്ടെ, കാമത്തിന്റെ പടുതി നിർണയി ക്കാനാവുന്നില്ല. വിശ്വാസ സംരക്ഷകരായ കന്യാസ്ത്രീകളൊത്താകു മ്പോൾ പ്രത്യേകിച്ചും. ഏഴാം മുദ്ര ഇവിടെ ആസക്തിയുടെ പ്രളയകാല മായി ഭവിക്കുന്നു. ബന്ധങ്ങൾ ലൈംഗികതയുടെ അനുഷ്ഠാനമുറകൾ മാത്രമായി ചുരുങ്ങുന്നു. വേരുകളില്ലാത്തവന് പാപബോധത്തിന്റെ പ്രശ്ന മില്ല എന്ന വിപ്ലവകരമായ ചിന്ത ഏഴാം മുദ്രയിലൂടെ അവതരിപ്പിക്കുന്നു കാക്കനാടൻ. നാസ്തികാസ്തിത്വ ദർശനത്തോട് കാക്കനാടന്റെ ചിന്ത കൾക്കുള്ള സാമ്യം ചർച്ച ചെയ്യപ്പെട്ടിട്ടുണ്ട്. മനുഷ്യൻ കുറേ ചോയ്സു കളുടെ കൂട്ടമാണ് എന്ന കാൾ യാസ്പേഴ്സിന്റെ ദർശനം കാക്കനാടന്റെ കഥാപാത്രങ്ങളുടെ പെരുമാറ്റത്തിൽ ദൃശ്യമാണ്. വൈക്കം ചന്ദ്രശേഖരൻ നായരുടെ കായീന്റെ വംശം ഉന്നത നിലവാരം പുലർത്തുന്ന ഒരു കൃതി യല്ല.

ഏദൻതോട്ടത്തിൽവെച്ച് ജ്ഞാനപ്പഴം തിന്ന ആദവും ഹവ്വായും ആദി പാപത്തിലൂടെ മാനുഷികമായ തിരിച്ചറിവ് നേടുന്നത് ബൈബിളിലും ഖുർ -ആൻ-നിലുമുണ്ട്. രതി (EROS)യാണ് ഈ ആദിപാപത്തിന്റെ വിത്ത്. സാമൂഹികമായ ഇച്ഛാശക്തിയുടെ പ്രതീകാത്മകവും മനഃശാസ്ത്രപര വുമായ വിശദീകരണം കൂടിയാണ് ആദാമിന്റെ പതനവും തുടർന്നുള്ള പറുദീസാ നഷ്ടവും സൂചിപ്പിക്കുന്നത്. പാമ്പിന്റെ രൂപത്തിലാണ് ഇച്ഛ പ്രത്യക്ഷപ്പെടുന്നത് എന്ന് ബൈബിളിലുണ്ട്. പാമ്പിനെ ആദിഗുരുവായി സങ്കല്പിക്കുന്നതിന്റെ പിന്നിലുള്ള ദർശനവും അതുതന്നെ. ജ്ഞാന സ്നാനം ആദിപാപത്തിൽനിന്ന് ശുദ്ധീകരിക്കാനുള്ള, ആദ്യത്തെ വിമലീ കരണപ്രക്രിയ കൂടിയാണത്രെ.

ആദിപാപബോധം – ആയുസ്സിന്റെ പുസ്തകത്തിൽ

യോഹന്നാൻ എന്ന കഥാപാത്രത്തിന്റെ വളർച്ചയുടെ ഘട്ടമാണ് ആയുസ്സിന്റെ പുസ്തകത്തിലെ ഇതിവൃത്തഘടനയെ നിയന്ത്രിക്കുന്നത്. തന്റെ വല്യപ്പൻ പൗലോ ഒരു ദുർബ്ബലനിമിഷത്തിൽ ചെയ്തുപോയ പാപമാണ് പ്രധാന രചനാതന്തു(Prime motif)വായി കഥാകാരൻ സ്വീകരിച്ചിട്ടുള്ളത്. അരനാഴികനേരത്തിലെ കുഞ്ഞേനാച്ചനെപ്പോലെ, ജീവിതത്തിന്റെ സായന്തനത്തിലെത്തി നിൽക്കുന്ന പൗലോയുടെ ലോകവും പരിപൂർണ മായയും യഥാർത്ഥമല്ല. വാർദ്ധക്യത്തിന്റെ ഏകാന്തത്തിൽ, തനിക്ക് കൂട്ടിരിക്കാൻ വന്ന റാഹേൽ എന്ന കുമാരിയോട് തോന്നുന്ന കാമവികാരം. അയാളുടെ ഭാര്യ ഏലീശായുടെ ഓർമ്മകളിലേക്ക് താനറിയാതെ വീണുപോയതിന്റെ ഫലമായിരുന്നു എന്ന് പൗലോ കുമ്പസാരിക്കുന്നുണ്ട്. എന്നാൽ, ഒരു മനുഷ്യനിൽ പതുങ്ങിയിരിക്കുന്ന, ഈ ആദിപാപത്തിന്റെ വിത്ത് എങ്ങനെയൊക്കെ പെരുമാറുന്നു എന്ന് പൗലോവിന്റെ ആത്മഗതത്തിലൂടെ വ്യക്തമാക്കുന്നുമുണ്ട്. 'എല്ലാവരും പാപികൾതന്നെ.... ജീവിതത്തെ അർത്ഥമുള്ളതാക്കുക, ചിലപ്പോൾ പാപത്തിന്റെ ഒരു നിമിഷമായിരിക്കും.' (പു. 27)

പാപബോധവും ബൈബിളിലെ ധർമാവബോധവും കൂടിക്കുഴയുന്ന ഉൾസ്വപ്നങ്ങളുടെ വർണശബളമായ ഒരു പ്രപഞ്ചം തന്നെ പൗലോയിലുണ്ട്. 'നോഹയെപ്പോലെ ഞാനീ മണ്ണിൽ വേല ചെയ്തു. ഇതെന്റെ മുന്തിരിത്തോട്ടമാണ്' എന്ന് അയാൾ സങ്കല്പിക്കുന്നുണ്ട്. പ്രളയാനന്തരം സോവർ പട്ടണത്തിലേക്ക് മടങ്ങിപ്പോകാനുള്ള ദൈവകല്പന നോഹ സ്വീകരിക്കുകയും, തകർന്നു തരിപ്പണമായ ഭൂമിയെ ഇണക്കിയെടുത്ത് മുന്തിരിത്തോട്ടമാക്കി മാറ്റിയെടുക്കുകയും ചെയ്ത കഥ ബൈബിളിലുണ്ട്. ഏലീശായുടെ ദേഹത്തെക്കുറിച്ച് അയാളുടെ ഓർമ ഏലത്തരിയുടേയും കുരുമുളകിന്റേയും സമ്മിശ്ര ഗന്ധത്തിന് തുല്യമാണ്. പൗലോ വർത്തമാനത്തിന്റെ യാഥാർത്ഥ്യത്തിനപ്പുറം മനസ്സിൽ ഒരു ഏദൻ സൃഷ്ടിച്ച് ജീവിച്ചുപോന്ന കഥാപാത്രമാണ് എന്നതിന് മേല്പറഞ്ഞ കാര്യങ്ങൾ സാക്ഷിയാണ്.

പൗലോവിന്റെ പാപവൃത്തിയറിഞ്ഞു കയറിവന്ന മകൻ തോമ പിതാവിനെ ക്രൂരമായി മർദ്ദിച്ചു. ആക്രമണത്തിന് വിധേയമാക്കിക്കൊണ്ടിരിക്കവേ, അവിടെ പാഞ്ഞെത്തിയ, തോമായുടെ മക്കളായ യോഹന്നാനും ആനിയും, വല്യപ്പന്റെ നഗ്നത ദൃശ്യപ്പെട്ടത് യാദൃച്ഛികമായി ശ്രദ്ധിക്കുന്നുണ്ട്. അപ്പന്റെ നഗ്നത ദർശിക്കുന്നത് പാപമായിട്ടാണ് മോശയുടെ കല്പനകളിലുള്ളത്. ഈ ഓർമ യോഹന്നാന്റെ വളർച്ചയുടെ ഘട്ടങ്ങളിൽ ഒരു ഒഴിയാബാധപോലെ അയാളെ പിന്തുടരുന്നുണ്ട്. പാപവൃത്തിയിലൂടെ അഭിമാനക്ഷതം സംഭവിച്ചത് പൗലോയെ ആത്മഹത്യയിലേക്ക് നയിച്ചുവെങ്കിലും വല്യപ്പന്റെ ബൈബിൾ സമാനമായ ബോധധാര യോഹന്നാനിലെ സ്വപ്നാടനക്കാരനെ തീർക്കുന്നതിൽ നിർണായകമായ സ്വാധീനമായിത്തീരുന്നുണ്ട്.

കായീൻ എന്ന ആദിരൂപം

കഥാപാത്രത്തിന്റെ ക്രിയാരീതിക്കനുസൃതമായി രൂപപ്പെട്ടു വരുന്ന ഇതിവൃത്തഘടനയാണ് ആയുസ്സിന്റെ പുസ്തകത്തിലുള്ളത്. കഥാപാത്രങ്ങളാവട്ടെ അസ്ഥിരപ്രകൃതികളുമാണ്. ഓരോ കഥാപാത്രത്തിന്റെയും അസ്ഥിരപ്രകൃതി അന്വേഷിച്ചു ചെല്ലുമ്പോൾ വ്യക്തമാകുന്ന ഒരു കാര്യമുണ്ട്. ബൈബിൾ സൂചകങ്ങളേയും പ്രതീക കല്പനകളേയും വിജാതീയരീതിയിൽ പ്രസ്തുത സ്വപ്നത്തിൽ വിന്യസിച്ചിട്ടുണ്ട്.

'എന്തെന്നാൽ നീ പൊടിയാകുന്നു. പൊടിയിലേക്ക് പിന്തിരിയുകയും ചെയ്യും; ഇലകൾ കൂട്ടിത്തുന്നിയ ഉടുപ്പ്; പച്ചിലകളുടെ ഒലീവ് കൊമ്പ്, ബലിപീഠങ്ങൾ, കൂടാരങ്ങൾ, ആകാശത്തേക്ക് നോക്കി നക്ഷത്രങ്ങളുടെ എണ്ണം തിട്ടപ്പെടുത്തുക, മാംഖമ താഴ്വരയിലെ വെയിൽ, ഉപ്പുതൂണ്, ജീനിയിട്ട കഴുതകൾ, ദാഹിച്ച ഒട്ടകക്കൂട്ടങ്ങൾ, നിറമുള്ള കുപ്പായം (പു.30)'.

കിട്ടാക്കനി ഭക്ഷിച്ചതിന്റെ പേരിൽ, സ്വർഗത്തിൽനിന്നു പുറത്താക്കപ്പെട്ട ആദാമും ഹവ്വയും ഭൂമിയിൽ പ്രവേശിക്കേണ്ടിവരുമ്പോഴുണ്ടാകുന്ന അപരിചിതത്വവും ഭീതിയും ഈ സ്വപ്ന ചിത്രത്തിലുണ്ട്. ആ അപരിചിതത്വത്തെ നേരിടേണ്ടുന്ന മാർഗകല്പനകളുണ്ട്. സ്വജനുസ്സിൽനിന്ന് തന്നെ വംശപ്പിന്തുടർച്ച ഉറപ്പുവരുത്തുന്ന വൃദ്ധരായ മോശയും എബ്രഹാമുമുണ്ട്. സോദോം പട്ടണമുപേക്ഷിക്കാനുള്ള തിരുകല്പനയ്ക്ക് മുഖം തിരിച്ചു നിന്ന ലോത്തിന്റെ ഭാര്യ ഉപ്പുതൂണായി ഭവിച്ചതിന്റെ ചിന്താശകലമുണ്ട്. പുറപ്പാടിനേയും കൂട്ടപലായനങ്ങളെയും ഓർമിപ്പിക്കുന്ന കല്പനകളുമുണ്ട്. കൂറും വേറാക്കൂറും വേർതിരിച്ചെടുക്കാൻ കഴിയാത്ത നായക കഥാപാത്രത്തിന്റെ അസാധാരണ മനസ്സിനെ ഇത്തരം പ്രതീക കല്പനകളിലൂടെ ചിത്രീകരിക്കുന്നു. കായേൻ വംശത്തിന്റെ പോരാട്ട പ്രകൃതിയോട് വിമുഖത പ്രകടിപ്പിക്കുന്ന സ്വപ്നാടകന്റെ അലസത യോഹന്നാനിലുണ്ട്.

ബൈബിൾ സമുദായഘടനയുടെ ആധുനികച്ഛായയാണ് ഇടവക. ഇടവകയിലെ നിത്യജീവിത വ്യവസ്ഥയോടല്ല, മറിച്ച് ജീവിതത്തിലെ നിസ്സഹായ പ്രകൃതിയോടാണ് കഥാകാരൻ പ്രതിജ്ഞാബദ്ധനാകുന്നത്. ആധുനിക സമുദായത്തിന്റെ വംശസാങ്കര്യവും വിശ്വാസരാഹിത്യവും പള്ളി - ഇടവക ബന്ധത്തിന്റെ കെട്ടുറപ്പിനെ ബാധിച്ചിട്ടുണ്ട്. കേവലം അനുഷ്ഠാനമാർഗത്തിൽമാത്രം നിലകൊള്ളുന്ന ഒന്നായിത്തീർന്നിരിക്കുന്നു അത്. ഇതിന്നെതിരെ, ബോധപൂർവ്വമായ ചില ചോദ്യങ്ങൾ ഉയർത്തുന്നുണ്ട് ആയുസ്സിന്റെ പുസ്തകം. മാത്യു എന്ന കൊച്ചപ്പൻ, പള്ളി വ്യവസ്ഥയ്ക്കുള്ളിൽ അതിനെത്തന്നെ ചോദ്യം ചെയ്തു നിലകൊള്ളുന്ന കഥാപാത്രമാണ്. യോഹന്നാന്റെ പെങ്ങൾ ആനിയുമായുള്ള മാത്യുവിന്റെ ബന്ധവും കമിതാക്കളുടെ ഒളിച്ചോട്ടവും ഇടവക ധർമശാസ്ത്രത്തിലെ വെട്ടിച്ചുരുക്കപ്പെട്ട സ്വാതന്ത്ര്യത്തോടുള്ള പ്രതികരണമെന്ന നിലയിലാണ് കൃതിയിലുള്ളത്.

ഇടവകയിൽ അധ്യാപകനായിവന്ന് എല്ലാവർക്കും വേണ്ടപ്പെട്ടവനായി മാറിയ സാമുവൽസാറും അദ്ദേഹത്തിന്റെ കുടുംബവും വിചിത്രമായ ഒരു രോഗാവസ്ഥയെ നേരിടുകയും നശിക്കുകയും ചെയ്യുന്നതിലൂടെ, ഒരു സാമൂഹിക ദുരന്തത്തെ പ്രതീകാത്മകമായി ചിത്രീകരിക്കാനുള്ള ശ്രമമുണ്ട്. ഇടവകയെ ഗ്രസിച്ച തിന്മയുടെ പ്രഭാവത്തിൽ വേരറ്റുപൊയ്പോകുന്ന നന്മയുടെ ജീവവൃക്ഷമായിട്ടാണ് ഈ കഥാപാത്രത്തിന് നോവലിലുള്ള സ്ഥാനം. നിസ്സംഗപ്രകൃതനായ യോഹന്നാനെപ്പോലും ഈ മരണം അഗാധമായി സ്പർശിക്കുന്നു. അയാൾ, വ്യഥ സഹിക്കാനാവാതെ ദൈവത്തോടുപോലും കോപിക്കുന്നു. പഴയ നിയമത്തിലെ ഇയ്യോബിന്റേതാണ് പ്രസ്തുത ബൈബിൾ വാക്യങ്ങൾ, സാറിന്റെ രോഗനിലയറിഞ്ഞ ആനി ഉച്ചരിക്കുന്നതും ഇയ്യോബിന്റേതുതന്നെ: 'അയ്യോ! എന്റെ വ്യസനമൊന്ന് തൂക്കി നോക്കിയെങ്കിൽ! എന്റെ വിപത്ത് സ്വരൂപിച്ച് തുലാസിൽ വെച്ചെങ്കിൽ! വ്യർത്ഥമാസങ്ങൾ അവകാശമായ് വന്നു. കഷ്ടരാത്രികൾ ഓഹരിയായിത്തീർന്നു.' എന്ന് ജോഷി ആ കുടുംബത്തിന്റെ നില അളക്കുന്നു. സംസ്കാരത്തിന്റെ ഏതു തിന്മയും ഒരു മരണത്തിലൂടെ അവസാനിക്കുന്നു. ഇടവകയെ ബാധിച്ച തിന്മയെ, രോഗത്തിന്റെ ബാഹ്യരൂപങ്ങളിലൂടെ സ്വന്തത്തിലേക്ക് ആവാഹിച്ചെടുക്കുകയും മരണത്തിലൂടെ അതിനെ മറികടക്കുകയും ചെയ്യുന്ന അനുഷ്ഠാനപ്രകൃതി സാമുവൽ സാറിന്റെ മരണത്തിലുണ്ട്.

ഏത് പരീക്ഷണഘട്ടത്തിലും ഇളകിപ്പോകാത്ത ഭക്തിയായിരുന്നു പഴയനിയമത്തിലെ ഇയ്യോബിന്റേത്. അസൂയാലുവായ പിശാച് മരണം കൊണ്ട് അയാളെ പരീക്ഷിക്കണമെന്ന് ദൈവത്തോട് അഭ്യർത്ഥിച്ചു. ദൈവം പിശാചിന്റെ അഭ്യർത്ഥന നിരസിച്ചു. മാറാവ്യാധിയാലും, കൃഷിയിടങ്ങളുടേയും കാലിക്കൂട്ടങ്ങളുടേയും നാശത്താലും ഇയ്യോബ് പരീക്ഷിക്കപ്പെട്ടു. പാപത്തിൽ മുഴുകിക്കഴിഞ്ഞ നാട്ടുകാരും സ്വന്തം ഭാര്യപോലും ഇയ്യോബിനെ വെറുത്തു. 'നീ ഇനിയും നിന്റെ ഭക്തി മുറുകെ പിടിച്ചുകൊണ്ടിരിക്കുന്നുവോ, ദൈവത്തെ ത്യജിച്ചുകൊണ്ട് മരിച്ചുകൊൾക' (ഇയ്യോബ് 2:6) എന്ന് ഭാര്യ അയാളെ ഉപദേശിക്കുക കൂടി ചെയ്തു. ഇയ്യാബാകട്ടെ, തന്റെ പരീക്ഷണഘട്ടങ്ങളെ ഒന്നൊന്നായി തരണം ചെയ്തു. ദേശക്കാരുടെയും ഭാര്യയുടെയും ദുർവൃത്തികൾക്ക് പരീക്ഷിക്കപ്പെട്ടത് ഇയ്യോബായിരുന്നു. ഇടവക ജീവിതത്തെ ഗ്രസിച്ച ആധുനിക വന്ധ്യതയ്ക്ക് ഇതിഹാസത്തിലെ ഇയ്യോബിന്റെ സമാനമായ ഒരു പരീക്ഷണഘട്ടം തരണം ചെയ്യുന്നത് സാമുവൽസാറും കുടുംബവുമാണ്. സ്വന്തം മരണം അതിനോടുള്ള പ്രതിക്രിയയാണ്.

ഇടവക വിട്ട് നഗരത്തിലേക്ക് പോകുന്ന ജോഷിയുടെ യാത്രയിലും നന്മയുടേയും നിഷ്കളങ്കാവബോധത്തിന്റേയും പിൻവാങ്ങൽ ദർശിക്കാം. അപ്പൂപ്പൻ തനിക്ക് നൽകിയ ബൈബിൾ ലോകത്തെ, താത്ക്കാലികമായി പുതുക്കിപ്പണിയാൻ യോഹന്നാന് പ്രചോദനമാകുന്നത് ജോഷിയുമായുള്ള കൂട്ടുകെട്ടാണ്. ആത്മവിശുദ്ധിയും ജോഷിയോട് തോന്നുന്ന സ്വവർഗ

രതിയും യോഹന്നാനിലെ നാർസിസിസ്റ്റിനെ വളർത്തുന്ന പ്രധാന ഘടകം കൂടിയാണ്. ജോഷിയുടെ വിരൽത്തുമ്പിൽ സ്പർശിക്കുമ്പോൾ തന്റെയുള്ളിൽ 'ഒരു ഫിഡിൽ ശബ്ദിക്കുന്നത് പോലെ' അയാൾക്കു തോന്നുന്നു. സെമിനാരിയിലേക്ക് പോകുന്ന ജോഷിയുടെ യാത്രയെ അത്യന്തവേദനയോടെയാണ് അയാൾ നേരിടുന്നത്. 'നീ ഉറപ്പുള്ള നഗരത്തിലേക്ക് പോവുക' എന്ന യോഹന്നാന്റെ യാത്രാമൊഴിയിൽ സ്വന്തം ഭ്രമണപഥത്തിൽനിന്ന് ചലിക്കാനാവാത്ത നാർസിസിസ്റ്റിന്റെ സ്ഥാവരപ്രകൃതിയുണ്ട്. ജോഷിയുടെ യാത്രയോടെ, നന്മയുടെ സംഗീതം കൂടി ഇടവകയിൽനിന്ന് നീങ്ങിപ്പോകുന്നു എന്ന് നോവലിൽ സൂചനയുണ്ട്.

ക്ഷോഭിക്കുന്നവന്റെ ദൈവശാസ്ത്രം

ഏതൊരു ഇടവകയുടേയും ഘടനാസവിശേഷത കെട്ടുറപ്പുള്ള കുടുംബബന്ധങ്ങളാണ്. പള്ളിയാണ് കുടുംബങ്ങളെ ഒന്നിപ്പിക്കുന്ന കേന്ദ്രം. ആയുസ്സിന്റെ പുസ്തകത്തിലെ കഥാപാത്രങ്ങളിൽ മിക്കപേരും കുടുംബത്തോടുള്ള പാരമ്പര്യബന്ധത്തെ മുറിച്ചുകളയുന്നവരാണ്. യാക്കോബ് എന്ന കഥാപാത്രമാകട്ടെ, ഇടവകയോടുള്ള, പാരമ്പര്യ വേരുകളെയൊക്കെ മുറിച്ചു കളഞ്ഞവനാണ്. വീഞ്ഞും ധാന്യവുംകൊണ്ട് നിറയ്ക്കപ്പെട്ട ഒരു ഇടവക സ്വപ്നം കണ്ടു നടക്കുന്നു ഇയാൾ. ഒരു ദോഷൈകദൃക് എന്ന വിശേഷണമാണ് ഇടവകക്കാർ യാക്കോബിന് നൽകിയിട്ടുള്ളത്. അയാൾ സ്വപ്നം കണ്ടു നടന്ന സാറ എന്ന സുന്ദരി, നിത്യരോഗിയായ സ്കറിയായ്ക്ക് കൈമാറിപ്പോയതിലുള്ള തീവ്രദുഃഖമാണ് അയാളെ അങ്ങനെയാക്കിത്തീർത്തത് എന്ന് നാട്ടുകാർ വിശ്വസിക്കുന്നു. സാറായുടെ ദുർവിധിക്ക് കാരണം പള്ളിയധികാരികളാണ് എന്ന് യാക്കോബ് പറയും. വേദപുസ്തകത്തിലെ യഥാർത്ഥ പാഠം മറച്ച് വെക്കുകയും അപപാഠമവതരിപ്പിക്കുകയുമാണ് അധികാരികൾ ചെയ്യുന്നത് എന്നതാണ് അയാളുടെ പ്രധാന വിമർശനം. യാക്കോബ് 'കാനോനിക്കൽ ടക്സ്റ്റി'ന്റെ ഒരെതിർപതിപ്പാണ് എന്ന് സ്വയം വിശ്വസിക്കുന്നു.

യാക്കോബ് ഒരു സാധാരണ കഥാപാത്രമല്ല, അയാളുടെ ചലനക്രമത്തിന് പ്രത്യേകമായൊരു ഓർബിറ്റ് ഉണ്ട്. ഉള്ളിൽ സ്വപ്നാടനക്കാരനായ പരിവ്രാജകന്റെ നിലയാണയാളുടേത്. ആരോടും കണക്കുബോധിപ്പിക്കേണ്ടതില്ലാത്ത യാക്കോബ്, ചില സന്ദർഭങ്ങളിൽ അവതരിക്കുന്നതായാണ് തോന്നുക. അത് നാട്ടിലോ കാട്ടിലോ ആകാം. ഇടയ്ക്കിടയ്ക്ക് കള്ളുവാറ്റാൻ കാട്ടിലേക്കു മറയുന്ന യാക്കോബ്, മറ്റു മനുഷ്യരെക്കുറിച്ചുള്ള ചില പ്രവചനങ്ങളുമായാണ് നാട്ടിൽ തിരിച്ചെത്തുക. ഒരിക്കൽ, നടവഴിയിൽ, മാത്യു എന്ന കൊച്ചച്ചനെ നോക്കി അയാൾ പറയുന്നു. 'തിരുവസ്ത്രമിവിടെ ഉപേക്ഷിച്ച്, ശബ്ദമുണ്ടാക്കിക്കൊണ്ടുപോവുക, ജലത്തിനരികെ നട്ട മുന്തിരിവള്ളി തഴച്ചു വളരുക തന്നെ ചെയ്യും. (പു. 89)' പ്രണയത്തിലൂടെയും വിപ്ലവബോധത്തിലൂടെയും കാനോനിക്കൽ പാഠത്തിന് പ്രധാന വിമർശകനായി മാറിയ ഒരു കഥാപാത്രത്തെക്കുറിച്ചുള്ള പൊരുൾ യാക്കോബിന്റെ പ്രവചനത്തിലുണ്ട്.

ഒരു കഥാപാത്രത്തിന്റെ സ്വപ്ന നില തിട്ടപ്പെടുത്തുന്നത് ആ കഥാപാത്രത്തിന്റെ അസ്തിത്വമാതൃകയെത്തന്നെയാണ് എന്ന് മനഃശാസ്ത്ര വാദമുണ്ട്. യാക്കോബിൽ ഈ സവിശേഷത നിറഞ്ഞുകാണാവുന്നതാണ്. തോമായെക്കുറിച്ചും പള്ളിയധികാരികളെക്കുറിച്ചും മാത്യു എന്ന കൊച്ചച്ചനെക്കുറിച്ചുള്ള തന്റെ പ്രവചനങ്ങളിൽ ഒരു പരിവ്രാജകന്റെ സ്വപ്നാടന സ്വരമുണ്ട്. ഇത് എഴുത്തുകാരന്റെ സോദ്ദേശ്യതകളെ നിർവ്വഹിക്കാൻ ഈ കഥാപാത്രത്തെ സജ്ജമാക്കുക എന്ന ലക്ഷ്യത്തെ കൂടിയുൾക്കൊള്ളുന്നു. ഇടവകയുടെ 'പാപപരിഹാര പ്രദക്ഷിണ'ത്തോട് യാക്കോബിനുള്ള നീരസം ശ്രദ്ധേയമാണ്. അച്ചന്മാർ ഏറ്റവും കൂടുതൽ ഉരുവിടുന്ന പദം പാപമെന്നാകയാൽ, അയാൾ ഏറ്റവും വെറുക്കുന്ന പദവും മറ്റൊന്നല്ല.

അച്ചനും കന്യാസ്ത്രീകളും പള്ളിയധികാരികളുമുൾക്കൊള്ളുന്ന പ്രത്യേക ഭ്രമണപഥം തകർക്കുന്നതിനായുള്ള പ്രതിഭ്രമണവ്യവസ്ഥ യാക്കോബിലുണ്ട്. ആധുനിക ക്രിസ്തുമതത്തെക്കുറിച്ചു ചർച്ച ചെയ്യുമ്പോൾ മിഷേൽഫുക്കോ (Micheal Foucualt), 'നിത്യജീവിതത്തിന്റെ യഥാർത്ഥ കർമ്മമേഖലകളെ സംബന്ധിക്കുന്ന ചരിത്രത്തേക്കാൾ, വിശ്വാസത്തിന്റെ ചരിത്രത്തിന്നാണ് അത് പ്രാമുഖ്യം കല്പിച്ചതെന്ന് സൂചിപ്പിക്കുകയുണ്ടായി. പിൽക്കാലത്ത്, യാന്ത്രികമായ അനുഷ്ഠാനതലങ്ങളിൽ ജീവിതത്തിന്റെ സനാതന സ്വച്ഛതകൾക്ക് അത് കുരിശുകൾ നാട്ടി. ഈ പ്രവണതയുടെ ഒരു ഇര കൂടിയാണ് നോവലിലെ സാറ. അവളുടെ ജീവിതവിപര്യയം യാക്കോബിന്റെ പ്രത്യേക ഭ്രമണപഥത്തെ തന്നെ നിർമ്മിച്ചു എന്നുപറയാം.

ജീവിതത്തിന്റെ പ്രവിശാലതകളെ കാണുന്ന സ്നേഹസമ്പന്നായ അച്ചന് പോലും വേദപുസ്തകത്തിൽ നിജപ്പെടുത്തപ്പെട്ട ഭ്രമണ-ചലന വ്യവസ്ഥയെ പിടിച്ചുലയ്ക്കുവാനാവുന്നില്ല. ആദിപാപബോധത്തിന്റെ തീക്ഷ്ണപ്രകൃതി അയാളെ അസ്വസ്ഥനാക്കുന്നു. മാത്യു എന്ന കൊച്ചച്ചനോട് അച്ചൻ പ്രകടിപ്പിക്കുന്ന അഭിപ്രായം, 'കാമത്തെയല്ല' ഏകാന്തതയേയാണ് മറികടക്കാൻ കഴിയാത്തത് എന്നാണ്. അച്ചന് 'ഏകാന്തത' തന്നെയാണ് കീഴടക്കാൻ കഴിയാത്ത കാമം. സാറായുടെ വ്യഥ, അതിന്റെ ഉച്ചകോടിയിലെത്തുന്ന ഒരവസരത്തിൽ അവൾ ഏകാകിനിയായി മഴ നനഞ്ഞുപോകുന്ന രംഗം അച്ചനെ ചലിപ്പിക്കുന്നുണ്ട്. കോരിച്ചൊരിയുന്ന മഴയിൽ സ്വയമിറങ്ങിനിന്ന് വിമോചനം തേടുന്ന ഘട്ടത്തെ ഒരു അനുഷ്ഠാനം പോലെ നോവലിൽ ചിത്രീകരിച്ചിട്ടുണ്ട്.

സിസ്റ്റർ മിത്രിയായുടേയും മരിയാനോസിന്റേയും ചലനക്രമവും ശ്രദ്ധേയമാണ്. പള്ളികൽപിച്ച് നൽകുന്ന ഒരു അടഞ്ഞ ലോകത്തിനകത്ത് ഇരുവരും വളർത്തിയെടുക്കുന്ന സ്വവർഗരതി(Lesbianism)യുടെ മറ്റൊരു സ്വകാര്യ ലോകമുണ്ട്. പച്ചിലകളാൽ മുഖം മറച്ച് മരത്തിനുചുറ്റിനും ഒളിച്ചുകളിക്കുകയും പരസ്പരം കെട്ടിപ്പുണരുകയും ചെയ്യുന്നത്, മാത്യു എന്ന

കൊച്ചച്ചൻ ഒരിയക്കൽ കാണുന്നുണ്ട്. 'പച്ച ഉയിർത്തെഴുന്നേൽപ്പിന്റെ നിറമാണെന്ന് മാത്യു ഓർമിച്ചു. അവർക്കിനി ഉണരാതെ വയ്യ (പു. 112) എന്ന് അയാൾ ഉള്ളിലൊതുക്കിയ ചിരിയോടെ ചിന്തിക്കുന്നു. ആദിപാപത്തിന്റെ സർപ്പമാർഗം പല വിധേനയും ഏദൻ തീർക്കുകയും അവ നഷ്ടപ്പെടുത്തുകയും ചെയ്യുന്ന കർമ്മമാർഗത്തിലേക്ക് നയിക്കുന്നു. പ്രകൃതിപരവും സ്വച്ഛവുമായ ഈ കർമമേഖലയ്ക്ക് മുകളിലാണ് പള്ളിയും കുരിശുമാർഗങ്ങളും വിലക്കുകൾ തീർക്കുന്നത്. സ്വാതന്ത്ര്യത്തിന്റെ അടഞ്ഞ മേഖലയ്ക്കുള്ളിലേക്ക് കഥാപാത്രങ്ങളുടെ സ്വപ്നതുല്യമായ സ്വകാര്യലോകംകൊണ്ട് ഊർജ്ജ സംപ്രേക്ഷണം നടത്തുന്ന കഥാരീതി നോവലിൽ പലയിടത്തും ആവർത്തിക്കുന്നത് കാണാം.

യാക്കോബ് എന്ന കഥാപാത്രത്തിന്റെ ദാർശനിക മാനങ്ങളിലൂടെ കഥാകാരൻ ഉദ്ദേശിച്ചിട്ടുള്ളതും ഊർജ്ജത്തിന്റെ ഈ ചാലകശക്തിയാണ്. ബൈബിളിൽ യാക്കോബ്, ഒരു പ്രവാചകനാമം മാത്രമല്ല, അനുഗ്രഹിക്കപ്പെട്ട് ഇസ്രായേല്യരെ മൊത്തത്തിൽ പ്രതിനിധീകരിക്കുന്ന ഒരു സർവനാമം കൂടിയാണ്. പഴയനിയമത്തിൽ, ഇതേക്കുറിച്ചുള്ള ഒരു കഥ തന്നെയുണ്ട്. മേവാബ് ജനതക്കെതിരെ പുറപ്പെട്ടുവരുന്ന ഇസ്രായീല്യർക്കെതിരെ സിപ്പാരിന്റെ മകനായ ബാലെക്, ബിലെയാമിനെ കരുവാക്കി പരാതി പറയിക്കുന്നു. ബിലെയാമിന് ദൈവം നൽകുന്ന മറുപടിയാകട്ടെ, 'യാക്കോബിനെതിരെ മറുപക്ഷം ചേരുന്നത് നാശത്തിനിടയാക്കുമെന്ന' താക്കീതാണ്. യാക്കോബിൽ തിന്മ കാണാനില്ല. യാക്കോബിൽനിന്നൊരു നക്ഷത്രമുദിക്കും (സംഖ്യാ പുസ്തകം 24:17) എന്നും തിരുവരുളുണ്ടാകുകയും ചെയ്യുന്നു. നോവലിലെ യാക്കോബിനെപ്പറ്റി ഫിലിപ്പോസ് പറയുന്നു: "യാക്കോബിന് ആഭിചാരം പറ്റുകയില്ല; ദൈവം ശപിക്കാത്തവനെ ഞാനെങ്ങനെ ശപിക്കും' എന്ന പ്രസ്താവം വേദപുസ്തകത്തിൽ ബിലെയാമിന്റെ കഥാസന്ദർഭവുമായി ബന്ധപ്പെട്ടതാണ്. നോവലിലെ യാക്കോബ് എന്ന കഥാപാത്രത്തെ, അതുകൊണ്ടുതന്നെ ഒരു 'പുതുമൂല്യ വ്യവസ്ഥ'യുടെ സർവനാമമായി കരുതാവുന്നതാണ്.

യാക്കോബിന്റെ ജീവിതക്രിയാവസ്ഥയിൽ 'മരണാനന്തര നിലനിൽപി' (Posthumous Existence)ന്റെ ഘടകം കൂടിയുണ്ട്. വർത്തമാനത്തിന്റെ കൃത്രിമമായ കർമഗതിയിൽ, അന്യത്വത്തിന് വിധേയമാകുമ്പോൾ, ഭൂതകാലക്രിയകളെ പുനർനിർമിച്ചെടുത്ത് ഭാവിയെ നേരിടുന്ന രീതിയാണത്. യാക്കോബിന്റെ മരണാനന്തര നിലനിൽപ് അത്തരമൊരു അസ്തിത്വമാർഗത്തെ ഓർമിപ്പിക്കുന്നു. 'യാക്കോബ് ഇടവക സമുദായത്തിൽ അയോഗ്യ(misfit)നാണ്. എന്നാൽ, സാറായെ കുറിക്കുന്ന ഭൂതകാല ഓർമകൾ ഇടവക സമുദായത്തിനെതിരെയുള്ള ഒരു ചിഹ്നവ്യവസ്ഥയായി യാക്കോബിനെ ജീവിപ്പിച്ചുകൊണ്ടേയിരിക്കും. മരിച്ചുപോയ യാക്കോബ് വീണ്ടും പുല്ലിൽനിന്ന് തലയുയർത്തുന്നതായി യോഹന്നാൻ തന്റെ അവസാനയാത്രയിൽ ദർശിക്കുന്നുണ്ട്.

ചാരിത്ര്യമെന്ന ഉരകല്ല്

യോഹന്നാനിലെ കൗമാരകാലരതിയുടെ ഉള്ളുണർത്തുന്ന ഒരു കഥാപാത്രമാണ് മേരി. പഠിക്കുന്ന കാലത്തുതന്നെ നൈനാച്ചനുമായുള്ള ലൈംഗികബന്ധത്തിലൂടെ പാപത്തിന്റെ സ്വാദറിയുന്നു ഈ കഥാപാത്രം. നൈനാച്ചൻ അവൾക്ക് നല്കിയ വാഗ്ദാനങ്ങൾ മറക്കുകയും മേരി കടുത്ത വഞ്ചനയ്ക്ക് ഇരയായിത്തീരുകയും ചെയ്യുന്നു. അതോടെ ഭഗ്നമായ ചാരിത്ര്യത്തെ കലാപത്തിന്റെ കൊടിയടയാളമാക്കി മാറ്റുന്ന അവൾ.

എരുമകളെ മേക്കുന്നതിലൂടെ, ചെറുപ്പത്തിലേ സ്വാതന്ത്ര്യത്തിന്റെ ലോകത്ത് സഞ്ചരിക്കുന്ന കഥാപാത്രമാണ് മേരി. അവൾ മേക്കുന്ന മൃഗങ്ങൾക്ക് കൃതിയിൽ പ്രതീകാത്മകമായ ഒരർത്ഥമുണ്ട്. കാമത്തിന്റെ ഇരുണ്ട രൂപകങ്ങൾ കൂടിയാണവ. മറ്റൊരു സ്ത്രീയുമായുള്ള നൈനാച്ചന്റെ വിവാഹം യോഹന്നാനെ അറിയിക്കുന്ന മേരി പൂർവകാമുകനോടുള്ള വൈരാഗ്യം തീർക്കുന്നത് യോഹന്നാനെ കാമക്രിയയ്ക്ക് ക്ഷണിച്ചുകൊണ്ടാണ്. തന്റെ ക്ഷണം തിരസ്കരിക്കുന്ന യോഹന്നാന് നേരെ 'നിനക്ക് ദൈവത്തോട് പാപം ചെയ്യാമോ' എന്ന് അവൾ ചോദിക്കുന്നുണ്ട്.

കാമത്തിന്റെ കാല്പനികതയിലല്ല, അതിന്റെ ആസുരതയിലാണ് മേരിയുടെ താത്പര്യം. ഭൂതകാലം കാല്പനികമായ ഒരു ഗൃഹാതുരതയായി അവൾ സൂക്ഷിക്കുന്നില്ല. ചാരിത്ര്യം നഷ്ടമായ തന്റെ ഭൂതകാലത്തോടുള്ള പ്രതികാരത്തിൽനിന്ന് യാഥാർത്ഥ്യത്തിന്റെ സ്വതന്ത്രമായൊരു ലോകം അവൾ നിർമിച്ചെടുക്കുന്നു. രണ്ടാംകെട്ടുകാരനും വൃദ്ധനുമായുള്ളവനോടൊത്ത് ഒരു കല്യാണത്തിന് അവൾ തയ്യാറാകുന്നത്, അയാളുടെ പതിനേഴുവയസ്സുള്ള മകനോടൊത്ത് ശയിക്കാമെന്ന മോഹത്തിലാണ്. ഇക്കാര്യം, ആനിയോട് അവൾ തുറന്നുപറയുകയും ലോത്തിന്റെ കഥയിൽനിന്നുമുള്ള സന്ദർഭം ഉദ്ധരിക്കുകയും ചെയ്യുന്നു. സോദോം പട്ടണത്തിലുള്ളവർ വീട് വളഞ്ഞപ്പോൾ പുരുഷൻ തൊടാത്ത രണ്ടു പുത്രിമാർ ഉണ്ടായിരുന്നു ലോത്തിന്. പുരുഷൻ തൊടാത്ത പെണ്ണിനെ കന്യക എന്നു വിളിക്കുന്നു, (പു. 72)

സ്വവർഗരതി തഴച്ച് വളർന്ന ലോത്തിന്റെ സാമ്രാജ്യത്തിലേക്ക്, ദൈവം സുന്ദരകുമാരന്മാരുടെ രൂപത്തിൽ രണ്ടു മാലാഖമാരെ അയയ്ക്കുന്നു. കാമപൂർത്തിക്ക് കുമാരന്മാരെ വിട്ടുകിട്ടണമെന്ന് നിർബന്ധം പിടിക്കുന്ന തന്റെ ജനതയോട് കന്യകമാരായ സ്വന്തം പെൺമക്കളെ നൽകാമെന്ന് ലോത്ത് പ്രത്യുത്തരമേകുന്നു. ഭാര്യയും മക്കളുമൊത്ത് സോവർ പട്ടണത്തിലേക്ക് ഓടിപ്പോകാനുള്ള ദൈവകല്പനയുണ്ടാകുന്നു. സോദാമും ഗൊമെറിയയും തീയും ഗന്ധകവുംകൊണ്ട് പരീക്ഷിക്കപ്പെടുന്നു. സോദോമിന്റെ പശ്ചാത്തലത്തിൽ 'കന്യാകാത്വം' നിശ്ചേതനമായ ഒരു പ്രതിഭാസമാണ്. കന്യകയ്ക്ക് അങ്ങനെയല്ലാതായിത്തീരാൻ കഴിയുക എന്നത്

ലോത്തിന്റെ സാമ്രാജ്യത്തിൽ സ്ത്രീകളുടെ സ്വപ്നം മാത്രമായിരുന്നു. എന്നാൽ വേദപുസ്തകത്തിലെ സന്ദർഭത്തിന്റെ വിപരീതദശയാണ് മേരിയുടെ കാര്യത്തിൽ സംഭവിച്ചത്. കുമാരിയായിരിക്കുമ്പോൾ തന്നെ കന്യകാത്വം അവൾക്ക് നഷ്ടമാകുന്നു. പുല്ലിംഗാഹന്തയുടെ ആധുനിക പ്രകൃതിയോട് അവൾ പ്രതികാരം ചെയ്യുന്നത് വേദപുസ്തകത്തിൽ വില ക്കപ്പെട്ട പാപത്തെ യഥേഷ്ടം സ്വീകരിച്ചുകൊണ്ടാണ്.

കാമവും മരണവും

ആയുസ്സിന്റെ പുസ്തകത്തിലെ ശക്തമായ സ്ത്രീ കഥാപാത്രമാണ് സാറ. നിത്യരോഗിയായ സ്കറിയായുടെ മരണത്തോടെ അപരിഹാര്യ മായ ഏകാന്തത ഈ കഥാപാത്രത്തെ രൂപപ്പെടുത്തുന്നു. യൗവ്വനം മുറ്റിയ ശരീരം അവൾക്കും ഇടവകക്കാർക്കും ഒരുപോലെ പൊറുതികേടായി ഭവിച്ചു. സ്കറിയയ്ക്ക്, അവളിൽ ഒരു സന്തതിയെപ്പോലും നൽകാനാ യില്ല എന്നതായിരുന്നു സാറായുടെ ദുരന്തം. വംശത്തിന്റെ പിന്തുടർച്ച യ്ക്കുവേണ്ടി മോശയും അബ്രഹാമും, അബ്രഹാമിന്റെ ഭാര്യ സാറായു മൊക്കെ യാഗങ്ങൾ നടത്തിയപോലെ നോവലിലെ സാറായും വിലാപ ങ്ങളിലൂടെയും പ്രാർത്ഥനകളിലൂടെയും അവ സാധിക്കുന്നുണ്ട്.

സ്കറിയായുടെ മരണത്തോടെ, ഇടവകയിലെ നല്ലവളിൽ നല്ലവളാ യിരുന്ന സാറ തന്റെ ഏകാന്തതയെ വിശുദ്ധമായ പാപകൃത്യങ്ങളിലൂടെ സ്വാതന്ത്ര്യത്തിന്റെ വിഹായസ്സാക്കി പരിണമിപ്പിക്കുന്നു. സ്വച്ഛമായ പ്രകൃ തിയും മഴയും നീലാകാശവുമൊക്കെ അവളെ അതിന് പ്രേരിപ്പിച്ചു കൊണ്ടേയിരുന്നു. യോഹന്നാനുമായുള്ള വിശുദ്ധ ലൈംഗികബന്ധത്തി ലൂടെയാണ് സാറ അതിന് അരങ്ങ് കണ്ടെത്തുന്നത്. മരണമെന്നപോലെ ഏകാന്തത തന്നോട് കുഴലൂത്ത് നടത്തുന്ന സന്ദർഭങ്ങളിലെല്ലാം ആദ്യ മാദ്യം വേദപുസ്തകം അവൾക്ക് കൂട്ടായിരുന്നു. അതിന്റെ മൂർത്ത ഘട്ട ത്തിലാണ്, വെളിപാടുപുസ്തകത്തിൽ നിന്നും ഏഴാം മുദ്രയുടെ അധ്യായം അവൾ വായിക്കുന്നത് (പു.144).

'ഞാൻ കണ്ടു അതാ വിളറിവെളുത്ത ഒരു കുതിര. അതിന്മേൽ ഇരി ക്കുന്നവന് മരണം എന്ന് പേർ. നരകം അവന്റെ പിന്നാലെ പുറപ്പെട്ടു ചെല്ലുന്നു. വാൾകൊണ്ടും ക്ഷാമംകൊണ്ടും മരണം കൊണ്ടും ഭൂമിയിലെ കാട്ടുമൃഗങ്ങൾ മൂലവും കൊല്ലുവാൻ, ഭൂമിയിലെ നാലിലൊന്നിന്മേൽ അവന് അധികാരം കൊടുക്കപ്പെട്ടിരിക്കുന്നു.'

ഓരോ മുദ്ര പൊട്ടുമ്പോഴും പാപചിന്തയുടെ ആഴങ്ങൾ അവളെ സ്പർശിച്ചുകൊണ്ടിരുന്നു. നാലാം മുദ്ര പൊട്ടുമ്പോൾ പുറപ്പെടുന്ന മഞ്ഞനിറമുള്ള കുതിരപ്പുറത്തിരിക്കുന്ന 'മരണം' സാറായെ സംബ ന്ധിച്ചിടത്തോളം ദ്വയാർഥ സൂചകമാണ്. ഒന്ന്: അവൾക്ക് അതിജീവി ക്കാനാവാത്ത ഏകാന്തത തന്നെ. രണ്ട്: ഏകാന്തതയിൽ പൊറുതി കേടായിത്തീരുന്ന യൗവ്വനം. കുതിരപ്പുറത്തിരിക്കുന്ന മരണം, കാമമായി

അവളിലേക്ക് സംക്രമിക്കുന്നു. പാപബോധത്തിന്റെ ഏഴുമുദ്രകളും പൊട്ടുന്നതോടെ യോഹന്നാനിലൂടെ കാമത്തിന്റെ സ്വതന്ത്രമായ രുചിയറിയുന്നു സാറ.

യഹൂദരുടെ കാമപൂർത്തികളിലൂടെ പാപിനിയായിത്തീർന്ന, 'സിയോന്റെ പുത്രി' എന്ന് വിശേഷിപ്പിക്കപ്പെടുന്ന ഇസ്രായീലിന്റെ അനാഥമായ അവസ്ഥയിലേക്ക് പതിക്കുന്ന സ്ത്രീയോടാണ് സാറായെ നോവലിൽ ഉപമിക്കുന്നത്. സുന്ദരിയും സുഖഭോഗിനിയുമായ സിയോന്റെ പുത്രിയെ ഞാൻ മുടിച്ചുകളയും എന്ന് ബൈബിൾ താക്കീത് ചെയ്തിട്ടുണ്ട്. തകർന്ന് തരിപ്പണമായി ആരും വരാനില്ലാതെ കാത്തിരിപ്പു തുടരുന്ന സാറ എന്ന സ്ത്രീയുടെ പാപം കറ തീർന്ന് കിട്ടുന്നത് തോമായുടെ കത്തിക്കിരയാവുകയും മരണം വരിക്കുകയും ചെയ്യുന്നതിലൂടെയാണ്. പാപത്തിന്റെ ഫലം മരണമെന്ന് കാനോനിക്കൽ വിശ്വാസത്തിന്റെ പൂർത്തീകരണമിവിടെയുണ്ട്.

പുരുഷമേധാവിത്തപരമായ കാനോനിക്കൽ പ്രപഞ്ചത്തിന്റെ ദയനീയമായ ഒരിരകൂടിയാണ് മേരിയെപ്പോലെ സാറയും. പാപവും ലൈംഗികതയും ഇവിടെ വിരുദ്ധാർത്ഥങ്ങളെ കുറിക്കുന്ന പ്രതിരൂപങ്ങളാണ്.

യോഹന്നാന്റെ ലോകം

യോഹന്നാന്റെ വളർച്ചയോടൊപ്പമാണ് ഇടവകയിലെ അന്യാപദേശതുല്യമായ ഒരു കാലത്തെ വളർത്തിക്കൊണ്ടുവരുന്നത്. യോഹന്നാന്റെ പ്രത്യേകഭ്രമണപഥവും അന്യരുടെ അനുഭവങ്ങളോടുള്ള നിസ്സംഗമായ ദൃക്സാക്ഷിത്വവും ആയുസ്സിന്റെ പുസ്തകത്തിന്റെ സ്വരഘടനയെ മിത്തുകളുടേതായി മാറ്റിത്തീർക്കുന്നു. അയഥാർത്ഥവും പരുഷവുമായ അനുഭവങ്ങളും തന്റെ മനസ്സിലെ ഇതിഹാസപ്രപഞ്ചത്തിലെ ജ്ഞാനവൃദ്ധനായ അപ്പൂപ്പന്റെ ചാപല്യവും ആത്മഹത്യയും ചെറുപ്പത്തിലെ 'അതീന്ദ്രിയ അസ്തിത്വഘടന'യിൽനിന്നും പതനം സംഭവിച്ച മനുഷ്യന്റെ വിധിയെക്കുറിച്ച് യോഹന്നാനെ ബോധവാനാക്കുന്നു. അയാളുടെ അസ്ഥിര പ്രകൃതിയുടെ മൂലസ്രോതസ്സ് മറ്റൊന്നുമല്ല. 'ചരിത്രപരമായ അസ്തിത്വഘടന'യിലേക്കുള്ള അയാളുടെ പരിണാമം പൂർത്തിയാകുന്നില്ല. വളർച്ചയുടെ ഘട്ടങ്ങളിലൂടെ ഒരു വിശ്വാസിയെ അലട്ടുന്ന ആദി പാപബോധം യോഹന്നാനെ ഏശുന്നില്ല. ഇടവകയുടെ ഘടികാരകാലക്രമത്തിൽ ഈ കഥാപാത്രം ഒറ്റപ്പെടുന്നു.

അനുഭവങ്ങളോട് 'അനുഭാവപൂർവ്വമായ ഒരു നിസ്സംഗത'യാണ് യോഹന്നാന്റെ മറ്റൊരു പ്രത്യേകത. പ്രകൃതിയുമായി ഈ കഥാപാത്രത്തിനുണ്ട് എന്നു തോന്നുന്ന ഗാഢബന്ധം പൂർത്തിയാകാത്ത പരിണാമപ്രക്രിയയെ ഓർമ്മിപ്പിക്കുന്നു. ഇയാൾ ഏത് കാമനകളേയും സ്വയം പരിഗ്രഹിക്കുന്ന നിലയിലേക്ക് ചുരുളുന്നു. ഏത് പ്രതിസന്ധിഘട്ടത്തിലും ഇടവക വിട്ടുപോകുന്ന കാര്യത്തിൽ യോഹന്നാൻ താത്പര്യം കാട്ടുന്നില്ല. 'ഈ

ഇടവക'യിൽ വലുതും ചെറുതുമായ എത്ര ഇടവകകളുണ്ട്. അവയിലൂടെ ഇവിടെനിന്ന് വെളിയിലെത്താം. പക്ഷേ, വേറൊരു ഇടവകയിലായിരിക്കും എത്തിപ്പെടുക' എന്നാണയാളുടെ ചിന്ത. ഇടവക തന്നെയാണ് ആദിമ പ്രകൃതിയും വാഗ്ദത്ത ഭൂമിയുമെന്ന ഈ കാഴ്ചപ്പാട് അയാളിലെ ആത്മരത്യാംശത്തെ വെളിച്ചപ്പെടുത്തുന്നു. 'സ്വയം പരിഗ്രഹവേള'കളെ ബൈബിൾ സന്ദർഭങ്ങളോട് കൂട്ടിക്കുഴക്കുന്നത്, ആത്മരതിയെ വിശുദ്ധ മായ ആദിമപ്രകൃതിയോട് സംയോജിപ്പിക്കുന്നതിന് തുല്യമാണ്. 'ഹാ, ഭക്ഷണത്തേക്കാൾ ജീവനും ഉടുപ്പിനേക്കാൾ ശരീരവും ശ്രേഷ്ഠമല്ലയോ? എന്റെ ഉടൽ അപ്പം പോലെ സുഗന്ധമുള്ളതാകുന്നു. (പു. 197-197)' എന്നി ങ്ങനെ ചില ഉദാഹരണങ്ങൾ സങ്കീർണമായ ആധുനിക സാമൂഹിക ബന്ധങ്ങളിൽനിന്ന് സ്വയം പിൻവാങ്ങി, അപക്വവും ആത്മപീഡാരതി പ്രധാനവുമായ ചെറുതുരുത്തുകളിലേക്ക് മടങ്ങി, സ്വയം കണ്ടെത്തലിന്റെ ലളിതമാർഗം സ്വീകരിക്കുന്ന, ഇച്ഛാശക്തി നശിച്ച ആധുനികന്റെ പരാ ജയബോധവും യോഹന്നാന്റെ ക്രിയാമാർഗത്തിൽ ദർശിക്കാവുന്നതാണ്.

കാലവും ബിംബഘടനയും

ഒരു കലാസൃഷ്ടിയുടെ ശരീരോഷ്മാവിനെ അത്യധികം സ്വാധീനി ക്കുന്ന ഘടകങ്ങളാണ് കാലവും ബിംബഘടനയും. കലാസൃഷ്ടിയുടെ ആധാരശ്രുതി, അതിന്റെ ശരീരോഷ്മാവിനെ ആശ്രയിച്ചിരിക്കും. ആയു സ്സിന്റെ പുസ്തകത്തിൽ ആധാരശ്രുതി ബൈബിളിന്റേതാണ്. ബൈബി ളിലെ ഇതിഹാസകാലം മിശിഹാകാല(Massianic Time)മത്രെ. ഈ നോവലിൽ പലപ്പോഴും പ്രത്യക്ഷപ്പെടുന്ന ബോധധാരാപ്രവാഹകാലം മിശിഹാകാലത്തിന്റെ പ്രത്യേകതകളുൾക്കൊള്ളുന്നു, വേദപുസ്തകെ ത്തിലെ സന്ദർഭങ്ങളെയും ബിംബ-പ്രതിബിംബങ്ങളേയും സ്വീകരിച്ചു കൊണ്ടാണ് നോവലിൽ മിശിഹാകാലത്തിന്റെ സ്വരസ്ഥായി സൃഷ്ടിച്ചെ ടുത്തിട്ടുള്ളത്.

കാലത്തെ ശക്തമായി പ്രതിഫലിപ്പിക്കുന്ന മൂന്നുതരം ബിംബങ്ങൾ നോവലിലുണ്ട്. ഒന്ന്: ബൈബിൾ ബിംബങ്ങൾ, പ്രതീകങ്ങൾ. രണ്ട് : പ്രകൃതിബിംബങ്ങൾ, മൂന്ന് : ഇടവക വിശ്വാസങ്ങളും പള്ളിയന്തരീക്ഷ വുമായി ബന്ധപ്പെട്ടവ. കഥാപാത്രങ്ങളുടെ ആദിരൂപപരമായ ശകലങ്ങളെ പ്രകാശിപ്പിക്കാൻ പര്യാപ്തമാണിവ. ആദിപാപബോധത്തിൽ നിന്നാണ്, ഈ ബിംബങ്ങളും പ്രതീകങ്ങളും പലപ്പോഴും ഉയിർത്തെഴുന്നേറ്റ് വരു ന്നത്. ദൃശ്യഗന്ധപ്രധാനമാണ് ഇവ.

ഹരിതച്ഛായയാണ് ബിംബങ്ങളിലെ പ്രധാന ദൃശ്യഘടകം. പറു ദീസയുടെ ബിംബമായിത്തന്നെയാണ് അതിനെ സ്വീകരിക്കുന്നത്. കഥാ പാത്രങ്ങളുടെ ബോധധാരകാലവുമായി ഈ ഹരിതവർണത്തിന് ജൈവ ബന്ധമുണ്ട്. കഥാപാത്രങ്ങളുടെ ഉണർച്ചയിലും സ്വപ്നത്തിലും ഒരു പോലെ ഹരിതബിംബങ്ങൾ സമൃദ്ധമാണ്. ജീവധാരണമായ വൈകാ രിക ശക്തി (Vital Emotive Force) ഹരിതബോധത്തിലധിഷ്ഠിതമാണ്.

പറുദീസയെക്കുറിച്ചുള്ള ഗൃഹാതുരത, കാല്പനികത, ലൈംഗികമായ ആന്തരികോർജ്ജത്തിലൂടെ നിലനിർത്തപ്പെടുന്ന ഊർവ്വരത എന്നിവ ക്കെല്ലാം പ്രതീകമായി വർത്തിക്കുന്നതാണ് ഹരിതത്വം നിറഞ്ഞ ഈ ബിംബഘടനം.

മേടുകളിലും കാടുകളിലും പെയ്യുന്ന മഴ, നിറഞ്ഞൊഴുകുന്ന പുഴ എന്നീ പ്രകൃതി ബിംബങ്ങൾ കൃതിയിലെ കാലഘടകവുമായി നിരന്തരം ബന്ധപ്പെടുന്നു. കഥാപാത്രങ്ങൾ ഭൂതകാലത്തിന്റെ ഓർമകളെ പുനർ സൃഷ്ടിക്കുന്നതും, പ്രകൃതിയുടെ ഗന്ധവും വിക്ഷോഭവും അറിയുന്നതും മഴയിലൂടെയാണ്. തോരാതെ പെയ്യുന്ന മഴ വേദപുസ്തകത്തിലെ പ്രളയ ത്തിന്റെ ഓർമകളുണർത്തുന്നു. ശമിക്കുന്ന മഴ പ്രളയാന്തരമുള്ള പുഷ്പ കാല പ്രകൃതിയുടേയും.

കഥാപാത്രങ്ങളുടെ ആദിപാപബോധത്തെ മറികടക്കുന്ന കാമത്തിന്റെ അനുഷ്ഠാനതലത്തെ നിർണയിക്കുന്നതിൽ മഴയ്ക്ക് പ്രധാന പങ്കുണ്ട്. യോഹന്നാന്റേയും സാറയുടേയും പ്രണയരംഗങ്ങൾ ബൈബിളിലെ 'ഉത്തമഗീത'ത്തെ യഥാതഥമായി പകർത്തിവെക്കുന്നു. ദിവ്യപ്രണയ ത്തിന്റെ ശക്തിയും കരുത്തും വെളിപ്പെടുത്തുന്നതാണ് ശലമോന്റെ ഉത്തമ ഗീതം. 'പ്രണയം മരണത്തെപോലെ ശക്തമാണ് എന്നും പ്രളയങ്ങൾക്ക് മുക്കിക്കൊല്ലാൻ കഴിയാത്തതാണ് എന്നുമുള്ള സന്ദേശമാണ് അവ നൽകുന്നതത്രെ.

'പ്രാവിൻ കണ്ണുപോലത്തെ കണ്ണ്, കോലാട്ടിൻ രോമം പോലെ തല മുടി, രോമം കത്രിച്ച് കുളിച്ച് വരുന്ന കോലാട്ടിൽ കൂട്ടം പോലെ പല്ല്; കടുംചുവപ്പ് നൂൽപോലെ അധരം, മധുരമുള്ള വായ്, കാട്ടുമരങ്ങളുടെ യിടയിൽ നാരകം, പാലുകൊണ്ട് കഴുകിയ കണ്ണ്, കവിൾ സുഗന്ധ സസ്യം, മുന്തിരിക്കുലയോടടുക്കുന്ന മാറിടം, പ്രിയപ്രാവ്.... (പു. 294). പാപം എന്നാൽ ലൈംഗികവേഴ്ച, എന്ന കാനോനിക്കൽ അപപാഠത്തിന് സംഗീതാത്മകവും കാല്പനികവുമായി ആദിമപ്രകൃതിയുടെ ബൈബിൾ പാഠത്തെ സ്ഥാപിക്കാനുള്ള ബോധപൂർവ്വമായ ശ്രമമിവിടെ കാണാം. വേദ പുസ്തകത്തിലെ സങ്കീർത്തനങ്ങളിൽ, കന്യാമറിയത്തെ വിശുദ്ധ ഭാര്യയായി സങ്കല്പ്പിക്കുന്നു. നിരാസക്തയും കുമാരിയുമായ ഒരുവളാ യിട്ടല്ല, രതിക്രിയയ്ക്ക് പാകമായ ഒരു സ്ത്രീയായിട്ടാണ് പ്രസ്തുത സങ്കല്പം. അവൾ ഗർഭത്തിൽപോലും സ്നേഹം പേറുന്നവളത്രെ. രതി ക്രിയയുടെ ഉച്ചമുഹൂർത്തത്തിൽ, സാറ വിശുദ്ധഭാര്യയായും യോഹ ന്നാൻ മനുഷ്യപുത്രനായും പ്രതീകവല്കരിക്കപ്പെടുന്നുണ്ട്.

ആവിഷ്കാരതന്ത്രം

ആയുസ്സിന്റെ പുസ്തകം എന്ന നോവലിന്റെ ആവിഷ്കാരരീതി ചെറു കഥയുടേതാണ്. നിരവധി ചെറുകഥകളുടെ കൂട്ടമായിത്തോന്നാവുന്ന തിര ക്കഥാസ്വരൂപം ഈ കൃതിക്കുമുണ്ട്. എൺപതുകളുടെ ആദ്യപകുതിയിൽ, പ്രതിബദ്ധ സാഹിത്യത്തിന്റെ ആധുനിക വക്താവ് എന്നറിയപ്പെട്ടിരുന്ന

കഥാകാരനാണ് സി.വി. ബാലകൃഷ്ണൻ. കലയെക്കുറിച്ചുള്ള പ്രതിബദ്ധതാദർശനം കളമെഴുത്ത് എന്ന കന്നിനോവലിന് രൂപഭാവങ്ങളുടെ ഏകാഗ്രശൈലി പ്രദാനം ചെയ്തിട്ടുണ്ട്. ഫ്യൂഡൽ കാലഘട്ടത്തിന്റെ ചൂഷണരീതികൾ പിന്മാറിത്തുടങ്ങുകയും നഗരമനുഷ്യന്റെ യാന്ത്രികമായ സംസ്കാരാധിനിവേശത്തെ നേരിടേണ്ടിവരികയും ചെയ്ത വേട്ടുവർ, പുലയർ തുടങ്ങിയ അടിസ്ഥാനവർഗങ്ങളുടെ മറ്റൊരു ദുരന്തകഥ പറയുന്നു പ്രസ്തുത കൃതി. ഫ്യൂഡലിസത്തിന്റെ കാർഷിക സന്ദർഭത്തിൽ അവർക്ക് വകവെച്ചുകിട്ടിയിരുന്ന എളിയ സുകൃതങ്ങൾകൂടി പുതിയ കാലത്ത് നഷ്ടമായത് ഗൃഹാതുരത്വത്തോടെ ഓർമ്മിച്ചെടുക്കുന്നു ഈ കൃതിയിലെ കിരാൻ എന്ന കഥാപാത്രം. പില്ക്കാല കൃതികളായ കണ്ണാടിക്കടൽ, മറുകര എന്നിവയിലെത്തുമ്പോൾ, കളമെഴുത്തിൽ ബാലകൃഷ്ണൻ സാധിച്ച ശൈലിയുടെ ഏകാഗ്രശരീരത്തിന് ശൈഥില്യം സംഭവിക്കുന്നു. ശിഥിലശില്പം രചനയുടെ മാത്രമല്ല, ദർശനത്തിന്റെ തന്നെ ഭാഗമാണെന്ന് ആയുസ്സിന്റെ പുസ്തകത്തിൽ കുറേക്കൂടി വ്യക്തമാകുന്നു.

ഫ്യൂഡലിസ്റ്റ് നഗരവല്ക്കരണവും അധീശത്വമുറപ്പിക്കുന്ന ഒരു സാമൂഹികാന്തരീക്ഷത്തിൽനിന്നും ഏറെ വിഭിന്നമാണ് ഒരു ഇടവകയിലെ സാമുദായിക പശ്ചാത്തലം. വിധി വിലക്കുകളുടെ പൊറുതികേടിൽ, ജീവിതവിപ്രതിപത്തിയിലേക്ക് ആളുന്ന ചില കഥാപാത്രങ്ങളെയാണ് ഇടവകയിൽനിന്നും ആയുസ്സിന്റെ പുസ്തകത്തിലേക്ക് സ്വീകരിച്ചിരിക്കുന്നത് എന്നത് ശ്രദ്ധേയമാണ്. കളമെഴുത്തിൽ, ജീവിതത്തെ വർഗപരമായി പുനർമൂലനം ചെയ്യാനുള്ള ശ്രമമാണ് മുന്തിനില്ക്കുന്നത്. സാമൂഹികമായ യാഥാർത്ഥ്യബോധത്തോട് വർഗപരമായ പ്രതിബദ്ധത ആ സമീപനത്തിലുണ്ട്. കഥാപാത്രങ്ങളുടെ സ്വയം ആയിത്തീരലിന് അവിടെ വലിയ സ്ഥാനമില്ല. കളമെഴുത്തിലെ വാസമല്ലിയേയും ആയുസ്സിന്റെ പുസ്തകത്തിലെ സാറായേയും താരതമ്യനിരീക്ഷണം ചെയ്താൽ ഇക്കാര്യം ബോധ്യപ്പെടുന്നതാണ്. സ്ത്രീത്വത്തിന്റെ നിസ്വതയും നിസ്സഹായതയും പിതൃദായ പാരമ്പര്യത്തിലെ പുരുഷാഹന്തകളുടെ തലയെടുപ്പും ഇരുഭാഗത്തുമുണ്ട് എന്നത് ശരിതന്നെ. എന്നാൽ വാസമല്ലിയുടെ ചാരിത്ര്യത്തെ വേട്ടയാടുന്നത് വർഗമേധാവിത്വത്തിന്റെ ഏകപക്ഷീയമായ അധികാരപ്രവണതയാണ്. ഗോത്രത്തിന്റെ കൂട്ടായ്മ മനോഭാവത്തെ നശിപ്പിക്കാനുള്ള കീഴടക്കലിന്റെ ചരിത്രപരമായ ലക്ഷ്യസൂചന അവിടെ കാണാം. സാറായിലാകട്ടെ, 'ഇടവക' എന്ന അധീശപ്രകൃതി മാത്രമല്ല, കഥാപാത്രമെന്ന നിലയ്ക്ക് സാറ നടത്തുന്ന, അസ്തിത്വ പ്രകൃതിയുടെ സ്വതന്ത്രമായ തിരഞ്ഞെടുപ്പ് (Free choice) കൂടി അവളുടെ ദുരന്തത്തിന് ഹേതുവായിത്തീരുന്നു. ആധുനികത സമ്മാനിച്ച ദർശനത്തിന്റേയും ശില്പസങ്കല്പത്തിന്റേയും വിലക്ഷണഭാരം ആയുസ്സിന്റെ പുസ്തകത്തിൽ ശരിയാംവണ്ണം പതിഞ്ഞിട്ടുണ്ട്.

ബോധധാരാ സമ്പ്രദായത്തിന്റെ ശുദ്ധഗതി ആയുസ്സിന്റെ പുസ്തകത്തിലില്ല. എന്നാൽ ബോധധാരാ സമ്പ്രദായത്തെ വളർത്തിയെടുക്കാവുന്ന 'വൈകാരിക വികിരണ സങ്കേതം' (Stream of flux) ഈ നോവലിലുണ്ട്. ഇതിഹാസ സമാന്തരമായ ഒരു അന്യാപദേശം തീർക്കാൻ സംഭവപരമ്പരാപ്രവാഹത്തെ (Stream of events) കഥാകാരൻ അടിസ്ഥാന മൂലകമാക്കുന്നു.

സംഭവപരമ്പരാപ്രവാഹത്തെ ഇതിഹാസാന്തരീക്ഷവുമായി മേളിപ്പിക്കുന്നിടത്ത് സിനിമയുടെ ആധുനിക സങ്കേതങ്ങളെക്കുറിച്ചുള്ള വ്യുൽപ്പത്തി കഥാകാരനെ സഹായിച്ചിട്ടുണ്ട്. കഥാപാത്രമനസ്സിന്റെ സങ്കീർണ്ണാവബോധത്തെ പ്രകാശിപ്പിക്കാൻ സിനിമയിൽ പ്രയോഗിക്കപ്പെടുന്ന ഒരു മാർഗമാണ് 'ശകലി തരംഗാവതരണം' (Fragmenting Technique) കഥാപാത്ര സാധ്യതകളെ വിജാതീയമായി കൂട്ടിയിണക്കി ആശയബിബംങ്ങൾക്കിടയിലെ സ്വരസ്ഥായിഭേദങ്ങളെ പുനർസൃഷ്ടിച്ചെടുക്കുക എന്ന മാർഗമാണിത്. നോവലിസ്റ്റ്, ചില കഥാപാത്രങ്ങൾക്ക് കല്പിച്ചു കൊടുക്കുന്ന ഇടം (Location) ചലനം (Movement) ബൈബിൾ സന്ദർഭങ്ങളെ ശകലീകരിച്ച് സ്വീകരിക്കൽ എന്നീ സ്ഥാനങ്ങളിലെല്ലാം ഈ സങ്കേതത്തെ രചനാപരമായ പ്രയോജനപ്പെടുത്തുന്നുണ്ട്. മനുഷ്യസഹജമായ നിസ്സഹായകതകളെ വെളിപ്പെടുത്തി കഥാപാത്രത്തിന്റെ ആന്തരികസത്യം പ്രകാശിപ്പിക്കുന്നതിന് ഇംഗ്മർ ബർഗ്മൻ തന്റെ സിനിമകളിൽ അനുവർത്തിക്കുന്ന ചലന-ക്രമ വ്യവസ്ഥ ബാലകൃഷ്ണന്റെ രചനയെ സ്വാധീനിച്ചിട്ടുണ്ട് എന്ന് വ്യക്തമാണ്. ബർഗ്മാന്റെ ഏഴാം മുദ്ര (Seventh seal) സിനിമയിലെ അന്റോണിയോ എന്ന കഥാപാത്രം മരണവുമായുള്ള ചെസ്സുകളിയിൽ പരാജയപ്പെട്ടുകൊണ്ടിരിക്കുകയാണ് എന്ന ഉൾബോധമുണ്ടായപ്പോൾ, തന്റെ ഏകാന്ത പ്രിയതമയായ കാരിൻ എന്ന സ്ത്രീയെ വളരെ നാളുകൾക്കുശേഷം സന്ധിക്കുന്നുണ്ട്. ക്യാമറ പല രീതിയിൽ ചലിപ്പിച്ചും കോണുകളുടെ വിസ്താരം വ്യത്യാസപ്പെടുത്തിയും സൃഷ്ടിച്ചെടുക്കുന്ന പ്രസ്തുത രംഗം മരണത്തെക്കുറിച്ചുള്ള ഭീതിയും ജീവന്റെ നിസ്സഹായതയും പ്രകടിപ്പിക്കുന്നു. തീൻമേശക്കരികിലിരുന്ന് കാരിൻ ഏഴാംമുദ്രയെക്കുറിച്ചുള്ള സൂക്തങ്ങൾ വായിക്കുന്നു. ഏകാന്തത കാമത്തിന്റെ രൂപത്തിൽവന്ന് തന്റെ ഭൂതകാല ചരിത്രത്തെ വലിച്ചുകീറുമെന്ന് തോന്നുന്ന ഒരു സന്ദർഭത്തിൽ നോവലിലെ സാറ എന്ന കഥാപാത്രം സമാനമായൊരു സാഹചര്യത്തെ നേരിടുന്നുണ്ട്.

ശകലിത രംഗാവതരണരീതി പല കഥാപാത്രങ്ങളുടേയും ആന്തരികത്വരയെ ഇതിഹാസ സമാനമായ അന്തരീക്ഷത്തിലേക്ക് കൊണ്ടുവരാൻ കഥാകാരനെ സഹായിക്കുന്നു. ഈ രീതി തരം താഴ്ന്ന കാല്പനികതയിലേക്ക് പതിക്കുന്ന സന്ദർഭങ്ങളും നോവലിൽ കുറവല്ല. ഏതായാലും നോവലിന്റെ ഒരു ശൈലീസവിശേഷതയായി ഇത് അംഗീകരിക്കേണ്ടതുണ്ട്.

പതിന്നാല്

സ്മൃതിനാശത്തിന്റെ കഥാഭൂപടം

കുടുംബവും കുട്ടിയുമുള്ള ഗോവിന്ദവർമരാജായെന്ന ബാങ്ക് ഓഫീസർക്ക് ഒരു തീവണ്ടിയപകടത്തിൽ സ്മൃതിനാശം സംഭവിക്കുന്നതും വടക്കൻ കേരളത്തിലെ അതിയന്നൂർ എന്ന തീരദേശപ്രദേശഗ്രാമത്തിൽ ശാരദ എന്ന മുക്കുവസ്ത്രീയുടെ കുടിലിൽ അവളുടെ സഹോദരൻ കുഞ്ഞിക്കൃഷ്ണനായി അപരജീവിതം നയിക്കുന്നതും നാഗരിക ജീവിതത്തിന്റെ പൊല്ലാപ്പുകളിൽ നിന്നുമാറി നൈസർഗിക ജീവിതം ആസ്വദിക്കുന്നതുമാണ് കെ.പി. രാമനുണ്ണിയുടെ ജീവിതത്തിന്റെ പുസ്തകമെന്ന കൃതിയുടെ ഇതിവൃത്തം.

അതേ തീരദേശ ഗ്രാമത്തിലുള്ള വിജയൻ, ശ്യാമള, ജനാർദ്ദനൻ, ചിത്രൻ, സുബൈദ, മാധവൻ മുതലായ പല ശ്രേണിയിലുള്ള ആളുകളുമായുള്ള ബന്ധത്തിലൂടെ കൊരുത്തുവയ്ക്കപ്പെടുന്ന നൈസർഗിക ജീവിതത്തിന്റെ ഒരു നിർമിതിയാണ് ഈ കഥ.

കുടുംബത്തിന്റെയും നാഗരിക ജീവിതത്തിന്റെയും സമ്മർദതന്ത്രങ്ങളിൽനിന്നും വിരസതയിൽനിന്നും അകന്ന് പച്ചയായ ജീവിതത്തെ പ്രാകൃതികമായ വികാരത്തോടെ നുകരാൻ ആഗ്രഹിക്കുന്ന മനുഷ്യസ്വാതന്ത്ര്യത്തെക്കുറിച്ചുള്ള ഈ കഥയ്ക്ക് ഇക്കാലത്ത് വല്ല അടിസ്ഥാനവുമുണ്ടോ? മനുഷ്യസ്വാതന്ത്ര്യം എന്ന ആശയത്തെ വിമോചനപരമെന്നോണം മലയാളത്തിലെ ആധുനിക കൃതികളിൽ എമ്പാടും അടയാളപ്പെടുത്തുകയുണ്ടായിട്ടുണ്ട്. പട്ടത്തുവിളയും മുകുന്ദനും കാക്കനാടനും അത്തരമൊരു ജീവിതവീക്ഷണത്തെ നന്നായി കൊണ്ടാടിയിട്ടുണ്ട്. സ്വത്വനാശത്തിന്റെ ആവിഷ്കാരമെന്ന തരത്തിൽ ഇവ പലമട്ടിൽ വിലയിരുത്തപ്പെടുകയുമുണ്ടായി. അത്തരത്തിലുള്ള ഒരു കഥയാണോ ജീവിതത്തിന്റെ പുസ്തകം പറയാൻ ശ്രമിക്കുന്നത്? സ്വത്വം എന്ന ആശയം ഉത്തരകാല ജീവിതത്തിൽ മാറിപ്പോയല്ലോ! ഒരു രൂപകം എന്ന നിലയ്ക്ക് ശരീരത്തെ അടയാളപ്പെടുത്തിയ ആധുനികതയുടെ ആവിഷ്കാരം വിട്ടിട്ട് നോവൽ എന്ന ആഖ്യാനം തന്നെ ഇത്തരമൊരവസ്ഥയുടെ

പ്രകാശനമായി ഇന്നു മാറിയിട്ടുണ്ട്. പുതിയ കഥാപ്രപഞ്ചത്തിൽപോലും പൗരസമൂഹത്തിന്റെ പഴയ ആശയങ്ങൾ ഇന്നില്ല.

അണുകുടുംബ സമ്മർദ്ദങ്ങൾ

കേരളീയരെ സംബന്ധിച്ചിടത്തോളം സാമൂഹിക ചിന്തയിൽ പ്രത്യാഘാതമുണ്ടാക്കിയ പ്രഥമവും പ്രധാനവുമായ പ്രതിഭാസം അണുകുടുംബ വ്യവസ്ഥയത്രെ. അതിന് ഉപോദ്ബലകമായിത്തീർന്ന സാമൂഹിക ഘടകം ഗൾഫ് കുടിയേറ്റമായിരുന്നു. പെട്രോഡോളർ സാമ്പത്തിക വ്യവസ്ഥയെ ഹരിതപ്രകൃതിസമ്പത്തുള്ള കേരളത്തിന്റെ സ്ഥലരാശിയിൽ ആരോഗ്യകരമായി വിനിയോഗിക്കാനുള്ള ദീർഘവീക്ഷണം നമ്മുടെ രാഷ്ട്രീയ നേതൃത്വത്തിന് ഇല്ലാതെ പോയി. ഉപഭോഗം മൂലവ്യവഹാരമായി തീരുകയും കേരളത്തെ മൊത്തത്തിൽ ഒരു ചെറുനഗരമായി അത് മാറ്റിയെടുക്കുകയുമുണ്ടായി. ആധുനികത വിഭാവനം ചെയ്ത വ്യവസായീകരണ പ്രക്രിയ മന്ദീഭവിച്ചതുമൂലം കേരളത്തിലെ തൊഴിൽ മേഖല നിർജ്ജീവമായിത്തീർന്നു. ഒരു വാണിജ്യ സമൂഹമായി കേരളം അടയാളപ്പെട്ടില്ല. മറിച്ച് പെട്രോഡോളർ സമ്പദ്വ്യവസ്ഥ പുതിയ ഉപഭോഗശീലങ്ങളിലൂടെ അണുകുടുംബ വ്യവസ്ഥയിലേക്ക് പരിഭാഷപ്പെടുകയാണുണ്ടായത്. വ്യവസായ സമൂഹത്തിലെന്നപോലെ മനുഷ്യാദ്ധ്വാനം പ്രയോജനപ്പെടുത്തി നഗരവത്ക്കരണത്തിന്റെ കാമനകളെ സമരസപ്പെടുത്താനുള്ള ശ്രമത്തിൽ കേരളം പരാജയപ്പെട്ടു. നമ്മുടെ സാമൂഹിക മനഃശാസ്ത്ര വിചിന്തനത്തിൽ പലപ്പോഴും കാണാതെപോയൊരു സംഗതിയാണിത്.

കേരളീയരുടെ സാക്ഷരതയെ ത്വരിതപ്പെടുത്തുന്നതിൽ ഇടതുപക്ഷ രാഷ്ട്രീയ സാമൂഹിക സംരംഭങ്ങൾക്ക് പ്രധാന പങ്കുണ്ടെങ്കിലും ഉപഭോഗവ്യവസ്ഥയുടെ തിമിരപ്പാച്ചിലിൽ സാക്ഷരതയുടെ സദ്ഫലങ്ങൾ മറ്റൊരു ദിശയിലേക്ക് സഞ്ചരിക്കുകയാണുണ്ടായത്. കാർഷികോത്പാദന മേഖലയെ കയ്യൊഴിയുകയും എന്നാൽ വ്യവസായ സമൂഹമായി മാറുന്നതിൽ പരാജയപ്പെടുകയും ചെയ്തതാണ്, കേരളമെന്ന ദേശത്തിന്റെ ദുരവസ്ഥ. ഉയർന്ന സാക്ഷരതയും ഫ്യൂഡൽ മൂല്യ സമ്പ്രദായങ്ങളും കൂടിക്കുഴഞ്ഞ് ഒരു അപര സംസ്കാരമായി തീരാനായിരുന്നു കേരളത്തിന്റെ വിധി. ഈ ഉപഭോഗ സാംസ്കാരിക മനോഭാവം കേരളീയ ശരീരത്തെ വെറും കാല്പനിക കാമനകളുടെ അധികാരകേന്ദ്രമാക്കി മാറ്റുകയും പുരുഷ മേൽക്കോയ്മയുടെ വ്യവസ്ഥയാക്കി അതിനെ പരിവർത്തിപ്പിക്കുകയും ചെയ്തു. പുതിയ സാങ്കേതിക വിദ്യയിൽ അഭിരമിക്കുകയും സ്വകീയ ജീവിത കാമനകളെ കാല്പനികവത്കരിക്കുകയും ചെയ്തുകൊണ്ട് നാമുണ്ടാക്കിയ ചരിത്രം ഒരു ഞാണിന്മേൽക്കളിയെന്ന രൂപത്തിൽ വരച്ചിടുകയുമാണ് 'ജീവിതത്തിന്റെ പുസ്തകം'. സ്മൃതിനാശം (Amnesia) എന്ന ആശയം ഈ കൃതിയിൽ മുഖ്യമായിത്തീരുന്നതിന്റെ സൂചന മറ്റൊന്നല്ല. കാല്പനിക സദാചാരത്തിന്റെ ഇരുമ്പുകോട്ടയ്ക്കകത്ത് സ്മൃതിനാശമെന്ന ആശയം മനുഷ്യജീവിതത്തിന്റെ പുതിയ പ്രത്യയശാസ്ത്രമായി മാറുന്നു.

ഷൂസെ സരമാഗുവിന്റെ അന്ധത (Blindness) എന്ന കൃതിയിൽ, അന്ധത ശരീരത്തിന്റെ രോഗമായല്ല, രോഗാതുരമായ സാമൂഹിക മനഃശ്ശാസ്ത്രത്തിന്റെ ഒരു മെറ്റഫർ എന്ന നിലയ്ക്ക് പ്രാമുഖ്യം നേടുന്നു. ഏതാണ്ട് അതിനോട് സമാനമായ ഒരു മെറ്റഫറാണ് ഗോവിന്ദവർമ രാജ അനുഭവിക്കുന്ന സ്മൃതിനാശം. അതതുകാലത്തെ, ജീവിതരീതിയും സാങ്കേതികവിദ്യയും ശരീരമെന്ന സങ്കല്പത്തിൽ മാറ്റങ്ങൾ ആവശ്യപ്പെട്ടു കൊണ്ടിരുന്നു. മണിപ്രവാള കൃതികളിൽ സവർണ ഫ്യൂഡൽ കാലഘട്ടത്തിന്റെ ശരീരശാസ്ത്രം കാണാം. വ്യവസായയുഗവും അതിന്റെ സാങ്കേതികവിദ്യയും മനുഷ്യശരീരത്തെ സ്ഥാപനവത്കൃതമായ മറ്റൊരു ആശയമാക്കി മാറ്റിത്തീർക്കുകയുണ്ടായി. ചാർളി ചാപ്ലിന്റെ സിനിമകളിൽ ഇതിന് എമ്പാടും ഉദാഹരണങ്ങളുണ്ട്. പ്രതീതി യാഥാർത്ഥ്യത്തെ ആവിഷ്കരിക്കുന്നതിൽ മുൻതൂക്കമുള്ള സിനിമയെന്ന കലാരൂപം പിൽക്കാല ശരീരസങ്കല്പത്തെ നിർമിച്ചെടുക്കുന്നതിൽ മുഖ്യപങ്ക് വഹിക്കുകയുണ്ടായി. വ്യക്തിഗതമായ സ്വപ്നചിത്രങ്ങളെ (Fantasies) അപസർപ്പകാത്മകമായി വരച്ചിടുമ്പോൾ വ്യക്തിയും സമൂഹവും തമ്മിലുള്ള ബന്ധത്തെക്കുറിച്ചുള്ള ആശയത്തിൽ വിള്ളലുകൾ വീഴുന്നു. വിവര സാങ്കേതിക വിദ്യയുടെ പുതിയ സമൂഹം ശരീരമാത്രസമൂഹം (Somatic Society) എന്ന ആശയത്തിനുതന്നെ പിറവികൊടുത്തു. ഉത്തരാധുനിക ശരീരമെന്നൊക്കെ നാം പറയുന്നത് അതുകൊണ്ടാണ്.

രാമനുണ്ണിയുടെ സാഹിത്യത്തിൽ ശരീരത്തിന് ഇമ്മട്ടിലുള്ള ആശയനവോന്മേഷം കൈവരുന്നു. ശരീരത്തിന്റെ ഒരു മണിപ്രവാള ഭാഷതന്നെ നർമത്തിൽ / പാരഡിയിൽ ചാലിച്ച് അവ അവതരിപ്പിക്കുന്നു. 'പുരുഷവിലാപം' എന്ന സമാഹാരത്തിലെ മിക്ക കഥകളും ഇതിന് ഉദാഹരണമാണ്. ശരീരം ലിംഗം (Gender) എന്നപോലെതന്നെ ഒരു സാമൂഹിക നിർമ്മിതിയാണെന്ന് കാൾമാർക്സ് മുമ്പേ നിരീക്ഷിച്ചിട്ടുണ്ട്. ഇലക്ട്രോണിക് യുഗം തുറന്നിട്ട ദൃശ്യസംസ്കാര വ്യവസായം ശരീരത്തിന് തദനുസൃതമായ ഒരു പ്രത്യയശാസ്ത്രം തന്നെ നിർമിച്ചു. കേരളത്തെപോലെ ഉപഭോഗാധിഷ്ഠിത ജീവിതക്രമത്തിൽ ആനന്ദിക്കുന്ന സമൂഹം ഈ പ്രതീതി ശാരീരിക വ്യവസ്ഥയ്ക്ക് പൊടുന്നനെ കീഴ്പെടുന്നതും ഉത്തരകാല മൂല്യസമ്പ്രദായത്തെ നിർമിച്ചെടുക്കുന്നതും കാണാം.

ഓർമ ഒരു രാഷ്ട്രീയ രൂപകമെങ്കിൽ മറവിയോ?

ഓർമ ഒരു രാഷ്ട്രീയ രൂപകമാണ്. യൂറോപ്പിലെ ആധുനിക കലയും സാഹിത്യവും വ്യവസായിക സംസ്കാരം അടിച്ചമർത്തിവെച്ച ഓർമയെ തിരിച്ചുപിടിക്കുന്നതിൽ സജീവസാന്നിധ്യമായി മാറുകയുണ്ടായി. യാന്ത്രികവും സ്ഥാപനലത്കൃതവുമായ അഹങ്കാരങ്ങൾക്കെതിരെയുള്ള രാഷ്ട്രീയ രൂപകമായി (Political Metaphor) ഓർമ എന്ന ഘടകത്തെ അവ നന്നായി താലോലിക്കുന്നു. കമ്പ്യൂട്ടറിനേക്കാളും വേഗത്തിൽ പ്രവർത്തിക്കുന്ന ഓർമയെന്ന പ്രതിഭാസം സാംസ്കാരിക നിർമിതിയിൽ ചരിത്രപരമായ സാന്നിധ്യം ആവശ്യപ്പെടുന്നു എന്നതത്രേ അതിന്റെ മൂല്യം. നവമുതലാളിത്തവും അതിന്റെ യന്ത്രമാർഗമായ പ്രതീതി

സാങ്കേതിക വിദ്യകളും ഓർമയെ ശിഥിലീകരിക്കുന്നതിൽ വലിയ പങ്ക് വഹിച്ചിട്ടുണ്ട്. ഈ പ്രതിഭാസത്തെ സ്മൃതിനാശമെന്ന ആശയംകൊണ്ട് നേരിടേണ്ടിവരുമെന്ന മുന്നറിയിപ്പ് പല സാഹിത്യകൃതികളും മുന്നോട്ടു വെക്കുന്നു. ആയതുകൊണ്ടുതന്നെ മറവി നഷ്ടപ്പെട്ടുപോയ ജൈവിക ജീവിതവ്യവസ്ഥയെ തിരിച്ചുപിടിക്കാനുള്ള രാഷ്ട്രീയ സൂചകമായി കാണാവുന്നതാണ്.

ഉത്തരകഥാ ദിശാസൂചി

പഴയപോലെ കഥാപാത്രങ്ങളെ അവതരിപ്പിക്കുകയല്ല പുതിയ നോവൽ. സങ്കീർണമായ സാമൂഹിക ചുറ്റുപാടുകളുടെ ഒരു രൂപകം മാത്ര മാണത്. അവയ്ക്ക് അനുഭവ ശരീരം വലിയ ഭാരമല്ല. 'ജീവിതത്തിന്റെ പുസ്തക'ത്തിലെ ഗോവിന്ദവർമ രാജ സ്മൃതിനാശത്തിലൂടെ കൂടുവിട്ടു മാറിക്കൊണ്ട് അപരമായ ഒരു അനുഭവശരീരത്തെ സൃഷ്ടിച്ചെടുക്കുകയും യന്ത്രസംസ്കൃതകൃതികൾ നഷ്ടമാക്കിയ ജൈവശരീരത്തെക്കുറിച്ചുള്ള കാമനകളെ മനശ്ശാസ്ത്രപരമായി ആവിഷ്കരിക്കുകയും ചെയ്യുന്നു. തീവ ണ്ടിയപകടവും തുടർന്നുള്ള സ്മൃതിനാശവും അതിനുള്ള കളമൊരു ക്കുന്ന അതിയന്നൂർ കടപ്പുറത്തെ ജീവിതവുമെല്ലാം സ്വയം സൃഷ്ടിച്ചെ ടുക്കുന്ന ഒരു ലൊക്കേഷൻ മാത്രമാണ്. യഥാർത്ഥത്തിൽ അങ്ങനെയൊരു ഗ്രാമമോ ജീവിതമോ ഇല്ല. കേരളീയരുടെ കപടസദാചാരമൂല്യങ്ങൾക്കു നേരെയുള്ള ഒരു ഷോക്ക് ട്രീറ്റ്മെന്റ് മാത്രമാണത്. പുതിയ സാങ്കേതിക ജീവിതവും അവയ്ക്ക് അടിമപ്പെട്ട മനുഷ്യജീവിതവും ഒളിഞ്ഞു നോട്ടത്തെക്കുറിച്ചുള്ള പരികല്പനകൾ മാറ്റിയെഴുതുക തന്നെ ചെയ്തു. ഇവയെ നേരിടാൻ ക്ലിനിക്കൽ മനശ്ശാസ്ത്രത്തിന്റെ വസ്തുതപരമായ അകമ്പടിയോടെ ഈ കൃതി ഒരു പരിധിവരെ ശ്രമിക്കുന്നുണ്ട്.

സ്മൃതിനാശം മനസ്സാവരിച്ചുകൊണ്ടല്ലാതെ ജൈവസമൂഹത്തെക്കുറി ച്ചുള്ള ആലോചന അസാധ്യമായിരിക്കുന്നു എന്ന അറിവ് ഈ കൃതി മുന്നോട്ടുവെയ്ക്കുന്നു.

ഉത്തരകാല ജീവിതത്തിന്റെ സദാചാരമുറകളെ പലമാതിരി വിമർശി ക്കുന്നുവെങ്കിലും പലമയുടെ രൂപത്തിലുള്ള സാമൂഹികവ്യവസ്ഥയെ അഭി മുഖീകരിക്കുന്നതിൽ ത്രാണി കാണിക്കുന്നില്ല എന്നതത്രെ 'ജീവിതത്തിന്റെ പുസ്തക' ത്തിന്റെ പരാജയം. ഒളിഞ്ഞുനോട്ടത്തിന്റെ നവകാല്പനിക കാമനകളെ ഉന്മൂലനം ചെയ്യാൻ ഈ കൃതിക്ക് ആയിട്ടില്ല. അതുകൊണ്ടു തന്നെ പൊതുസമൂഹത്തിന്റെ പുതിയ മാനങ്ങളെ പ്രകാശിപ്പിക്കുന്നതിൽ 'ജീവിതത്തിന്റെ പുസ്തകം' വേണ്ടത്ര വിജയം കണ്ടിട്ടില്ല. അതുകൊണ്ടാ കണം സ്മൃതിനാശം എന്ന സങ്കല്പത്തെ രാഷ്ട്രീയമായി മുതലെടുക്കാൻ ഈ കൃതിക്ക് കഴിയാതെ പോയത്. ഉത്തര സമൂഹത്തിന്റെ അസ്തിത്വ പ്രശ്നങ്ങളെ എന്തുകൊണ്ട് മലയാളനോവലിന് വേണ്ട രീതിയിൽ അഭി സംബോധന ചെയ്യാനും അതിന്റെ പൊരുളുകളെ ചിത്രീകരിച്ച് കലയുടെ സാങ്കേതിക മാനത്തെ പുതുക്കിപ്പണിയാനും നമുക്കു കഴിയുന്നില്ല എന്ന ചോദ്യം കൂടി അവശേഷിപ്പിക്കുന്നു 'ജീവിതത്തിന്റെ പുസ്തകം.'

പതിനഞ്ച്

നോവലിന്റെ മരണം

നോവലിന് കഥയും ഇതിവൃത്തവും കഥാപാത്രങ്ങളും വേണോ? ഇതൊന്നുമില്ലാതെ ഒരു പരിണാമഗുപ്തി ഉണ്ടാകില്ലേ? ആദ്യത്തെ ചോദ്യത്തിന് വേണമെന്നും, രണ്ടാമത്തേതിന് ഇല്ല എന്നുമാണ് കണിശക്കാര(രി)നായ നിങ്ങളുടെ ഉത്തരമെങ്കിൽ നിങ്ങൾ ഒരു മുന്തിയ വായനക്കാരനല്ല. സുനിൽ എഴുതിയ 'വിക്രമാദിത്യം' എന്ന നോവൽ വായിച്ചു നോക്കൂ. ഇക്കാര്യം വ്യക്തമാകും. എന്നാൽ ഈ നോവലിനെ പഴഞ്ചൻ രീതിയിൽ ഒരു ആന്റി നോവൽ എന്നു വിളിക്കാനുമാകില്ല,

അൻപതു ചോദ്യങ്ങളടങ്ങിയ ഒരു പ്രശ്നോത്തരി നിങ്ങളുടെ മുമ്പിലുണ്ട്, ഓരോ ചോദ്യത്തിനും നാലുത്തരങ്ങൾ, അതിൽ ശരിയുത്തരം 'ടിക്' ചെയ്യാം. ഉത്തരം എഴുതിയാലുമില്ലെങ്കിലും നോവലിന്റെ വായനയിൽ നിങ്ങളുത്സാഹത്തോടെ പങ്കെടുക്കുകയാണ്. മേൽപറഞ്ഞ ഉത്തരങ്ങളിൽ എല്ലാം ശരിയാകാം, തെറ്റുമാകാം. അല്ലെങ്കിൽ ചിലതു തെറ്റും, ചിലത് ശരിയുമാകാം. ഇത്തരം ഗതികേടിൽപ്പെട്ടുഴലുമ്പോഴാണ് വിക്രമാദിത്യകഥകളിൽ പഴയ രാജാവും വേതാളവും നിങ്ങളുടെ സഹായത്തിനെത്തുന്നത്. രാജാവിനെപ്പോലെ വേതാളക്കഥയുടെ ഉത്തരം പറയാൻ ബാദ്ധ്യസ്ഥമാകുന്നിടത്താണ് വായനക്കാരൻ വീണ്ടും സജീവമാകുന്നത്. ഈ വിക്രമാദിത്യനും വേതാളവും പഴയ കഥകൾ ആവർത്തിക്കുകയല്ല, കേരളീയ സമൂഹത്തെക്കുറിച്ചുള്ള പുതിയ കഥകൾ അവതരിപ്പിക്കുകയാണ്. പരീക്ഷാർഥിയെ സംബന്ധിച്ചിടത്തോളം ഒരുത്തരമേ ശരിയാകുകയുള്ളൂ. വായനക്കാരൻ നിരവധി ഉത്തരങ്ങളുടെ തടവിന് വിധിക്കപ്പെടുന്നു.

അനുമാനവാക്യങ്ങളും സദൃശ്യവാക്യങ്ങളും ഉൾപ്പെടുന്ന കാവ്യശകലങ്ങളുടെ അനുബന്ധങ്ങൾ ഈ നോവലിലുണ്ട്. കൂടാതെ, അമ്പതു ചോദ്യങ്ങളുടെ ക്രിയ ചെയ്തുകൂട്ടിയ കോറിവരഞ്ഞ പുറങ്ങളുടെ ഒരനുബന്ധവും. നോവലിൽ ഗ്രന്ഥകർത്താവ് സൃഷ്ടിക്കുന്നത് കഥയും കഥാപാത്രങ്ങളും കഥാസന്ദർഭങ്ങളുമല്ല. വേതാളമുത്പാദിപ്പിക്കുന്ന കഥകളിലാവട്ടെ, ഇപ്പറഞ്ഞവയെല്ലാം ചെറുസൂചകങ്ങളായി മാത്രം

തല കാണിക്കുന്നു. കേരള സമൂഹത്തിന്റെ ദുർബലമായ ഒരു സാംസ്കാരിക പാരഡിയായി നോവൽ തീരുന്നു. ഈ നോവൽ എടുത്തു വായിക്കുമ്പോൾ വായനക്കാരൻ ക്ഷീണിക്കുന്നില്ല - കോട്ടുവാ ഇടുന്നില്ല - എന്തുകൊണ്ട്?

മേൽപ്പറഞ്ഞ ചോദ്യങ്ങൾക്ക് ചില ഉത്തരങ്ങൾ : കൊളോണിയൽ ഉത്പന്നമാണ് മലയാളിയെ സംബന്ധിച്ചിടത്തോളം നോവൽരൂപം. അതിന് തദനുസൃതമായ യുക്തിയും നിയമാവലികളുമുണ്ട്. അവ പാലിക്കപ്പെടുന്നെങ്കിൽ നോവൽ നല്ലത് എന്ന് വിലയിരുത്തപ്പെടുന്നു. ഇല്ലെങ്കിലോ? ചില പരീക്ഷണങ്ങൾ മാറ്റി നിർത്തിയാൽ മലയാളത്തിലെ നോവലുകൾ ഇന്നും കൊളോണിയൽ നിയമാവലികളെ അനുസരിച്ചുപോരുന്നവയാണ്. ഒരു പരീക്ഷാർഥിയെ എന്നപോലെ ശരിയുത്തരങ്ങൾ കണ്ടുപിടിച്ച ചോദ്യകടലാസ് പൂരിപ്പിക്കാനുള്ള നോവലനുശീലനം അത് നമുക്ക് നൽകി. അതുകൊണ്ടുതന്നെ പരമ്പരാഗതമായി നമ്മുടെ കഥകളിലും സങ്കല്പങ്ങളിലുമുള്ള രൂപങ്ങളെ കഥാനിർമ്മിതിക്കകത്തേക്ക് കൊണ്ടുവരുന്നതിൽ കൊളോണിയൽ വാൽ നമ്മുടെ കലാകാരന്മാർക്ക് എന്നുമൊരു തടസ്സമായിരുന്നു. ആ തടസ്സത്തെ വേറൊരു രീതിയിൽ സുനിലിന്റെ 'വിക്രമാദിത്യം' ഇങ്ങനെ അവതരിപ്പിക്കുന്നു. ഇപ്പോഴിതാ തന്നിരിക്കുന്ന ഉത്തരകടലാസിനൊരു സവിശേഷത. ചോദ്യങ്ങൾക്കൊപ്പം കൊടുത്തിട്ടുള്ള എ, ബി, സി, ഡി ഉത്തരങ്ങളിൽ ശരിയുത്തരത്തിന്റെ വളയത്തിൽ ചിഹ്നമിടുക.

ദൈവമേ! ഇതെന്ത് കാലമാറ്റം.

തെറ്റിന്റെ അടയാളം വളയത്തിന്റെ ആവരണത്തിലായാൽ ശരിയാകുമെന്നോ (പു.71)

ഈ പുസ്തകം പ്രസിദ്ധീകരിച്ചിരിക്കുന്നത് ഡെൽഗേറ്റ് ബുക്സാണ്. ഈ പുസ്തകത്തെ അവർ പരിചയപ്പെടുത്തുന്നതിങ്ങനെ. 'ഞങ്ങളുടെ അജണ്ടയിലില്ലാത്തൊരു പുസ്തകം കൈയെഴുത്തുപ്രതി കത്തിക്കാൻ ധൈര്യം കാണിക്കുമ്പോൾ അർഥസങ്കല്പങ്ങൾ തകിടം മറിഞ്ഞ് അതിവ്യാപനം നടത്തുന്ന ഭാഷാവ്യവഹാരങ്ങളുള്ള ക്രമരഹിതകാലം." എന്നെഴുതുമ്പോൾ ശ്രദ്ധിക്കണം. ഡെൽഗേറ്റ് ബുക്സിന്റെ ആദ്യത്തെ / അവസാനത്തെ സാഹിത്യപുസ്തകം.

വിക്രമാദിത്യത്തിൽ ഒരു ക്രമവും ക്രമംതെറ്റലും (അക്രമം എന്നു പറഞ്ഞാലും ശരിയാണ്) ഉണ്ട് എന്ന് ഇപ്പോൾ നമുക്ക് ബോദ്ധ്യമായി. അതുകൊണ്ട് തന്നെ വിക്രമാദിത്യകഥകളുടെ വായനക്കാരനെ / കേൾവിക്കാരനെ പുതിയ സന്ദർഭത്തിൽ സ്ഥാപിച്ചുകൊണ്ട് വിക്രമാദിത്യ കഥകൾത്തന്നെ മാറ്റിപ്പണിയാനുള്ള ശ്രമമാകുന്നു കഥാകാരന്റേത്.

ആധുനികാനന്തര കലാപരിസര സൈദ്ധാന്തിക വിചാരത്തെ പ്രബലമാക്കുന്ന ഒന്ന് ഗ്രന്ഥകർത്താവിന്റെ മരണം എന്ന ആശയമാണ്. മറ്റൊരർഥത്തിൽ കൃതിയിലെ സാമൂഹിക കർതൃത്വത്തെ തിരിച്ചുപിടിക്കലാണ്.

വിക്രമാദിത്യം എന്ന നോവൽ കലാപരമായ ശാഠ്യത്തോടെ തന്നെ ഇത്തരമൊരു പ്രവൃത്തിചെയ്യുന്നു. കേരളത്തിൽ സജീവമായ നിരവധി സാമൂഹിക പ്രശ്നങ്ങളെ പ്രശ്നോത്തരിയുടെ സദൃശ്യവാക്യങ്ങളിലേക്ക് പരാവർത്തനം ചെയ്ത്, വേതാളകഥ ഉപയോഗിച്ച് അവയ്ക്ക് ഒരു അതിസൂചക വ്യവസ്ഥ ഉണ്ടാക്കുന്നു. പാരഡിയുടെ രഹസ്യസങ്കേതം ഉപയോഗിച്ച് സമൂഹത്തിലേക്ക് നിസ്സംഗമായ ഒരു ജനൽപ്പാളി തുറന്നിടുന്നു. വൈകാരികമായ ജീവിത പ്രകാശനവൃത്തത്തിലേക്ക് ഇവ പോകുന്നേയില്ല. കഥാപാത്രങ്ങൾ ട്രാജഡികളോ കോമഡികളോ ആയിത്തീരുന്നില്ല. മറ്റൊരർത്ഥത്തിൽ കഥാപാത്രങ്ങളുടെ ഉടമ ഗ്രന്ഥകർത്താവല്ല. ഒരു പരീക്ഷ നടത്തിപ്പുകാരന്റെ ഭാഗമഭിനയിക്കുകയാണയാൾ. അതേസമയം വായനക്കാരെക്കുറിച്ചുള്ള വേവലാതിയേ ഗ്രന്ഥകർത്താവിനില്ല. കർതൃത്വത്തിന്റെ സാമൂഹികതലം വ്യക്തിയെ ഉച്ചാടനം ചെയ്യും. കൃതിയുടെ അന്ത്യത്തിൽ അമ്പതുചോദ്യങ്ങളേയും ആവർത്തിക്കുകയും അവയ്ക്കുത്തരം എഴുതാനുള്ള ഇടം അടയാളപ്പെടുത്തിക്കൊണ്ട് നോവൽ അവസാനിക്കുകയും ചെയ്യുമ്പോൾ അത് കേവലമൊരു പരീക്ഷമാത്രമായിത്തീരുന്നു. എല്ലാ നോവൽ സമ്പ്രദായങ്ങളുടെയും മരണവും ഈ ലേഖനം ഇങ്ങനെ ഉപസംഹരിക്കാം. വിക്രമാദിത്യകഥകൾക്ക് പല കഥാരൂപങ്ങളുണ്ടായേക്കും എന്നാൽ പ്രശ്നോത്തരി രൂപത്തിലുള്ള നോവൽ ഇതൊന്നേ ഉണ്ടാകൂ. ക്ലീഷേ ഒരു പരിമിതിയാണ്. ■

BIBLIOGRAPHY

1. കെ.പി. അപ്പൻ. കലഹവും വിശ്വാസവും. കോട്ടയം: ലിറ്റിൽ പ്രിൻസ് പബ്ലിക്കേഷൻസ്,1983.
2. ഇബ്നുഖൽദൂൻ. മുഖദ്ദിമ-മനുഷ്യചരിത്രത്തിന് ഒരാമുഖം. വിവ. മുട്ടാണിശ്ശേരിയിൽ എം. കോയക്കുട്ടി.കോഴിക്കോട്: മാതൃഭൂമി പ്രിന്റിംഗ് &പബ്ലിഷിംഗ് കമ്പനി,1984.
3. ഇരാവതി കാർവേ. മഹാഭാരതപഠനങ്ങൾ. വിവ. പി. ആർ. നായർ. കോഴിക്കോട്: ജനശക്തി പബ്ലിക്കേഷൻസ്,1990.
4. കുട്ടിക്കൃഷ്ണമാരാർ. ഭാരതപര്യടനം. കോഴിക്കോട്: മാരാർ സാഹിത്യ പ്രകാശം,1983.
5. റോജർ ഗറോദി.കലയും മാർക്സിസവും. വിവ. കെ. എസ്. നാരായണപിള്ള . കോഴിക്കോട്: മൾബറി ബുക്സ്,1986.
6. സി . എച്ച്. ഗംഗാധരൻ. മയ്യഴി. മയ്യഴി: ബുക്സ് സ്ക്വയർ പ്രസിദ്ധീകരണം,1987.
7. എം.എം. ഗോവിന്ദൻ. ഗോവിന്ദന്റെ ഉപന്യാസങ്ങൾ. കോട്ടയം : സാഹിത്യപ്രവർത്തക സഹകരണ സംഘം, നാഷ്ണൽ ബുക്സ്റ്റാൾ, 1986.
8. കെ.എം. തരകൻ. നോവൽ ദർശനം. കോട്ടയം: നാഷ്ണൽ ബുക്സ്റ്റാൾ,1984.
9. നിത്യചൈതന്യയതി. ഭഗവത്ഗീതാ സ്വാധ്യായം ഭാ.2,3.വർക്കല: നാരായണഗുരുകുലം ഫൗണ്ടേഷൻ,1988.
10. വിദ്വാൻ കെ.പ്രകാശം. വ്യാസമഹാഭാരതം - ഗദ്യ വിവർത്തനം. കോട്ടയം: നാഷ്ണൽ ബുക്സ്റ്റാൾ,1986.
11. പി.കെ.ബാലകൃഷ്ണൻ. എഴുത്തച്ഛന്റെ കല. തിരുവനന്തപുരം: നവധാരാ പബ്ലിക്കേഷൻസ്, 1987.
12. പി.കെ.ബാലകൃഷ്ണൻ. ജാതി വ്യവസ്ഥിതിയും കേരളചരിത്രവും. കോട്ടയം : സാഹിത്യപ്രവർത്തക സഹകരണ സംഘം, നാഷ്ണൽ ബുക്സ്റ്റാൾ, 1987.

13. കേസരി ബാലകൃഷ്ണപിള്ള. കേസരിയുടെ സാഹിത്യ വിമർശനങ്ങൾ. കോട്ടയം: നാഷ്ണൽ ബുക്സ്റ്റാൾ, 1984.
14. എം.പി.ബാലഗോപാലൻ. വേറാക്കൂറ്. കോട്ടയം: നാഷ്ണൽ ബുക്സ്റ്റാൾ, 1980.
15. മുനി നാരായണ പ്രസാദ്. ധ്യാനമഞ്ജുഷ. തിരുവനന്തപുരം: നാരായണ ഗുരുകുലം,1986.
16. കെ. രാഘവൻ പിള്ള. കൃതി ഒരു കൃഷിഭൂമി. കോട്ടയം: ഡി.സി. ബുക്സ്, 1987.
17. വി . രാജകൃഷ്ണൻ. രോഗത്തിന്റെ പൂക്കൾ. കോട്ടയം: ഡി.സി. ബുക്സ്,1986.
18. പി.കെ . രാജശേഖരൻ. പിതൃഘടികാരം. കോട്ടയം: ഡി.സി. ബുക്സ്,1994.
19. ഇ.വി.രാമകൃഷ്ണൻ. അക്ഷരവും ആധുനികതയും. തൃശ്ശൂർ : ആതിരാ പബ്ലിഷിംഗ് ഡിവിഷൻ, 1992.
20. വിൽഹം റീഹ്. ഫാസിസത്തിന്റെ ആൾക്കൂട്ട മനശാസ്ത്രം. വിവ. കെ.സി വർഗീസ്. കോഴിക്കോട്: മൾബറി ബുക്സ്,1987.
21. ശ്രീ മഹാഭാരതം. ഓ.1,2,3,4,6. വിവ. കൊടുങ്ങല്ലൂർ കുഞ്ഞിക്കുട്ടൻ തമ്പുരാൻ. കോട്ടയം: നാഷ്ണൽ ബുക്സ്റ്റാൾ,1981.
22. Aijaz Ahamed. In Theroy : Classes Nations Literatures. London: Verso,1992.
23. Albert Camus. Resistence ,Rebellion and Death. Tr, Justin O Brien. Newyork: The Modern Library, 1960.
24. Ali-Shari-ati. On the Sociology of Islam. Tr. Hamid Algar From Persian. Aligarh:Crescent Publishing House,1979.
25. Alvin Toffler. The Third Wave. Graet Britain: Pan Books with Collins,1980.
26. Benedict Anderson. Imagined Communites : Reflections on the Origins and Spread of Nationalism. London: Verso,1983.
27. Bonishlow Melinowski. Argonauts of the Western Pecific. London: Routledge & Kegan Paul,1978.
28. C.G.Jung. Four Archetypes-mother, Rebirth, Spirit,Trickster. London: Routledge and Kegan paul,1972.
29. C.G.Jung. Psychologocal Types vol.6. Tr. H.G. Bayers. London: Routledge,1927.

30. David Lodge. Ed. Twentienth Century Literay Criticism. London; Orient Long Mann,1984.
31. E.F. Schumacher. Small Is Beautiful. London: Abacus Sphere Books,1974.
32. Earnest Gellner. Post modernism- Reason and Religion. London: Routledge,1972.
33. Edward Said. Covering Islam. London: Vintage,1997.
34. Edward Said. Orientalism. London: Penguin Books,1979.
35. Eric Fromm. Escape from Freedom . Newyork: Avon Books,1965.
36. G.S. Kirk. The Nature of Greek Mythes. Great Britain: Penguin Books,1976.
37. George Lucaacs. Ideology of Modernism Twentieth Century Literary Criticism. Ed. David lodge. London: Orient Long Mann,1984.
38. Henry Bergson. Time and Free Will. Tr. F.L.Pogson. Newyork: George Allen and Unwin,1971.
39. Herbert Lander. Language and Culture. Newyork: Oxford University Perss,1966.
40. Herbert Marcuse. Reason and Revelution. London: Routledge and Kegan paul,1955.
41. James J. Frazer. The Golden Bough. Vol.1 . London: MC Millan Ltd.,1911.
42. John White. Mythology in the modern Novel. Princeston : Princeston University,1971.
43. Jonathan Culler. Framing the Sign. U.K. Basil Black Well Ltd.,1992.
44. Jonathan Culler. Structuralist Poetics. London: Routldege and Keganpaul,1986.
45. Luis Althusser. Montesque Rousseau,Marx,Politics and History. London : Verso Edn,1982.
46. Maxie Rodinson. Islam and Capitalism . Tr. Brian pearce. Allan Lane. Penguin Books
47. Michael Foucault. The Archeology of Knowledge. Tr. A.M. Sheridan Smith. London: Routledge,1972.
48. Micheal Foucault. Technologies of the Self Seminar With Foucault. Ed. Luther H. Martin. London: tevistock Publications,1988.

49. Mikhail Baktln. From The Prehistory of Novelistic Discourse . Modern Criticism and Theory. A Reader. Ed.,David Lodge . London:Longman,1988.
50. Nitya Chaithanya Yati. *Love and Devotion*. Varkala: East West University of Brahma Vidhya,1979.
51. Paul Virilio. The Information Bomb. London,Verso,2000.
52. Philip Thody. Roland Barthes- A Coservative Estimate. Newyork: Routledge and Kegan paul,1986.
53. Raymond Williams. Culture and Society. London: Chatto & Windus,1958.
54. Raymond Williums. The Long revolutions. London: Chatto and Windus,1961.
55. Rimond De-Becker. The Understanding of dreams. Tr. Micheal Haron. Newyork: George Alian and Unwin ltd.,1967.
56. Roland Barthes. Mythologies. London : Granada,1976.
67. Sara Mills. Discourse of Dis Belief. Newyork: Routledge,1993.
68. Sigmund Frued. Interpretation of Dreams. G.Brittain: Penguin Books,1974.
62. Sigmund Frued. Totem and Taboo. G.Brittain:Penguin Books,1971.
63. Stephen Greenblatt. Renaissance Self Fasioning. Chikago: University Press,1980.
64. Stephen Nugent& Cris Shore. *Antropology and Cultural Studies,* London: photo press ,1997.
65. Victor Turner. The Forest of symbols. London: Cornell University Press,1967.
66. Yusuff Ali. *The Holly Quran*. Marry Land : Amana Corp,1984.

www.ingramcontent.com/pod-product-compliance
Lightning Source LLC
LaVergne TN
LVHW060621051026
849519LV00002B/704
* 9 7 8 9 3 8 6 4 4 0 1 8 1 *